தமிழ் நாவல்கள்: பண்பாட்டு எழுத்து
(திறனாய்வுக் கட்டுரைகள்)

இரா.காமராசு

நியூ செஞ்சுரி புக் ஹவுஸ் (பி) லிட்.,
41-பி, சிட்கோ இண்டஸ்டிரியல் எஸ்டேட்,
அம்பத்தூர், சென்னை - 600 050.
☎ : 044 - 26251968, 26258410, 48601884

Language: Tamil

Thamizh Naavalgal:

Panpaattu Ezhuthu

(Thiranaivu Katturaigal)

Author : **R.Kamarasu**

First Edition: May, 2023

Copyright: Author

No.of Pages: 372

Publisher:

New Century Book House Pvt. Ltd.,

41-B, SIDCO Industrial Estate,

Ambattur, Chennai - 600 050.

Tamilnadu State, India.

Email: info@ncbh.in

Online: www.ncbhpublisher.in

ISBN. 978 - 81 - 2344 - 463 - 5

Code No. A4817

₹ 510/-

Branches

Ambattur 044 - 26359906 **Spenzer Plaza (Chennai)** 044-28490027 **Trichy** 0431-2700885 **Pudukkottai** 04322- 227773 **Thanjavur** 04362-231371 **Tirunelveli** 0462-4210990, 2323990 **Madurai** 0452-2344106, 4374106 **Dindigul** 0451-2432172 **Coimbatore** 0422-2380554 **Erode** 0424-2256667 **Salem** 0427-2450817 **Hosur** 04344-245726 **Krishnagiri** 04343-234387 **Ooty** 0423-2441743 **Vellore** 0416-2234495 **Villupuram** 04146-227800 **Pondicherry** 0413-2280101 **Nagercoil** 04652-234990

தமிழ் நாவல்கள்:

பண்பாட்டு எழுத்து

(திறனாய்வுக் கட்டுரைகள்)

ஆசிரியர்: **இரா.காமராசு**

முதல் பதிப்பு: மே, 2023

அச்சிட்டோர்: **பாவை பிரிண்டர்ஸ் (பி) லிட்.,**

16 (142), ஜானி ஜான் கான் சாலை, இராயப்பேட்டை, சென்னை - 14

☎: 044-28482441

All rights reserved. No part of this book may be reprinted or reproduced or utilised in any form or by any electronic, mechanical, or other means, now known or hereafter invented, including photocopying and recording, or in any information storage or retrieval system, without permission in writing from the publishers.

இந்நூல்...

தன்னைக் கரைத்து,
பிறர் நலம் பேணும் பெருந்தகை,
என் வாழ்வின் உற்ற தோழமை,
கவிஞர் 'வனம்' தி.செழியரசுவின்
பாசாங்கில்லாத அன்புக்கு.

வாழ்த்துரை

அரை நூற்றாண்டைக் கடந்து போராட்டங்களோடும், சாதனை களோடும் பயணிப்பவர் இளவல் இரா. காமராசு. பள்ளி ஆசிரியராகப் பணியைத் தொடங்கி, தமிழ்ப் பல்கலைக்கழகத்தில், நாட்டுப்புறவியல் துறைத் தலைவராகத் தற்போது பணியாற்றி வருகிறார். காமராசு மிகச் சிறந்த பேச்சாளர், எழுத்தாளர், கவிஞர், தொகுப்பாசிரியர், ஆய்வாளர். அவருடைய நூல்கள் எல்லாமே எளிமையும் கருத்தாழமும் மிக்கவை. பல்வேறு மாநில, தேசிய, பன்னாட்டுக் கருத்தரங்குகளில் பங்கெடுத்திருக்கிறார். பல கருத்தரங்குகளை இவரே முன்னின்று நடத்தியுமிருக்கிறார். தமிழ் மொழி வளர்ச்சிப் பணிகளுக்காக எட்டு வெளிநாடுகளுக்கும் இவர் பயணித்திருக்கிறார்.

இளைஞர் பெருமன்றம், தொழிற்சங்கம், தமிழ்நாடு கலை இலக்கியப் பெருமன்றம் போன்றவற்றில் சுறுசுறுப்பாகவும் ஈடுபாட்டுடனும் பணியாற்றிய பயிற்சி அவருடைய திறமையை இயல்பாக முன்னேற்றியது. சாகித்திய அகாதமி பொதுக் குழு உறுப்பினராக இருந்தபோது பலரும் பாராட்டும் விதமாக அவருடைய பணிகள் அமைந்தன.

தமிழ் இலக்கியப் பரப்பில் இலாவகமாகப் பயணிக்கும் பன்முக ஆற்றல் படைத்தவர் இவர். தமிழ் நாவல்கள் குறித்துப் பல்வேறு தருணங்களில் இரா.காமராசு எழுதிய கட்டுரைகளின் தொகுப்பே இந்நூல். பின் காலனியச் சூழல்களில் உருப்பெற்று வரும் நாவல்களில் தலித்துகள், அடித்தள மக்கள், பெண்கள் பற்றிய பொருண்மைகள் படைப்பாகி வருவதைப் போல, தனித்துப் படைப்பாக்கம் பெற்று வரும் பண்பாட்டு எழுத்து என்ற கோணத்தில், தமிழ்ப் பண்பாடு சார்ந்த நாவல்களை அலசி ஆராயும் கட்டுரைகளை இந்நூல் கொண்டுள்ளது.

தொடர்ந்து தமிழ் கூறும் நல்லுலகில் ஒரு பன்முகப்பட்ட ஆய்வாளராகவும், பண்பாட்டுச் செயற்பாட்டாளருமாக வலம் வரும் இளவல் காமராசுவின் இந்நூல், தமிழ் நாவல் இலக்கிய வகைமையின் தற்காலப் போக்கினை அறிந்து கொள்வதற்குப் பெரிதும் பயன்படும்.

அன்புடன்,
எழுத்தாளர் எஸ்.கே.கங்கா
இயக்குநர்,
ஜீவா - நாவா
சிந்தனைப் பள்ளி.

தமிழ் நாவல் வெளியினூடாகச் சமத்துவ விடுதலையை முன்மொழியும் ஆய்வு

வாழ்வெனும் பெருவெளி உன்னதமானதல்ல எல்லோருக்கும். பல்வேறு சிக்கல்களும் முரண்களும் போராட்டங்களும் நிறைந்தது. அவைகளினூடே சிற்சில ஒளிக்கீற்றுகள் சில ஆறுதல்கள் வந்து போகின்றன, சிலருக்கு அதுவும் இல்லை, அவ்வளவுதான். ஏன் இவ்வளவு சிக்கல்களுக்கும் காரணமெனில் வினையும் விதியும் வைதீக மரபில் வந்து முன்னே நின்று எதிர்த்து நிற்கும், கடக்கும் துணிவை அதிகாரமாய் நின்று ஒடுக்கும். கலையின் அரசியல், அழகியல் ஒடுக்கமல்ல. மானிட விடுதலையின், விவாதத்தின் பாதைதான் என்பதை நெடுங்காலத் தமிழ்மரபில் கணியன் பூங்குன்றன், வள்ளுவர் தொடங்கி, இளங்கோ, மணிமேகலை, நீலகேசி, திருமூலர், சிவவாக்கியர், இராமலிங்கர் எனத் தொடர்ந்து இருபதாம் நூற்றாண்டில் முழுதும் மனிதவயமாகியிருக்கிறது. சமூகத்தை, மனித முரண்களைக் களைந்து சமத்துவத்தை நோக்கி அடுத்தகட்டத்திற்கு நகர்த்துவதையே இன்று நாம் கலையின் அழகியல், அரசியல் என்று கருதும் நிலைக்கு வந்து சேர்ந்திருக்கிறோம். அவ்வாறன்றி வெறுமனே கலைமுதன்மை யரசியல் என்பது அறிவுமறுப்பின், விவாதமறுப்பின் விடுதலை மறுப்பின் வடிவமாக இருக்கமுடியும் என்று கருதும் நிலைக்கு நாம் மேன்மையடைந்திருக்கிறோம். அழகியல் என்கிற முந்தைய கருத்தாக்கம் உடைக்கப்பட்டு, மார்க்சிய அழகியல், எதிர் அழகியல், விளிம்புநிலை அழகியல், தலித் அழகியல், பெண்ணிய அழகியல், பால்புதுமையர் அழகியல், நாட்டார் அழகியல், பழங்குடி அழகியல் என்கிற நிலையே இன்று படைப்பின் அழகியலாக இருக்கமுடியும் என்றநிலை நோக்கி நகர்ந்திருக்கிறோம். அவ்வாறன்றி இருக்கும் முந்தைய வடிவப் பார்வையை முன்னிறுத்துவதென்பது சாதி, பாலின, மத, பொருளாதார, நிறம் எனப் பல ஏற்றத்தாழ்வுகளின் இயல்பாக்கத்தை முன்னிலைப்படுத்தும் நுண்ணரசியலாக, அல்லது காலனித்துவத்துக்கு முந்தைய ஏற்றத்தாழ்வுப் படிநிலையை நோக்கி நகர்த்தும் செயலாக இருக்கமுடியும் என்பதையும் உணர்ந்திருக்கிறோம். காலனித்துவம் முன்வைக்கும் ஐரோப்பிய மையவாத விமர்சனங்கள் ஒருபுறமிருப்பினும் உலகளாவிய சிந்தனைப் புலத்தை, சமத்துவப் பார்வையை அனைத்து

மட்டங்களிலும் நம்மை நகர்த்தியிருக்கிறது என்பதை மறுக்கமுடியாது. இன்றைய மனிதவுரிமை, சமத்துவ நிலைப்பாடுகளுக்கான நவீன உரையாடலின் வேர்கள் அங்கிருந்து தொடங்குகின்றன. உலகத் தன்மைகொண்ட ஒருமனித விடுதலைப் பார்வையை முன்னெடுக்கும் வாய்ப்பை உருவாக்கியிருக்கிறது. இந்நிலையில் பேராசிரியர் காமராசு அவர்களின் இந்தத் தொகுப்பு முக்கியத்துவமுடையதாகிறது.

தமிழ்நாவல் பெருவெளியினூடாகப் பயணிக்கும் 35 கட்டுரைகளும் பண்பாட்டை எழுதுதலின் அரசியல், சமத்துவ விடுதலை அரசியல் இரண்டின் மையமாக அமைந்துள்ளன. தமிழ்ச்சமூகம் தொடர்ந்து மாற்றமடைந்து வருவதையும் மனித சமத்துவ விடுதலையை நோக்கிப் படைப்பின் அறவியல் அழகியல் நகர்த்துகிறது என்பதையும் நாவல்களின் மூலமாக எடுத்துக்காட்டுகின்றன அனைத்துக் கட்டுரைகளும். சமூகவிடுதலை, வர்க்கப்போராட்டம், தனிமனித-குடும்ப உறவுசார்ந்த, வட்டார வாழ்வியல் இப்படிப் பல நிலைகளில் வந்த தமிழ் நாவலெனும் ஆறு தொண்ணூறுகளில் இருந்து தலித்தியம், பெண்ணியம், விளிம்பு நிலை அரசியல், பின்நவீனத்துவ மொழிதல், பால்புதுமையர் அரசியல் எனப் புதுப்பாய்ச்சலை அடைந்து நிலவியல், பண்பாட்டியல் தளங்களில் புதிய கூர்மையைப் பெற்றிருக்கிறது என்பதை எடுத்துக் காட்டுகின்றன.

முதல் கட்டுரை ஒற்றைப் பண்பாடு என்கிற அதிகாரத்துக்கு எதிரான பன்மைத்துவப் பண்பாட்டு அரசியலை முன்வைக்கும் நிலையில், பண்பாட்டு எழுத்தின் அவசியத்தை முன்வைத்தும் பின் காலனித்துவத்தின் ஒளியில் அவற்றின் முக்கியத்துவத்தை உணர்த்துகிறது. அதேநேரத்தில் சாதிய விடுதலை, பெண்விடுதலைப் பார்வையில் இருந்து காலனித்துவத்தைப் புறக்கணிக்கமுடியாது என ஆக்கபூர்வமாக பார்வையையும் முன்வைக்கத் தவறவில்லை. இந்தப்பன்மைத்துவத்தின் ஒளியில் இருந்தே வட்டார எழுத்து, இனவரைவியல் எழுத்து, பழங்குடி இலக்கியம் முதலியவைகளைப் பார்க்கவேண்டும் என ஆக்கபூர்வமான பார்வையை எடுத்துரைக்கிறார். இரண்டாம் கட்டுரை தமிழ்நாவல்களின் செல்நெறிகளை முக்கியமான மாற்றங்களை எடுத்துரைக்கிறது. அடுத்து பின்வரும் கட்டுரைகள், ஒவ்வொரு நாவலையும் அல்லது ஒரு எழுத்தாளரின் நாவல்களையும் எடுத்துக் கொண்டு அதன் கதைப் போக்கிலேயே கதையின் பல்வேறு அம்சங்களை எடுத்துரைப்பதோடு அவற்றினூடாக கட்டுரையாசிரியர் தன்னுடைய விமர்சனத்தையும் ஊடிழையாகப் பின்னிச் செல்வதும் வாழ்வின் பல்வேறு முரண்கள், சிக்கல்களினூடாக விடுதலையின் பாதையை

முன்வைக்கும் புள்ளியில் நாவலின் இயக்கத்தை மதிப்பிட்டிருப்பதும் இக்கட்டுரையின் முதன்மையான ஆய்வுகளில் ஒன்று.

வட்டாரத்தன்மை, பழங்குடி வாழ்வியல், யதார்த்தவியல், புலம்பெயர் வாழ்வியல், தலித்தியம், பெண்ணியம், நகர்த்திணை வாழ்வியல் எனப்பல நிலைகளில் அமையும் தமிழ்நாவல் பெரும் பரப்பினூடாகவும் அண்மைக் காலப் போக்குகளினூடாகவும் விரியும் இந்நூலின் கட்டுரைகள் மனித விடுதலை, மனித சமத்துவத்தின் பாதையையும் பண்பாட்டுப் பன்மைத்துவத்தின் முதன்மையையும் படைப்புகளினூடாக முன்னெடுத்துத்துச் செல்லுதல் எனும் புள்ளிகளில் மையம் கொண்டிருக்கின்றன. இவ்வாறான நோக்கிலிருந்து தமிழ் நாவல்களை மதிப்பிடுதல் இந்நூலின் முக்கியமான அம்சமாகிறது.

"ப.சிங்காரம், வண்ணநிலவன், வலம்புரிஜான் ஆகியோரின் படைப்புகள் கடலை, கரையில் இருந்து பார்த்தவை. ஜோ.டி.குரூஸ் கடலில் இருந்து கரையைப் பார்த்தவராக மிளிர்கிறார். கல்கி, சாண்டில்யன், கோவி.மணிசேகரன், விக்ரமன், பாலகுமாரன் போன்றோர்களின் இராஜாராணி கதைகளுக்கு மறுதலையாக சமுக வரலாற்றை சமூக வளர்ச்சி நிலைமைகளுக்குள் வைத்து வரலாற்றை வாசித்து இலக்கியப் படைப்பை உருவாக்கும் போக்கிற்கு பிரபஞ்சனின் மானுடம் வெல்லும் முன்னோடியாகிறது. தி.ஜானகிராமன், க.நா.சு, எம்.வி. வெங்கட்ராம், கு.ப.ரா., ந. பிச்சமூர்த்தி, ப்ரகாஷ் என்ற தஞ்சை எழுத்தின் செவ்வியல் தன்மைகளுக்கு மறுதலையாக சா. கந்தசாமி, பாவை சந்திரன், சோலை. சுந்தரபெருமாள், சி.எம். முத்து, பாட்டாளி, சு. தமிழ்ச்செல்வி, சுபாஷ் சந்திரபோஸ், வாய்மைநாதன், உத்தமசோழன், ஷக்தி, ஜி.கார்ல் மார்க்ஸ் போன்றோரின் படைப்புகள் வண்டல் மண்ணை, வேளாண் வாழ்வை, மருதத் திணையின் வன்மை மென்மைகளை இயல்பாக முன்வைத்தன. மனிதனை வரலாற்றுச் சூழலுக்குள் வைத்து வாழ்க்கைப் பாட்டை நுட்பமாகப் பதிவு செய்த முதல் நாவலாக பஞ்சும் பசியும் அமைகிறது. கரிச்சான் குஞ்சுவிடம் யதார்த்த எழுத்து முறை இருந்தாலும் அவர் காலூன்றியது நவீனத்துவத்தில்தான். சண்முகம் தொடங்கிய வாழ்வியலை அடுத்த கட்டத்துக்கு நகர்த்தியவர் சின்னப்பபாரதி. அஞ்சலையை தலித்தியப் பார்வையில் மறுவாசிப்பு செய்ய வேண்டியிருக்கும். ஆதிக்கத் தன்மைக்கும் விடுதலை வேட்கைக்கும் ஊடே சிறகு விரிக்கும், "கூகை". இவ்வாறு ஒவ்வொரு நாவலையும் படைப்பின் அறவியல், சமூக மேன்மைத் தளத்திலிருந்து மதிப்பிடும் பண்பு தனித்துவமாக உள்ளது.

இவ்வாறான மதிப்பிடுகள் நாவல்களைக் குறித்தது மட்டுமல்ல. மனித வாழ்வின் மேன்மையை, விடுதலையை, சமத்துவத்தை நோக்கிய மையத்திலிருந்து பார்க்கப்பட்டவை. ஏனெனில் படைப்பென்பது வெறுமனே போதை தரும் ஒன்றாக இருந்துவிட முடியாது. அந்த போதைக்குள், மாயைக்குள் சிக்குவதென்பது இயல்பாக்கம் செய்யப் பட்டிருக்கும் அனைத்துவித ஏற்றத்தாழ்வு, முரண்களைக் கண்டு கொள்ளாமல் கடந்துபோகும் அல்லது ஏற்கும் ஒரு அமைதியான வன்மமாகவே இருக்க முடியும். ‘படைப்பென்பது அதிகாரத்திற்கு, அதிகாரத்தின் சமநிலையாக்கம் செய்யப்பட்ட ஏற்றத்தாழ்வுக் கருத்தியலுக்குச் சேவகம் செய்ய முடியாது’ இதுவே படைப்பின் அறம் எனக் கோவை ஞானி சொல்வது இந்த நூலைப் படிக்கையில் உணரமுடிகிறது. அத்தகைய படைப்பின் அறத்தையே இக்கட்டுரைகள் படைப்புகளினூடாகத் தேடி மானிட மேன்மைக்கு வழிசமைக்கின்றன.

சாதி, பாலின, நிலவுடைமை, பொருளாதாரம் எனப் பல்வேறு ஆதிக்க மரபின் கட்டுப்பெட்டித்தனங்களும் அதை எதிர்த்து, உடைத்துக் கிளம்பும் விடுதலை வேட்கையினூடே மனித வாழ்வு இருபதாம் நூற்றாண்டிலிருந்து கடந்து இருபத்தொன்றில் நுழைவதை நாவல் பரப்பினூடாகக் கண்டு ஆய்ந்துரைக்கிறது இத்தொகுப்பு. அதே நேரத்தில் நகர்மயம், நவீனத் தொழில் உற்பத்தி முறைகளின் மூலமாக வழிவழியாகத் தொடரும் வாழ்வாதாரங்கள், இயற்கைச் சூழல் முதலியவற்றின் அழிவுகளையும் படைப்புகள் எடுத்துரைக்கத் தவறவில்லை என்பதையும் கூறுகிறது. எனவே மரபின் சாதி, பாலின, மதம், பொருளாதாரம் என எந்தவகையான ஏற்றத்தாழ்வுகளையும் புறக்கணித்து பண்பாட்டுப் பன்மைத்துவத்தினூடே சமத்துவத்தை நோக்கிய வேட்கையை நாவல்களின் மூலம் ஆய்ந்துரைக்கிறது இந்நூல். அந்த வகையில் தமிழ் நாவல் வெளியும் அவற்றைக் குறித்த அவதானிப்புகளும் ஆக்கபூர்வமான விடுதலையின் பாதையை நோக்கி நகர்கின்றன என்பதை உறுதியாகச் சொல்ல முடியும் என்பதற்கு இந்த நூல் சான்றாகிறது.

தமிழ் நாவலின் நூறாண்டு வரலாறும் வளர்ச்சியும் சிட்டி-சிவபாதசுந்தரம் நூல் தரும் தொகுப்புப் பார்வையை இந்த நூல் அண்மைக் காலம் வரை விரித்துத் தருகிறது என்று கூறமுடியும். அதைப் போல கோவை ஞானியின் தமிழ் நாவல் (தமிழ் நாவல் கட்டுரைகள்), நாவல்களினூடாகத் தொடரும் மானிட விடுதலையின், சமத்துவத்தின் பாதையை ஒருங்கிணைக்கும் போக்கை இரா. காமராசு அவர்களின் இந்தத் தொகுப்பிலும் காண்பது இயல்பாக உள்ளது.

மானிட சமத்துவத்தை, விடுதலையை நோக்கிய பாதை அவ்வாறு தானே இருக்கமுடியும்.

நவீன தொழில்நுட்பங்கள், நகர்மயம், புதிய சமூக மாற்றங்கள் இவைகளினூடாக மரபுக்கும் புதுமைக்கும் இடையேயான போராட்டங்கள் ஒருபுறமும் சாதிய வன்மங்களை உடைத்தெறியும் தலித் விடுதலை அழகியலும் ஆணாதிக்கத்தை எதிர்த்த பெண்விடுதலைக் குரலும், திருநங்கைகளின் வலியும், பழங்குடிகள், புலம்பெயர் மக்களின் துயர வாழ்வும் தவிப்பும் வேட்கையும் எனப் பல நிலைகளில் விரியும் தமிழ் நாவல் வெளி மனித வாழ்வின் விடுதலையை நோக்கி அகிலத்துவமுடையதாக முன்னேறுகிறது என்பதை எடுத்துக்காட்டும் நிலையில் இக்கட்டுரைகள் முக்கியத்துவமுடையனவாகின்றன.

அன்புடன்
முனைவர் க.ஜவகர்
உதவிப்பேராசிரியர்
தமிழ்த் துறை
தமிழ்நாடு நடுவண் பல்கலைக்கழகம்
திருவாரூர்.

நன்றி...

இந்நூலில் உள்ள கட்டுரைகள் தமிழ் நாவல்களின் பண்பாட்டுப் பரப்பை முன்வைக்கின்றன. ஏற்கனவே நாவல் குறித்த ஒரு சில கட்டுரைகள் வேறு நூல்களில் வெளிவந்துள்ளன. தொடர்ந்து நாவல்களை வாசிப்பதும், திறனாய்வு செய்வதும் உவகை தரும் அனுபவமாகவே அமைகின்றது.

இந்நூலில் உள்ள கட்டுரைகளை வெளியிட்ட உங்கள் நூலகம், தாமரை, காக்கைச் சிறகினிலே, கணையாழி, பேசும் புதிய சக்தி, இனிய உதயம், திணை ஆகிய இதழ்களின் ஆசிரியர்களுக்கும் பொறுப்பாளர்களுக்கும் நன்றி.

இந்நூலை எழிலுற வடிவமைத்து சிறப்பான அட்டைப்படமும் வழங்கி உதவிட்ட இனிய நண்பர் முனைவர் மு. திருநாவுக்கரசு, மெய்ப்புத் திருத்தம் செய்து உதவிய பொறியாளர் ப.செல்வபாண்டியன், ஆசிரியர் முனைவர் செ. கனிமொழி ஆகியோருக்கு அன்பும் நன்றியும். வாஞ்சையுடன் ஒளிப்படம் எடுத்துத் தந்த கவிஞர் சேலம் ராஜாவுக்கும், இனிய சகோதரர் எழுத்தாளர் மீரான்மைதீனுக்கும் நன்றி.

தமிழ் ஆய்வுலகில் நம்பிக்கை தரும் இளம் ஆய்வாளர், கருத்தியல் சார் கல்வியாளர், இனிய நண்பர், பேராசிரியர் முனைவர் க. ஜவகர் இந்நூலுக்கு அரியதொரு முகவுரை தந்துள்ளார். அவரின் கரிசனத்துக்கு நன்றி. எப்பொழுது நூல்கள் கேட்டாலும் உடன் உதவிடும் தமிழ்ப்பல்கலைக்கழக உதவி நூலகர் முனைவர் தி. சிவகுமார், அலுவல் நிலைப் பணியாளர் அன்புச் சகோதரி திருமதி இரா. கஸ்தூரி ஆகியோருக்கும் நன்றி.

பல வகைகளிலும் என் எழுத்து வாழ்வுக்கு துணை நிற்கும் ஆய்வாள நண்பர்கள் முனைவர் ந. பிரகாஷ், முனைவர் சி. அருள்கண்ணன், சி. மகாலெட்சுமி, ந. வடிவேலன், கா. செல்வகணபதி, பா. இரம்யா, சி. தமிழரசன், க. செல்வலட்சுமி, மு. மீனாட்சி யாவருக்கும் அன்பு.

இயக்கம், கல்விப்புலம் சார்ந்த என் பணிகளில் தோழமையோடு உடன் நிற்கும் பேராசிரியர் ஆ. சிவசுப்பிரமணியன், பேராசிரியர் நா. இராமச்சந்திரன், எழுத்தாளர் பாரதிபாலன், எழுத்தாளர் சுப்ரபாரதிமணியன், மொழிபெயர்ப்பாளர் ப.பா.இரமணி,

சிந்தனையாளர் எஸ். கே. கங்கா, பேராசிரியர் உ. அலிபாவா ஆகியோருக்கு நன்றி உரித்து.

என் நூல்களை மிக அழகிய முறையில் பதிப்பித்து மக்களிடம் எடுத்துச் செல்லும், தமிழ்நாட்டின் அறிவுக்களஞ்சியம் நியூ செஞ்சுரி புத்தக நிறுவனத்துக்கும், அதன் மேலாண் இயக்குநர், இனிய தோழமை கவிஞர் சண்முகம் சரவணன், பொது மேலாளர் தோழர் தி.இரெத்தினசபாபதி, பதிப்புப் பிரிவு பொறுப்பாளர் ப.ரேவதி மற்றும் எழுத்தாளர் அம்மாசத்திரம் சரவணன் ஆகியோருக்கும் நெஞ்சம் நிறைந்த நன்றி.

என் இலக்கிய வாழ்வுக்கு வழி தரும் இனிய துணைவி எஸ். இராதா, அன்புப் பிள்ளைகள் ஞானக்குயில், சித்தார்த்தி ஆகியோரை இங்கு நினைவுகூர்தல் அவசியம்.

அன்பும் நட்புமே என் வாழ்வின் எல்லாமுமாக இருக்கிறது. எல்லோருக்கும் பேரன்பு.

நிறைந்த அன்புடன்
இரா.காமராசு
*664, பாரதிதாசன் நகர்,
குமரபுரம், மேலவாசல்,
மன்னார்குடி - 614 014.
9443589189
Kamarasuera70@gmail.com*

பொருளடக்கம்

1. பண்பாட்டு எழுத்து — 17
2. வானவில் எழுத்து: தமிழ் நாவல்களின் செல்நெறி — 31
3. பஞ்சும் பசியும்: இலக்கிய அரசியல், போராட்ட அழகியல் — 46
4. சேற்று மனிதர்களின் சிவப்புப்பாதை — 57
5. ஆதிக்க எதிர்ப்பை மொழியும் யதார்த்த எழுத்தின் வீச்சு — 66
6. எழுத்து வாழ்க்கை: வண்டல் — 75
7. இனவரைவியல் எழுத்து: இமையத்தின் செடல் — 89
8. இலக்கிய இனவரைவியல்: மிராசு — 104
9. பாரதிபாலனின் படைப்புகள்: மன ஈரமும் மண்ணின் தீரமும் — 126
10. கரிச்சான் குஞ்சு படைப்புகள்: மரபும் புதுமையும் — 132
11. வன மக்களின் வலியும் வாதையும் — 143
12. கு. சின்னப்பபாரதி படைப்புகளில் கொங்கு மண்ணும் மக்களும் — 154
13. கவ்வாத்து எனும் கலைப்படைப்பு — 168
14. பால்மரக்காட்டினிலே: இடப்பெயர்வு இலக்கியம் — 174
15. தோட்டத் தொழிலாளர் இடப்பெயர்வும் இருப்பும்: இலக்கியச் சாட்சி — 183
16. அளம்: கரிக்கும் பெண் உடல் — 208
17. கடல்சார் நிலவியல் பண்பாடு — 215
18. மீன்சட்டியில் மிதக்கும் வாழ்வு — 220
19. நாகம்மாள்: தமிழின் முதல் கிராமியப் படையல் — 224
20. அஞ்சலை: பெண் இருப்பின் நியதி — 230
21. சக்கை: யதார்த்த வாழ்வின் விளைச்சல் — 237
22. நிலவுடைமைப் பண்பாட்டின் நிழல் — 241
23. படுகளம்: மரபும் மீறலும் — 247

24. ஆண்மையத் தகர்வும் பெண்வெளியும்	254
25. ஓடத்தொடங்கிவிட்ட பச்சைக்குதிரைகள்	263
26. ஆனந்தவல்லி: பெண்வலியின் கலைக்குரல்	272
27. ஆதிக்கத் தன்மைக்கும் விடுதலை வேட்கைக்கும் ஊடே சிறகு விரிக்கும் கூகை	285
28. தலித் அழகியல், அரசியல்: சடையன்குளம்	293
29. மதம்: மனமாற்றம், மனத்தடை சில விவாதங்கள்	305
30. திரிந்தலையும் திணைகள்: அயல் வாழ்வு	314
31. முகமற்றவர்களின் முகம்	320
32. சமூகமோதல்களும் பண்பாட்டு மீட்டுருவாக்கமும்	324
33. கன்னிவாடி அரண்மனையும் சவரக்கத்திகளும்	331
34. நகரத்திணை: சாயத்திரையும், தறி நாடாவும்	351
35. மக்கள் எழுச்சியின் கலைப்பதிவு	359
பயன்பட்ட நூல்கள்	371

1
பண்பாட்டு எழுத்து

பண்பாடு என்ற சொல் இன்று மிகப் பரவலாகி உள்ளது. தனி மனிதனில் தொடங்கிச் சமுதாயத்தில் நிலை கொண்ட இச்சொல் இன்று அரசியல், பொருளாதாரப் பின்புலத்திலும் கவனம் பெறும் ஒன்றாக மாறி உள்ளது.

பண்பாடு என்பதற்குப் பல்வேறு வரையறைகள் தரப்படுகின்றன. என்றாலும் மனிதனின் பண்பிலிருந்து உருவானது என்பதை அனைவரும் ஒப்புகின்றனர். 'பண்படு' என்பதிலிருந்து பண்பாடு வந்திருக்கலாம் என்பர். 'பண்படுதல்' என்பதற்கு அமைதல், உதவுதல், ஏவல் செய்தல், சீர்திருத்தல், செப்பமாதல் எனவும், 'பண்பாடு' என்பதற்குச் செல்வி, குணநலம், சீர்திருத்தம், பெருமை, தன்மை, அமைதி, இயல்பு என்று மதுரைத் தமிழ்ப் பேரகராதி பொருள் தருகின்றது.

"பெரும்பாலும் சிறந்த வாழ்க்கைக்கு அடிப்படையாக அமைகின்ற உள்ளப்பாங்கின் வெளிப்பாட்டையே பண்பாடு என்கிறோம். அந்த வெளிப்பாடு சுவையுணர்வாகவும், நடையுடை பாவனைகளாகவும் தோன்றும். அப்பண்பாடில்லாதவனைக் காட்டுமிராண்டி என்கிறோம். வாழ்வின் பலபல போக்குகள் அமைந்த பல்வேறு நிலைகளையும் இந்தப் பண்பாடென்பது குறிக்கும். உடலைப் பற்றிய நன்னிலை, மனதைப் பற்றிய தூய்மை நிலை, பேச்சின் இனிமை இவையெல்லாம் பண்பாட்டில் அடங்கும்" (1973:5) என்ற தெ.பொ.மீனாட்சிசுந்தரனாரின் கருத்து, பண்பாடு என்பதன் உள்ளார்த்தத்தை உணர்த்தும்.

'பண்பாடு' எனும் சொல் வழக்கத்துக்கு வந்ததை கா. சிவத்தம்பி, "பண்பாடு என்னும் சொல் ஏறத்தாழ 50 ஆண்டுகளாக மாத்திரமே வழக்கிலுள்ளது என்ற உண்மை பலருக்கு ஆச்சரியத்தைத் தரலாம். 1926-31இல் தயாரிக்கப்பட்ட சென்னைப் பல்கலைக்கழக லெக்சிகனில் அச்சொல் இல்லை. ஆங்கிலத்தில் Culture எனக் குறிப்பிடப்பெறும் சொல்லைக் கலாச்சாரம் என்று கூறும் ஒரு மரபு இருந்தது. டி.கே.சிதம்பரநாத முதலியார்தான் Culture எனும் ஆங்கிலச் சொல்லுக்குப் பண்பாடு என்னும் பதமே பொருத்தமானதென

மொழிபெயர்ப்பு செய்தார். அது நிச்சயிப்புச் சொல்தான் என வையாபுரிப்பிள்ளை கூறுவார்" (1994:1) என்பார்.

பண்பாடு எனும் சொல்தான் புதிதே தவிர அது உணர்த்தி நிற்கும் பொருள் பழமையானது. அது உலக மாந்த இனத்தின் வாழ்வோடும் வளர்ச்சியோடும் இயங்கியல் உறவு கொண்டது. நெகிழ்வுத் தன்மை கொண்டது. கொண்டு கொடுத்து செழுமைப்படுவது. கால வளர்ச்சியில் புதுப்பித்துக்கொள்வது.

"உணவு, உடை முதலியன தயாரிப்பதிலும் உற்பத்தி செய்வதிலும் பின்பற்றப்படும் வழக்கங்கள், பழக்கங்கள், வீடுகட்டுவதில் கவனிக்கப்படும் வழக்கங்கள், திருமணத் தொடர்புகள், மரியாதை செலுத்துதல், பொதுவான நடத்தைகள், குறியீடுகள், மரபுகள், புராணக் கதைகள், பரம்பரைக் கதைகள், கூத்துக்கள், கிராமியப் பாடல்கள், கதைகள், வைத்திய முறைகள், மாந்திரீகம், மாயாஜாலம், சமய நூல்கள், கிரியைகள், வழக்கங்கள், விழாக்கள், சடங்குகள், கல்விமுறை, இசை, நடனம், விவசாய வாழ்வு, கலைகள், கைப்பணிகள் போன்றனவும் மனித வாழ்வுடன் தொடர்புடையனவும், அவ்வாழ்வினை நெறிப்படுத்து வனவுமாகிய வேறு பல விடயங்களும் பண்பாடு என்னும் சொல்லாலே சுட்டப்படுகின்றன" (2006:23-24) என்ற அ.சண்முகதாஸின் விளக்கம் பண்பாட்டின் விரிந்தத் தன்மையைச் சுட்டும். பண்பாட்டின் வேர்களை அறிய பழங்குடிச் சமூகங்களில் இருந்தும் வாய்மொழி மரபிலிருந்தும் தொடங்க வேண்டியிருக்கிறது. எனவேதான் பண்பாடு குறித்த கற்றலுக்கும் ஆய்வுக்கும் மானிடவியல் புலம் ஓர் கற்கைநெறியாக அமைகிறது.

"ஒரு பண்பாட்டு நடத்தையின் முக்கியத்துவமானது அதை நாம் ஆங்காங்கே உள்ளதாகவும், மனிதனால் ஏற்படுத்தப்பட்டு மிகவும் மாறக்கூடிய தன்மையுடையதாகவும், புரிந்துகொண்டு விட்டால் அதோடு முடிந்துவிடாது. அது இணைந்திருக்க முற்படுகிறது. எண்ணத்திலும் செயலிலும் கிட்டத்தட்ட ஒரே மாதிரியான முறையைத் தான் பண்பாடும் ஒரு தனி மனிதன் போல் கொண்டிருக்கிறது. ஒவ்வொரு பண்பாட்டிலும் மற்றையச் சமூகங்களிலில்லாத பல நோக்கங்கள் தோன்றக்கூடும். இவற்றிற்காக ஒவ்வொரு மக்களும் தங்கள் அனுபவங்களை மேலும் மேலும் உறுதிப்படுத்திக் கொள்கின்றனர். நடத்தையின் தொடர்பில்லா பல விவரங்கள் இந்த நோக்கங்களையொட்டியே ஒரு உருவகத்தை அடைகின்றன. நன்றாய் இணைந்த ஒரு பண்பாட்டால் எடுத்துக் கொள்ளப்பட்ட வகைப்படுத்தப்படாத விவரங்கள் அதன் குறிப்பிட்ட குறிக்கோள்களுக்கேற்றவாறு மாற்றங்களை அடைகின்றன" (1964:46).

என்ற ரூத் பெனிடிக்ட்டின் கருத்து பண்பாட்டின் பின்புலத்தை உணர்த்தும்.

பண்பாடு குறித்து விரிவாகப் பேசும் பக்தவத்சலபாரதி, தனது பண்பாட்டு மானிடவியல் நூலில் பண்பாடு குறித்து அனைத்துத் தரப்புகளையும் தொகுத்துத் தருகிறார். பண்பாடு குறித்த பல்வேறு வரையறைகளில் உள்ள முரண்பட்டத் தன்மைகளைச் சுட்டிக் காட்டுகிறார்.

அ. பண்பாடு என்பது மக்களால் ஆக்கப்பெற்ற கருவி. அந்த ஊடகத்தைக் கொண்டே மக்கள் தங்கள் தேவைகளை நிறைவு செய்துகொள்கின்றனர்.

ஆ. பண்பாடு என்பது மக்கள் அனைவரும் கூட்டாகச் சேர்ந்து செயல்படும்போது உண்டாகும் நடத்தை முறைகளின் சேர்மமாகும். இது அந்தந்தச் சமுதாயத்திற்கு மட்டுமே உரியது. இது உயிரியல் நிலையில் மரபுரிமையாக வராதது.

இ. மக்கள் தலைமுறை தலைமுறையாக குழுவாகச் சேர்ந்து கற்ற நடத்தை முறைகளும், பழக்கங்களும், மரபுகளும் சேர்ந்த ஒரு தொகுதியே பண்பாடு ஆகும்.

ஈ. பண்பாடு என்பது மனிதனின் உடல் சாராத தகவமைப்பு.

உ. பண்பாடு என்பது மனிதனால் தோற்றுவிக்கப்பட்ட சுற்றுச் சூழல். இதில் பொருள் சாராப் பண்புகள், சட்டங்கள், நம்பிக்கைகள் முதலானவை அடங்கும்.

ஊ. பண்பாடு என்பது மரபு வழியில் புரிந்துகொண்டுள்ளவை பற்றிய ஓர் அமைப்பு. இது கற்றலின் மூலம் பெறப்படுவது; கற்றல் நடத்தை முறையின் வழி உருவாக்கப்படுவது.

எ. பண்பாடு என்பது அனைவராலும் புரிந்துகொள்ளப்பட்ட கருத்துக்களும், சமுதாய மரபுரிமையாகப் பெறப்பட்ட நம்பிக்கைகளும், பழக்க வழக்கங்களும் அடங்கிய தொகுப்பாகும்.

ஏ. பண்பாடு என்பது அறிவு, நம்பிக்கை, கலை, ஒழுக்க நெறிகள், சட்டம், வழக்கம் முதலானவையும், மனிதன் சமுதாயத்தில் ஓர் உறுப்பினராக இருந்து கற்கும் பிற திறமைகளும், பழக்கங்களும் அடங்கிய முழுத் தொகுப்பாகும் *(2003: 151-152)*

என்று பலவரையறைகளைக் குறிப்பிடும் பக்தவத்சலபாரதி, "பண்பாடு என்பது ஒரு முறைப்படியான நடத்தை முறைக்கு மக்கள் ஏற்படுத்திக்கொள்ளும் ஓர் அமைப்பு அல்லது மன அளவிலான விதி" *(2003:153)*. என்றும் கூறுவார்.

இலக்கிய மானிடவியல்

இலக்கியம், மானிடவியல் ஆகிய இருபுலங்களைப் பற்றிய அறிவு சார்ந்தது இலக்கிய மானிடவியல். இதனைப் பக்தவத்சல பாரதி, "இலக்கிய மானிடவியல், ஒரு புதிய அறிவுப்புலம். இலக்கியத்தை மானிடவியல் நோக்கிலும், மானிடவியலை இலக்கியவியல் நோக்கிலும் அறியக்கூடிய வாய்ப்பினை இப்புலம் கொண்டிருக்கிறது. இலக்கியம், மானிடவியல் ஆகிய இரண்டு துறைகளையும் இணைத்தறியும் 'துறையிடை அணுகுமுறை' (Inter-disciplinary approach) புதிய உள்ளொளிகளைக் காட்டவல்லது. இதன் மூலம் தமிழ் இலக்கியத்தில் புதைந்திருக்கும் மானிடவியல் கூறுகளை இனங்கண்டு அவற்றின் வாயிலாகத் தமிழ்ச் சமூகத்தையும் பண்பாட்டையும் நுட்பமாக அறிய இயலும்" *(2020:3)*.

தமிழில் இலக்கியங்களை மானிடவியல் நோக்கில் - சமூகப் பண்பாட்டு மானிடவியல் நோக்கில் பார்க்கும் பார்வைகள் பெருகி உள்ளன. தொல்காப்பியம் தொடங்கி சங்க இலக்கியம் முதல் சமகால இலக்கியப் படைப்புகள் வரை ஆய்வுகள் தொடர்கின்றன. எனவே இலக்கிய மானிடவியல், தமிழர் மானிடவியல் என வழங்கும் அளவுக்கு இப்பிரிவு வளர்ந்து வருகிறது. பண்பாட்டு மானிடவியலின் நீட்சியாக இனவரைவியல் அமைகிறது. தமிழில் இனவரைவு இலக்கிய ஆக்கங்களும், இனவரைவியல் இலக்கிய ஆய்வுகளும் அதிகரித்து வருகின்றன.

"கிராமப்புற விவசாயிகள் - பழங்குடிகள் இடையில் இன்றும் நிலவும் சமூகப் படிநிலை வேற்றுமை ஒரு பக்கம் இருந்தாலும், குறிப்பாக ஒரு குறிப்பிட்ட பகுதிக்குள் வாழ நேர்ந்த இந்த இரு சமுதாயங்களிடையில் நிகழ்ந்த பரஸ்பர பண்பாட்டு ஏற்புகளின் மிச்ச சொச்சங்கள் இரு சமுதாயங்கள் மத்தியில் இன்றும் காணக் கிடைக் கின்றன. இன்னும் சொல்லப்போனால், இன்று கடவுள் என அறியப்படும் ஏராளமான கடவுள்கள் தன் வேர்களைப் பழங்குடி சமுதாயங்களில்தான் கொண்டுள்ளன. இன்றைய நவீன காலத்திலும் பல சடங்குகள், பழங்குடிகள் - இந்து மத வேளாண் வகுப்புகள் இரு தரப்புக்கும் பொதுவானதாகவே காணப்படுகின்றன. இந்தப் பழக்க

வழக்கங்களை வெறும் மூட நம்பிக்கைகள் என்று மட்டும் ஒதுக்கிவிட முடியாது. இவற்றை ஆய்வுக்கு உட்படுத்துவதன் மூலம் இலக்கியங்கள் மட்டுமல்லாமல் தொல்லியல் எச்சங்கள், அறிவியல் ஆய்வு முடிவுகள் இவற்றுடன் இப்பழக்க வழக்கங்களை ஒப்பிட்டு ஆய்வு செய்ய முடியும்" (2022:112). என்ற டி.டி.கோசம்பியின் கருத்து பண்பாட்டாய்வில் கவனம் கொள்ளத்தக்கது.

இலக்கியமும் பண்பாடும்

இலக்கியம், பண்பாடு ஆகியன குறித்த வறையறைகள் தனித்தனியே சொல்லப்பட்டாலும் இரண்டுக்குமான தொடர்புறவு இறுக்கமானது. பண்பாடின் ஒரு கூறு இலக்கியம் என்பது ஏற்கத்தக்கது. இலக்கியம் மொழிசார் கலை. அது வாய்மொழி, எழுத்து மொழி ஆகிய இரண்டு சார்ந்தும் மொழியில் நிலை கொள்ளும் இலக்கியம் தன்னைப் பண்பாட்டு வெளியாகவே வெளிப்படுத்துகிறது.

இலக்கியத்தின் மையம் மனிதன் எனில் பண்பாட்டின் மையமும் மனிதனே. மனிதப் பண்பாடு, உயிர்ப் பண்பாடு, பொருள் பண்பாடு ஆகியனவற்றின் ஒட்டுமொத்தமே ஓர் இலக்கியப் படைப்பு. நிலம், காலம், சூழல், இனம் ஆகியனவற்றின் பன்மைப் பண்புகளின் திரட்சியாக பண்பாட்டையும் இலக்கியத்தையும் அணுகமுடியும்.

'இலக்கியத்தைப் பண்பாட்டைச் சித்திரிக்கக்கூடிய பனுவலாகவும், இலக்கியப் படைப்பாளியை அவனுடைய பண்பாட்டின் படைப்பாகவும்' ஆ. தனஞ்செயன் குறிப்பிடுவார். இந்த அர்த்தத்தில் படைப்பு-படைப்பாளி குறித்து அவர் கூறும் கருத்து முக்கியமானது.

"படைப்பாளி என்பவன் தன்னுடைய பண்பாட்டினால் வளர்த்தெடுக்கப்பட்ட ஒரு படைப்பாகவே கருதப்படுகிறான். அத்துடன், தன்னைப் படைத்த பண்பாட்டை அவன் தன்னுடைய அழகியல் கண்ணோட்டத்திலிருந்தே பிரதிநிதித்துவப்படுத்துகிறான். அதாவது, தனக்கு உகந்த உபாயங்கள் மூலமாக - மொழியையும் உலகக் கண்ணோட்டங்களையும் குழைத்துப் பதப்படுத்தி - பண்பாட்டின் விதிகளையும் ஒழுங்குகளையும் மீறித் தன்னுடைய படைப்பின் வழியாகத் தன்னுடைய பண்பாட்டினைப் பிரதிநிதித்துவம் செய்கிறான். இத்தகைய இலக்கியப் படைப்பு, அவனுடைய சமூகத்தின் பண்பாட்டினை அல்லது அதன் ஒரு பகுதியை விவரிக்கும் பிரதி பலிப்பானாகத் திகழ்கிறது அல்லது அப்பண்பாட்டைப் பற்றி விவரிக்கும்

ஆய்வு முறையான இன வரைவியலுக்கு உதவும் ஆதாரங்களில் ஒன்றாக எடுத்துக் கொள்ளப்படுகிறது" (2015:16).

இனவரைவியல்

தமிழில் ஆ. தனஞ்செயன், ஞா.ஸ்டீபன், ஆ.சிவசுப்பிரமணியன் போன்றோர் இனவரைவியல் இலக்கிய ஆய்வுகளைத் தொல்காப்பியம், சங்க இலக்கியம், நவீன இலக்கியம் ஆகியவற்றில் செய்து நூல்களாகவும் வெளியிட்டுள்ளனர்.

இனவரைவியல் எனும் பெயரில் தொடங்கி, வரையறை, வகை, சூழல், பயன்பாடு ஆகிய எல்லாவற்றிலும் கருத்து மாறுபாடுகள் இருந்தபோதும் இனவரைவியல் இன்று பண்பாட்டாய்வுகளில் தவிர்க்க முடியாத ஒன்றாக நிலை பெற்றிருக்கிறது.

இனவரைவியல் என்பதை பண்பாட்டை மொழிபெயர்த்தல் (Cultural translation) என்பார் பக்தவத்சலபாரதி. இனவரைவியல் குறித்த சில வரையறைகளை ஆ.தனஞ்செயன் குறிப்பிடுகிறார். தேவை கருதி அதனை அப்படியே இங்குக் காணலாம்.

"ஒரு குறிப்பிட்ட மக்கள் குழு அல்லது வட்டாரத்தில் காணப்படும் அனைத்து வகையான மரபுகள் பற்றி மேற்கொள்ளப்படும் விளக்கமுறை ஆய்வே இனவரைவியல் (Brunvand 1986:329) என்றும், 'ஏதேனும் ஒரு பண்பாட்டைப் பற்றி எழுதப்பட்ட வரைவு அல்லது விளக்கமே இனவரைவியல் (Herskovits, 1974:8)' என்றும், 'ஒரு குழு அல்லது பண்பாட்டைப் பற்றி விளக்கிக்கூறும் ஒரு வருணனைக் கலை மற்றும் அறிவியல்தான் இனவரைவியல். இந்த விவரிப்பானது, எங்கோ ஒரு நாட்டிலுள்ள சிறிய இனக்குழுவைப் பற்றியதாக இருக்கலாம். அல்லது ஒரு நடுத்தரமான நகரத்திலுள்ள ஒரு பள்ளிக்கூட வகுப்பறை பற்றிய விவரிப்பாகவும் இருக்கலாம்' (Feeterman, 1989:11).

'நமக்கு மிகவும் அந்நியமான உலகங்களோடு போராடி, அவற்றைப் பற்றி அறிந்துகொள்வதற்கு முக்கியத்துவம் அளிக்கக்கூடிய ஆய்வுமுறையை இனவரைவியல் என்றோ நாட்டார் பார்வையிலான விவரிப்பு (Folk description) என்றோ அழைக்கின்றனர்' (Agar, 1986:12).

'எழுத்தாளன் மற்றும் அவன் யாரைப் பற்றி எழுதுகிறானோ அந்த மக்கள் ஆகிய இருவருடைய வாழ்க்கை முறையைப் பற்றிய விளக்கவுரைகள், விவர அறிக்கைகளை உருவாக்கக்கூடிய விசாரணை முறை மற்றும் எழுத்து வடிவமே இனவரைவியல்' (Denzin, 1997:XI).

இப்படியான இந்த விளக்கங்கள் இனவரைவியல் என்பதைப் புரிந்துகொள்ள உதவும். மனிதப் பண்பியல் சார்ந்ததாக உள்ள இனவரைவியலின் சிக்கலான பகுதி குறித்து பக்தவத்சலபாரதியின் கூற்றும் நோக்கத்தக்கது.

'இனவரைவியல் என்பது புற மெய்ம்மைகளை மட்டுமே முன்னிறுத்தி சுயம் சாராத ஒரு நடுநிலையான, உன்னதமான பொதுமைப்பாடு கொண்டதாக இருக்காது என்பதற்குப் பல காரணங்கள் உள்ளன. காரணம் என்னவெனில் மனித சமூகத்தைப் பற்றி மனிதர்களே ஆராய்வது என்பது முதல் விமர்சனமாகும். அடுத்து, மனித சமூகத்தைப் பற்றி ஒரு தனிமனிதர் தன்வயப்பட்டே பொருள் கோடல் செய்வது இரண்டாவது விமர்சனமாகும். தகவலாளிகளைப் பார்த்து ஆய்வாளர் கேட்கும் வினாக்களும் சமூகம் பற்றி ஆய்வாளர் உருவாக்கும் உற்று நோக்கலும் அகவயமானவை என்பதை நாம் உணர முடியும். ஓர் அயற்பண்பாட்டைச் சேர்ந்த ஆய்வாளர் இன்னொரு பண்பாட்டை ஆராய்ந்து விளக்கும்போது அகவயத்தன்மை ஏதோ ஒரு வகையில் செயல்படுவது இயல்புதான். மேலும் ஒரு சிறிய பகுதியிலிருந்து, ஒரு பரந்த பிரதேசத்திற்குரிய சமூகத்தைக் கள ஆய்வு செய்து கூறுவது என்பதும் அகவயம் சார்ந்தே கூறுவதாகும்' *(2020:23)*.

இந்த விமர்சனங்களையும் கருத்தில் கொண்டே இனவரைவியல் ஆய்வுகளை நடத்த வேண்டி உள்ளது.

இனவரைவுப் படைப்புகளின் ஆழ்நோக்கை ஞா.ஸ்டீபன் இப்படிச் சுட்டிக்காட்டுவார்:

"படைப்பாக்கத்திற்கு இனவரைவியல் இன்றியமையாதது என்பதை இலக்கியப் பனுவல்களைச் சமூகப் பின்புலத்தில் வாசிக்கும் போது உணரலாம். இலக்கியம் பண்பாட்டின் உற்பத்திப் பொருள். மறுபக்கத்தில் அது பண்பாட்டைச் சமைப்பதாகவும் விளங்குகின்றது. இலக்கியப் பனுவல்களில் பரந்து காணப்படும் இனவரைவியல் தகவல்களினாலேயே இது சாத்தியமாகின்றது" *(2017:25)* என்பது கருதத்தக்கது.

பின்காலனியம்

பண்பாடு குறித்த ஆக்கங்களும் ஆய்வுகளும் 'பின்காலனியம்' சார்ந்து அமைவதையும் இதனை ஓர் அணுகல் முறையாக கைக் கொள்வதையும் காணலாம். இது சமூக அசைவியக்கத்தின் விளை பொருளாகும். வேர்களைத் தேடல், காலனிய மறுப்பு, காலனிய

விடுபடல், அடையாள மீட்பு ஆகிய கூறுகள் பின்காலனிய அணுகு முறையில் கவனம் பெறுகின்றன. இது பின் நவீனத்துவத்தின் அதிகாரம் பற்றிய பார்வையின் தொடர்ச்சியாக அமைகிறது. மேற்கு x கிழக்கு, சிவப்பு x கருப்பு, மையம் x விளிம்பு, உண்மை x போலிமை போன்ற எதிர்வுகளில் பின் காலனியப் படைப்புகள் அடையாளப்படுகின்றன. காலனியாதிக்கத்துக்குள்ளானோர் தங்கள் பண்பாட்டு வேர்களைத் தேடுவதுடன், தங்கள் சுயத்தையும் அடையாளத்தையும் மீட்டுருவாக்கம் செய்தல் வழியாக காலனியக் கருத்தியலை அழிக்க முடியும் என பின்காலனியம் கருதுகிறது.

பின் - காலனித்துவம், பின்காலனித்துவம் ஆகிய இரு சொற்களின் கருத்தமைவை க. பஞ்சாங்கம், "ஆய்வாளர்கள் பலதரப்பட்ட விவாதங்களை முன்வைத்த போதும், அடிப்படையில் 'பின் - காலனித்துவம்' (With hyphen) என்கிற சொல், காலனித்துவ அதிகாரத்திலிருந்து ஒரு நாடு விடுதலை அடைந்த காலகட்டத்தையும், 'பின்காலனித்துவம்' (Without hyphen) என்கிற சொல், காலனித்துவம் தொடங்கிய காலகட்டத்தில் இருந்து இன்றுவரை பண்பாட்டு ரீதியாகவும், அரசியல் ரீதியாகவும், பொருளாதார ரீதியாகவும் ஒரு காலனிய நாடு அடைந்த பாதிப்புகளைக் குறிக்கின்ற ஒன்றாகவும் விளங்குகிறது. காலனித்துவத்திற்கு ஆட்பட்ட மக்களின் மொழி, இலக்கியம், பண்பாடு, மரபு ஆகியவற்றின் மீது காலனித்துவ சக்திகளின் இடையீடு குறித்துப் பின்காலனியம் ஆராய்கிறது. அந்த இடையீடு பெரும்பாலும் மொழியின் மூலமாகவே நிகழ்த்தப்பட்டிருக்கிறது. எனவே, மொழியின் மூலமாக ஆதிக்கக் கருத்தியல் எவ்வாறு பரப்பப் பட்டிருக்கிறது என்பதையும், காலனித்துவத்திற்கு ஆளான மக்கள் எவ்வாறு அந்தக் கருத்தியல்களை எதிர்ப்பது, தலைகீழாக்குவது என்பதையும் பின்காலனித்துவ ஆய்வு உள்ளடக்கியிருக்கிறது" *(2011:270)*.

"பின்காலனித்துவ உலகம் ஒரு கலவையின் இருப்பிடம். *1968*இல் மெக்லுஹன் உலகளாவிய கிராமம் என்ற கருத்தாக்கத்தைக் கண்டுபிடித்த பிறகு உலக நாடுகளில் உள்ள பண்பாடுகள் பல படிவங்கள் கொண்டதாக மாறி வருகின்றன; பல பண்பாடுகள் கலக்கின்றன; அடுத்தடுத்துக் காணப்படுகின்றன. கலப்பினக் கூறுகள் நிலைப்படு கின்றன" *(2007:161)* எனப் பின்காலனியம் நூல் குறிப்பிடுவது உலக அளவில் பண்பாடுகள் தமக்குள் ஊடுருவி நிற்பதை உணர்த்தும்.

பண்பாட்டு எழுத்து

திணைசார் நிலவியலை தமிழின் சங்க இலக்கியங்களில் காணலாம். இவை மனிதப் பண்பியலின் பிழிவாகவும் இயற்கை இலக்கியங்களாகவும் திகழ்வன. அதன் தொடர்ச்சியை இன்றைய நவீன இலக்கியங்களில் குறிப்பாக நாவல் இலக்கியங்களில் காணமுடிகிறது. விரிந்த களமும் வாழ்வும் மிக்க இலக்கியப் பரப்பாக நாவல் எனும் வகைமை விளங்குகிறது.

திணைச் சமூக நிலவியலை அடிப்படையாகக் கொண்டு முல்லை, குறிஞ்சி சார்ந்த பழங்குடிகள், மருதநில சமவெளிப்பரப்பைச் சார்ந்த உழுகுடிகள், நெய்தல் நிலக் கடலோடிகள் ஆகிய மக்களின் வாழ்வியல் இலக்கியப் பதிவுகளாகின்றன. அதேபோல கிராமம் சார்ந்த நிலவியலின் மறுதலையான பெருநகரத்திணை சார்ந்தும் படைப்புகள் வெளிவருகின்றன.

இப்படி நிலத்தை எழுதும் பண்பாட்டுடன் கூடவே மக்கள் குழுவின் வாழ்வும் வழக்காறுகளும் பதிவாகின்றன. நிலம், மொழி, சாதி, பால், வர்க்கம், தொழில், பொருள் ஆகியன சார்ந்தும், விலகியும் பண்பாடு என்பதை அர்த்தப்படுத்தலாம். இவ்வகையில் தொல்குடிகள், தலித்துகள், பெண்கள், அரவாணிகள், பால்புதுமையினர், பெரு நோயாளர்கள், விலக்கப்பட்டோர், விளிம்புநிலையினர் போன்றோர் இலக்கிய நாயகத் தன்மைப் பெற்று வருகின்றனர். கூடவே சமூக வரலாற்றுச் சட்டகத்தில் ஆவணங்களாகிவிட்ட நிகழ்வுகளும் இலக்கியப் படைப்புகளாகி வருகின்றன. ஒட்டுமொத்தமாகப் பார்க்கும்போது இவை அனைத்தும் வெகு மக்களின் பண்பாட்டை மொழியும் இலக்கியப் படைப்புகளாக அமையக் காணலாம். பண்பாட்டு மானிடவியல், இனவரைவியல், கிராம்ஷியம், பின் காலனியம் முதலிய அணுகல் முறைகளினூடாக மக்கள் பண்பாட்டை இலக்கிய ஆக்கமாகவும் ஆய்வாகவும் வெளிப்படுத்துவதை பண்பாட்டு எழுத்து (Cultural writing) என அழைப்பது பொருத்தமானது.

ஐரோப்பிய, ஆங்கில மைய எதிர்ப்பு, மாற்று வரலாற்று உருவாக்கம், நாட்டை எழுதுதல், பண்பாட்டை எழுதுதல், திருப்பி எழுதுதல், தன் வரலாறு, வாழ்க்கை வரலாறு, ஆவணப் பதிவுகள், வேர்களைத் தேடுதல், அடையாள மீட்பு ஆகியன பின்காலனிய எழுத்து முறைமையாகத் தொகுத்துக்கொள்ள முடியும். மேலும், மொழி சார்ந்து புறந்தள்ளுதல் (abrogation), கைப்பற்றுதல் (appropriation), இருமுகத் தன்மை (ambivalence), போன்மை (Mimicry) ஆகியவை மற்றும் கலப்பினத்

தன்மை (Hybridity), இரட்டைக் காலனித்துவம் (Double clonization) போன்றவை பின்காலனியத்தில் முக்கியத்துவம் பெறுகின்றன.

பண்பாடு குறித்த அக்கறையும் கவனமும் நவீனத்துவத்துக்குப் பிந்தைய மற்றும் காலனியக் காலத்தில் அதிகம் ஏற்பட்டது எனலாம். பண்பாட்டியல் எனும் படிப்புத் துறையும் ஆய்வுத் துறையும் உருவாகித் தனித்தப் புலமாக உருவெடுத்ததும் கவனம் கொள்ளத்தக்கது. உலகில் மாற்றத்தை உருவாக்கும் தத்துவமாக அறியப்பட்ட மார்க்சியம் பண்பாட்டியல் குறித்துக் கவலைப்பட்டது. அது அடிக்கட்டுமானம், மேற்கட்டுமானம் என்ற வகைமைக்குள் பண்பாட்டை வைத்தது. இதன் தொடர்ச்சியாக அந்தோனியோ கிராம்ஷி 'பண்பாட்டு ஆய்வாளர்' எனும் அடையாளப்படும் அளவுக்கு இது குறித்துப் பேசினார். அவரின் குடிமைச் சமூகம் (Civil Society), பண்பாட்டு மேலாண்மை (Cultural Hegemony) போன்ற கருத்தாக்கங்கள் சமூக இயக்கத்தில், சமூக மாற்றத்தில் பண்பாட்டின் இடத்தை மதிப்பிட்டன.

மானிடவியலின் கூறுகளாக அறிவாராய்ச்சித் துறையில் தொழிற்பட பண்பாட்டு மானிடவியல், இனவரைவியல் போன்ற புதிய அணுகுமுறைகளும் பண்பாட்டியல் சார்ந்து உருவாயின. அதே போல பின்னைக் காலனியம் எனும் ஆய்வு அணுகுமுறை பண்பாடு குறித்த புதிய திறப்புகளைச் சாத்தியப்படுத்தியது.

இந்தியா போன்ற நாடுகளில் சாதி, பால் (பெண்) ஆகியவற்றில் காலனித்துவம் செய்த நற்பயன்களையும் கவனத்தில் கொள்ள வேண்டும். அவற்றை ஒட்டுமொத்தமாக நிராகரித்துவிட முடியாது.

நாவல்களும் பண்பாட்டு முன்வைப்பும்

நாவல்கள் ஆக்கத்திலும் ஆய்வுகளிலும் பண்பாடு என்பது அழுத்தம் பெற்றுவருகிறது. "ஒரு குறிப்பிட்ட சமூக அமைப்பில் வாழும் மனிதர்களின் வாழ்வியல் பிரச்சினைகளையும், உளவியல் பிரச்சினைகளையும் மையமாகக் கொண்டெழுதும் நாவலானது அம்மனிதர்களினதும், சமூகத்தினதும் பண்பாடு, பழக்க வழக்கங்கள், சமய வாழ்வு மற்றும் வாழ்வியல் அம்சங்களை முழுமையாகப் பிரதிபலிப்பது அவசியமாகும். அப்பொழுதுதான் அந்நாவலைப் படிக்கும் வாசகன் அதில் இடம்பெறும் சமூகச் சூழலோடு ஒன்றிவிட முடியும். அத்துடன் அந்நாவலில் இடம்பெறும் பாத்திரங்கள் அவை சித்திரிக்கப்படும் காலச்சூழலோடு பொருந்தி நிற்கும்" *(2019:7)* என்பார் ஆ.சிவசுப்பிரமணியன்.

வட்டார நாவல்களில் இருந்து இனவரைவியல் நாவல்கள் வேறுபடும் விதத்தை, ஆ.சிவசுப்பிரமணியன், "இந்நாவல்கள் அனைத்திலும் ஒரு வட்டாரத்தின் சிறப்புக் கூறுகள் பதிந்திருந்தாலும் இந்நாவல்களின் சிறப்புக்குக் காரணம் அவற்றின் வட்டாரத் தன்மையன்று. இந்நாவல்களில் இடம்பெற்றுள்ள அடித்தள மக்களின் இனவரைவியல் செய்திகளும், தேக்க நிலையிலிருந்து விடுபட்டு மாறுதலை நோக்கி அவர்கள் முன்னேறுவதும் இடம்பெற்றிருப்பதுதான் இவற்றின் சிறப்புக்கு அடிப்படைக் காரணம்" (2019:25) எனச் சுட்டுவார்.

"சமூகவியல் நோக்கில் பார்க்கும்பொழுது தமிழ்நாட்டில் வாழும் அனைத்து வகை மக்களின் வாழ்வைப் பதிவு செய்யும் இத்தகைய நாவல்கள், நாவல் என்ற நிலையில் மட்டுமின்றி சமூக ஆய்வுக்கான ஓர் ஆவணமாகவும் விளங்கும் சாத்தியக் கூறு உண்டு. எல்லாவற்றிற்கும் மேலாக ஒரு குறிப்பிட்ட சாதி மற்றும் பகுதியினரின் வாழ்க்கை முறையே தமிழ்நாட்டின் பொதுவான வாழ்க்கை முறை என்று கருதும் இனமையவாதச் சிந்தனையை ஒழிக்கும்" (2019:25) எனும் ஆ.சிவசுப்பிரமணியனின் கூற்று இனவரைவியல் ஆய்வுகள் சாதியை மீட்டுருவாக்கம் செய்கின்றன என்பதற்கு விடை சொல்கிறது.

பல்துறைக் கூட்டாய்வு (Inter-disciplinary) என்பதை ஆ. தனஞ்செயன் கலப்புப்புல அணுகுமுறை என்பார். மானிடவியல் சார்ந்த இவ்வகை ஆய்வுகளை இருவேறு களங்களாக அவர் சுட்டுகிறார்.

"1. இலக்கியப் படைப்புகளை முதன்மைப்படுத்தாமல் சமூக நிறுவனங்கள் மற்றும் பண்பாட்டை மட்டுமே முதன்மைப் படுத்தி மேற்கொள்ளப்பட்ட ஆய்வுகளில் காணப்படும் கலப்புப்புல அணுகுமுறை.

2. தமிழ் இலக்கிய படைப்புகளை முதன்மைப்படுத்தி அவற்றி லிருந்து இனங்காணப்பட்ட மானிடவியல் தரவுகளைக் கொண்டு மேற்கொள்ளப்பட்ட ஆய்வுகளில் புலப்படும் கலப்புப்புல அணுகுமுறை.

இவ்விரண்டு களங்களிலும் மானிடவியல் என்பது ஒரு பொதுவான அளவுகோலாகப் பயன்படுத்தப்பட்டுள்ளது" (2014:21).

இப்படிப் பல பகுப்புகளாக உள்ள பண்பாட்டுக் கோலங்களை சமூகங்களின் வாழ்வும் இருப்பும் இடப்பெயர்வும் சார்ந்து எழுதுவது பண்பாட்டு எழுத்தாக அமையும்.

எல்லாவற்றிலும் முழு உடன்பாடு கொள்ள முடியாது. விமரிசனங்கள், போதாமைகள், விடுபடல்கள் இருக்கத்தான் செய்கின்றன. என்றாலும் இன்று பண்பாடு என்பது ஓர் அரசியல் கருத்தியலாக உலக அரங்கில் தொழிற்படும் தருணத்தில் மேற்சுட்டிய எல்லா போக்குகளையும் வரித்துக்கொண்டு வாசிக்க வேண்டியிருக்கிறது.

மொழி, வாழிடச் சூழல், நிலம், தொழில்

தமிழகத்தின் மக்கள் வாழ்வியல் கூறுகளை இனம் சுட்ட பக்தவத்சலபாரதி தன் 'தமிழர் மானிடவியல்' நூலில் தரும் விவரம் இவை குறித்த மதிப்பீட்டைத் தரும் காட்சிச் சித்திரமாக அமைகிறது.

தமிழகத்தில் வாழும் 364 சமூகங்களுள் 209 சமூகத்தவர்கள் தமிழைத் தாய்மொழியாகக் கொண்டவர்கள். மீதமுள்ள 155 சமூகத்தவரில் திராவிட மொழிக் குடும்பத்தைச் சார்ந்தவர்களே அதிகம். இதில் தெலுங்கு மொழியை 70 சமூகத்தினரும், கன்னடத்தை 25 சமூகத்தினரும், மலையாளத்தை 21 சமூகத்தினரும், படக மொழியை 4 சமூகத்தினரும் பேசுகின்றனர். கொங்கணி, துளு போன்ற பிற திராவிட மொழிகளைப் பேசுவோரும் குறைந்த எண்ணிக்கையில் உள்ளனர்.

இந்தியாவிலேயே தமிழகத்தில் தான் கடலோரப் பகுதியில் மிகுதியான சமூகத்தவர்கள் வாழ்கின்றனர். தேசிய அளவில் இதன் சராசரி 14.80% ஆக இருக்கத் தமிழகத்தில் 39.10% ஆக உள்ளது. ஏறக்குறைய 25% கூடுதலாக உள்ளது. 142 சமூகத்தவர் கடலோரப் பகுதியில் வாழ்கின்றனர்.

மலையகப் பகுதியைப் பொறுத்தவரை தேசிய சராசரியும் தமிழகத்தின் விழுக்காடும் ஏறக்குறைய நெருங்கிக் காணப்படுகின்றன. தேசிய சராசரி 25.83%, தமிழகம் 24.45%. தமிழக மலைப் பகுதிகளில் 89 சமூகங்கள் வாழ்கின்றனர். 307 சமூகத்தவர் சமநிலப் பகுதியில் வாழ்கின்றனர். இதன் அளவு தேசிய சராசரியைக் காட்டிலும் 23% கூடுதலாகும் தேசிய சராசரி 61.38% மட்டுமே. தமிழகத்தில் இது 84.34% ஆக உள்ளது.

தமிழகத்தின் 364 சமூகங்களில் 269 சமூகத்தாருக்கு நிலமே உடைமையாகவும் வாழ்வாதாரமாகவும் உள்ளது. 73.90% அளவைக் கொண்ட இத்தன்மை தேசிய சராசரி அளவான 64.10% விட 9% கூடுதலாகவே உள்ளது. 235 சமூகங்கள் வேளாண்மை செய்து வருகின்றன. தேசிய சராசரி அளவான 53.57% காட்டிலும் இது 11% (64.56%) கூடுதலாகும். இடம் விட்டு இடம் பெயர்ந்து வேளாண்மை

செய்யும் முறையை 7 சமூகத்தவர்கள் கொண்டிருக்கின்றனர். இவர்கள் அனைவரும் பழங்குடியினரே.

அடுத்ததாக, 113 சமூகத்தவர் கைவினைத் தொழிலில் ஈடுபட்டுள்ளனர். பட்டனவர், செம்படவர், கரையார், வலையர், காடையர், பரதவர், முக்குவர் போன்ற 26 சமூகத்தவர் மீன்பிடித் தொழிலில் ஈடுபட்டு உள்ளனர். மீன்பிடித் தொழில் செய்து வந்த சீவலக்காரர் இப்போது அத்தொழிலை விடுத்து விவசாயத்திற்கு வந்துவிட்டனர்.

“அவ்வாறே உப்பளம் கவனித்து வந்த உப்பிலியன்கள் அத்தொழிலை விடுத்து விவசாயத்திற்கு மாறிவிட்டனர். நாடார்கள் பெரும்பாலோர் தங்கள் மரபுத் தொழிலை விடுத்து வணிகத்தில் ஈடுபடத் தொடங்கி விட்டனர். கணக்குப் பிள்ளைகளும் இவ்வாறே கிராம நிர்வாகத்திலிருந்து விடுபட்டு நவீன கல்வியையும் குலத் தொழில் சாரா புதிய தொழில்களையும் ஏற்றுக்கொண்டனர்” *(2019: 457-458).*

நிலம், மொழி, தொழில், சூழல் ஆகிய இவைதான் பண்பாடு என்பதன் அசைவியக்கக் காரணிகள். இவற்றை வரலாற்றுப் பின்புலத்தில் விளங்கிக் கொள்ளவும், இவற்றின் உள் ஆற்றலைப் புரிந்துகொள்ளவும் பண்பாட்டு எழுத்துக்கள் துணை புரிகின்றன.

“பண்பாடு என்பது சிக்கலான, பலவித கருத்துநிலை மட்டங்களை உள்ளடக்கியது என்பதையும், பண்பாட்டு மாற்றங்கள் மெதுவாகவும் படிப்படியாகவுமே ஏற்படுகின்றன என்பதையும் மனதில கொண்டு செயல்பட வேண்டும்” *(2016:557)* என்றும்,

“எந்தவொரு புதிய பண்பாட்டிற்காக நாம் போராடுகிறோமோ அந்தப் பண்பாடு உயிருள்ளதாகவும் அவசியமானதாகவும் இருக்குமே யானால், அந்தப் பண்பாட்டின் வீச்சு தவிர்க்க முடியாததாக இருக்கும்; அது தனக்கான கலைஞர்களைத் தானே கண்டறியும். ஆனால், அரசியல் நிர்பந்தங்கள் இருந்தும்கூட அந்தப் பண்பாட்டின் வீச்சு தவிர்க்க முடியாததாகவும் ஆற்றல்மிக்கதாகவும் இல்லாமல் போகுமானால் அதன் பொருள் இதுவாகத்தான் இருக்க முடியும்; அந்தப் புதிய பண்பாடு செயற்கையானது; கற்பனையானது; அது பெரும் கலைஞர்கள் தங்களுடன் ஒத்துப்போவதில்லை என்று புலம்புகிற சராசரித்தனமான மனிதர்களின் அட்டை உலகம்தான்” *(2016:561)* என்றும் கிராம்ஷி கூறுபவை பண்பாடு, பண்பாட்டு மாற்றம், கலைஞர்களின் சார்பு நிலை ஆகியவற்றைத் தெளிவுப்படுத்தும்.

"வாய்மொழிக் கதைகளில் பெரும்பாலும் சமூகத்தில் பாதிக்கப் பட்டோர் வெற்றி பெறுவதைக் காணலாம். இயல்பான வாழ்க்கையில் வெற்றிபெற இயலாத நலிந்த பிரிவினர் வாய்மொழிக் கதைகளில் வெற்றியாளர்களாக உலா வருவர். பெண் தருவதாகக் கூறிப் பணக்காரனால் ஏமாற்றப்பட்ட ஓர் ஏழை இளைஞன் அதீத சக்தி பெற்று அப்பணக்காரனை வெல்வான். நடைமுறை வாழ்க்கையில் ஒரு குடும்பத்தில் பிறக்கும் மூத்தவர்கள் அதிக அதிகாரத்தைப் பெற்றவர் களாகத் திகழ்வர். வாய்மொழிக் கதைகளில் இளையோர்களே வெற்றியாளர்களாக வலம் வருவர்.

ஒரு குடும்பத்தில் பிறக்கும் அழகு வாய்ந்த சகோதரர்களை விட அக்குடும்பத்தில் பிறக்கும் அழகற்ற அல்லது ஊனமுற்ற குறைபாடுடைய சகோதரர்களே கதைகளில் வெற்றியாளர்களாகத் திகழ்வர். இத்தகைய கதைகளைக் கேட்கும் நலிந்த பிரிவினர் மகிழ்ச்சியும் உற்சாகமும் அடைவதைக் காணமுடியும்" (2018:102) என ஆறு. இராமநாதன் வாய்மொழி மரபு பற்றிக் கூறுவது வாய்மொழி வழக்காறுகளைப் பயன்படுத்தி எழுதப்பெறும் எழுத்து ஆவணங்களுக்கும் பொருந்தக் கூடியது. மையம் x விளிம்பு, ஆதிக்கம் x அடித்தளம் என்ற எதிர்மைகளில் ஒடுக்கப்பட்டத் தன்மைக்கு ஆதரவான நிலை எடுப்பது என்பது நாட்டுப்புற வாய்மொழி மரபின் நீட்சியாகவே அமையும்.

இந்தப் பன்மைத்துவக் கூறுகள் காலம், வெளி, சூழல் சார்ந்தவை. சமூக இயக்கக் கூறுகள், பொருள்சாரா மற்றும் பொருள்சார் பண்பாட்டுக் கூறுகள் வாய்மொழி மரபிலும் எழுத்து மரபிலுமாக தொழில்படும் விதத்தை ஆராய்ந்தறிவது அவசியம். இன்று தேசிய ஒற்றைப் பண்பாடு எனும் பண்பாட்டு ஏகாதிபத்தியம் அச்சப்படுத்தும் கருத்தியலாக உருவெடுத்துள்ளது.

எனவே, தாய்மொழிகள், தேசிய இனங்கள், இனக் குழுக்கள், நிலவியல் அடையாளங்கள், காலம், சூழல்சார் பன்மியங்கள் படைப்புகளில் வெளிப்படுகின்றன. எல்லா ஆதிக்கங்களுக்கும் எதிராக, மாற்றாக அடையாள மீட்டுருவாக்க முயற்சிகள் நடைபெற்று வருகின்றன. பண்பாடு இனி பண்பாடுகள் ஆகும். பொதுப் பண்பாடு ஆதிக்கப் பண்பாடாகக் கட்டமைக்கப்பட்ட நிலையில் எதிர்ப் பண்பாடு, மாற்றுப் பண்பாடு, விளிம்புநிலைப் பண்பாடு எனும் எதிர்வுகள் தவிர்க்க முடியாதவை. எனவே பண்பாட்டுக் கல்வியில் பண்பாட்டு எழுத்து முக்கியத்துவம் வாய்ந்ததாக மாறும்.

2

வானவில் எழுத்து: தமிழ் நாவல்களின் செல்நெறி

தமிழ் உரைநடை வளர்ச்சி வரலாற்றின் ஒரு பகுதியாகவே தமிழ் நாவல் வரலாற்றினை நோக்கவியலும். நாவலுக்கு மட்டுமின்றி எல்லா இலக்கிய வகைமைகளுக்குமே நிரந்தர வரையறைகளை உருவாக்கிவிட முடியாது. காலம், சூழல், இடம் சார்ந்து மாறுபடத் தான் செய்யும். இருப்பினும் ஓர் உலகளாவிய இலக்கிய வடிவம் என்ற வகையில் சிலவற்றை ஏற்கத்தான் வேண்டும்.

'நாவல் என்பது உரைநடையில் அமைந்த கதை. பாத்திரங்களும் நிகழ்ச்சிகளும் வாழ்க்கையைப் பிரதிபலிக்கும் வண்ணம் அமைந் திருக்கும்' என்கிறது ஆக்ஸ்போர்டு அகராதி. 'நாவல் என்பது நிலைத்து நிற்கக்கூடிய ஒரு கதை. வரலாற்று உண்மை அல்ல. ஆனால் வரலாற்று உண்மையாக இருக்கக்கூடும். இதன் நோக்கம், ஒரு சில காட்சிகள் மூலமும், உணர்வு பூர்வமான கதைப்போக்கு மூலமும் இயற்கையைப் பிரதிபலிப்பதன் மூலமும் படிப்பவர்களை மகிழ்விப்பதும் தான்' எனப் பொருள் சொன்னது என்சைக்கிலோப்பீடியா பிரிட்டானிக்கா.

"நாவல் ஒரு கலை, கைத்திறனுள்ள ஒரு தொழில். நாவலாசிரியன் ஒரு கலைஞன், கைவினைஞன். அவன் தன் பணியைக் கவனமாகச் செய்ய வேண்டியவன், தன் தொழிலுக்குரிய விதிகளை நன்கறிய வேண்டியவன். அவனுடைய நாவலில் நல்ல வேலைப்பாடு இருந்தால் மட்டும் போதாது. அவன் கவியையும் இசைவாணர்களையும் போலப் படைக்கும் திறன் வாய்ந்ததொரு கலைஞனாகவும் திகழவேண்டியவன்" என்பார் ப.கோதண்டராமன் (உலக நாவல் இலக்கியம், ப.6).

இந்தியாவில் காலனிய ஆட்சியின் உடன்விளைவுகளாகத் தோன்றிய அச்சியந்திர வரவு, ஆங்கிலக் கல்விமுறை, எழுத்தறிவு, நவீன வாழ்க்கை முறைமை ஆகியவற்றின் ஊடே முகிழ்த்ததொரு இலக்கிய வடிவமாக நாவல் அமைகிறது.

தமிழ் முதல் நாவல் (1879) தோன்றி நூற்றி நாற்பதுமூன்று ஆண்டுகளைக் கடந்துவிட்டோம். உருவத்திலும் உள்ளடக்கத்திலும்

தமிழ் நாவல் இலக்கியம் தன்னை நிலைப்படுத்திக் கொண்டு விளங்குகிறது. உலக, இந்திய நாவல் இலக்கிய வளர்ச்சிக்குச் சற்றும் குறையாத விதத்தில் தமிழ் நாவல் வளர்ச்சி நிலைப்பெற்றுள்ளது எனலாம்.

தமிழ் நாவல் வளர்ச்சி வரலாற்றை மூன்று கட்டங்களாகப் பகுப்பர் (இரா.காமராசு, தமிழ் நாவல் இலக்கியப் போக்குகள், பக். 7-8).

ஒன்று - நாவல்கள் பெரிய அளவிலான வாசிப்புத் தளத்தை உருவாக்கின. பொழுதுபோக்கு என்ற அளவிலேனும் வெகுமக்களைக் குறிப்பாக பெண்களைச் சென்று சேர்ந்தன. படைப்பாளி, வாசகன் என்ற இருவேறு மனநிலைகளையும் கடந்து வாசிப்புப் பரவலாக்கம் அதில் நிகழ்ந்தேறியது.

இரண்டு - நாவல்களின் வழியே நிகழ்த்தப்பட்ட உரையாடல்கள் சமூக விமரிசனமாக முகிழ்த்தமை. விடுதலைப் போராட்டம் தொடங்கி பெண்விடுதலை, வர்க்க விடுதலை, வர்ண விடுதலை, பண்பாட்டு விடுதலை எனச் சநாதனச் சமுதாயத்தை தோலுரித்துக் காட்டியதிலும் நாவல்களுக்குப் பெரும்பங்குண்டு.

மூன்று - மாற்றுக் கருத்தாக்கங்களை முன்வைத்து, மரபார்ந்த கெட்டித்தட்டிப்போனக் கற்பிதங்களை உடைத்து, தமிழ்ச் சமூகத்தை நவீனச் சமூகமாக மறுகட்டமைப்புச் செய்கிற பணியில் நாவல்களின் பங்கு முக்கியமானது.

தொடக்கத்தில் பொழுதுபோக்குக்காக வீட்டில் இருக்கும் பெண்களின் வாசிப்புக்காக நாவல்கள் எழுதப்பட்டன. பெரும்பாலும் பத்திரிகைகளில் தொடர்கதைகளாக அவை வெளிவந்தன. கூட்டுக் குடும்பம், நிலமானிய உறவுகள், திருமணம், குடும்பம், விழுமியங்கள் சார்ந்து நாவல்கள் எழுதப்பட்டன. தொடர்ந்து விடுதலைப் போராட்டம் கவனப்பட்டது. காந்தியச் சிந்தனைகள், திராவிட இயக்கச் சிந்தனைகள், மார்க்சியச் சிந்தனைகள் எனக் கொள்கைவழிப்பட்டும் நாவல்கள் எழுதப்பட்டன. மறுதலையில் நவீனத்துவப் பிரதிபலிப்பாக மனித அகத்தை முதன்மைப்படுத்தி அகவிடுதலை, மனித உறவுச் சிதைவுகள், கோபம், விரோதம், காமம், கொலை, தற்கொலை முதலான மனவெழுச்சிகள் இவ்வகை நாவல்களில் வெளிப்பட்டன.

நாவல்கள் ஓர் இலக்கிய வகை என்பதையும் மீறி சமூக இயக்கத்தில் அதன் தாக்குரவுகள் அதிகம் கவனப்படத் தொடங்கியது. எழுத்தாளனின் பார்வை, எழுத்துக்கும் எழுத்தாளனுக்குமான உறவு

நிலை, வாசகனுக்கும் வாசிப்புக்குமான உறவுநிலை, எழுத்துக்கும் வாழ்க்கைக்கும், வாழ்க்கைக்கும் சமூகத்துக்குமான தொடர்புறவுகள் முக்கியத்துவப்பட்டன.

மானுடத்தின் செழுமைக்கு அந்த ஆசிரியரின் உலக நோக்கு எத்துணை உதவுகின்றது என்பதைக் காய்தல் உவத்தலின்றிப் பார்த்தல் நலம். மனித உறவுகள் வழியாக வரும் சிந்தனைகள், உணர்வுகள், உணர்ச்சிகள், நடத்தைகள் எந்த அளவுக்கு மனிதத்துவத்தின் இயல்புகள் அதன் வகை மாதிரிகள், அவற்றின் விகற்பங்கள் ஆகியனவற்றையும், மனிதத்துவத்தினதும், அது புலப்படும் - புலப்படா வாழ்க்கையினதும் உண்மைத் தன்மையை எவ்வாறு சித்தரிக்கின்றன என்பது எந்த இலக்கியத்துக்கும் பொதுவான உரைகல்லாக அமையும் என்பார் கா.சிவத்தம்பி (இலக்கியமும் கருத்துநிலையும், ப.146).

இப்படியான திசைவழியில் பயணித்த நாவலின் ஒன்னரை நூற்றாண்டு வரலாற்றின் சில தொடுகற்களை இனி காணலாம்.

முதல் நாவல்கள்

மாயூரம் வேதநாயகம் பிள்ளை எழுதிய பிரதாப முதலியார் சரித்திரம் (1879) தமிழின் முதல் நாவல் என இலக்கிய வரலாற்றில் குறிக்கப்பெறுகிறது. "தமிழில் இம்மாதிரியான உரைநடை நவீனம் பொது மக்களுக்கு இதுவரை அளிக்கப்படவில்லை. ஆகையால் இந்நூல் வாசகர்களுக்கு ரசமாகவும், போதனை நிறைந்ததாகவும் இருக்கலாம் எனப் பெருமை கொள்கிறேன். இம்மாதிரிப் புதிய முயற்சியில் ஏதாவது குற்றங்குறைகள் இருப்பின் பொறுத்தருளுமாறு பொதுமக்களை வேண்டிக் கேட்டுக்கொள்கிறேன்" என முகவுரையில் கூறுகிறார். மேலும், 'வேடிக்கையான சில உபகதைகளும் சேர்க்கப் பட்டுள்ளன. இறைவனிடத்தில் பக்தியும், சமூக வாழ்வுக்கு இன்றியமையாத கடமைகளும்' வற்புறுத்தப்படுகின்றன என்பார்.

ஆக, இரசனை, போதனை, கட்டுக்கதைகள், கடமை வலியுறுத்தல் - பொதுமக்களுக்கு. இவை இவரின் நோக்கமாகிறது. 350 பக்கங்கள் வாசிப்புச்சுவை அதிகம். அறிவுரைகளும் அறவுரைகளும் நிரம்ப. கற்பனை விஞ்சிய நிலை. பெண் உயர்வு கருத்தாக்கமும், சமூக ஒழுக்க, ஒழுங்குகளை வலியுறுத்தலும் - இவைகளுக்கு ஏற்ப பல கதைகளைக் கட்டுதலும் நாவலாகப் பின்னப்பட்டுள்ளது. இது புனைவியல் பண்பு நிறைந்தது. ரொமாண்டிக் எனும் கவர்ச்சிகரமான கற்பனைப் படைப்பாக்க முறையை தொடங்கி வைத்தவராக

வேதநாயகரைச் சுட்டலாம். இன்றைய வெகுஜன எழுத்தாளர்கள் பலரும் இப்பாதையில் பயணிப்பதைக் காணலாம்.

அடுத்து, ராஜமய்யர் எழுதிய கமலாம்பாள் சரித்திரம் (1896). இது வாழ்ந்து கெட்ட ஒரு பிராமணக் குடும்பத்தின் கதை. சமூகக் கோபுர உச்சிக்கலசமாக இருந்த பிராமணர்கள் கால ஓட்டத்தில் சமூக மாறுதலில் தங்கள் அதிகாரங்களை இழக்கும்போது படும் பாட்டை நாவல் சித்திரிக்கிறது. வாழ்க்கைநிலை தலைகீழாகிறது. நாவலின் நாயகர் முத்துசாமி அய்யர் தடுமாறுகிறார். திண்டாடுகிறார். வாழ்க்கையை நகர்த்த வழி தெரியாமல் விழிபிதுங்கி நிற்கிறார். புதுமையை ஏற்க முடியாமலும், பழமையை மீட்க முடியாமலும் அத்வைதத்துக்குள்ளே மன ஓர்மை கொள்கிறார். இது நவீனத்துவப் பண்பு. 'கமலாம்பாள் சரித்திரம் முற்பகுதி நாவல், பிற்பகுதி கனவு' என்பார் புதுமைப்பித்தன். 'ஜீவ பிரம்ம ஐக்கியம் வேதாந்தத்தில் அற்புதமாய் இருக்கலாம். அது கதையின் ரசனைச் சுவையைக் குறைக்கிறது' என்பார் க.கைலாசபதி. ஆக, ராஜமய்யர் தமிழ் நவீனத்துவத்தின் முன்னோடி எனலாம். இவரை அடியொற்றி இன்றுவரை பல நாவல்கள் வெளிவந்து கொண்டு உள்ளன.

அடுத்து, மாதவையாவின் - பத்மாவதி சரித்திரம். இதுவும் பிராமண சமூகத்தை மையப்படுத்திய நாவல்தான். பிராமண சமூகத்தின் வீழ்ச்சி, அதற்கான காரணங்கள், பழையன கழிந்து புதியன புகுவதை ஏற்றல் ஆகியவற்றை நாவல் பதிவு செய்கிறது. வரலாற்று வளர்ச்சிக் கண்ணோட்டத்தில் சமூக இயங்குதலைக் காட்டும் முயற்சி மாதவையாவிடம் உள்ளது. நடப்பியல் எனும் யதார்த்தவாதப் பண்பின் ஊடாக இந்நாவலை அணுக முடியும். பிறந்த இயற்கையில் மிருக சுபாவமே மிகுந்துள்ள மனிதன், தாயிடத்தும், தந்தையிடத்தும், உடன் பிறந்தோரிடத்தும், சுற்றுமுள்ளோரிடத்தும், முன்னோரிடத்தும் முக்கியமாக ஆசிரியரிடத்தும் கிரகிக்கும் அறிவன்றோ அவனை மேம்படுத்திப் பெருமை சேர்க்கிறது என்று நாவலாசிரியர் ஓரிடத்தில் சுட்டுவது பொருத்தமானது. தமிழ் யதார்த்தவாதத்தின் தொடக்கப் புள்ளியாக மாதவையா அமைகிறார்.

வித்துவான் சேஷையங்கார் இயற்றிய ஆதியூர் அவதானி சரிதம் (1875). இது வேதநாயகருக்கு நான்கு ஆண்டுகளுக்கு முன்பே வெளியானதால் இதுவே தமிழின் முதல் நாவல் என்பாரும் உளர். ஆனால் இது செய்யுளில் அமைந்த ஒன்றாகையால் இதனை இலக்கிய வரலாற்றாளர் ஒத்துக் கொள்வதில்லை. சிறிய படைப்பில் பல துணைக்கதைகள் இடம்

பெறுவதுடன் ஒரு பிராமணக் குடும்பத்தின் ஏற்றத்தாழ்வும் மாறுதலை ஒப்பும் மனநிலையும் படைத்துக்காட்டப்படுகின்றன. கலப்பு மணம், விதவா விவாகம் ஆகிய இரண்டும் *1875* காலக்கட்டப்படைப்பில் முன் வைக்கப்படுவதே இதன் தனிச்சிறப்பு. இவ்வகையில் இதுவே தமிழ்ச்சமூகத்தின் முதல் குரலாகப் பதிவாகியுள்ளது. ‘கைம்பெண் விவாகமிந்தக் காலத்திலுண்டாச்சு’ என்றும் ‘சாதிவிட்ட சாதி யென்று தள்ள வினிவாய்க்காது’ என்றும் இடம்பெறுகிறது. தமிழ்நாட்டின் ஒரு பகுதி கிராமங்கள், பழக்கவழக்கங்கள், பாண்டிச்சேரி, சென்னைக்குச் செல்லும் வழி ஆகியன நாவலில் சித்திரிக்கப்படுகிறது. எனவே நாவலின் பண்புகள் செய்யுள் வடிவில் வெளிப்பட்டுள்ளது எனலாம். இதனை நாவலின் தொடக்க முயற்சி என்பது பொருந்தும்.

சித்திலெப்பை மரைக்கார் - அசன்பே சரித்திரம், *(1885)*. இலங்கையின் முதல் தமிழ் நாவலாகவும் தமிழின் இரண்டாவது நாவலாகவும் அறியப்படும் இந்நாவல் ‘முஸ்லிம் நேசன்’ இதழில் தொடர்கதையாக வந்து பின்னர் நூலாக வெளிவந்தது. இது தமிழ் இஸ்லாமிய நாவல் என்பதைக் காட்டிலும் நவீனத்துவமும் இஸ்லாமும், மேற்குலகமும் இஸ்லாமும், கிறித்தவ வாழ்வும் இஸ்லாமிய வாழ்வும் என்பதாக அமைகிற நாவல். இதில் இஸ்லாமிய மார்க்கமும், ஒழுக்கமும் மேன்மையானவை என்கிற வகையில் படைக்கப்பட்டுள்ளது. மாறாக கிறித்தவம் போன்றவற்றை நிராகரிக்காமல், அதன் நேரியல்புகள் சுட்டப்பட்டுள்ளன. நவீன வாழ்வு, நவீனக் கல்வி, ஆங்கில அறிவு ஆகியவற்றை அரபு, தமிழ் மொழியோடும் வாழ்வோடும் கலக்கச் செய்யும் முயற்சியாகவே இது அமைகிறது.

விடுதலைப் போராட்டமும் காந்தியமும்

கா.சி. வேங்கடரமணி - முருகன் ஓர் உழவன் *(1927)*. காவேரிப் பட்டணம் சித்தநாதையர் வேங்கடரமணி, தென்னாட்டுத்தாகூர் என்று போற்றப்படுபவர். காந்தியடிகளின் சீடரான இவர் முருகன் ஓர் உழவன் *(1927)* தேசபக்தன் கந்தன் *(1932)* ஆகிய நாவல்களை முதலில் ஆங்கிலத்திலேயே எழுதினார். முருகன் ஓர் உழவனை, கிருஷ்ணகுமாரி என்பவர் தமிழில் மொழிபெயர்த்தார். தேசபக்தன் கந்தனை, கா.சி.வே.யே மொழிபெயர்த்தார். இவை வேளாண்குடிகளை அடியொற்றி எழுதப்பட்ட நாவல்கள். காந்தியத்தையும், மனித வாழ்வு பற்றிய தத்துவத் தேடலையும் முன்வைப்பவையாக இவரது நாவல்கள் அமைந்தன. தேசபக்தன் கந்தன் நாவலில், ஊர்ப்புற

மக்களின் பிரதிநிதியாய் காட்டேரி தன் கூட்டாளி மூக்கனிடம் புலம்புகிறான்:

"நாம் நாளெல்லாம் பாடுபட்டு கள்ள குடிக்கக் காலணா சேக்கறது ஆண்டவனுக்கு வெளிச்சம். கள்ளவிட்டா வேறெ சொகமேதண்ணே நம்பளுக்கு? நம் போன்றவர்களுக்குப் பாலுண்டா? பழமுண்டா? நெய்யுண்டா தயிருண்டா? வீடுண்டா வாசலுண்டா? கட்டின பொஞ்சாதியும் பண்ணெப்பெண், பெத்த புள்ளேயும் பண்ணெ மாட்டுக்காரப்பயதானே? சேத்துலே, செகதிலே, கல்லுலே, முள்ளுலே, அலெஞ்சு திரிஞ்சு எப்பவும் பாடுபட்ற பொறப்பே நம் பொறப்பு. கள்ளெவிட்டா வேற சொகமேது நமக்கு?"

இதுதான் அன்றைய தமிழ்ப்பெருங்குடி மக்களின் வாழ்க்கை. மிக இயல்பாகக் காட்சிப் படுத்திவிடுகிறார். அதே நேரத்தில் எத்திசையில் சென்றால் நாடு விடுதலையடைந்து மக்களுக்கு நற்கதிகிட்டும் என்பதை ரங்கன் ஐ.சி.எஸ் எனும் பாத்திரம் இப்படிக் கூறுகிறது:

"நமது நடவடிக்கை முறைகளை இந்த மாதிரியே பற்றவைத்துக் கொண்டிருந்தால் ஓட்டை அடைபடாது. உருக்கித்தான் வார்த்தாக வேண்டும். அதற்கு நெப்போலியனாவது, முஸோலினியாவது இச்சமயம் இந்தியாவுக்கு வேண்டும். இந்தக் கட்டிகள் மந்திரத்தால் தீரா ஆயுதம் போட்டுக் கீறி ஆற்ற வேண்டியதுதான். வேறு வழியில்லை. மந்திரத்தால் மாங்காய் விழுமோ? வீண் பிரயாசைதான். அருமையான நம் காலம் வீணாகிறதைத் தவிரப் பலனொன்றுமில்லை..."

நாவல் முழுக்க விவாதங்களாக அமைந்து பாத்திரங்களை நடத்திச் செல்கிறது. விடுதலைப் போராட்டம், காந்தியச் சிந்தனைகளை அடிப்படையாகக் கொண்டு பல நாவல்கள் வெளிவந்தன. கல்கி, ர.சு.நல்லபெருமாள், நா.பார்த்தசாரதி, சி.சு.செல்லப்பா போன்றோரின் நாவல்கள் முக்கியமானவை.

சமூக விடுதலை

நாட்டின் அரசியல் விடுதலையை அடுத்து மொழி சார்ந்த முன்னெடுப்பும், பகுத்தறிவு, சமூக நீதி, மூடநம்பிக்கை ஒழிப்பு, பெண்ணுரிமை ஆகியவற்றைப் படைப்புகளில் பரப்புரை செய்வதுமான ஒரு செல்நெறி உருவானது. தந்தை பெரியாரின் கருத்துக்களும், திராவிட இயக்கக் கருத்துகளும் இதற்குப் பின்புலமாக அமைந்தன.

அறிஞர் அண்ணா, கலைஞர் மு.கருணாநிதி, இராம.அரங்கண்ணல், தி.கோ.சீனிவாசன், எஸ்.எஸ்.தென்னரசு, ப. புகழேந்தி போன்றோரின்

படைப்புகள் இவ்வகையில் அமையும். இவர்கள் மொழியை பிறமொழித் தாக்கத்தினின்று காத்து வளப்படுத்தவும் முயன்றனர் என்பது கருதத்தக்கது.

மூடநம்பிக்கையை ஒழித்துப் பகுத்தறிவை வளர்ப்பதும், சாதி சமயத்தை அகற்றி உயர்வு தாழ்வு அற்ற சமுதாயத்தை உருவாக்குவதும், தமிழரின் பழம் பெருமைகளைப் பாதுகாத்துப் போற்றுவதும் இவர்களின் படைப்பு நோக்கங்களாக அமைந்தன. கலைஞர் மு.கருணாநிதி தன் படைப்பு வளத்தால் வெகுமக்களிடம் சென்று சேர்ந்தார் எனலாம். "அடிதடிப் புரட்சி அல்ல, அடிமைப் புரட்சி, முதல்லே நம்ம வீட்டுப் பிள்ளைகளுக்கு அறிவுக்கண்ணைத் திறக்கணும். எல்லோரும் ஓர்குலம் அப்படின்னு பாடுகிற பாட்டைக்கேட்டுத் தலையை அசைச்சுக்கிட்டு இருந்தா மட்டும் போதாது. நமக்குள்ளே அந்த எண்ணம் வரணும், நமக்கு இருக்கிற தாழ்வு மனப்பான்மை ஒழியணும்" (ஒரே இரத்தம், மு.கருணாநிதி).

"ஒற்றுமை இன்மையால் உருப்படாமல் போன இனம் என்று உலகில் ஓர் இனம் உண்டென்றால் அது தமிழ் இனம் தான். எதிரிகள் கஷ்டப்பட்டு பிரித்து வைக்கத் தேவை இல்லாமலே தாங்களாகவே கசப்பு, பொறாமை, காழ்ப்பு இவற்றின் உச்சக்கட்டத்திற்குச் சென்று, பிரிந்து நிற்கும் இனமும் தமிழ் இனம்தான், அதன் விளைவுதான் இதோ உமது எதிரில் வீரபாண்டியன் கூண்டில் நிற்பதும், அதனை இத்தனை தமிழ்க்குறுநில மன்னர்கள் வேடிக்கை பார்த்துக்கொண்டு நிற்பதும்" (பாயும் புலி பண்டார வன்னியன்).

ஆடும் மாடும் போல ஆணும் பெண்ணும் வாழுகின்றனர். ஆடு புல்லைத்தான் தின்னும், மாடு புல்லையும் தின்னும், வைக்கோலையும் தின்னும். சமுதாயம் அனுமதிக்கும் ஆணோடு தான் வாழமுடிகிறது பெண்ணால். ஆனால் ஆண்... அது அனுமதிப்பவளோடும், அனுமதிக்காத வளோடும் வாழமுடியும்... (ஆடும் மாடும், டி.கே.சீனிவாசன்).

வர்க்கப் போராட்டம்

தொ.மு.சி.ரகுநாதன் - பஞ்சும் பசியும் (1953). இந்திய அரசியல் விடுதலைக்குப் பின்னர் சமூக விடுதலை, பொருளாதார விடுதலை ஆகியவற்றை முன்னிலைப்படுத்திய நாவல்கள் அதிக அளவில் வெளிவரத் தொடங்கின.

தமிழில் சோசலிச யதார்த்தவாதத்தை படைப்பாக்கத்தில் வெளிக்கொணர்ந்த ரகுநாதனின் 'பஞ்சும் பசியும்' முக்கியத் தெறிப்பு.

"சமுதாய இயக்க விதிகளையும் எதிர்காலச் சமுதாய வளர்ச்சியையும் நன்கு விளங்கிக்கொண்டு அவ்வுணர்வுடன் குறிப்பிடத்தக்க பாத்திரங்களை மெய்ம்மையுடன் சித்திரிப்பவனே யதார்த்தவாதி. இத்தகைய சிறப்புமிக்க யதார்த்த இலக்கிய நெறி தமிழ் நாவலுலகிற் பெருவழக்குப் பெற்றுள்ளதெனக் கூறமுடியாது. இந்த வகையில் தென்னகத்தில் ரகுநாதனுடைய 'பஞ்சும் பசியும்' ஒன்று தான் விதந்து கூறத்தக்கது" (தமிழ் நாவல் இலக்கியம், க.கைலாசபதி).

ஆம் தனிமனித உணர்வுகளையும், குடும்பச் சிக்கல்களையும் பூதாகரமாகப் பெருக்கி, அவற்றையே வாழ்வின் முழுமையான உருவமாகக் காட்டும் நாவல்களே தமிழில் அநேகம். இப்படி, திசைமாறிப் போய்ப் பள்ளத்தில் விழ இருந்த தமிழ் நாவலைப் புதிய பாதைக்கு இட்டுச் சென்றது 'பஞ்சும் பசியும்.'

வாழ்வின் மேடு பள்ளங்களை இட்டு நிரப்பும் தன்மையில் வர்க்கப் போராட்டத்தை வாழ்வியல் போராட்டமாக பல எழுத்தாளர்கள் முன் எடுத்தார்கள். விவசாயிகள், நெசவாளிகள், தொழிலாளர்கள் ஆகிய அனைத்து மக்களின் நலவாழ்வை நாவல்கள் பேசின. யதார்த்தவாத எழுத்து முறைமைக்கு புதுக் குருதி பாய்ச்சிய இந்த எழுத்தாளர்கள் தமிழ் நாவல் வளர்ச்சியில் பெரும்பங்கு வகிக்கிறார்கள்.

டி.செல்வராஜின் மலரும் சருகும், தேனீர், தோல், கு.சின்னப்ப பாரதியின் சங்கம், சர்க்கரை, பொன்னீலனின் தேடல், கொள்ளைக் காரர்கள், கரிசல், தனுஷ்கோடி ராமசாமியின் தோழர், ஆர்.எஸ்.ஜேக்கப்பின் வாத்தியார் போன்ற நாவல்கள் வர்க்கப்போராட்டத்தின் பல்வேறு திசைகளைத் திறந்து காட்டின.

வட்டார வாழ்வியல்

ஒரே மொழி, ஒரே இனம், ஒரே நாடு, ஒரே கடவுள், ஒரே வாழ்க்கை... என்று எங்கும் எப்போதும் நிலைத்த 'ஒரே ஒரு' கருத்தாக்கம் இருந்தது இல்லை. பல பண்பாடுகள் நம் மண்ணின் மகத்துவம். அந்த வகையில், ஆர்.சண்முகசுந்தரம் - நாகம்மாள் (1942) தமிழின் முதல் கிராமத்து வாழ்வியலை முன்மொழிந்த நாவல். 'கடந்த கால் நூற்றாண்டுக் காலத்திய தமிழ் நாவல்களில் ஒரு தலை சிறந்த படைப்பாக மதிக்கிறேன்' என்பார் தி.க.சி. அறுவடை, சட்டி சுட்டது முதலிய நாவல்களிலும் கொங்கு வட்டார நிலவுடைமைப் பண்பாட்டை வட்டார மொழியில் வெளிப்படுத்தினார்.

அடுத்து, இந்த வட்டார மொழி இலக்கியத்தை வெகு மக்கள் தளத்தில் கொண்டு சேர்த்தவர் கி.ராஜநாராயணன். கோவில்பட்டி

வட்டார கரிசல் மக்களையும், மொழியையும். பண்பாட்டையும் தன் எழுத்துக்களில் படைத்தளித்தார். கோபல்லகிராமம், கோபல்ல கிராம மக்கள், அந்தமான் நாயக்கர் முதலிய நாவல்கள் தமிழில் தனித்துவப் பாதை அமைத்தவை. தொடர்ந்து பலர் இத்தடத்தில் பயணித்தனர். ஹெப்சிபா ஜேசுதாசனின் புத்தம் வீடு, சு.சமுத்திரத்தின் நாவல்கள், நீல பத்மநாபனின் நாவல்கள், நாஞ்சில் நாடனின் நாவல்கள், பாரதி பாலனின் நாவல்கள் என்று பலரைச் சுட்டலாம். சி.ஆர்.இரவீந்திரன் கொங்கு வட்டார மக்களைத் தம் படைப்புகளில் பதிவு செய்வார். பூமணி கரிசல் வாழ்வை வரலாற்றை, தொன்மங்கள் வழியே தனித்ததொரு வாழ்வாக வடித்தவர்.

பெருமாள் முருகன் கொங்கு வட்டார விளிம்பு நிலை மக்களைப் படைப்பிலக்கியத்தில் படைத்தளித்து வருகிறார். வட தமிழ்நாட்டில் கண்மணி குணசேகரன் பெரும்பங்கு வகிக்கிறார்.

தொண்ணூறுகளின் பேரலை

உலக அரங்கிலும், இந்தியாவிலும் நிகழ்ந்த அரசியல் மாற்றங்கள் கலை இலக்கிய வெளிப்பாட்டிலும் தாக்கங்களை உருவாக்கின. சோவியத், கிழக்கு அய்ரோப்பிய நாடுகளில் சோசலிச அரசுகளின் சிதைவு, இந்தியாவில் ஒற்றைக் கட்சியாட்சிக்கு மாற்றாக மாநிலக் கட்சிகளின் எழுச்சி, மண்டல்குழு பரிந்துரைகள், அண்ணல் அம்பேத்கர் நூற்றாண்டு ஆகியவற்றின் பின்புலத்தில் தலித்தியம், பெண்ணியம் ஆகிய இருபெரும் படைப்பாக்கக் கொள்கைகள் உருவாயின. அதற்கு முன் மார்க்சிய, வர்க்கப்போராட்ட, சமூக மாற்றப் படைப்புகளில் வெளிப்பட்ட இக்கூறுகள் தனித்துவம் பெறத் தொடங்கின.

பாமாவின் கருக்கு, சங்கதி, சிவகாமியின் பழையன கழிதலும், ஆனந்தாயி, இமையத்தின் படைப்புகள், சோ.தர்மன், ஸ்ரீதரகணேசன் ஆகியோரின் படைப்புகள், இவைகளுக்கு முன்னோடியான பூமணியின் படைப்புகள் கவனிக்கத்தக்கன. இராஜம் கிருஷ்ணன் வர்க்கப் போராட்டத்தை முதன்மைப் படுத்தினாலும் அவரின் பெண் நிலைவாத நோக்கும் சிறப்புக்குரியது. திலகவதி, உமாமகேசுவரி, சு.தமிழ்ச்செல்வி போன்றோர் படைப்புகள் முக்கியத்துவம் வாய்ந்தவை. தன் வரலாற்றுப் புனைவுகள் தனித்துவமிக்கவை.

திணைகளின் எழுச்சி

புத்தாயிரத்தின் வருகை தமிழ்ப் படைப்புலகில் பல புதிய திறப்புகளைச் செய்தது எனலாம். அதில் முக்கியமானது தமிழனின்

சங்ககால வாழ்முறையிலான திணைகளின் எழுச்சி மீண்டும் புத்துயிர்ப்பு பெற்றது எனலாம்.

கார்ப்பரேட் நுகர்வுக் கலாச்சாரச் சூழலில் பின்னைக் காலனியக் கூறாகிய அடையாளமீட்பு, பன்மைப்பண்பாடுகள், தம்மை எழுதுதல், விளிம்புகளின் தன்னுணர்வு ஆகிய பண்புகளின் ஒட்டுமொத்தமாகவும் இதனைக் கொள்ளலாம்.

ச.பாலமுருகனின் 'சோளகர் தொட்டி' (2004). டி.செல்வராஜூம், கு.சின்னப்பபாரதியும், கொ.மா.கோதண்டமும் அதுவரை காட்சிப் படுத்திய குறிஞ்சி, முல்லை மக்களின் வாழ்வியலை அடுத்தக் கட்டத்துக்கு நகர்த்திய படைப்பாக இது அமைந்தது. பழங்குடி மக்களான 'சோளகர்' வாழ்வு இன்றைய அரசதிகாரத்தால் எவ்வளவு வன்கொடுமைக்கு ஆளாகி சின்னாபின்னமாகிறது என்பதே நாவல்.

"கொம்பம்மாவின் குடிசையின் வாசலில் வெள்ளை நாகமரத்தின் ஒன்பது கவைக் குச்சிகளையும், ஒன்பது பச்சை மூங்கில்களையும் சேர்த்து ஆள் உயரத்தில் பந்தல் போடப்பட்டிருந்தது. அந்தப் பந்தலில் மேல்பரப்பு முழுவதும் நாகமரத்தின் இலைகளை நிரப்பி இருந்தார்கள். கரியன் புதுஆடை அணிந்திருந்தான். அவனது தலையைச் சுற்றிலும் மணம் பரப்பும் காட்டு மல்லிகையினை சரம் போலக் கட்டி, தோள்கள் வரை தொங்கவிட்டிருந்தார்கள். மணமகன் கரியன் மாப்பிள்ளையாகப் பெண்ணின் வீட்டிற்கு வரவேண்டி பீனாச்சியும் தப்பும் இசைக்கப்பட்டன".

இப்படியான இயல் வாழ்வு, மனித உரிமைகள் பறிப்பாக மாறி கொடுமைகளாக, குரூரங்களாக, அநியாயங்களாக, அக்கிரமங்களாக, இம்சைகளாக, வன்முறைகளாக, சித்ரவதைகளாக மாறிய அவலத்தின் இலக்கிய சாட்சியமாக 'சோளகர் தொட்டி' அமைகிறது. 'எங்களை வாழவிடுங்கள்' என்ற ஆதிகுடிகளின் கூக்குரல் இது.

நெய்தல் வாழ்வு

ஜோ டி குரூஸ் - ஆழி சூழ் உலகு (2004) அதுவரை ப.சிங்காரம், வண்ணநிலவன், வலம்புரி ஜான் போன்றவர்கள் கடல் வாழ்க்கையை எழுதியிருக்கிறார்கள். அவர்கள் கரையிலிருந்து கடலை நோக்கினர் என்றால் கடலுக்குள் இருந்து கரையைப் பார்த்தவராக ஜோ டி குரூஸ் மிளிர்கிறார். நெய்தல் வாழ்வை, கடலை, கடலோடிகளை, பரவதவர்களை, தோணிகளை, புழங்கு பொருட்களை, கடல் வாழ்வை, கடலுயிரிகளை, கடல் பண்பாட்டை எழுத்தில் வார்த்தவராக குரூஸ் அடையாளப்படுகிறார்.

கொற்கை சமூக வரலாற்றைப் புனைவாக்கியப் படைப்பு. இதில் தோணிகள், பாய்மரங்கள், மிதப்பான்கள், ராக்கைகள், சங்குகள், முத்துச்சிலாபம், கள், கருவாடு, பாடல்கள், வழக்காறுகள், கதைகள்... எனப் பலவும் இடம் பெறுகின்றன.

"இப்ப எவளுக்கும் ஆம்பளபுள்ள பெற விருப்பமில்லை. பத்துப் பதினஞ்சி வயசு வர பொத்திப் பொத்தி வளத்திற்று தோணி, வேலயும் போயிபோட்டு வேலையுமில்லாம அதுவ காடுமேடாசுத்தி எவனோ ஒருத்தர் நல்லாயிருக்க அடியாளாப் போயிருறான்வ. முன்னால கொமருவள வச்சிக்கிற்றுத்தாம் பயப்படுவாவ இப்ப பயக்கள வச்சிக்கிற்று பயப்புடுறாவ" *(கொற்கை, ப.105).*

இதுதான் நெய்தலின் வீழ்ச்சி. கடல் சார்ந்த வாழ்வு காயடிக்கப்பட்ட, நவீன வாழ்வு அடியாட்களாக மாற்றிவிடுவதை நுட்பமாகச் சொல்லி விடுகிறார்.

'ஆழிசூழ் உலகு' மூன்று தலைமுறை வாழ்வை விவரிக்கிறது. சங்க கால நெய்தல் திணைப் பாடல்கள் பொருத்தமாகச் சுட்டப்படுவது திணை வாழ்வின் ஏக்கமாக வெளிப்படுகிறது.

சுறா வேட்டை, கட்டுமரத்தைத் தாக்கும், பெரிய மீன், பரதவர்கள் கிறித்துவம் தழுவுதல், மாதாவையும், கன்னியாகுமரி அம்மனையும் தரிசிக்கும் மக்கள், சாதிகள், வளர்ச்சிகள், மதங்கள், சாதியும் மதமும் சார்ந்த வாழ்க்கைமுறை, தரகு அரசியல், போலி முகங்கள், பாலியல் மீறல்கள், மனித உறவுகளின் நெகிழ்ச்சி... என விரிகிறது நாவல். கோத்ரா, "இந்த ஓலகத்துல எல்லாத்தயும்விட மிஞ்சின சக்தி தியாகத்துக்குத்தான் உண்டு. எல்லாரும் இந்த மாய உலகுல சேக்குராம். நீ மறு உலகுல சேக்குற. ஆசீர்வாதமா இருப்ப..."

இந்தக் குரல்தான் குரூஸின் செய்தியாகிறது. கொந்தளிப்பு மிக்க நெய்தலை தன் கைகளுக்குள் அடக்கி காகிதத்தில் பந்திவைத்து விடுகிறார். நெய்தலங்கானம் மீள் எழுச்சி கொள்கிறது.

மருதநில மகரந்தங்கள்

காவிரி பாயும் தஞ்சை மண்டலம் நஞ்சையும் புஞ்சையும் கொஞ்சி விளையாடியது. இசையும் கலையும் விளைந்தது. நெல்லோடு தமிழ் நவீனத்துவம் இலக்கியத்தில் கால்கொண்டதும் இங்கேதான்.

தஞ்சை என்றால் எழுத்தாளர்கள் வரிசை கட்டி நினைவுக்கு வருவார்கள். தி.ஜானகிராமன், க.நா.சு, எம்.வி.வெங்கட்ராம், கு.ப.ரா.

ந.பிச்சமூர்த்தி, ப்ரகாஷ் என்ற வரிசை செவ்வியல் தன்மையை மீட்டி நின்றது. சா.கந்தசாமி, பாவை சந்திரன், சோலை. சுந்தரபெருமாள், சி.எம்.முத்து, பாட்டாளி, சு.தமிழ்ச்செல்வி, ச.சுபாஷ்சந்திரபோஸ், வாய்மைநாதன், உத்தமசோழன், ஷக்தி, ஜி.கார்ல்மார்க்ஸ் என்று பெரிய எழுத்துப்பட்டாளம் இயங்கி வண்டல் மண்ணை, வேளாண் வாழ்வை, மருதத்திணையின் மென்மை, வன்மைகளைப் படைப்புகளில் வெளிப்படுத்தி வரக் காணலாம்: பின்னைப் பட்டியல் மண்ணிலிருந்து கிளம்பிய மக்கள் மைய எழுத்து என்பது முக்கியம்.

வரலாற்றில் வாழ்தல்

கல்கி, சாண்டில்யன், கோவி.மணிசேகரன், விக்ரமன், பாலகுமாரன் போன்ற எழுத்து சாம்ராட்கள் இராஜா ராணிக் குதிரைகளில் ஏறி இலக்கியப் பரப்பில் வரலாற்றை நினைவூட்டினர்.

இதன் மறுதலையாக சமூக வரலாற்றை சமூக வளர்ச்சி நிலைமைகளுக்குள் வைத்து வரலாற்றை வாசித்து இலக்கியப் படைப்பாக்கத்தை உருவாக்கும் போக்கு முகிழ்த்தது.

அந்த வகையில் பிரபஞ்சன் முன்னோடி ஆகிறார். 'மானுடம் வெல்லும்' தொடங்கி வைத்த பாதையும் பயணமும் வரலாற்று, ஆவண நாவல்கள் தமிழில் எழுதப்பட காரணமாக அமைந்தது.

'தமிழில் தக்க வரலாற்றுப் புதினம் தோன்றவில்லையே என்கிற வசை என்னால் ஒழிந்தது', என்ற பிரபஞ்சனின் கூற்று மிகை அல்ல. "முறுக்கு மீசையும், வஜ்ரம் போல் மேனியும் கொண்ட இளவரசன், கச்சைக்குள் அடங்காப்பெரும் ஸ்தனங்களைக் கொண்ட மஞ்சளழகியைக் கட்டிலில் சேர்த்த வீர சாகசம், இந்த தமிழ் தேசத்தில் வரலாற்றுப் புதினம் என்ற பெயரால் அழைக்கப்படுவது, தமிழர்க்குத் தலைக்குனிவு தரும் செயலாகும்" என்று அவர் குறிப்பிடுவது தவறு இல்லை.

மானுடம் வெல்லும், மகா நதி ஆகிய அவரின் புதினங்கள், நெருக்கடி நிலைக் காலக்கட்ட அரசியல் வரலாற்றை ஆய்வு செய்யும் பொன்னீலனின் புதிய தரிசனங்கள், குரூஸின் நாவல்கள், தோப்பில் முகமது மீரானின் கடலோர கிராமத்தின் கதை மற்றும் நாவல்கள், தமிழ் மகனின் நாவல்கள், எஸ். இராமகிருஷ்ணன், ஜெயமோகனின் பல நாவல்கள், சு.வெங்கடேசனின் மதுரை நாயக்கர், கள்ளர் வரலாறு சார்ந்த காவல் கோட்டம், தமிழ்தேசியக் குறியீடான வேள்பாரி, சு.மோகனரங்கனின் மணல் கடிகை, முத்து நாகுவின் சுளுந்தீ என்று வரலாற்று, ஆவண நாவல்கள் தொடர்ந்து வெளிவந்து கொண்டே உள்ளன.

வானவில் எழுத்து

இலக்கியக் கொள்கைகள் கோட்பாடுகள் பலவற்றின் வருகை படைப்புத் தளத்திலும் புதிய எழுத்து முறைமையை உருவாக்கிற்று எனலாம். பின்நவீனத்தும், பின்காலனியம், நான் லீனியர் எழுத்துக்கள், மாந்திரீக யதார்த்தவாதம் போன்றவற்றினைக் கருவிகளாக்கி எடுத்துரைப்பில் மட்டுமின்றி நாவல் பொருளிலும் பல்வேறு சோதனை - புதிய முயற்சிகள் வெளிப்பட்டுவரக் காணலாம்.

ஜெயமோகன், எஸ். இராமகிருஷ்ணன், கோணங்கி, தமிழவன், சாருநிவேதிதா, ரமேஷ் - பிரேம், எம்.ஜி.சுரேஷ், பா.வெங்கடேசன், ஜி.முருகன், யூமாவாசுகி, யுவன் சந்திரசேகர், சுரேஷ்குமார இந்திரஜித், கரிகாலன், ஜனகப்ரியா, சுதேசமித்திரன், எஸ். செந்தில்குமார்... என்று அதிகம் பேர் நாளைய நாவல் செல்நெறிகளைத் தீர்மானிப்பவர்களாக அனுமானிக்கலாம்.

சல்மா, கீரனூர் ஜாகிர்ராஜா, மீரான்மைதீன், தீன் போன்றவர்கள் இஸ்லாம் வட்டார வாழ்வையும் வலிகளையும் பண்பாட்டு முறைமைகளையும் அழகியலோடு படைப்பவர்கள்.

யதார்த்த வாழ்வின் பன்முனைகளை யதார்த்த எழுத்தின் பன்முகங்களோடு படைத்துவரும் பெருமாள் முருகன், நகர, பெருநகர, கார்ப்பரேட் வாழ்வை தொடர்ந்து எழுதிவரும் சுப்ரபாரதிமணியன், சமகால வரலாற்றை விவாதித்து யதார்த்த எழுத்தின் வீச்சை வெளிப் படுத்தும் இரா.முருகவேள், ச.பாலமுருகன் போன்றவர்கள் குறிப்பிடத்தக்க படைப்புகளை உருவாக்கி உள்ளனர். மக்கள் சார் சூழலியலைப் படைப்புகளாக்கும் நக்கீரன் கவனப்படுத்தப்பட வேண்டியவர்.

அதிகம் பெண் படைப்பாளிகள் நாவல் களத்தைக் கவனப்படுத்த முடியாத வாழ்க்கைச் சூழலில், இளைய தலைமுறையில் உமாமகேசுவரி, சல்மாவைத் தொடர்ந்து கலைச்செல்வி, புதிய மாதவி, ஜீவா, ஜெயந்தி கார்த்திக், அல்லி பாத்திமா, மலர்வதி, லஷ்மிபாலகிருஷ்ணன், எஸ்.தேன்மொழி போன்றோர் பெண் பாடுகளை மட்டுமின்றி ஒட்டு மொத்த வாழ்வு குறித்த விசாரணைகளையும் தன் நாவல்களில் முன்வைப்பது கவனிக்கத்தக்கது.

புலம்பெயர் வாழ்நிலை, அறிவியல் தொழிநுட்ப பணிச்சூழல், இருபாலரும் பணிக்குச் செல்லும் நிலைமை, காதல் - காமம் - குடும்பம் - வாழ்க்கை பற்றிய இன்றைய தலைமுறையினரின் அவதானிப்புகள், நுகர்வுக் கலாச்சாரம், கார்ப்பரேட் வாழ்க்கை முறைகள் ஆகியவற்றின்

நெருக்கடிகள் ஆகிய இன்றைய வாழ்வை எழுதும் இளம் எழுத்தாளர்கள் இவர்களில் பெரும்பாலோர் இணையத்தில் எழுதக்கூடியவர்கள். ஆர். அபிலாஷ், சுனில் கிருஷ்ணன், எஸ்.செந்தில்குமார், ஜி.கார்ல்மார்க்ஸ், ஜீவகரிகாலன், அண்டனூர் சுரா, லஷ்மி சரவணகுமார், ராம் தங்கம், ஜா. தீபா, சுஷீல்குமார், சரவண கார்த்திகேயன், ஜீ. சின்னப்பன், ராம் சந்தோஷ், அகரமுதல்வன், கோகுல் பிரசாத், காளி, சுரேஷ்பிரதீப், வேல் கண்ணன்... என்று ஒரு பட்டியலில் அடக்கமுடியாதபடிக்கு எழுதி வருகின்றனர்.

பல வண்ணங்கள், வடிவங்கள், சிந்தனை முறைகள், பலவித வாசக மட்டங்கள், வட்டாரங்கள் என்று விரியும் இந்த இளையவர்கள் நம்பிக்கை அளிக்கிறார்கள். விமரிசனத் தடிகளைப் போட்டுவிட்டு தோள் தொட்டு தட்டிக் கொடுக்கலாம். காலம் சலித்துக் கொள்ளப்படும்.

பாமாவின் கருக்கு, சங்கதி, அழகிய நாயகி அம்மாளின் கவலை, முத்து மீனாளின் முள், ராஜ்கவுதமனின் சிலுவைராஜ் சரித்திரம், கே.ஏ. குணசேகரனின் வடு போன்ற தன்வரலாற்றுப் புதினங்கள் தமிழில் தனித்தடம் பதித்தன.

மூன்றாம் பாலினமாக அறியப்படும் திருநங்கைகளின் வாழ்வியலைப் பேசிய சு.சமுத்திரத்தின் வாடாமல்லி, எஸ்.பாலபாரதியின் அவன், அவள், அது தொடங்கி, திருநங்கையரே எழுதிய லிவிங்ஸ்மைல் வித்யாவின் நான் வித்யா, ரேவதியின் வெள்ளை மொழி... எனப் படைப்புகள் வந்த வண்ணம் உள்ளன.

தமிழில் மொழி பெயர்ப்பு நாவல்களின் இடம் பெரிது. உலக மொழிகள், இந்திய மொழிகள் ஆகியவற்றிலிருந்து தமிழுக்கு வளம் சேர்த்தவை. அதிக வாசகப்பரப்பை உள்ளடக்கியவை இவற்றின் தாக்கம் அதிகம். தனித்துப் பேசப்படவேண்டும்.

தமிழின் நாவல் போக்குகள் தற்கால உலக அளவிலான கலை இலக்கிய வெளிப்பாட்டின் ஒரு பகுதியாகவே அமைகின்றது. பேசப்படாத பகுதியினர் தங்களைப் பேசத் தொடங்கியுள்ளனர். பின்காலனிய கூறாகிய பன்மைப் பண்பாடுகளின் எழுச்சியும், அடையாள மீட்பும் அழகிய கூறுகளுடன் மேலெழுந்து வருகின்றன. வர்க்கம், சாதி, பால், நிலம் சார்ந்த அதிகாரக்குவிப்புகளுக்கு எதிரான உரிமைக்கோரல்கள் படைப்புகளில் வெளிப்படுத்தப்படுகின்றன. எதார்த்த எழுத்தின் நெகிழ்ச்சியும், நீட்சியும் காணமுடிகிறது. கதையல்லாக் கதைகளும், இலக்கண வரையறைகள் தாண்டிய எழுத்து முயற்சிகளும், வண்ணமயக் கலவையாக அமையும் வடிவ ஓர்மையும்

தமிழ் நாவலை 'இன்றையத் தன்மைப்'படுத்துகின்றன. இளைய ஆண்கள், பெண்கள், திருநங்கையர் எழுத்து முன்வைப்புகள் நம்பிக்கை அளிக்கின்றன.

இவை கொள்கை, கோட்பாடுகள் வழி மதிப்பிடப்பெற்றவை அல்ல. சராசரி தமிழ் வாசக மனநிலையில் உருவானது இந்த ஆக்கம். யாரையும் சுட்டி, யாரையும் புறக்கணிக்கும் எண்ணமில்லை. வகை மாதிரிக்கு சிலர் பெயர்கள் சுட்டப்பட்டுள்ளன. நாவல்கள் குறித்த திறனாய்வுகள் தேக்க நிலையிலேயே இருப்பது குறையே.

3
பஞ்சும் பசியும்:
இலக்கிய அரசியல், போராட்ட அழகியல்

தொ.மு.சி.ரகுநாதனின் பஞ்சும் பசியும் நாவல் 1953இல் வெளிவந்தது. அதுவரை தனிமனித மன உணர்வுகளையும், குடும்பச் சிக்கல்களையும், இல்லற ஏற்ற இறக்கங்களையும் வாழ்வியலாக வரையறை செய்து நாவல்கள் அதிகம் வெளிவந்தன. இச்சூழலில் மனிதனை வரலாற்றுச் சூழலுக்குள் வைத்து அவனின் வாழ்க்கைப் பாட்டை நுட்பமாக பதிவு செய்த முதல் நாவலாக பஞ்சும் பசியும் அமைந்தது.

தமிழ்நாட்டின் ஆகப்பெரும் இரு தொழில்கள் வேளாண்மையும், நெசவும். இவை ஆதித் தொழில்களும் கூட. விடுதலைக்குப் பின்னான முதல் பத்தாண்டுகளில் இந்தியாவில் தமிழ்நாட்டில் நேர்ந்த நெசவுத் தொழிலின் நலிவை சித்திரமாகத் தீட்டி விடுகிறார் தொ.மு.சி.

திருநெல்வேலியின் அம்பாசமுத்திரம்தான் கதைக்களம், ஊரின் நடுவில் உள்ள அம்மன் சன்னதி, அதனைச் சுற்றி இருக்கும் நெசவாளர்களின் தெருக்களில் தான் கதை நிகழ்கிறது. 'அம்மன் கோயில் சந்தியாகால மணியோசை கணகணத்து ஓய்ந்தது' என்று தான் நாவல் தொடங்குகிறது. அந்த அம்மன் நெசவாள மக்களின் குலதெய்வமான 'லோகநாயகி அம்மன்' ஆனால் அவளே கூட கட்டிக் கொள்ள நல்ல துணி இல்லாமல், கந்தலை அணிந்து மாற்றுத் துணிக்கு வழியற்றுக் கிடக்கிறாள், நெசவாளரின் காவல் தெய்வத்துக்கே இதுதான் கதி,

இந்தக் கோயிலின் முன் மண்டபம் தான் மக்கள் சந்திப்பு மையம், அங்கே 'வள்ளுவர் வாசகர் மன்றம்' என்ற ஒன்று இருந்தது, அதன் ஒரு பகுதியில் மூப்பனார் ஒருவரின் பெட்டிக்கடை. ஊர் வம்பு பேசுவோரின் ஓய்விடமாகவும், பிச்சைக்காரர்களின் புகலிடமாகவும். இராவிலே ரெங்காட்டம் நடைபெறும் இடமாகவும் அது திகழ்கிறது. மூப்பனாரின் பெட்டிக் கடைக்கு வரும் நாளிதழ்கள், பத்திரிக்கைகள் வழி நாட்டு நடப்புகள் அலசப்படுகின்றன. உள்ளூர் நிலவரங்களும் அவ்வப்போது ஊர்க் கூட்டங்களும் இங்கேதான் நடைபெறுகின்றன.

அம்மன்கோயில் தர்மகர்த்தாவாக மைனர் முதலியார் என்றழைக்கப் படும் அருணாசலம் இருக்கிறார். அவர் நெசவாளரில் முதலாளி, பெரும் பணக்காரர், ஏழை பாழைகள் வயிற்றில் அடித்து, வட்டியை கறந்து, சொத்துக்களை அபகரித்து வாழ்பவர். அவரது தந்தையின் அசல் வாரிசு, கோயில் தர்மகர்த்தா என்பதைப் புகழுக்காக வைத்துள்ளாரே தவிர அம்மனுக்கு மாற்றுத் துணிக்குக் கூட வக்கில்லாமல் தான் வைத்துள்ளார். இது மக்கள் நடுவே பிரச்சனை ஆகிறது, தறிக்காரர்களில் முன்கை எடுப்பவராகவும், உரிமைக்குக் குரல் கொடுப்பவராகவும் திகழும் வடிவேல் முதலியார் தான் ஊர்க் கூட்டத்தில் நெசவாளிகளுக்கு கூலி உயர்வையும், தர்மகர்த்தா மாற்றத்தையும் முன்வைக்கிறார், வேறு வழியின்றி கோயில் தர்மகர்த்தாவாக நல்ல மனிதரும் பக்தியாளருமான கைலாச முதலியார் தேர்வு செய்யப்படுகிறார். இதிலிருந்து பிரச்சினை உருவாகிறது.

கைலாச முதலியார் நெசவாளியாக இருந்து, உழைத்து, கடனை உடனை வாங்கி வீடு, நிலங்களை உருவாக்கி சிறுவியாபாரியானவர். சக நெசவாளிகளுக்கு உதவுவது, கூலி விவசாயத்தில் தாராளமாக நடந்துகொள்வது. நேர்மையாக வாழ்வது என்று இருப்பவர். அவரது மனைவி தங்கம்மாள் மகன் சுப்ரமணியன் என்ற மணி, ஆறுமுகம்.

ஊரில் மட்டுமல்ல அப்பகுதியிலேயே பெரும் பணக்காரர் பெரிய முதலாளி என்ற தாதுலிங்க முதலியார். துணி, நூல் ஏற்றுமதி, தேயிலை எஸ்டேட் இன்னும் பல தொழில்களையெல்லாம்விட வணிகக் கேடுகளோடும் நடத்தி வருபவர். அவரது வீடே அரண்மனை போல இருக்கும் ‘மங்கள பவனம்.’ ஆங்கிலேயர் காலத்தில் ‘ராவ்சாகிப்’ பட்டம் பெற்றவர், விடுதலை அடைந்ததும் அதைத் துறந்து ‘தேசிய தியாகி’ ஆனவர், அவரது மனைவி தர்மாம்மாள். மகன் சங்கர். மகள் கமலா.

மைனர் முதலியாரும் பெரிய முதலாளி தாதுலிங்க முதலியாரும் கோவில் தர்மகர்த்தா இழப்பையும், நெசவாளிகள் ஒன்று கூடி கூலி உயர்வு கேட்டதையும் பொறுக்கமாட்டாமல் பொறுமுகிறார்கள். நெசவாளர்களுக்கு ஆதரவளிக்கும் கைலாச முதலியாரைப் பழி வாங்கத் துடித்துத் திட்டமிடுகிறார்கள்.

பெரிய முதலாளியின் மகன் சங்கர், மகள் கமலா, கைலாச முதலியாரின் மகன் மணி ஆகிய மூவரும் திருநெல்வேலியில் கல்லூரி படிக்கிறார்கள். ஒன்றாக ரயிலில் சென்று வருவதுடன் நெருங்கிய நட்பாகவும் உள்ளனர், சங்கர் பொதுநல நாட்டத்துடன் செயல்படுகிறான்.

கம்யூனிச நூல்களைப் படித்து - இயக்கத்தோடு தொடர்பில் இருக்கிறான், எதையும் துணிவுடன் விவாதித்துப் போராடும் மனநிலை பெற்றவன். மணியோ படிப்பில் கெட்டிக்காரன். மற்ற விசயங்களில் ஈடுபாடில்லாத உள் ஒடுங்கிய நபராக இருக்கிறான், அவனது அறிவும் அழகும் கமலாவின் அழகும் செயல் துடிப்பும் ஒருவரை ஒருவர் விரும்பிக் காதல் கொள்ளக் காரணமாகின்றன.

கைலாச முதலியார் பெரிய முதலாளியிடமும், மைனர் முதலியாரிடமும், பிறரிடமும் ரொக்கக் கடனும் நூல் கடனும் பெற்று வியாபாரம் செய்கிறார். கொஞ்சம் நிலம், நகை, வீடு என அமைத்துக் கொள்கிறார். அதேநேரம் குறுக்கு வழி, கள்ள வணிகம் இவற்றில் ஈடுபடாதவர். நெசவாளிகளுக்கும் கூலி சரியாகக் கொடுப்பவர். அவர் கோயில் தர்மகர்த்தா ஆனதும், நெசவாளிகள் கூலி உயர்வுக்கு ஆதரவளித்ததும் மைனர் முதலியார் பெரிய முதலாளி ஆகியோரைக் கோபம் கொள்ளச் செய்கிறது.

அமெரிக்கப் பஞ்சின் வருகை. ஏற்றுமதி இல்லா நிலை, நூல் விலை உயர்வு, துணி வியாபார வீழ்ச்சி ஆகியன காரணமாக துணி தேங்கி வியாபாரம் படுத்துவிடுகிறது. இதனையே நம்பி இருந்த கைலாச முதலியார் போன்ற சிறு வணிகர்களும் அன்றாடம் நூல் வாங்கி நூற்று கூலி பெற்று வாழும் தறியாளர்களும் மிக மோசமாகப் பாதிக்கப் படுகிறார்கள்.

ஒத்துக்கொண்ட கூலி உயர்வைத் தரமறுத்து நெசவாளிகளை விரட்டி அடிக்கிறார் தாதுலிங்க முதலியார். மைனர் முதலியார் இதனை வழி மொழிகிறார். கைலாச முதலியாரும் கடன் சுமையில் தறிக்காரர்களுக்கு உதவ முடியாத நிலை. முரண் முற்றுகிறது. பஞ்சமும் பசியும் பெருகி நிற்கிறது.

பெரிய முதலாளி தாதுலிங்க முதலி கைலாசத்திடம் தனக்கு வர வேண்டிய கடனுக்காக விடாமல் நெருக்குகிறார். கையில் இருந்த பணம், மனைவியின் நகைகள், இருப்பிலுள்ள நூல், துணி எல்லா வற்றையும் பறித்துக் கொள்கிறார். மைனர் முதலியாரும் தன் பங்குக்கு நெருக்குகிறார். வீடு அவரிடம் அடமானத்தில் இருக்கிறது என்றாலும் பணம் கேட்டுத் தகாத முறையில் திட்டுகிறார்.

இந்நிலையில் கைலாச முதலியாரின் இளைய மகன் ஆறுமுகம் நோய்வாய்ப்படுகிறான். டாக்டர் வந்து சிகிச்சை செய்கிறார். டைபாய்டு ஜுரம், ஊசி மருந்து வாங்கக் கூட பணமில்லை. இருளப்பக்

கோனாரின் உதவியில் மருந்து வருகிறது. அத்தருணத்தில் மைனர் கடனுக்காய் கைலாச முதலியாரை நெருக்கிச் செல்கிறார்.

டாக்டர் வரும் தருணம் மாடிக்குத் தன் தந்தையை அழைக்கச் சென்ற மணி தறி அடித்துப் படிக்கட்டில் விழுகிறான். மண்டை உடைந்து பெருங்காயம் உண்டாகி விடுகிறது. கைலாச முதலியார் தூக்கில் தொங்கி விடுகிறார். இளைய மகன் ஆறுமுகம் ஜுரம் ஜன்னி கண்டு இறந்து விடுகிறான். மூத்த மகன் மணி அப்பா தற்கொலையைப் பார்த்த அதிர்ச்சியில் விழுந்து தலை உடைந்து நினைவு தப்பி மருத்துவமனையில்.

ஊரே கலவரப்படுகிறது, கைலாச முதலியாரின் தற்கொலையும், மகனின் சாவும் நெசவாளர்களை கலங்கடிக்கிறது. ஒன்று கூடுகிறார்கள், பெரிய முதலாளி மைனர் முதலியார் ஆகியோரின் அடாவடி அம்பலப் படுகிறது. சங்கர் தன் கருத்து நிலையாலும், நட்பினாலும் மணியின் குடும்பத்துக்குத் துணை செய்கிறார். இறப்புச் செலவுக்குப் பணம் தருகிறான்.

மணி மருத்துவச் சிகிச்சைக்கு உதவுகிறான். சங்கரும் கமலாவும் மணியைக் குணப்படுத்த முழு அளவில் ஈடுபடுகிறார்கள். மணி, கமலா காதலை வாழ்த்தி, திருமணத்துக்கு சங்கர் இசைவளிக்கிறான். அவனின் தாயாரும் உடன்படுகிறார், பெரிய முதலாளி தாதுலிங்கமோ பெரும் எதிர்ப்பைக் காட்டி துவேஷம் கொள்கிறார்.

தந்தையின் தற்கொலை, தம்பியின் சாவு, காதலுக்கு எதிர்ப்பு, தீராக் கடன்கள்... என தன்னால் என்ன செய்ய இயலும் எனத் தன்னுள் புலம்பித் தவிக்கிறான் மணி. கொஞ்சம் சொத்து சுகம் இருந்தபோதே காதலை மறுத்து சினமுற்ற கமலாவின் அப்பா. இதை எப்படிச் சம்மதிப்பார், கமலா கிடைக்கமாட்டாள் என்ற முடிவுக்கு வரும் மணி மருத்துவமனையிலிருந்தே இரவோடு இரவாக ஓடிப்போகிறான்.

இருளப்பக் கோனார் - மாரியம்மாள் சிவகிரி ஜமீனில் விவசாயியாக இருந்து, கூலியாக மாறி, பஞ்ச நிலைமையில் மகன் வீரையாவுடன் மேற்கு மலைத் தேயிலைத் தோட்ட வேலைக்குச் சென்றவர். அங்கு கொடுமைகளை அனுபவித்து, தன் மகனையும் தொலைத்தவர். கைலாச முதலியாரின் அன்பைப் பெற்று அவருடைய உதவியால் இங்கு வந்து வாழ்பவர், கைலாச முதலியார் இருந்தவரை அவருக்கு உதவியாக இருந்தவர். அவருடைய உதவியால் இங்கு வந்து வாழ்பவர். கைலாச முதலியாரின் தன் மகன் என்றேனும் வருவான் எனக் காத்திருக்கும் அவர்கள் மணி ஓடிப்போன பின்னால், வீட்டையும் மைனர் முதலியிடம்

இழந்து நின்ற தங்கத்தை தங்கள் குடிசையில் வைத்துப் பராமரிக்கிறார்கள்.

ஓடிப்போன மணி பாளையங்கோட்டையில் நண்பர்கள் அறைக்குச் சென்று பின் திருச்சிக்குச் செல்கிறான். அங்கு தன் நண்பனைப் பார்க்க முடியாமல் வேலைக்கு அலைந்து. பல இன்னல்களுக்கு ஆளாகிறான், வாழ்வின் துயர் மிக தருணங்களை அனுபவித்து உதிரியாகிறான். பின்னர் மதுரையில் வேலை எனும் அறிவிப்பைக் காண்கிறான். மதுரை வருகிறான், நிர்கதியாகி பசி, பட்டினியில் உழல்கிறான். மிகக் கொடிய நிலைமையில் ஒரு தொழிலாளர் ஊர்வலத்தைப் பார்க்கிறான். அது நெசவாளர் தொடர்புடையது, பழைய நினைவுகள் உந்த ஊர்வலத்தில் செல்கிறான். பசி மயக்கத்தில் மயங்கி விழுகிறான் ஊர்வலத்தில் வந்தோர் காப்பாற்றித் தங்கள் தலைவர் ராஜுவிடம் ஒப்படைக்கிறார்கள். தொழிற்சங்க அலுவலகத்தில் தங்குகிறான். மணியின் படிப்பு, வாழ்க்கை எல்லாம் அறிந்த ராஜு அவனைத் தொழிற்சங்க இயக்கத்தில் பயிற்றுவிக்கிறான். மணி மிகு விரைவாக இயக்கவாதி ஆகிறான். போராட்டங்களில் முன் நிற்கிறான், வகுப்பு எடுக்கிறான். ராஜுவிடம் இருந்த இருளப்பக் கோனார் - மாரியம்மா படத்தின் வழி காணாமல் போன வீரையாதான் ராஜு என அறிந்து ஆனந்தமடைகிறார்கள்.

கமலா மணியின் பிரிவால் வாடி வதங்கி மிகவும் பாதிக்கப் படுகிறாள். சங்கர் அவளைத் தேற்றுகிறான். சங்கர் மணியின் தாயாருக்கு உதவியாக இருப்பதுடன், நெசவாளிகளின் வறுமை, சாவு, தொழில் நலிவு ஆகியவற்றுக்கு அரசும், அரசின் கொள்கைகளும்தான் காரணம் எனக் கூறி நெசவாளர்கள் ஒன்றுபட வலியுறுத்துகிறான். வடிவேல் முதலியார் தலைமையில் நெசவாளர்கள் ஒன்று கூடுகிறார்கள். பல இடங்களிலும் நடக்கும் போராட்டங்களை அறிகிறார்கள். இங்கும் போராட நாள் குறிக்கிறார்கள், போராட்டத்துக்கு வலு சேர்க்க ராஜுவைப் பேச அழைக்கிறார்கள். ராஜுவுடன் மணியும் வருகிறான், சங்கரும், ஊராரும் பரவசமடைகின்றனர். மணி ராஜுதான் இருளப்பக் கோனாரின் மகன் வீரையா என்று சொல்ல குதூகலம். சங்கர் மணியைக் காண கமலாவை அழைத்து வருகிறான், அங்கு வரும் தாதுலிங்க முதலியார் சங்கரையும் கமலாவையும் பேசி, கமலாவை அழைத்துப்போக முயல்கிறார். சங்கர் தன் அப்பாவைக் கடுமையாக எதிர்த்து சடண்டையிடுகிறான். உடன் இருந்தவர்கள் விலக்க, தாதுலிங்க முதலியார் தலைகவிழ்ந்து வெளியேறுகிறார்.

மறுநாள் போராட்டப் பேரணியில் வடிவேல் முதலியார் முன்செல்ல அவருக்குப் பின்னால் இளைஞர்கள் அணிவகுப்பில் ராஜு, மணி, சங்கர், கமலா முதலியோர் அணிவகுத்துச் செல்கிறார்கள்.

"வேலை அல்லது நிவாரணம்"

"நூல் கொடு அல்லது சோறு கொடு"

"மக்கள் வயிற்றில் அடிக்காதே"

நாவல் நிறைவடைகிறது.

1950களில் தமிழ்நாட்டின் நெசவாளர்கள் பட்ட இன்னல்களின் இலக்கிய சாட்சி இந்நாவல். 'நாள் ஒன்று போவதற்கு நான் பட்ட பாடனைத்தும் தாளம் படுமோ தறிபடுமோ' என்பான் பாரதி. அந்தக் கைத்தறி நெசவாளர்கள் - மானம் காக்கும் ஆடை தந்தவர்கள் அவமானப்பட்டுக் கூனிக் குறுகி நின்ற வரலாற்றின் பிழிவு. பசியும் பட்டினியும் தற்கொலைச்சாவும் கஞ்சித் தொட்டிகளும் கண்முன் நிற்கின்றன. 1952 வாக்கில் தமிழகத்தில் ஏற்பட்ட பஞ்சமும் இம்மக்கள் வாழ்வில் விளையாடித் தீர்த்தது.

இந்நாவலின் பாத்திரப் படைப்புகள் அபாரம். ரகுநாதன் உயிரோவியங்களாகத் தீட்டி விடுகிறார். கைலாச முதலியார் தமிழ் வாழ்வின் அடையாளம். "கைலாச முதலியார் என்ற கடவுள் பக்தி மிகுந்த நெசவாளி. பதின் மூன்றாவது அத்தியாயத்தோடு அவருடைய வாழ்வும் முடிகிறது. அவர் தற்கொலை செய்துகொண்டு மாண்டு விடுகிறார். அவரைச் சாகடித்துவிட்டு, மறுதினமே என்னால் கதையை நடத்திச் செல்ல முடியவில்லை. அவருக்காக மூன்று தினங்கள் என்னுள்ளே நான் 'துக்கம்' கொண்டாடிய பின்னர்தான் என்னால் மீண்டும் பேனாவைத் தொட முடிந்தது" என்பார் ரகுநாதன். அவ்வளவு தூரம் தான் படைத்த கதாபாத்திரங்களோடு ஒன்றி இருந்தார்.

தமிழ் வாழ்க்கைப் போராட்டத்தை அழகியலோடு பதிவுசெய்த நாவல் இது. சோசலிச யதார்த்தவாதம் எனும் புதுவகை அழகியல் கோட்பாட்டின் இலக்கிய சாசனமாகவும் அமைந்தது. தமிழில் யதார்த்தவாத நாவல் வரிசையில் புதுத்தடம் பதித்தது. இதனைப் பின்பற்றியே இன்றுவரை பல வரலாற்று, பண்பாட்டு, ஆவணத் தன்மை அரசியல் நாவல்கள் வெளிவருகின்றன. அவ்வகையில் 'பஞ்சும் பசியும்' நாவல் தமிழின் தனித் தன்மை மிக்க புதுமை முயற்சி எனலாம். செல்வச் செழிப்பில் பிறந்து வளர்ந்து வாழும் சங்கர் கருத்துக் களின் வழி அரசியல் மயமாகி தன் தந்தையையே எதிர்க்குமளவுக்கு

நடக்கிறான். தன் படிப்பு, தன் வாழ்வு என்பதைத் தவிர ஏதும் அறியாத பிள்ளையாகி சிக்கல்களும், துன்பங்களும் நேரும்போது தந்தை தற்கொலையுண்டு, தம்பி நோவில் செத்து, வாழும் வீடு உட்பட எல்லாம் இழந்தத் தருணத்தில் பெற்ற தாயை நிராதரவாக விட்டு ஓடிப்போகிறான் மணி. வாழ்க்கை அனுபவங்கள் படிப்பினைகளாகி சமூக நடப்பை உணர்ந்து போராட்ட வாழ்வில் தன்னை இணைத்துக் கொண்டு ஓர் இயக்கத் தலைவனாக மலர்ச்சி கொள்கிறான். தாலி கட்டி தன்னை உயர் நிலையில் வைத்திருந்தாலும் தன் கணவனின் அதிகாரப் பசியும் பணப்பித்தும் வெறுப்பைத் தர அவனின் செயல்களில் மனம் வருந்தி தன் பிள்ளைகள் பக்கம் சாய்வு கொள்கிறாள் தர்மாம்பாள்.

நிலவுடைமை, முதலாளியம் ஆகிய இரண்டின் கோரத் தாக்குதலையும் அனுபவித்த இருளப்ப கோனார் நன்றி உணர்வின் சிகரமாகிறார். வாழ்வையும் சமூகத்தையும் புரிந்து எதிர் நீச்சல் போட்டு நம்பிக்கையோடு மக்களைப் போராடத் தூண்டும் வடிவேல் முதலியார் நாவலின் எளிய முக்கியப் பங்கு வகுக்கிறார். சுப்பையா முதலியார் போன்ற பிழைப்புவாதிகள் எல்லா காலத்துக்குமான சான்றுகளே நாவலின் ஒவ்வொரு நகர்விலும், மைனர் முதலியார், பெரிய முதலாளி போன்ற தனி மனிதர் கொடுமைகள் மட்டும் காரணமல்ல. அரசும் அரசின் கொள்கைகளுமே நெசவாளர் வாழ்வின் கேடுகளுக்கு பொறுப்பு என்பதை உணர்த்தும் விதத்தில் நாவலின் அரசியல் முன்னிலை பெறுகிறது.

எல்லாவற்றையும் தாண்டி ரகுநாதனின் கலையில் கருத்தியலாக மலரும் விதம் அருமை. அவரின் எழுதுகோல் விளையாடுகிறது. கவித்துவம் மிளிரும் நடை புதுமைப்பித்தன் போல் எள்ளல் மனித மனவோட்டங்களை நுட்பமாகச் சித்தரிக்கும் இலாவகம். கைலாச முதலியார் தூக்கில் தொங்குவதைப் பார்த்து கண்ணீர் சிந்தாமல் நாவலை வாசிக்க முடியாது. மதுரை வீதிகளில் எழுச்சியோடு செல்லும் செங்கொடிப் பேரணியில் சேர்ந்து நரம்புகள் புடைக்க முழக்கம் எழுப்பாமல் யாரும் தப்ப முடியாது.

கதைக்களமான அம்பாசமுத்திரத்தை ரகுநாதன் இப்படி அறிமுகம் செய்வார்.

அம்பாசமுத்திரம் திருநெல்வேலி ஜில்லாவில் தாமிரபரணி நதியின் தலைப் பகுதியிலுள்ள ஊர். ஊருக்கு தெற்கே அம்பா சமுத்திரத்துக்கும் கல்லிடைக் குறிச்சிக்கும் எல்லை கிழித்த மாதிரி ஸ்படிகத் தெளிவுகொண்ட தாமிரபரணி நதி ஓடிக் கொண்டிருக்கிறது.

ஊருக்கு மேற்கே ஐந்தாறு மைல் தொலைவில் மேற்குத் தொடர்ச்சி மலை மஞ்சு தழுவும் முகடுகளோடு அரண்வைத்து கோட்டைச் சுவர் மாதிரி வானளாவி நிற்கிறது. மலைத்தொடரின் அடிவாரத்தில், தமிழ் பிறந்த தென்னன் பொதிகைச் சாரலில் வெள்ளைக்கார பெருமுதலாளியான ஹார்வியின் பஞ்சாலை கொடிகட்டி ஆட்சி செலுத்திக் கொண்டிருக் கின்றன. ஆகஸ்டு சுதந்திரத்தின் அபிநயப் பாண்டிய குமாரனாக ஹார்வி தென்பாண்டி நாடு முழுவதிலும் கால் பரப்பி அந்தப் பகுதியின் பொருளாதாரத்தின் மீது பேராதிக்கம் செலுத்தி வருகிறான். ஹார்வி மில்லுக்கு மேலே மலைமீது முண்டந்துறை என்ற கீழணைப் பிராந்தியத்தில் பாபநாச ஜலமின்சார உற்பத்தி நிலையம் கொலு வீற்றிருக்கிறது. தாமிரபரணித் தாய் வாரி வழங்கும் மகா சக்தியான மின்சாரத்தைக் கூட அவளுடைய மக்கள் நெல்லை ஜில்லா வாசிகளுக்கு ஒரு வெள்ளையன்தான் சருக்காரனாக இருந்து வினியோகித்து வருகிறான். மின்சார நிலையத்துக்கு மேலாக பழைய நீலகண்டன் வசம் இருந்த இடத்தில் அப்பர்டாம் என்ற காரையார் அணைக்கட்டும், அணைக்கட்டினால் ஏறப்பட்ட ஆர்தர் ஹோப் ஏரியும் இருக்கின்றன.

நாவல் முழுக்க அரசியல் சமூக விமர்சனங்கள் மிகக் கூர்மையாகப் பதிவாகின்றன.

"கோயில் தர்மகத்தாவா? கோயில் பெருச்சாளின்னு சொல்லும் வே. அவரு நினச்சா அம்மன் கழுத்திலே கிடக்கிற பொட்டிலே கூடக் கைவக்கிறவராச்சே அப்புறம் நம்ம சொத்தைக் கேட்பானேன்" (ப.8).

"வெள்ளைக்காரன் ராச்சியம் போயிட்டுதா? கல்லுக்குத்தி போல நம்ம கண்ணெதிரிலேயே ஹார்வி உட்காந்திருக்கிறான்" (ப.9).

"ஒரு காலத்தில் ஸ்ரீமான் தாதுலிங்க முதலியார் ஒரு ராவ் சாகிப்பா இருந்து பின்னர் தேசபக்தியின் காரணமாக அதை திரஸ்கரித்தவராக்கும் என்ற வெள்ளிடைமலை உண்மையை அவரது தியாகத்தை அவருக்கும் பிறருக்கும் காண்கிற வேளையெல்லாம் நினைவூட்டிக் கொண்டிருக்கும் சின்னமாக சாட்சியமாக அந்தப் போர்டு இலங்கி வந்தது" (ப.45).

மைனர் முதலியார்வாளின் காலத்தில் அம்மனுடைய நிலைமை பரிதாபகரமாயிருந்தது. அந்தக் காலத்தில் லோகநாயகி என்று அருமையான பெயர்படைத்த அந்தக் காவல் தெய்வத்துக்குக் கட்டிக்கொள்ள ஒரு நல்லத்துணிக் கூடக் கிடையாது. உடுத்திய துணியைத் தவிர வேறு மாற்றுத் துணிக்கூட அவளுக்கு விதியில்லை. எண்ணெய்ப்பிசுக்கும் எண்ணற்ற கிழிசல்களும் நிறைந்த அந்த ஒற்றைத் துணி, கர்ணனோடு

உடன்பிறந்த கவசம் போல் கழற்றவோ மாற்றவோ முடியாத நிலையில் அம்மனுக்கு மான சும்ரஷணியாக உதவி வந்தது *(பக்.61-62).*

“நீயா தெய்வம்? இல்லை நீ ஈரநெஞ்சமற்ற வெறுஞ் சித்திரம் தானா? பணக்காரர்கள் எங்களை ஏமாற்றிக் கொள்ளையடிப்பதற்காக, பிடித்து வைத்த பொம்மைதானா? நீ உண்மையிலேயே தெய்வமானால் நல்லவனை ஏன் துன்புறுத்துகிறாய்? ஏமாற்றுகிறவனை ஏன் வாழ வைக்கிறாய்? சீ! நீ ஏழைகளுக்குத் தெய்வமல்ல. பணக்காரனுக்குத் தெய்வம்; பணக்காரனுக்குப் பங்காளி!” *(ப.133)*

“பூஜையறைக்குள்ளே கிழக்கு பார்த்திருக்கும் பூஜை மாடத்துக்கு எதிரே, முகட்டின் உத்திரக் கட்டையிலிருந்து ஒரு முழக் கயிற்றில் கைலாச முதலியாரின் உயிரற்ற சடலம் ஊசலாடிக் கொண்டிருந்தது. அந்தக் காட்சிக்குப் பின்னணி தீட்டியதுபோல் உதட்டில் ததும்பிய புன்னகை மறையாமல், கண்களிலே துள்ளும் களிப்புக் குறையாமல், வள்ளி தெய்வானைமீது போட்ட கையை எடுக்காமல் அபயஸ்தானம் காட்டும் கையைச் சுருட்டி மடக்காமல், நிர்க்குண நிச்சிந்தனையனாய் நிற்கும் பன்னிருகை வேலனின் திருவுருவச் சித்திரம் பூஜை மாடத்தில் தொங்கிக் கொண்டிருந்தது” *(ப.138).*

“அவர்கள் நாளுக்கு நாள் அணுஅணுவாகச் செத்துக் கொண்டிருந் தார்கள். செத்துக் கொண்டிருக்கும் சீவனை இழுத்துப் பிடித்து நிறுத்து வதற்காகப் பிச்சை எடுத்தார்கள்; பிழைப்புத் தேடிச் சென்றார்கள்; மோசடிகள் செய்தார்கள் என்றாலும், அவர்கள் செத்துக் கொண்டே தான் இருந்தார்கள்” *(ப.154).*

தாதுலிங்க முதலியாரின் மகன் சங்கர். தன் தந்தையை விமர்சித்து தன்னை நிரூபிப்பது பிரமிப்பு.

“பெரியவரே, என் அப்பாவின் பணத்தாசைதான் கைலாச முதலியாரின் உயிரையே குடித்தது என்பது எனக்குத் தெரியும். அதை நினைத்து நானும்தான் வருத்தப்படுகிறேன்; நெஞ்சு குமுறுகிறேன். இப்படிப்பட்ட ஈவிரக்கமற்ற மனிதர் எனக்குத் தந்தையாக வந்து வாய்த்தாரே என்று வெட்கமடைகிறேன்” *(ப.158).*

இப்படி வெளியில் மட்டுமல்ல. வீட்டினுள்ளும் சங்கர் நியாயத்துக்காக, தன் கொள்கைச் சார்புக்காகப் போராடுகிறான். “என்னம்மா சொன்னே? பணக்காரனுக்கு என்றைக்கும் பரிதாப உணர்ச்சி பிறந்து விடாது அம்மா. பணத்தின் பேராசை இந்த உலகத்து மக்களை எத்தனை முறை யுத்தத்துக்கு ஆளாக்கி ரத்தம் குடித்திருக்கிறது

தெரியுமா? பணக்காரனுக்கு வெளி நாக்கு சர்க்கரை; உள் நாக்கு விஷம் அம்மா, விஷம்! தெரியுமா?" *(பக்.170-171)*

மணி மன ஓட்டங்கள் வழி வாழ்க்கை குறித்த மெய்யியல் தேடலையும் ரகுநாதன் நிகழ்த்திக் காட்டுகிறார். ஓரிடத்தில்,

"*அப்படியானால், மனிதர்கள் எதற்கு அஞ்சுகிறார்கள்?*"

"*உயிருக்கா? மானாபிமானத்துக்கா?*"

"*எது பெரிது? உயிரா? மானாபிமானமா?*"

"*அப்படியானால் மானாபிமானத்தோடு உயிர் வாழ்வதெப்படி?*" *(ப.211)*

"வாழ்க்கை என்பது கற்றுக்கொடுத்து வருவதில்லை; சூழ்நிலை தான் வாழ்க்கையைக் கற்றுக் கொடுக்கும்" *(ப.178)* இதன்படிதான் மணி தன்னையும் சமூகத்தையும் இறுதியில் உணர்ந்து கொள்கிறான்.

மணி தன் அனுபவம் வழியாகவே வாழ்வைக் கண்டடைகிறான். அவன் பட்டப் பாடுகள் சொல்லி மாளாது. "*கடைசியில் அவனும் அந்த நகரங்களிலுள்ள ஏழைபாழைகளைப் போல், கூலி வேலை தேடியலைந்தான். அந்தப் பிழைப்புக்கும் ஆயிரம் போட்டி; அடிபிடி எனினும் உயிராசை அவனையும் அந்தப் போராட்டத்தில் ஈடுபடச் செய்தது. அவனும் ரயில், பஸ், பிரயாணிகளின் மூட்டை முடிச்சுகளைத் தூக்கிப் பிழைத்தான். பெட்டிக்கடை டீ, ஹோட்டல்களில் பத்துப் பாத்திரம் துலக்கி ஒரு வேளைப்பாட்டைக் கழித்தான், கை வண்டி இழுக்கத் துணையாளாகச் சென்றான்; துட்டுக் கிடைத்த வேளையில் வயிற்றைக் கழுவினான்; கிடைக்காத வேளையில் பட்டினி கிடந்தான்.*"

அவனுக்கு வாழ்க்கையே மரத்துப் போய்விட்டது. மாறிப் போய் விட்டது. அவன் கமலாவை மறந்தான்; எனினும் அவன் தன் சாண் வயிற்றை மட்டும் மறக்கவில்லை; மறக்க முடியவில்லை (ப.252).

நாவலின் தோற்றத்தைச் சொல்லும்போது, "*எனது நாவல் வாழ்க்கையிலிருந்தே பிறந்தது; வாழ்க்கையிலேயே வேரூன்றி நிற்பதன் காரணமாகத்தான் அதன் வலுவையும் வெற்றியையும் யாரும் அலட்சியப்படுத்த முடியவில்லை. எனது அரசியல் போக்கையும் இலக்கிய நோக்கையும் ஒப்புக் கொள்ளாதவர்களும் ஒதுங்கி நிற்பவர்களும்கூட அந்த நாவலின் கதாபாத்திரங்களின் வலுவையும், வனப்பையும் புறக்கணிக்க முடியவில்லை. அரை மனசுக் குறை மனசாகவேனும் அதை ஒப்புக்கொண்டாக வேண்டி நேர்ந்தது*" என்பார் ரகுநாதன்.

ஆம். தமிழில் சோசலிச யதார்த்தவாதம் எனும் போராட்ட அழகியல் கோட்பாட்டின் கலை வடிவமே 'பஞ்சும் பசியும்' நாவல். இது ஒரு வகையில் வரலாற்று நாவலாகவும், மற்றொரு வகையில் அரசியல் நாவலாகவும் அறியப்பட்டது. ரகுநாதன் தனக்கே உரிய கலை அழகியல் கூறுகளையும், அக மனித உயர்வுகளையும் சேர்த்துப் பிணைத்தே நாவலை படைத்துள்ளார்.

தமிழ் இலக்கியத்தின் புதுத்தடம் பாய்ச்சியதன் காரணமாகவே, தமிழிலிருந்து அயல் மொழியில் மொழிபெயர்க்கப்பட்ட முதல் நாவல் எனும் சிறப்பினை இது பெற்றது. செக்கோஸ்லாவக்கியாவின் செக் மொழியில் அறிஞர் கமில் சுவலபில் அவர்களால் இந்நாவல் மொழிபெயர்க்கப்பட்டது. முதல் பதிப்பிலேயே 50,000 பிரதிகள் விற்று சாதனை படைத்தது. தமிழிலும் பல பதிப்புகளைக் கண்டது.

மறுவாசிப்பில் நோக்க, ரகுநாதனே சோசலிச யதார்த்தவாதம் சாத்தியமில்லை, சோசியல் ரியலிசமே (சமூக யதார்த்தம்) சாத்தியம் எனப் பின்னாளில் கூறினார். 'பஞ்சும் பசியும்' நாவலில் பசி இருக்கிறது. பஞ்சுதான் இல்லை என்ற விமர்சனம் உண்டு. அதில் உண்மை இல்லாமல் இல்லை. "சிறுவயதிலேயே எங்கள் வீட்டுக்கு எதிர்வீட்டில் நெசவைத் தொழிலாகக் கொண்ட ஒருவர் தறி வைத்திருந்தார். அந்தத் தறியில் தாளலயம் தவறாது எழும் சத்தத்தையும் ஊடும்பாவும் பின்னிப் பிணையும் அதிசயத்தையும் நான் மணிக்கணக்கில் கண்டு கேட்டு அனுபவித்திருக்கிறேன்." எனக் கூறும் ரகுநாதன் நாவலில் தறியின் தாளலயத்தைக் கேட்க இயலவில்லை. பஞ்சை விளைவிக்கும் பருத்தி விவசாயிகள் பற்றியோ, பஞ்சை நூலாக்கும் தொழிலாளர் நுட்பம் பற்றியோ, நூலைத் துணியாக்கும் தறி நெசவு குறித்தோ எவ்விதப் பதிவும் இல்லை. தறி நெசவு குடும்பத் தொழில். ஆணும் - பெண்ணும், குழந்தைகளும் சேர்ந்த கூட்டுழைப்பும், அதனுடனான வாழ்வும், பண்பாடும், புழங்கு பொருட்களும், வழக்காறுகளும் அற்ற நிலை. ரகுநாதனின் நோக்கம். இலட்சியப் படைப்பு. வர்க்கப் போராட்டத்தின் கலை விதைப்பு அது வெற்றி பெறுகிறது. தமிழ் நாவல் வளர்ச்சி வரலாற்றில் இலக்கிய அரசியலையும், போராட்ட அழகியலையும் முன்வைத்த இலக்கியப் படைப்பு; வாழ்க்கைப் போராட்டத்தை இலக்கியத்தில் பதிலீடு செய்து போராட்டக் குணத்தைத் தூண்டிய படைப்பு. உழைப்பை, உழைப்பாளரை மேன்மையுறச் செய்திட்ட இலக்கிய ஆயுதம்!

- ரகுநாதன், பஞ்சும் பசியும், நியூ செஞ்சுரி புக் ஹவுஸ் (பி)லிட், அம்பத்தூர், சென்னை - 600 098, பதிப்பு: 2016.

4

சேற்று மனிதர்களின் சிவப்புப்பாதை

'சேற்றில் மனிதர்கள்' நாவல் கீழத் தஞ்சையை மையமிட்டு அமைகின்றன. பொதுவுடைமை இயக்கம் காலூன்றி, பல போராட்டங்கள் நிகழ்ந்து, சில வெற்றிகளும், உரிமைகளும் பெற்ற நிலை, அடிமைத்தன முடை நாற்றம் வீசும் கொடுமைகளுக்கு முற்றுப் புள்ளி வைத்தாயிற்று என்றாலும் வர்க்கமும், சாதியும் பின்னிப்பிணைந்து ஒடுக்கப்பட்ட மக்களை 'தலைநிமிரச்' செய்யாமல் தடுக்கின்றன. மடங்களும், ஜமீன்களும் ஒழிந்தாலும், புதிய அரசியல் தரகர்களும், இடைநிலைச் சாதி, நிலவுடைமையாளர்களும் வஞ்சம் தீர்த்துக் கொள்ள முனையும் நிலை. ஒடுக்குதலுக்கு உள்ளானவர்களுக்குள்ளும் மேல் + கீழ் மன நிலை, ஆண் + பெண் பேதம் என்பதான யதார்த்தம் ஆகிய யாவற்றையும் பின்புலமாகக் கொண்டு 'கிளயந்துறை' எனும் கற்பனையூரைப் படைத்து, சில நாட்கள் நடக்கும் நிகழ்வுகளை முன்னிறுத்தி கடந்த காலத்தையும், நிகழ்காலத்தையும் எதிர் காலத்தையும், விமர்சிக்கிறது நாவல், அத்தோடு நிற்கவில்லை. எதிர்கால நம்பிக்கையையும், புது எழுச்சியையும் விதைக்கிறது. இராஜம் கிருஷ்ணன் எழுத்தின் வெற்றி இது.

நாவலின் கதை

சண்முகம் விவசாயத் தொழிலாளர் சங்கத் தலைவர். போராட்டக் களத்தின் இரண்டாம் தலைமுறையைச் சேர்ந்தவர். இளம் வயதில் கதாநாயகனாகப் போராடியவர். இயக்க உறுதியில், உழைப்பில் தலைவரானவர். இவருக்கு கொஞ்சம் நிலமும், வீடும் அமைகின்றது. பிள்ளைகள் படிக்கிறார்கள், அப்பகுதியில், அம்மக்களின் பிரதிநிதியாகத் திகழ்கிறார். சொந்த மக்களே "மொதலாளி" என அழைக்கின்றனர். அவரின் குடும்பத்தை முன்னிறுத்தி ஊரில் நடக்கும் நிகழ்வுகளை இராஜம் கிருஷ்ணன் நாவலாகப் படைத்துள்ளார்.

சண்முகத்தின் மகன் கோபால் படித்து சென்னையில் வேலைக்குச் செல்கிறான். அங்கேயே ஒரு பிராமணப் பெண்ணைத் திருமணம் செய்து கொள்கிறான். ஊரோடு உறவோடு தன் தொடர்புகளைக் குறைத்துக் கொள்கிறான். மகள் காந்திமதி எஸ்.எஸ்.எல்.சி படித்து

முடிக்கிறாள். தொழிற்கல்விக்கு விண்ணப்பிக்கிறாள். இரண்டாயிரம் நன்கொடை கேட்கிறார்கள், கட்ட இயலவில்லை. அண்ணனின் அறிமுகத்தில், தன் தந்தைக்கு எதிரியான, இயக்கத்தை விட்டுச் சென்று வேறு அரசியல் செய்யும் ஆறுமுகத்திடம் அவனது மகன் சாலி வழி செல்கிறாள். படிக்க உதவி கோரிச் சென்றவளை, ஆசை காட்டி சாலி மோசம் செய்கிறான். அத்தோடு அவளைப் பாலியல் தொழிலுக்கும் கட்டாயமாக ஈடுபடுத்த முனைகிறான். காந்திமதி அவனிடமிருந்து மீண்டும் தப்பி வீட்டுக்கு வருகிறாள். சண்முகத்தின் இளைய மகள் அம்சு, சாம்பார் இன வடிவைக் காதலிக்கிறாள். உழைப்பாளியாகவும். உறுதுணையாகவும் இருக்கும் வடிவை சண்முகத்தால் தவிர்க்க முடியவில்லை.

ஒருநாள் இறந்தவரைத் தூக்கிச் செல்லச் சுடுகாட்டுக்குப் பாதை இல்லாமல் பிரச்சனை வருகிறது. சண்முகம் காலில் கட்டி வந்து மருத்துவம் செய்து கொள்ள பக்கத்து ஊர் செல்கின்றனர். அச்சமயத்தில், ஊரில் உள்ள இடைநிலைச் சாதியினர் கோயிலுக்கு அருகில் இருக்கும் ஒடுக்கப்பட்டவர்களின் குடிசைகளை அகற்றித் துவம்சம் செய்கின்றனர். கலவரம் முற்றுகிறது. போதாதற்கு கோயில் நகைகளை எடுத்ததாக இருவர் மீது, (அதில் ஒருவர் பெண்) குற்றம் சாட்டி காவலில் வைக்கின்றனர். நீதி கேட்டுப் போராட்டம் வெடிக்கிறது. காந்திமதி, அவள் தாய் லட்சுமி ஆகியோர் தலைமையில் பெண்கள் அணிதிரள்வதோடு நாவல் நிறைவடைகிறது.

சிக்கல்களும் தீர்வுகளும்

இதற்குள் இராஜம் கிருஷ்ணன் பல விமர்சனங்களையும், விவாதங் களையும் நடத்துகிறார்.

படித்து வரும் புதிய தலைமுறை பழைய அடிமைத்தனத்தை நினைவு கூற விரும்பவில்லை. சொந்த ஊரிலிருந்தும், உறவிலிருந்தும் அந்நியப்பட முனைகிறது. அதே வேளை தேவு போன்ற இளைஞர்கள் அதி தீவிர நிலைப்பாட்டை எடுக்கின்றனர்.

அம்பேத்கர் பெயரில் இயங்கும் கல்வி நிறுவனம், கறுப்புச் சட்டை அணிந்த சீர்திருத்தவாதி நிர்வாகி, ஒடுக்கப்பட்டவர்களின் கல்விக்குப் பணம் வலியுறுத்தல்.

ஒடுக்கப்பட்ட மக்களுக்குள்ளும் பள்ளர், பறையர் பிரிவுகள், சாம்பார்... வாய்க்காரு என்றெல்லாம் ஏற்றத்தாழ்வுகள்.

விசுவநாதன், குஞ்சிதம் அம்மாள் போன்ற முன்னேறிய சமூகத்தினர் ஒடுக்கப்பட்ட மக்களின் உயர்வுக்காக உண்மையாகவே அர்ப்பணித்தல்.

இச்சூழலில் இருந்து வெளியேறி, வேறு அரசியல் சார்ந்து, காசுபணம் பார்த்து, அதிகாரம் எய்திய பின் பாலியல் மோசடி உள்ளிட்ட பண்பாட்டுக் கேடுகளை நிகழ்த்தும் மனிதர்கள்... என்று விமர்சனங்களை முன் வைக்கிறார். அதே வேளை.

எப்பொழுதும் மக்களுக்காகப் போராடும் இயக்கம்...

தலைவனுக்கு அல்லது தம்மைச் சார்ந்தவர்க்கு சிக்கல் வந்தால் ஒற்றுமையாக அணிவகுக்கும் உழைக்கும் மக்கள்... பாலியல் ரீதியாக மோசடி செய்யப்பட்டாலும் எழுந்து நின்று களம் காணும் பெண்கள். பள்ளர், பறையர் போன்ற உட்பிரிவுகளைக் கடந்து உறவை வளர்க்கும் நிலை.

பழமையை மறக்காமலும், இயக்கச் சாதனைகளைப் புறக்கணிக்காமலும் மேலும் அணி சேரா இயக்கமாக, போராடத் தயாராகும் மக்கள்... என்ற தீர்வையும், முன்னெடுப்பையும் நாவலின் வழி முன்மொழிகிறார் இராஜம் கிருஷ்ணன்.

நாவலில் பல உயிர்ப்பான நிகழ்வுகள், உழைப்பும், போராட்டமும் இரண்டறக் கலந்த மக்களின் வாழ்க்கை. குடும்பத்துக்கும், சமூகத்துக்கும் பெண்ணின் தவிர்க்க முடியாத அர்ப்பணிப்பு ஆகியன நாவலில் பதிவாகின்றன.

பண்ணைக் கொடுமை

பழைய பண்ணைக் கொடுமையை சண்முகத்தின் தந்தை இப்படி நினைவு கூர்கிறார். “திருக்கை மீன் தெரியுமில்ல? அந்த வால் சாட்ட நுனில குஞ்சமாட்டுத் தொங்கும். அதால அடிப்பாங்க, பண்ணல ஒரு காரியக்காரன் இருந்தான். அவனுக்கு ஒடம்பெல்லாம் கண்ணு, களவடில எங்க. இந்தப்பய இங்க ரெண்டு அங்க ரெண்டுண்ணு கருக்காயோடு தள்ளிடறானோன்னு பாத்திட்டே நிப்பான். நா அதுக்கு மேல, இல்லாட்டிக் காவயித்துக் கஞ்சி கூட கிடக்காது. கருக்காயில் நாலு மரக்கா தேறும்படி பார்த்துக்கிடுவேன். இத சம்முவத்துகு மின்ன ஒரு பய இருந்தான். நல்லா வெரப்பா அவாத்தா மாதிரி இருப்பான்; சரவணன்னு பேரு வச்சிருந்தேன். நல்ல துடியா இருப்பான். அறுப்புக்கு வரப்ப எங்க எந்தல இருக்குன்னு ரொம்ப தொலைவிலேயே கரீட்டா கண்டுப்பான். அரிகாவாயில் போயிவிழும்; வூட்டுக்குப் போய்ச்

சேர்ந்திடும். அதுக்குத்தக்கன கட்டி வச்சி அடிப்பானுவ. மிராசு உக்காந்திட்டு காரிய காரனவுட்டு அடிக்கச் சொல்லுவாரு, பொறவு ஓராணா குடுத்து, கள்ளு வாங்கிக் குடில...ம் பாங்க, ஒருக்க மேட்டுப் பங்குல தண்ணி நிக்கல. தாழ தண்ணி நிக்கிது. இந்தப் பய சரவண போசி மாதிரி ஒண்ண வச்சிட்டு எறச்சிவுட்டிடடிருக்கிறா. வரப் போராமா, கருணைக் கிழங்கும், சேம்பும் நட்டு வந்திருக்கு. காரியக் காரன் ஒரு சுத்துப் போயிட்டு வாரான். அல்லாம் தோண்டிப் போட்டிருக்கு, பய போசி எடுத்திட்டுப் போறதப் பார்த்திட்டான். தொறத்திட்டுக்குப் போனா, அங்க பய வரல, பண்ண ஊட்டில புடிச்சிக் கட்டிப் போட்டிருக்களானுவாக்கும்ணு ராவிக்கு அங்க ஓடின காணம், மக்யாநா (காலம்), மதகடில கெடக்கிறான். பாம்பு கொத்த, நிலமா கெடக்கிறான். சேம்பும் கருணையும் போசியோட..."

இதில் பண்ணைக் கொடுமையை விவரிக்கிறார். கூடவே வட்டார வழக்கை அப்படியே அழகாகப் பதிவு செய்கிறார். அதோடு இந்நிலை இன்று இல்லை, மாறி இருக்கிறது. அதனை ஒரு ஆதிக்கம் சார்ந்த கிழவி இப்படிக் கூறுகிறார்.

"உன் தாத்தா மாமன்லாம் இந்த வீட்டு உப்பைத் தின்னவங்கதா, இப்ப சங்கம் அது இதுன்னு பவராயிட்டான் உங்கப்பன். கள்ளுக்குக் காசில்லான்னு உங்க தாத்தா தலயச் சொறிஞ்சிட்டு நிப்பான். ஒத்தன் எட்டிப்பார்க்கிறதில்லை, நானும் முருங்கப் போத்துக் கொண்டாந்து இப்படி நட்டுவைக்கச் சொல்லுன்னு எந்தினி நாளா சொல்லிருக்கிறேன். தேஞ்சா பூடுவானுவ? விசுவாசமே இல்லாம பூட்டுது? எங்கையால்லாம் இல்லாம நீங்க இன்னிக்கி இப்படித் தலையெடுத்திரிப்பீங்களா?" *(ப.74)*
இது ஆதிக்க மனதில் ஆற்றாமைப் புலம்பல் தானே?

எளிய மக்கள் விடுதலைக்காகத் தவம் கிடக்கிறார்கள். தம்மிலும் விவரமானவர்கள், வசதியானவர்கள் வரவேண்டும் என நினைக்கிறார்கள். சண்முகத்தை 'மொதலாளி' என்கிறார்கள். அவர் விரும்பவில்லை என்றாலும் தொடர்கிறது. இதன் உளவியலை இராஜம் கிருஷ்ணன் இப்படிக் கூறுகிறார்.

"... இப்பத்தா எனக்கு நல்லாப்புரியுது. நம்ம ஜனங்களுக்கு தாங்க ஒரு முதலாளியா, மிராசா, சமீனா இருக்கணும், நமக்கும் கீழ நாலு மனுசன் கைகட்டி சேவுகம் பண்ணுணும்ங்கற உணர்வு ரெத்தத்தோட ஊறிப்போயிருக்கும். பொது உண்மைச் சித்தாந்தமெல்லாம் பேசி ஊறியனாக் கூட, தனக்குன்னு வாரப்ப, எந்த மனுசனும் பொஞ் சாதியையேனும் குறைந்தபட்சம் அடிமைன்னு நினைச்சி அதிகாரம்

பண்ணாம இருக்கிறதில்ல. தாங்க ஒரு உடைமைக்காரராக இல்லாத நிலையிதான் சித்தாந்தம், வேதாந்தம், எல்லாம்" (ப. 117).

பெண் விடுதலை

"உழைப்பிலும், உற்பத்தியிலும், உரிமையிலும் சமமாகப் பங்கு பெறும் பெண், கல்வியும் ஆற்றலும் பெற்றுத் தன்னை மேம்படுத்திக் கொள்கிறாள். சம உரிமை பெற்று ஆணும் பெண்ணும் இணைந்து வாழும் குடும்பங்களே நல்லதொரு மனித சமுதாயத்தைத் தோற்றுவிக்கும் நாற்றங்கால்களாக உருவாக முடியும்" (மண்ணகத்துப் பூந்துளிகள், முன்னுரை) என்பது தான் இராஜம் கிருஷ்ணனின் பெண் முன்னேற்றச் சிந்தனை, தனது நாவல்கள் யாவற்றிலும் பெண்ணைத் தனித்துவ காரியமாந்தர்களாக இராஜம் கிருஷ்ணன் உருவாக்குகிறார்.

சேற்றில் மனிதர்கள் நாவலில் லட்சுமி, காந்திமதி, அம்சு, கிட்டம்மாள், குஞ்சம்மாள் எனப் பல பாத்திரங்கள்.

லட்சுமி முக்கிய மாந்தர். இளமையில் போரட்ட வாழ்வில், போலீசாரால் பாலியல் வன்கொடுமைக்கு ஆளாகிறாள் கருவுறுகிறாள். இது தெரிந்தும் சண்முகம் ஏற்கிறான்.

"இங்க... எல்லாரும்... நீங்கன்னு நினைச்சிட்டிருக்காங்க. நான் உங்கிட்ட புனிதம்னு வேசம் போட இஸ்டப்படல. போலீசுக்காரப்பாவி அநியாயம் பண்ணிட்டான். எதுனாலும் தின்னு கரச்சிடலாம்னு அம்மா சொல்லிச்சி, கலியாணம் ஆகுமுன்ன வாணாடின்னு, நா உங்கள ஒருக்க உசிரோடு பாத்துச் சொல்லிவிட்டு, ஆறு குளம் எதிலன்னாலும்" அவள் மேலே விடாதபடி வாயைப் பொத்தினாள்.

"போவட்டும், எல்லாரும் நினைக்கிறாப்பல அது எம் புள்ளயாவே இருக்கட்டும், நீ இல்லேன்னா எனக்கு ஒண்ணுமேயில்ல... ஆறு குளமெல்லாம் பேசாத லட்சுமி!" என்றான்.

அதுபோலவே சண்முகமும் லட்சுமியும் திருமணம் செய்து வாழ்கிறார்கள். உழைக்கும் மக்களுக்கு கற்பு என்பதெல்லாம் பெரிய சிக்கலில்லை, உண்மை அன்புதான் மேலானது என்பது இராஜம் கிருஷ்ணனின் கருத்து.

அக்குழந்தை நாகு மனவளர்ச்சி குன்றி வீட்டோடு இருக்கிறான். ஒரு கட்டத்தில் அவனைப் பார்த்து சண்முகம் யோசிக்கிறான்.

"இப்போது சில நாட்களாக, இந்தப் பயல் போலீசுக்காரனின் அசுரவித்தா, அல்லது சிறைக்குச் சென்று மஞ்சட்காமால நோய்

வந்து செத்தானே, அந்தத் தலைவனா என்று சந்தேகம் வந்திருக்கிறது. இவள் ஏன் கருவை கலைக்கவில்லை என்று தோன்றுகிறது. ஏன் அந்தப் பயலைச் சோறூட்டிப் பாதுகாக்கிறாள். என எரிச்சல் வருகிறது.

இது ஆணாதிக்க மனநிலை, தோன்றி 'மறைகிறது.' இதைக் கூட இராஜம் கிருஷ்ணன் நுட்பமாகப் பதிவு செய்கிறார். என்னதான் கட்சிக்காரன் என்றாலும் அவனும் வழமையான ஆண் தான் என்கிற விமரிசனம்.

இப்படி நாவல் முழுக்க விவாதக்களமாக, பழமைக்கும் புதுமைக்குமான போராட்டமாக அமைகிறது. இவர்கள் இந்த மண்ணின் மக்கள். உழைப்போடு பிணைக்கப்பட்டவர்கள். இவர்களின் நல்வாழ்வு, ஏக்கம், சமூக மனசாட்சியாக இந்நாவலில் விரிகிறது.

பாதையில் பதிந்த அடிகள்

'பாதையில் பதிந்த அடிகள்' மணலூர் மணியம்மை என்னும் பொதுவுடைமைப் போராளியைப் பற்றிய வரலாற்று நாவல். தனியொரு மனிதனின் வாழ்க்கை வரலாறாக மட்டுமின்றி சுதந்திரத்திற்கு முன்னும் பின்னுமாக சமூக, அரசியல் வரலாறாகவும் இந்நூல் விளங்குகிறது. இந்நூல் எழுதுவதற்கான காரணத்தை இராஜம் கிருஷ்ணன் இப்படிக் கூறுவார்.

"பல நூற்றுக்கணக்கான ஆண்டுகளாக, பெண்கள் சனாதன சமயக் கொடுமைகளுக்கும், சமூகப் புறக்கணிப்புக்கும் உள்ளாகி ஒடுக்கப் பட்டிருப்பதால், அவற்றை மீறுவதற்கே போராளியாக மாற வேண்டி இருக்கிறது. அப்படித் தடைகள் மீறி, ஒரு முட்பாதையில், குடும்ப உறவுகள், சமுதாய உறவுகள் எல்லாம் எதிர்ப்புகளாக மாறி விட்ட நிலையில் அரசியல் கட்சிகளின் (ஆண்) ஆதிக்கங்களையும் எதிர்த்து, ஒரு பெண், தேசியவாதியாக, சமுதாயவாதியாக நின்று தாழ்த்தப்பட்ட பண்ணையடிமைகளுக்கும், உழைப்பாளருக்கும் நீதி கோரிப் போராடி, இறுதியில் ஒரு தியாகியாகவே தன் இன்னுயிரையும் ஈந்தாள், ஆனால் இந்த அம்மையைப் பற்றி அவள் சார்ந்திருந்த அரசியல் கட்சியுடன் தொடர்பு கொண்டிருக்கும் இன்றைய பெண்மணிகளே அறியார்!"

மணியம்மையைப் பற்றி இந்த மதிப்பீடு மிகச்சரியானது. தனது கள ஆய்வு அனுபவத்தை இராஜம் கிருஷ்ணன் இப்படிப் பதிவு செய்கிறார்.

"1979-80-81 ஆண்டுகளில் கீழத்தஞ்சைப் பகுதியில் உழவர் பெரு மக்களின் வாழ்நிலையை ஆராயப்போன நான் 1953ல் மரித்த மணலூர்

மணியம்மாள் என்ற இந்த அரிய பெண்மணியைப் பற்றி முதன் முதலாகக் கேள்விப்பட்டே ஒவ்வோர் உழவர் குடியிலும் இந்த அம்மை தெய்வமாகக் கொண்டாடியதையும் அவருடைய செயல்களை, வீரசாகசங்களை, போராட்டங்களை அவர்கள் கதை கதையாக விவரித்ததைக் கேட்க வியப்பிலாழ்ந்தேன்...

பல அரங்குகளில் போராட்ட வீராங்கனையாகவே திகழ்ந்து வாழ்ந்து முடிந்த ஒரு பெருமாட்டியை பற்றி மிகச் சரியான வரலாற்றுப் பின்னணியுடன் எழுதுவதென்பது சிரமசாத்தியமான செயலே. சான்றுகளைத் தொடர்புபடுத்தித் தெளிவு காண்பது மிகக் கடினமான முயற்சியாக இருந்தது.

மணியம்மாளின் வரலாறு

வாலாம்பாள் என்கிற பிராமணப் பெண், சனாதனத் தருமங்களைக் கடைபிடிக்கும் குடும்பம். மணி போல அழகானவள். எனவே எல்லோராலும் 'மணி' என அழைக்கப்படுகிறாள். சிறிய வயதில் அவளை விட இருபது ஆண்டுகளுக்கும் மூத்த நாகப்பட்டினம் நகர் மன்றத் தலைவர் வேறு. மணி லௌகீக வாழ்வில் ஒத்துப்போக முடியவில்லை, கணவனும் மனைவியும் தூரதூர என்றாலும் அவளின் விருப்பங்கள் நிறைவேறுகின்றன, ஆங்கிலக் கல்வி பயில்கிறாள். சில ஆண்டுகளில் கணவன் இறந்து போகிறார். தாய் வீட்டுக்கு வந்து விடுகிறாள்.

காங்கிரஸோடும், காந்தியோடும் தொடர்புடைய குடும்பம் அது. மணியும் தேச விடுதலை வேள்வியில் குதிக்கிறாள். ஆண்கள் மிரள்கிறார்கள். சொந்தங்களே வெறுக்கிறனர். பெண் அதுவும் விதவைப் பெண் பொதுவாழ்வுக்கு வருவதா? ஏச்சுகள் ஏளனங்கள்...

மணியம்மை தான் வாழ்ந்த ஊரின் உழைக்கும் மக்களைப் பார்க்கிறாள். அவர்களிடம் உழைப்பைத் தவிர வேறொன்றுமில்லை. பிள்ளைகளுக்கு கல்வி இல்லை. மருந்து இல்லை, சுத்தம் இல்லை, பண்ணையார் கொடுமைகள், கசிகிறது மனம். போராடத் தயாராகிறாள்.

தன்னை உடல் அளவிலும், மனதளவிலும் தயார்படுத்திக் கொள்கிறாள். கிராப்பு வெட்டி, வேட்டி கட்டி, கதர், ஜிப்பா, துண்டு அணிந்து ஆண் வேடமிடுகிறாள். வேடதாரிகளை வெல்ல வேறு வழி? சிலம்பம் பயில்கிறாள். ஏரோட்டுகிறாள், சைக்கிள் பழகுகிறாள், வண்டியில் அமர்ந்து போனது போக மாட்டைப் பூட்டி வண்டியோட்டு கிறாள். சொந்தச் சகோதரனே விலகிப் போகிறான். ஊர் அந்நியமாகிறது.

பண்ணை - நாட்டாமை - பட்டாமணியம் - நடுவாள் (ஏஜெண்ட்) என்கிற கூட்டு மணியம்மையை முடக்க முயல்கிறது. மணி மக்களைத் திரட்டுகிறாள். மக்கள் குருவிக்கூட்டமாய் அவளைச் சூழ்கிறார்கள், பிள்ளைகளுக்கு கல்வி தரும் ஆசானாகிறாள். மருத்திடும் தாதியாகிறாள். மக்களைக் காக்கும் எல்லைத் தெய்வமாகிறாள்.

ஊரே காங்கிரஸ் இயக்கம், அவளது தீவிரம் கண்டு ஒதுங்குகிறது. அவளை ஒதுக்குகிறது. செங்கொடியில் சரணடைகிறாள். வட்டாரம் முழுக்க இயக்கம் கட்டுகிறாள். செங்கொடி கட்சி மணியம்மா கட்சியாகிறது. போராட்டங்கள் தொடர்கின்றன, கைது செய்யப்படு கிறாள். விசாரணைக்கைதியாக சிறையில் அடைக்கப்படுகிறாள். மீண்டு வந்ததும் மக்கள் இயக்கத்தில் பங்கேற்கிறாள். அவளின் எல்லா செயல்களும், செல்வாக்கும் நரநரப்பை ஏற்படுத்துகின்றன. அவள் வெளியேற்றப்படுவாள் என்ற சூழலில், எதிர்பாரா விதமாக மான் முட்டி மரித்துப் போகிறாள். இதுதான் மணியம்மையின் வாழ்க்கை, இதை வரலாறாக நிலைக்க வைத்துவிட்டார். இராஜம் கிருஷ்ணன்.

தேர்ந்த வரலாற்றாசிரியரைப் போல பல நிகழ்வுகளை அடுக்கிச் செல்கிறார். உலகப் போரில் காந்தியின் நிலைப்பாடு 'பட்டாளத்தில் சேராதே! பண உதவி செய்யாதே' காங்கிரஸில் ஏனையோர் வந்து சேர்வது. விடுதலைக்கு முன் சுதந்திர தினத்தை நேரு அறிவிப்புக்கு இணங்கி கொண்டாடுவது. காந்தி படுகொலை செய்யப்படுவது. விடுதலைக்குப் பின் காங்கிரஸ் அரசு கம்யூனிஸ்ட் இயக்கத்தை தடை செய்வது. வேட்டையாடுவது தலைமறைவு வாழ்க்கை. முதல் பொதுத் தேர்தல் நடப்பது. 1953ல் மணியம்மாள் மறைவது வரை சுமார் இருபதாண்டு வரலாறு பக்கச் சார்பின்றி முன் வைக்கப்படுகின்றது.

இந்நாவலின் அடிநாதமாக ஒலிப்பது பெண்ணின் குரல் தான், பெண் என்பதால் ஊராரால் உறவுகளால் ஒதுக்கப்படுகிறாள். காங்கிரஸ் இயக்கம் ஆண்களின் இயக்கமாகவே இருக்கிறது. ஜில்லா போர்டு தேர்தலில் மணியை மறுத்துவிட்டு ஜஸ்டிஸ் கட்சியிலிருந்து இடம் பெயர்ந்த நாடிமுத்துப்பிள்ளையை வேட்பாளராக்குகிறது. கம்யூனிஸ்ட் கட்சியும் விலக்கல். முதல் பொதுத் தேர்தலில் நாகை தொகுதியில் நன்கு அறிமுகமான மணியம்மைக்கு வாய்ப்பு வழங்கவில்லை. இயக்கத்தைக் கட்டுவது - பரப்புவது, மக்களை அணியமாக்குவது என்பதில் தீவிரத் தன்மையுடன் முன்னிலை பெற்ற மணியம்மாவை பொருந்தாத காரணங்களை, அமைப்பு விதிகளைக் கூறி விலக்க முற்படுகிறது. வரலாற்றில் தனி நபர் பாத்திரம் குறித்த பார்வை சுருங்கி விட்டதும்,

விவாதிக்கப்படுகின்றது. ருக்மணி, சிவப்பி, ஷாஜாதி போன்ற பல வீரம் செறிந்த பெண்மணிகளையும் நாவலில் பதிவு செய்கின்றார்.

சாதி, மதம், பால் பேதம் கடந்து உழைக்கும் மக்கள் தங்களை வழி நடத்துபவர்களை கொண்டாடுவார்கள் என்பதற்குச் சாட்சி, அதே வேளை ஒரு கம்யூனிஸ்ட் எந்த அளவுக்கு போராட்டக்குணமும், துணிவும் நேர்மையும், அர்ப்பணிப்பும், தன்னை இழக்கும் ஈகைத் தன்மையும் மிக்கவராக இருக்க வேண்டும் என்பதற்கான அடையாளம் மணியம்மாள் என்பதை இராஜம் கிருஷ்ணன் மிகத்துல்லியமாகப் பதிவு செய்கிறார்.

சேற்றில் மனிதர்கள், பாதையில் பதிந்த அடிகள் ஆகிய இந்த இரண்டு நாவல்களும் தான் முதன் முதலில் கீழத்தஞ்சையில் உழவர் பெருங்குடி மக்களின் உண்மையான வரலாற்றைச் சொல்ல முனைந்தன.

இதனைத் தொடர்ந்துதான் பாரதிப்பித்தன், வாய்மைநாதன், ச.சுபாஷ்சந்திரபோஸ், சோலை சுந்தரபெருமாள், பாட்டாளி, உத்தம சோழன் எனப் பின்னால் எழுதிய பலருக்கும், ஒரு வகையில் இராஜம் கிருஷ்ணன் அடியெடுத்துக் கொடுத்தார் என்றால் மிகையில்லை.

உறவினர்களால் கைவிடப்பட்டு நிராதரவாக முதியோர் இல்லத்திலும், இராமச்சந்திரா மருத்துவமனையிலும் தன் இறுதிக் காலத்தைக் கடத்திய இராஜம் கிருஷ்ணன் வாழ்வு. மணலூர் மணியம்மாவின் வாழ்வோடும் வீழ்ச்சியோடும் ஒன்றிணைவதை என்னவென்று சொல்வது.

- இராஜம் கிருஷ்ணன், சேற்றில் மனிதர்கள், தாகம் வெளியீடு, முதற் பதிப்பு: 1987,
- இராஜம் கிருஷ்ணன், பாதையில் பதிந்த அடிகள், காலச்சுவடு பதிப்பகம், பப்ளிகேஷன்ஸ்(பி) லிட், நாகர்கோவில் - 629001, பதிப்பு: 2014. ஐந்தாம் பதிப்பு: 2001.

5

ஆதிக்க எதிர்ப்பை மொழியும் யதார்த்த எழுத்தின் வீச்சு

தமிழ்ச்சூழலில் அதிகம் அறியப்படாத ஒரு களத்தினை 'தோல்' நாவல் முன் நிறுத்துகின்றது. 'தோல்' பதனிடும் தொழிலை மையமாக வைத்து இந்நாவல் இயங்குகின்றது. 1930க்கும் 1958க்கும் இடையேயான காலப்பகுதியில் ஒன்றாயிருந்த மதுரை மாவட்டத்தை உள்ளடக்கி நாவல் நகர்கின்றது. விடுதலைக்கு முன்னும் பின்னுமான பல அரசியல் நிகழ்வுகள், தமிழகத்தின் பொருளாதார, சமூக வாழ்வுப் பின்னணியில் நாவலில் அலசப்படுகின்றது. பொதுவுடைமை இயக்கம் 1934 இல் தடை செய்யப்படுகிறது. தலைமறைவு வாழ்வில் மக்கள் இயக்கங்களைத் தலைவர்கள் வழி நடத்துகிற தன்மை நாவலில் முக்கிய இடம் வகிக்கின்றது. தொடுதல் (Touchable), தீண்டாமை (Un Touchable), என்பதற்கு கருவியாக இருப்பது தோல், கறுப்பு/சிவப்பு, தீண்டத்தக்கது/தீண்டத்தகாதது என்கிற முரண்களின் வெளிப்பாடாக 'தோல்' இங்கு குறியீடாகி நிற்கிறது.

"என் கருத்தில் ஒரு நாவலின் குறிக்கோள் சமுதாய மாற்றத்தைச் சித்தரிப்பது. வாசகனின் மனதில் ஒரு சலனத்தை ஏற்படுத்துவது முக்கியம். சமுதாயப் பொறுப்புணர்வு இருந்தால் தான் நம் படைப்புகள் காலம் கடந்து நிற்கும்" என்ற டி.செல்வராஜின் கருத்து நாவல் முழுவதும் விரவி நிற்கிறது. ஆட்டுத்தோலும், மாட்டுத்தோலும் ஊறிக்கிடக்கும் கடுக்காய்க் குழியும், சுண்ணாம்புக் குழியும் நிணநீர் வாடையும் வெக்கையுமாக தகிக்கும் நெடி மனசைச் சுடுகிறது. "இந்தச் சுண்ணாம்புக் குழியே என் சீவன்ல பாதிய திண்டு போட்டது". "உண்மையில் தோல் ஷாப்பின் சுண்ணாம்புக் குழி வேலை அவனது திடகாத்திரமான உடற்கட்டில் பாதியை மென்று விழுங்கி விட்டிருந்தது. நாள் முழுவதும், சுண்ணாம்புக் கலவை கலந்த நீரில், நாற்றம் பிடித்த நிணவாடை வீசும் மாட்டுத் தோலையும், ஆட்டுத்தோலையும் போட்டு அலசுவதாலும், மிதித்துச் சவட்டுவதாலும், பாதங்களும், கரங்களின் உட்பகுதியும் வெந்து ரணமாகிக் காய்த்துப் போய்விட்டன. பாதங்களில் விப்பும் விரிவும் ஏற்பட்டு நடப்பதற்கே சிரமம். அதிலும் புதிதாகச்

சுண்ணாம்புக் கலவையைக் குழியில் கலக்கிக் கொண்டு, தோல்களை அலசும்போது அவனை அறியாமலே மூச்சுதிணறும். உடல் முழுவதும் வியர்த்துக் கொட்டி ஆயாசம் ஏற்படும். சுண்ணாம்பு ரசாயனத்தின் வேகத்தில் ரோமக்கால்கள் அத்தனையும் கருகிப்போய்ப் பார்ப்பதற்கு அவலட்சணமாகப்படும். இப்போது, அவன் சலித்துக் கொண்டது போல் அரை மனிதனாகிப் போனான் (ப.9 -10).

வலிமை படைத்த பிரம்மாண்டமான ஆட்கள் தோல் ஷாப் வேலையில் இப்படி அரை மனிதர்களாகிப் போகிறார்கள். கை, கால்கள் புண்ணாகி, காச நோய் பிடித்து ஆண்களும், பெண்களும் அல்லாடுகிறார்கள். பணிச்சூழலின் வெம்மையும், வீச்சமும் வாங்குவதும், திருப்பித் தரமுடியாமல் பெண்டு பிள்ளைகளை கண்முன்னே காம இச்சைக்கு காவு கொடுப்பதும் வழமையாகிறது. முறி எழுதிக் கொடுத்து (கொறப்ப பணம் பெற்று அதற்கு ஈடாக உழைப்பதாக வாக்கு தந்து எழுதித் தருவது இது நவீன அடிமை முறை) காலமெல்லாம் தோல் ஷாப்பு முதலாளிகளுக்கு உழைத்துக் கொட்டுகிறார்கள். இஸ்லாமியர், கிறித்தவர், இந்து என முதலாளிகளின் மதங்கள் வேறுபட்டாலும் குணங்கள் ஒன்றாகத்தான் இருக்கின்றன. மேலாளர்கள் போன்ற கங்காணிகள், முதலாளிகளின் ஏவலாளிகள் தொழிலாளர்களின் உழைப்பைச் சுரண்டுவதோடு பெண்களின் உடலையும் ஆக்கிரமிக் கிறார்கள். சாதியால் ஒடுக்கப்பட்டத் தொழிலாளர்கள் மீளமுடியாத அடிமைத் தனத்தில் உழல்கிறார்கள். சாதி, வர்க்கம், பால் ஆகிய மூன்றின் அடிப்படையிலான ஒடுக்குமுறைகளும் அவற்றிற்கெதிரான எதிர்வினைகளுமே நாவலாக விரிகின்றது.

“அஸன் ராவுத்தர் தோல் ஷாப்பில் வேலை செய்யும் ஆசீர் என்கிற ஆசீர்வாதச் சாம்பான் மகன் யோசேப்பு என்கிற ஓசேப்பு, முதலாளியின் மூன்றாம் குடியாள் யாசீன் பீவியின் சகோதரன் முஸ்தபா மீரான் பாயைச் சண்டாளமாகத் தாக்கியதோடு விறுவிட்டங்கட்டையால் அவனது கபாலத்தையே பிளந்து விட்டிருக்கிறான்” என்றுதான் தொடங்குகிறது.

தோல் ஷாப்பில் இளம் சிட்டாய் வலம் வந்த அனைவருக்கு செல்லப்பிள்ளையான “சின்னக்கிளி” என்னும் பச்சிளம் தளிரை முஸ்தபா மீரான் பலர் முன்னிலையில் ஸ்டோர் ரூமிற்கு தூக்கிச் சென்று சீரழிக்கின்றான். தோல் ஷாப்பு பெண்களை அவன் கை வைப்பது தொடர்ந்த ஒன்றுதான் என்றாலும் சிறுபிள்ளையான இவளுக்காக எல்லாரும் பரிதாபப்பட்டாலும் ஒதுங்கிக் கொள்கிறார்கள். ஓசேப்பு

வீறுகொண்டு எழுந்து கதவை உடைத்து முஸ்தபாவைத் தாக்கி விடுகிறான். இது இதுவரையில் நிகழாதது. இதனைத் தொடர்ந்து ஓசேப்பைப் பிடித்து தோல்ஷாப்புக்கு வெளியே மரத்தில் கட்டி அடிக்கிறார்கள். அப்பொழுது கிறித்தவப் பரப்புரை செய்துவிட்டு வரும் ஆசிரியர் இருதயசாமி இக்கொடுமையைப் பார்த்து களத்தில் இறங்கி நீதி கேட்கிறார். மக்களுக்கு மூடிய கண்கள் கொஞ்சம் கொஞ்சமாக திறக்கின்றன. தோல் ஷாப்பு தொழிலாளர்கள் அணிசேர்கிறார்கள்.

இறந்துபோன சின்னக்கிளியைத் தூக்கிச் செல்ல வழி மறிக்கப் படுகிறது. இதில் காந்திய வாதியான சுந்தரேச அய்யரும் அவர் மகன் சங்கரனும் ஈடுபட்டு நீதிக்கு வழிகாட்டுகிறார்கள். பிராமண வகுப்பில் பிறந்த சங்கரன் தனது பூணூலையும், வக்கீல் தொழிலையும் துறந்து தொழிலாளர்கள் தலைவனாகிறார். தொழிலாளர்களின் விழிப்பு முதலாளிக்கு கலக்கத்தைத் தருகிறது. பொய்யான கொலை வழக்கில் தொழிலாளர்களும், தலைவர்களும் சிக்க வைக்கப்படுகிறார்கள். தோல் தொழிற்சாலைகளைக் கடந்து, நகரத் தொழிலாளர்கள், விவசாயத் தொழிலாளர்கள் என்று தொழிற்சங்க இயக்கம் பரவுகிறது. காவல் துறையின் அடாவடித்தனங்களும் அடக்குமுறையும் கோரத்தாண்டவ மாடுகிறது. தொழிலாளர்கள் தங்களுக்கு உள்ள உட்சாதி முரண்பாடுகளைத் தாண்டி "மானமும் அறிவும்" கொண்டவர்களாக இயல்பாக உருவெடுக் கிறார்கள். வழக்குகள் பொய்களாகி, தலைவர்கள் சட்டமன்ற உறுப்பினர்களாக, உள்ளாட்சித் தலைவர்களாக மாறுவதோடு நாவல் நிறைவுறுகின்றது.

இப்படியான நேர்கோட்டில் பார்த்தால் இது ஒரு அரசியல் நாவல். ஆனால் இதில் உழைக்கும் மக்களின் வாழ்க்கை அசலாகப் பதிவாகின்றது. உழைப்பு, உழைப்பின் பெருமிதம், சகமனித அன்பு, காதல், குடும்ப உறவுகள், நம்பிக்கைகள், சத்தியாவேசம், பொதுநல நாட்டம் ஆகியன சமூகப் பண்பாட்டுப் பின்னணியோடு நாவலின் யதார்த்தமாகின்றது.

ஏசுவடியா என்ற தோல் ஷாப்பு தொழிலாளி இறந்து போகிறார். அவரின் கணவன் ஆசீர் என்கிற ஆசீர்வாதம் தோல் ஷாப்பின் நுட்பமான வேலை செய்யும் திறமையான தொழிலாளி. பிணம் காத்துக் கிடக்கிறது. அடக்கம் செய்யப் பணம் இல்லை. அன்பு வாழ்க்கைக்கு இலக்கணமாய் திகழ்ந்த தாம்பத்யம். வேறு வழியின்றி தோல் ஷாப்பு முதலாளி அஸன் ராவுத்தரிடம் தனது பிஞ்சு மகன் ஓசேப்பையும் கூட்டிச் சென்று கெஞ்சுகிறான். முதலாளியோ

விரட்டியடிக்கிறான். கைவிரிக்கிறான். அப்போது அவன் கண்ணில் பச்சிளம் பாலகனான ஓசேப்பு படுகின்றான். அவனை விசாரிக்கிறான் முதலாளி. "பங்கு சாமியார் நடத்துற பள்ளிக்கொடத்துக்குப் போயிட்டு வாரான். ஏதோ நாலு எழுத்து படிச்சா நம்மளாட்டம் நொம்பலப்பட வேண்டாம் பாருங்க" என்கிறார் ஆசீர்.

"லே, பள்ளுப் பறை எல்லாம் என்னைக்கு பள்ளிக்கோடம் போய் படிச்சாவ, படிப்புத்தான் ஏறுமா. நீங்க எல்லாம் ஒழைக்கப் பொறந்தவங்க. ஒம்மகன் படிச்சுக் கலெக்டர் ஆகப்போரானாக்கு" (ப.44) என்ற முதலாளி 15 வெள்ளிக்காசுகளுக்கு முறி எழுதி ஓசேப்பை வாங்குகிறான். ஏசுவடியானின் பிணத்துக்காக ஆசிரும் ஓசேப்பும் அடிமையாகிறார்கள். இது தொடரும் அவலம். அருக்காணி தனது பெற்றோரும் தானும் முறி எழுதிக் கொடுத்ததை இப்படி கூறுகிறாள். "இந்தப் பாழாப்போன தோல் ஷாப்புலே நனவுக் குழியிலே நிண்டு நிண்டு, கையும் காலும் அபவி குட்ட கண்டதாட்டம் உடம்பு உப்பி ஊட்டுலே மொடங்கிக் கெடக்குதே. எங்கப்பன் ஆண்டிச்சாம்பான், முடிக்கழிவுலே காலமெல்லாம் நிண்டு, மூச்சுத் தெணறி, இப்போ ஈழல் நோயாளியாகிப் போய், பாயும் கையுமா ஆயுப்போச்சுதே எங்க ஆயி அல்ல", இப்படி அடிமைப்படுத்தப்பட்ட ஜனங்கள் வீறுகொண்டு எழுவது நாவலில் தூக்கலாக சித்திரிக்கப்படுகிறது. காமவெறியனான முஸ்தபா மீரான் தோல்ஷாப்பில் இருக்கும் எல்லாப் பெண்கள் மீதும் கைவரிசைக் காட்டுபவன். கட்டுமஸ்தான உடம்புகொண்ட மாடத்தி என்ற தொழிலாளியை அணுகுகிறான். ஆண், முதலாளி : சாதி, மதத்தில் உயர்ந்தவன். அடங்கிப் போவதைத் தவிர வழியில்லை. மாடத்தி உடன்படுவது போல ஒப்பி தனியாக ஓரிடத்திற்கு வரச்செய்கிறாள். மது குடித்து, பிரியாணி சாப்பிட்டு கிறக்கத்தில் இருந்த அவன் அவளை நெருங்குகிறான்.

"அவன் ஸ்பரிசம் பட்டதுதான் தாமசம் வேசை மவனே"! என்று குரல் எழுப்பியமட்டில், அவனது டர்க்கிக் குஞ்சம் போட்ட குல்லாவைத் தட்டி விட்டாள். அவனது மொட்டைத் தலையை இரு கரங்களாலும் பிடித்து கழுத்தை வளைத்துத் தனது திடமிக்க தொடைகளுக்கு மத்தியில் வைத்து அழுத்தினாள். அவன் திணறினான். முஸ்தபா திமிறிவிடக்கூடாது என்பதற்காக, அவளை அறியாமலே வெட்டப்பட்ட ஆட்டுக்கிடாயைப் போன்று துடிதுடித்து நின்ற முஸ்தபாவின் ஆண்குறியையும், வெதர்களையும் தனது கரங்களால் பலம் கொண்ட மட்டும் அழுத்தலானாள். "ஏண்டா சாண்டக்குடிக்கி" என்று கோபம் தாளாமல் தூஷணமாகக் கத்தினாள். பாதங்களால்

அவனது முகத்திலும் தலையிலும் மாறி மாறி தொழி மிதிப்பது போல் மிதித்தாள்.

"சீற்றம் கொண்ட பத்திரகாளியாக நின்றவள், "ஏண்டா", பொட்டச்சிண்டா அம்புட்டு எளக்காரமோ, பறச்சி, சக்கிலிச்சிண்டா நீங்க கையப்புடிச்சா படுக்கணுமோ பல பட்டறப்பயல பொழச்சுப்போ. இதை வெளிய சொன்ன பொம்பள கவட்டுக்குள்ளே திண்டாடுள பயண்டு காறித்துப்புவாங்க. எங்கிட்டே இனி வச்சுக்கிட்டே அங்கேயே ஒன்ன வெரட்டி வெரட்டி அடிப்பேண்டா தேவடியாளுக்குப் பொறந்த பயலே" *(ப.14 -15).*

இந்த மனத்துணிவும், செயற்பாடும் மாடத்தியைக் கண்டால் கடைசி வரை முஸ்தபாவை கலங்கடித்து விடுகிறது. இந்நாவலில் பெண்கள் தன்னுணர்வு பெற்றுப் பேசுவது, போராடுவது, வாழ்வது மிக நுட்பமாகவும் வீரியமாகவும் வெளிப்படுகின்றது. "நாங்க எளிய சாதிதான். அதுக்கோசரம் வெத்திலைக்கும் போயிலைக்கும் ஒரு கிராம் சாராயத்துக்கும் நாங்க எங்கள வித்துக்க மாட்டோம்." *(ப.33)* என்று காவல் நிலையத்தில் மிக இயல்பாகப் பேசும் *(சக்கிலிச்சி)* சிட்டம்மாள். முஸ்தபா மீரான் தன்னை வன்கொடுமை படுத்தும்போது,

"பொட்டச்சிக்கு கோபம் வந்தா பூமியே தாங்காதுடா தொடங்கா" *(ப.273)* என்று அம்மி குளவிக்கல்லை எடுத்துப்போட்டு அவனைச் சடலமாக்கிவிடுகிறாள். இவ்விடத்திலும் யாருமற்ற இடத்தில் தனியொருத்தியாகவே அவனை எதிர்கொள்வதாகப் படைத்திருக்கிறார். பெண்ணின் சுயமும் சத்தியாவேசமும் இங்கே வெளிப்படுகின்றன. அடித்தள மக்கள் மட்டுமல்ல. இடைநிலைச் சாதியைச் சேர்ந்த முத்துப் பேச்சிகளும் பெண்மை விழிப்புற தாண்டவமாடுகிறார்கள். சண்டியரான சந்தனத்தேவன் சிறைப்படுத்தி மணம் செய்து கொள்கிறான். மூன்று ஆண்டுகள் ஆகியும் பேச்சி இளகவில்லை. ஒருநாள் அடியாளாகப் போய் தொழிலாளர்களிடம் தர்ம அடிவாங்கி உயிர்பிச்சைப் பெற்று வீட்டுக்கு வருகிறான். தன் வீரத்தை மனைவி முத்துப்பேச்சியிடம் காட்டுகிறான். அவள் சீறி எழுகிறாள்.

"சீ நீயெல்லாம் ஆம்பளையாடா... பொட்டச்சிய அடிக்கிற பேமானி"... இந்த மானங்கெட்ட பொழப்பு பொழைக்ககோசரம் உடன் பொறந்தவளை நாலுபேருக்குக் கூட்டிவிட்டுப் பொழப்பு நடத்தலாம்டா... நீயும் மாண்டாம். நீ கட்டின தாலியும் மாண்டாம்". *(ப.321)* என்று வீட்டைவிட்டு வெளியேறுகிறாள். ஊடே பயப்படக் கூடிய சந்தனத்தேவன் மூச்சடங்கி நிற்கிறான்.

இது நாட்டார் மரபு. தாலி, கற்பு, கட்டுப்பாடு இத்தியாதிகள் பெண்ணின் ஆவேசத்தில் சுக்கு நூறாகின்றன. நகரசுத்தி தொழிலாளர் களிடம் எப்போதோ கொஞ்சம் கடன் கொடுத்து அதற்கு ஈடாக தொடர்ந்து வட்டி வசூல் செய்யும் கேடிகள். கடனும் அடையாமல், வட்டியும் அடையாமல் பெண்டு பிள்ளைகளைக் காம இச்சைக்கு காவு கொள்ளும் கொடூரம். கழுவன் என்கிற கழுவத்தேவன் முதலாளிகளின் அடியாள். வட்டிக்கு விட்டு அக்கிரமம் செய்பவன். ஒருமுறை செல்லி என்கிற பச்சிளம் பெண்ணை தாய் தகப்பன் முன்பே துகிலுரியும் கொடுமை.

"வட்டிக்கோசுரம் என்னையத்தான் அடுமையாக வச்சிருக்கையே சாமி. எம்புள்ளைய விட்டுப்போடு. பச்சைப் புள்ளை தாங்காது" எனத் தாய் வீராயி கெஞ்சுகிறாள். "ஏளா, ஒங்கூடப்படுத்துப்படுத்து மனிசனுக்கு அலுப்புத் தட்டிப் போச்சுது. அதான் சமஞ்ச குமரியக் கேக்கறேன். கிராக்கி பண்றியே. மண்ணுதிங்கர ஒடம்பை மனிசன் அனுபவிச்சா என்ன அழுகிப்போவப் போரது. ஒம்மவ என்ன ராசாவூட்டுப் பெண்ணா" என்கிறான் கழுவன். *(ப.188)* "வாய்மூடி கடம் போல் நிற்கும் தன் கணவன் சுப்பவாடனைப் பார்த்து, ஓரோ தொங்கா, நீவு ஆம்புளை தானா. நீவு எனக்குப் புருஷனா, இல்லே செப்புண்டி புள்ளெயப் புடிச்சு இழுக்கறான. குத்துக்கல்லா நிக்கறே சாண்டக்குடிக்கி" *(ப.190)* என ஆவேசப்படுகிறாள் வீராயி.

கண்முன் மனைவி மக்களை சோரம் கொள்வதைப் பார்த்து, காலம் காலமாக அடிமையுற்றிருந்த சுப்பவாடன், "ஏய் தொங்கா, தேவடியா மவனே எனக் கர்ஜிக்கிறான்." "ஒஞ்சங்கைக் கடிச்சு ரெத்தம் குடிக்காம உடமாட்டேன். எங்கொடுக்க ஒனக்கு வப்பாட்டியா?" *(ப.193)* எனச் சீறியெழுந்து கழுவனை துவம்சம் செய்கிறான். இது அறச்சீற்றமாக நாவலில் பதிவாகின்றது. இப்படிப் பல இடங்களில் ஒடுக்குமுறை களுக்கு எதிரான செயல்பாடுகள் நாவலில் இடம்பெறுகின்றன.

எதிர்பார்ப்பற்ற உள்ளப்பூர்வமான காதலுக்கும் நாவல் இடமளிக்கிறது. ஓசேப்பு - அருக்காணி காதல் போற்றுதலுக்குரியது. சங்கரன் - வடிவாம்பாள் காதல் செவ்வியல்தன்மை கொண்டது. ஆசீர்வாதமும் - ஏசுவடியாளும் வாழ்கிற காதல் வாழ்வு அற்புதமானது. ஏசுவடியாள் பச்சிளம் பாலகனை விட்டுவிட்டு மரணமடைகிறாள். குழந்தை ஓசேப்புக்கு வளர்ப்புத்தாயாகி அன்பை வாஞ்சையைப் பொழிகிறாள் தாயம்மா. ஊரே தாயம்மா - ஆசிரை இணைத்து நினைக்கிறது. தாயம்மாவும் பிரியப்படுகிறாள். ஒரு நாள் மீன்குழம்போடு வந்து தன்

எண்ணத்தை வெளிப்படுத்துகிறாள். ஆசீர் மறுக்கிறான். "ஏசுவடியா மட்டும்தான் பொம்பளையா நாங்களெல்லாம் ஓங்கண்ணுக்குப் பொம்பளையாத் தெரியலையா" (ப.51).

"தாயம்மா, நா, என்ன செய்வேன் என் நெஞ்சுக்குள்ளே அந்தச் செருக்கி மவ ஏசுவடியா அல்லாம வேறு எந்தப் பொம்பளைக்கும் எடம் கெடையாதே. பரலோகத்திலே அவ எனக்காக வேண்டி காத்திருப்பா. நியாயத் தீர்ப்பு அண்ணெக்கி ஆண்டவனுக்கு நா என்ன பதில் சொல்ல முடியும்." (ப.53) என்கிற ஆசிர் கல்லறைத் தோட்டத்தில் முழங்காலிட்டு ஏறக்குறையப் பைத்தியம் போல் செத்துப் போகிறான். இது அமரத்துவக் காதல் இன்றி வேறென்ன?

நாவலின் கலை அழகியல் தன்மை என்று பார்த்தால் இந்நாவலில் எதிர் அழகியல் கூறுகள் நிரம்பி நிற்பதைக் காணலாம். ஒரு வித கலக மொழி வீச்சாக வெளிப்படுகின்றது. நாவலாசிரியரின் வயது காரணமாக தன்னையறியாமல் சண்டாளன் போன்ற வார்த்தைகள் அடிக்கடி வந்து போகின்றன. நயனங்கள் போன்ற புரோகித மொழியும் அங்கொன்று இங்கொன்றுமாக எட்டிப்பார்க்கிறது. ஆனால் நாவல் முழுக்க குடிமைச் சமூகத்தை இடைமறித்து கேள்விக்குள்ளாக்குவது சிறப்பாகவே உள்ளது.

பன்றியை உலக்கையால் அடித்து, நெருப்பில் வாட்டி, உரித்தும் உப்பும் மஞ்சளும் தடவுவதை மிக நேர்த்தியாக விவரிப்பது ஒன்றே எதிர் அழகியல் உணர்வுக்குச் சான்று. "ரோமக்கற்றை உருகி வெளுப்பும் கருப்புமாகத் தென்படும் பன்றியின் மார்பிலும், நெஞ்சிலும், ஒசேப்பு மஞ்சள் தடவி பன்றியின் உடலுக்கு மெருகூட்டவும், பன்றியின் உடல் மினுமினுப்புக் கொடுத்தது. அப்போது அவனுக்கு அருக்காணியின் நினைப்பு திடீரென்று ஏற்பட்டது. அவளது மஞ்சள் பூசிய முகம் இப்படித்தான் பளபளக்கும் (ப.181).

பிணம் எரிக்கும் காக்கையன் ஓர் கதை சொல்லி. அவன் மனைவி வனப்பேச்சி. கிழவனின் மேல் பிணவாடை அடிப்பதாக நையாண்டிப் பேசுகிறாள். அதற்கு காக்கையன். "இவளுக்கு எங்கிட்ட படுக்கதுக்கிள்ளாற பொணவாடை அடிச்சு ஓங்கரிக்க வருதுண்ணா மனிச சீவாத்தி மண்ணிலே உருவான நா முதலா, சுடகாடே கதிண்டு அலையுதானே சிவனாண்டி (சிவபெருமான்) அவங்கூடப் படுக்க பார்வதிக்கு எப்படி இருக்கும். எம்புட்டு ஓங்கர்ப்பு வந்திருக்கும். செருக்கி மவ, அந்தப் பரதேசியோட படுத்து ரெண்டு புள்ளைகளையும் பெத்துப் போட்டுருக்காவ்ளோய் (ப.65) எனத் தொன்மம் வழியாக நடப்பு விமரிசனம் நடந்தேறுகின்றது.

சேரிப்பொணம் சென்றால் பாதையும் சாமியும் தீட்டுப்படும் எனத் தடுக்கும்போது, பிராமண இளைஞன் சங்கரனும், ஆங்கிலேய கலெக்டர் வாட்ஸனும் பிணத்தை தோள்களில் சுமக்க ஊர்வலத்தில் சேரி மக்கள் பங்கேற்கிறார்கள். புதுத்தெம்புப் பிறக்கிறது. அப்பொழுது சுடலை என்ற சேரி சாமியாடி, நான் சுடலையைக் காப்பவண்டா பிணம் தூக்கிச் சாமிடா. ஒங்க ஆண்டவனுக்கு ஆண்டவன்டா எம் பாதையிலே எவம் வந்தாலும், கொடலை உருவி மாலையாய் போடுவன். ஏ கருமாரி நாம் பொணம் திண்ணி, ஒன்னையே விழுங்கி ஏப்பம் போடுவேன் (ப.116) எனக் கூக்குரலிடுவது ஆதிக்கத்தனத்திற்கு எதிரான எதிர்ப்புணர்வின் உச்சம்.

சண்டாளி முண்டை, சாண்டக்குடிக்கி, வக்காழி, வக்காலஓழி, தேவடியாமவனே, தாயழி, மூதேவி... என வசைச் சொற்கள் ஆங்கார மனவெளிப்பாடாய் நாவலில் பதிவாகின்றன. இவையனைத்தும் இந்நாவலின் எதிர் அழகியல் தன்மைகள் எனச் சுட்டத்தக்கவை. வேதப்பறையர், பறையர், சக்கிலியர் ஆகிய ஒடுக்கப்பட்ட சாதி ஏற்றத்தாழ்வுகள் நுட்பமாக முன்வைக்கப்பட்டு விமர்சிக்கப்படுகின்றன. சமயங்கள், சாதிகளிடம் சரணாகதி அடைவது சுட்டப்படுகின்றது. இடைநிலை சாதி மற்றும் கிறித்து, இஸ்லாம் மதத்தவர்களின் சனநாயகத் தன்மை, சாதியாதிக்கத்துக்கு எதிரான கருத்தியல் ஒடுக்கப்பட்டோர் விடுதலையில் ஒன்றிணைவதன் அவசியம் செயல்பாட்டளவில் பதிவு செய்யப்படுகின்றது.

சுந்தரேச அய்யர், வைத்தியநாத அய்யர் போன்ற காந்திய வாதிகளின் உண்மையான நிலைப்பாட்டால் சங்கரன் போன்றவர்கள் பூணூல் துறந்து கம்யூனிஸ்ட் ஆவது நடைபெறுகின்றது. தலைமறைவு வாழ்க்கையில் கம்யூனிஸ்ட் தலைவர்களின் நேர்மையும் ஒழுக்கமும் அர்ப்பணிப்பும் நாவலில் முக்கியப் பதிவாகின்றது. நாவலின் நாயகர்கள் சாதாரணமானவர்கள், இயல்பிலேயே உருவாகி தலைமைக்கு வருபவர்கள். தனித்தன்மைகளால் போராட்டத்தின், விடுதலையின் குறியீடாகி, நிற்கிறார்கள். விடுதலைக்கு முன்னும் பின்னும் அரசதிகாரமும் காவல்துறையும் மக்கள் விரோதத்தன்மைகளோடே இருப்பது தெளிவாக உணர்த்தப்படுகின்றது.

தோல் ஷாப் தொழிலாளர்களில் தொடங்கி நகரசுத்தி, விவசாயத் தொழிலாளர்கள் வரை தொழிலாளர் இயக்கம் பரவுகிறது. உழைக்கும் மக்கள் அரசியல் அதிகாரம் பெறுவதோடு நாவல் நிறைவடைகின்றது. இது ஒரு வகை மாதிரிதான். தமிழகத்தின் இந்தியாவின் ஒட்டுமொத்த உழைக்கும் மக்களின் வாழ்க்கையும் இப்படித்தான் அதிகாரங்களின்

ஆதிக்கங்களின் பிடியில் சிக்கித் தவிக்கிறது. மனசாட்சி உள்ளவர்களை நிச்சயம் அதிர்ச்சிக்குள்ளாக்கும் இந்நாவல். ஒட்டுமொத்த சமூக விடுதலைக்கு அரசியல், பொருளாதாரம் எவ்வளவு முக்கியமோ அவ்வளவுக்கு தன் மரியாதை சார்ந்த பண்பாடும் அவசியமானது என்பதே நாவலின் எடுகோள் எனலாம். வணிக, தரகு, பிழைப்பு அரசியலுக்கும் நுகர்வுப் பண்பாட்டுக்கும் மாற்றான எதிர் கருத்தியலை உரக்கவும் கலையழகியல் தன்மைகளோடும் முன்வைக்கிறது தோல். யதார்த்த எழுத்தின் வீரியத்தை மீண்டும் நிலைநாட்டுகிறார் நாவலாசிரியர் டி.செல்வராஜ்.

- செல்வராஜ். டி, தோல், நியூ செஞ்சுரி புக் ஹவுஸ்(பி)லிட், அம்பத்தூர், சென்னை - 600098, முதல் பதிப்பு: 2010, மூன்றாம் பதிப்பு: ஜூலை 2013.

6

எழுத்து வாழ்க்கை: வண்டல்

சோலை சுந்தரபெருமாள் (09-05-1953 - 12-01-2021) தொண்ணூறுகளில் எழுத வந்தார். தொடக்கத்தில் வழக்கமான எழுத்து போலவே தொடங்கினார். கலைமகள் போன்ற இதழ்களில் அறிமுகமானார். பின்னர் தனக்கெனத் தனித்த எழுதுமுறையை உருவாக்கிக் கொண்டார். இவரின் சிறுகதைகளும், குறுநாவல்களும், நாவல்களும், கீழத் தஞ்சையைக் கதைக்களமாகக் கொண்டமைந்தன.

திருவாரூர்ப் பகுதியின் ஊர்ப்புற மக்களின் பேச்சு மொழியைத் தன் படைப்பு மொழியாக்கிக் கொண்டார். மருத நிலத்து உழுகுடிகளைப் பற்றியே எழுதினார். கரிசல், நாஞ்சில் போல தன் நிலத்தின் பண்பாட்டு முறைமையை 'வண்டல்' என முன்வைத்தார். அதுவரை காவிரியின் மேற்குப் பகுதியான (மேலத்தஞ்சை) வாழ்க்கையே நவீன இலக்கியத்தில் அதிகமும் பேசப்பட்டது. இவர் கீழத் தஞ்சையின் மக்கள் வாழ்வியலைப் பண்பாட்டு, வரலாற்றுப் பின்புலத்தில் எழுதத் தொடங்கினார்.

வெண்மணிக் கொடுமையைக் குறிக்கும் 'செந்நெல்' ரெட்டிப் பா்ளைய உரிமை மீறலைப் பற்றிய 'தப்பாட்டம்', நந்தனின் வரலாற்றைப் பேசும் 'மரக்கால்', திருஞான சம்பந்தரை மையப்படுத்திய 'தாண்டவபுரம்' போன்று ஆவணத்தன்மை மிக்க நாவல்களை அவர் அளித்தார். 'நஞ்சை மனிதர்கள்' நாவல் தொடங்கி அவரின் சிறுகதைகளும் நாவல்களும் கீழத்தஞ்சையின் 'பண்பாட்டை' எழுதும் கலையாகவே அமைந்தன எனலாம்.

அவரின் அரசியல் உள்ளடக்கம், சமூகப் பார்வை ஆகியவற்றின் ஊடாக இப்பகுதி மக்களின் பண்பாட்டு வாழ்க்கை இரத்தமும் சதையுமாகப் பதிவாகும் முறை கவனிக்கத்தக்கது.

'வண்டல் இலக்கியம்' என்பது ஒடுக்கப்பட்ட வேளாண் மக்களுக்கான இலக்கியம். சாதியாலும், பொருளாதாரத்தாலும் ஒடுக்கப்பட்டுக் கிடந்த, கிடக்கிற மக்களின் வாழ்க்கையை அவர்களின் மொழி, சொலவடைகள், தொன்மங்கள், பண்பாட்டுக் கூறுகள், நம்பிக்கைகள், போராட்டங்கள், மருத நிலத்தின் தொன்மை... இவை எல்லாவற்றையும் நசிவுக்கு உட்படுத்திய ஆதிக்க சக்திகளின் தந்திரங்கள்

அனைத்தையும் வெளிப்படுத்துவதுதான் வண்டல் இலக்கியம். பொத்தாம் பொதுவாக எழுதுகிறவர்களெல்லாம் வண்டல் இலக்கிய வாதியாகிவிட முடியாது. 'சோழநாடு சோறுடைத்து' என்கிறோம். இன்றைக்கு நிலை என்ன? நாம் உட்கார்ந்து பேசிக் கொண்டிருக்கிற இந்த மண், முப்பது ஆண்டுகளுக்கு முன், சங்க இலக்கியத்திலே மருத நிலத்தை எப்படி சொல்கிறார்களோ அப்படியான அற்புதமான மண். இந்த மண் மணக்கும். ஆனால், இன்று வறண்டு கிடக்கிறது. நெல் விளைந்த பூமியிலே காட்டாமணியும், கருவேலையும் மண்டிக் கிடக்கிறது. விவசாயி பட்டினியாலே சாகிறான். எலிக்கறி தின்று உயிர் வாழ்கிறான். இந்தியாவுக்கே சோறு போட்டவன் சோற்றுக்கே தட்டேந்தி நிற்கிறான். இந்த எதார்த்தத்தைச் சொல்கிற இலக்கியம்தான் "வண்டல் இலக்கியம்" என ஒரு பேட்டியில் சோலை சுந்தரபெருமாள் கூறுகிறார். இந்த நோக்கு கவனிக்கத்தக்கது.

நஞ்சை மனிதர்கள்

'நஞ்சை மனிதர்கள்' நாவல், பாட்டி, மகள், பேத்தி என்று மூன்று தலைமுறைப் பெண்களை வைத்து நஞ்சை நில வாழ்வியலைச் சித்தரிக்கும் நாவல். முதல் உலகப்போரில் தொடங்கி 1977இல் எம்.ஜி.ஆர் ஆட்சியமைப்பது வரையான காலக்கட்டத்தில் நாவல் நிகழ்கிறது. வெட்டாறு, வாளவாய்க்கால் ஆகிய இரு வாய்க்கால்கள் (ஆறுகள்) பாயும் முப்பத்தாறு வேலி பாசனநிலம் கொண்ட ஆலங்குடி எனும் கிராமமே கதைக்களம். இதைச் சுற்றியுள்ள எலங்குடி, காவனூர், அக்கரை, தண்டலை, பெருந்தரக்குடி, தேவர் கண்ட நல்லூர், வேப்பந்தாங்குடி, மூலங்குடி, பூந்தாழங்குடி, மாவூர் ஆகிய கிராமங்கள் அடங்கிய நிலவியல் எல்லையில் நாவல் வளர்கிறது.

நிலவுடைமையின் சரிவையும், நிலவுடைமை உறவுகளின் சீரழிவையும், சமூக மாற்றங்களையும் இந்நாவல் துலக்கமாகக் காட்டுகிறது.

காத்தையாப்பிள்ளை பெரும்பண்ணையார், அவருக்கு கோவிந்த சாமிப்பிள்ளை, சோமுப்பிள்ளை என்று இரண்டு மகன்கள். இருவருக்கும் போட்டிப் பொறாமைகளால் பங்காளிச்சண்டை. கோவிந்தசாமி சூதுவாது மிக்கவர், ஆதிக்கக் குணம் படைத்தவர். சோமு பெண் சபலமிக்கவர், என்றாலும் பொது நியதிகளுக்குக் கட்டுப்பட்டவர். கோவிந்தசாமி சொத்தாசையால் சூழ்ச்சி செய்கிறார். தன் தம்பி சோமுவின் மூத்தமகன் கோபாலை பர்மாவுக்கு போகச் செய்துவிடுகிறார். இளைய மகன் வெள்ளைச்சாமிக்கு தன் மகள் பாக்கியத்தின் மகளான அங்கம்மாவைத் திருமணம் செய்து வைத்து தன் கைக்குள் கொண்டுவருகிறார்.

பெண் சபலமும் குடிப்பழக்கமும் கொண்ட சோமுப்பிள்ளை தன் மனைவி நீலாயதாட்சியை ஒதுக்கிவிட்டு, சிக்கல் சரோஜா, நாகப்பட்டினம் கூத்துக்காரி லலிதா போன்ற பெண்களோடு சரசமாடுகிறார். லலிதாவை வீட்டுக்கே அழைத்து வருகிறார். வெள்ளைச்சாமியின் ஒரே பிள்ளையான குப்புசாமியை திருவாரூர் ரத்தினம்பிள்ளை தத்து எடுத்து ஆதரவு தருகிறார். என்றாலும் தொடர் அவமரியாதைகளால் வெள்ளைச்சாமிக்கு மாமனார் வீட்டு உறவு கெடுகிறது. கோவிந்தசாமிப் பிள்ளையின் நயவஞ்சகச் செயல்களால் ஊரில் பெயர் கெடுகிறது. இந்நிலையில் கிராம பரிவட்ட உரிமை வெள்ளைச்சாமிக்குக் கிடைக்கிறது. இதைப் பொறுக்காத கோவிந்தசாமிப் பிள்ளை, தன் சகோதரனான சோமுப் பிள்ளையை வெட்டிக் கொலை செய்துவிடுகிறார். வெள்ளைச்சாமியின் மகன் குப்புசாமி, தாத்தா சோமுப்பிள்ளை போல பெண்மோகம், போதையில் சீரழிகிறான். அவனுக்கு சாவித்திரியோடு திருமணம் நடக்கிறது. காயத்திரி, நவனீதம், கிருஷ்ணவேணி... எனக் குழந்தைகள் பிறந்தும் பொறுப்புணர்வு பிறக்கவில்லை. நகைக் கேட்டு கர்ப்பிணியாக இருந்த மனைவியை அடிக்க அவள் இறந்து போகிறாள். குப்புசாமி அரசியல் கட்சியில் பொறுப்புக்கு வருகிறான். ஊரே அவனை வரவேற்க நிற்கிறது. அவன் வீட்டிலோ தந்தை வெள்ளைச்சாமி, தன் பேத்திகளோடு வயலில் வேலை செய்கிறார். மகள் காயத்திரி தன் பெயருக்கு முன் தந்தைப் பெயரை எடுத்துவிட்டு தாயின் பெயரை இட்டுக்கொள்கிறாள். ஏனைய பிள்ளைகள் தந்தையைக் கண்டதும் கதவைச் சாத்திக்கொள்கின்றனர். குப்புசாமி வெறுமையை உணர்கிறான். இது குடும்பக் கதைப்போலத் தோன்றினாலும் பெண்களை மையமாக வைத்து ஒரு காலகட்டச் சமுதாயத்தைப் பதிவு செய்வதைக் காணலாம்.

சோமுப்பிள்ளைக்கு எதிராக உட்காராத அவர் மனைவி நீலாயதாட்சி, வெள்ளைச்சாமியோடு இணைந்து வண்டியில் செல்லும் அவர் மனைவி அங்கம்மா, தன் கணவன் குப்புசாமி கொடுக்கும் பத்திரத்தை வாங்க மறுக்கும் சாவித்திரி, தந்தைப்பெயரைத் தன் முன்னொட்டாகச் சொல்ல மறுக்கும் காயத்திரி... எனப் பெண்களின் தலைமுறை வளர்ச்சியும் மாற்றமும் நுட்பமாகச் சித்தரிக்கப்படுகிறது.

வேலிக்கணக்கில் நிலத்தை ஆட்களை வைத்து பண்ணையம் செய்தவர்கள் “எல்லா நிலங்களும் போனபின் 15 மா நிலத்தை வேலையாள் கூட வைக்காது பேத்திகளோடு விவசாயம் செய்யும் வெள்ளைச்சாமிப்பிள்ளை” என மாறுவது சமூக மாற்றத்தின் துல்லிய யதார்த்தம் நிலவுடைமை, உறவுகள் சீர்குலைகின்றன.

பெண்கள் சமூகத்தில் இருந்த நிலையும், நிகழ்ந்த மாற்றங்களும் 'நஞ்சை மனிதர்கள்' நாவலில் ஆங்காங்கே பதிவாகின்றன.

சமூகக் கட்டுப்பாடு பெண்களின் சுயக்கட்டுப்பாடாக ஆகிநின்றது. திருவாரூரில் நடக்கும் குடமுழுக்குப் பார்க்க ஆசைப்படுகிறாள் மகள். அம்மா மறுமொழி, மறுப்பாக அமைகிறது.

"அம்மா! அய்யர் வீட்டுப் பாமாவோட திருவாரூர் முழுக்குக்குப் போயிட்டு வாரம்மான்னு ஒரு நா பெத்தவக்கிட்ட அங்கம்ம கேட்டுட்டா. என்னாடி நம்ம சாதியில பெரிசான பொண்ணு நெலப்படி தாண்டிப் போறது உண்டா? ஒன் அப்பாவுக்கு இப்படி நீ கேட்டேன்னு தெரிஞ்சாவேப் போதும் உன்ன குறுக்கப்புடுச்சி கிழிச்சுப் போடுவாரு. ஒப்பாரு வராம நான் அடுத்த தெருவுக்குப் போயிருப்பேனாடி..." (ப.27)

சாவித்திரியின் மூன்றாம் தலைமுறையில் கூட விரும்பிய ஆடையை அணியும் சுதந்திரம் இல்லை. *"சாவித்திரி இந்த ஆசை யெல்லாம் உட்டுப்புடு நீ என்ன கூத்துக்காரியா? கரு நீலத்தில் ஜிகினா வச்ச மஞ்ச ஜாக்கெட்டுப் போட்டுக்கிட்டு என்னோட வர... என சாவித்திரி கண்ணாலம் கட்டிக்கிட்ட பத்தாம் நாளு அவ ஆசைப்பட்டத சொல்லிக் கேட்டதுக்குத் தான் இப்படிச் சொன்னான்" (பக்.179 -180)*

சாதி ஆதிக்கம் மட்டுமல்ல ஆணாதிக்கமும் மோசமான நிலவுடைமை முறைமை. அதனை நுட்பமாகச் சோலை எழுதி விடுகிறார்.

"ஏ நீலா! ன்னு சோமுப்புள்ள கூப்பிட்டாப் போதும் அது கையில எது இருந்திச்சோ இல்லையா போட்டுட்டு ஓடிப்போயி ஏன்னு கேட்டுப்புடும் இல்ல... அவரு கையில எது கெடைச்சிச்சோ அத எடுத்து சரியா பதம்பாத்திடுவாரு. ரெத்தவிளாருதான் எப்பப் பார்த்தாலும். ஒடம்புல போட்டிருக்கிற துணிமணி தொளதொளப் பாத்தான் இருக்கனும். கொஞ்சம் இறுக்கமாகவோ, வெலகினது போலவோ இருந்துட்டாப் போதும். என்னாடி. ஆம்பள மோப்பம் புடிச்சிக்கிட்டு நிக்கிறியாடின்னு கும்பபூசைப் போட்டு புடுவாரு. தாலி கட்டின மனையில சேந்து அவரோட ஒக்காந்த நீலாயதாட்சி அதுக்குப் பொறவு ஒரு நாளாச்சியும் புருஷனோட சமதையா ஒக்காந்து அறியாதது தான்" *(ப.32)*

இத்தனைக்கும் சோமுப்பிள்ளை குடி, கூத்தி என்று திரிந்தவர்! திருமணத்திற்கு முன் பெண்கள் வெளியே செல்ல முடியா நிலை. திருமணத்துக்குப்பின் திரை போட்ட வாழ்வு.

"அங்கம்மா எங்க வெளியே தெருவ போயிருக்கா? எட்டு வயசு வரைக்குமாச்சும் அப்புடி அந்தாண்ட எடுத்தடி வைக்கலாம். அவ என்னிக்கு ஆளானாளோ. அன்னிக்குலருந்து நெலப்படிய யாரு தாண்டவிட்டா? கூப்பிட்ட தூரத்தில கேக்கிறாப்போல இருக்கிற அங்காளம்மன் திருவிழாவுக்குக்கூட அவ அம்மாக்காரதுதான் வண்டி கட்டிக்கிட்டு அழைச்சிட்டு வரும். அப்பகூட அந்தப்பக்கம் இந்தப் பக்கம் பார்க்கமுடியாது. வண்டிக்குத் திரை போட்டுக்கிட்டுதான் போவனும். அதுல ரொம்ப கெடுபுடியா இருப்பாரு அங்கம்மாவோட பாட்டன் கோவிந்தசாமிப்பிள்ளை" *(பக்.53-54).*

செந்நெல்

*1968*ல் கீழவெண்மணியில் *44* மனிதர்கள் உயிரோடு எரிக்கப் பட்டார்கள். இது விவசாயக் கூலிகளான ஒடுக்கப்பட்ட மக்களுக்கும் நிலவுடைமையாளர்களுக்கும் இடையேயான மோதலின் விளைவு. விவசாயத் தொழிலாளர்களுக்கு சங்கம் அமைத்தது செங்கொடி இயக்கம். நிலவுடைமையாளர்களுக்கு ஆளும் வர்க்கமும் அதிகாரிகளும் துணைநின்றனர். கோபாலகிருஷ்ணநாயுடு எனும் கொடிய நிலவுடைமை யாளனே இந்நிகழ்வின் சூத்ரதாரி. கீழவெண்மணி குறித்து இந்திரா பார்த்தசாரதி 'குருதிப்புனல்' எனும் நாவலை எழுதினார். அது சிக்கலின் மையம் கோபாலகிருஷ்ண நாயுடு என்ற தனிமனிதனின் பாலியல் சார்ந்தது எனச் சொல்லிற்று. இது கடும் விமர்சனத்துக்குள்ளானது. இந்நிலையில்தான் இதே பகுதியைச் சார்ந்த, இந்நிகழ்வு குறித்து சிறுவனாய் இருந்தபோது அறிந்த சோலைசுந்தரபெருமாள் 'செந்நெல்' நாவலைப் படைத்தார். இதில் நாயகன், நாயகி எல்லாம் சங்கமும், செங்கொடி இயக்கமும்தான். கள ஆய்வு செய்து, உண்மை நிகழ்வுகளை உள்வாங்கி வர்க்கப்போராட்டப் பார்வையில் இந்நாவலைப் படைத்துள்ளார். இந்நாவல் உழைக்கும் மக்களின் வாழ்வியலையும், பண்பாட்டுக் கூறுகளையும் வெளிப்படுத்துகிறது.

விவசாயக்கூலிகள் கூலிஉயர்வு கேட்டுப் போராடியதற்கு நிலவுடைமையாளர்கள் திட்டமிட்டுக் கொடுத்தத் தண்டனைதான் வெண்மணிப் படுகொலையாகும். வெண்மணியைச் சுற்றி உள்ள ஊர்களான தேவூர், இரிஞ்சூர், இருக்கை, கடலாகுடி, கிள்ளுக்குடி, பெருந்தலக்குடி, ஆய்மழை, அய்யடிமங்கலம், சிக்கல், மணலி போன்ற பகுதிகளில் நாவல் நடைபெறுகிறது.

தொழிலாளர்களுக்கு ஆதரவாக பொதுவுடைமை இயக்கத்தின் நேரடிச் செயல்பாடுகளை இதில் சொல்லும் ஆசிரியர், பிற

அரசியல்வாதிகள், அரசு அதிகாரிகள் தொழிலாளர்களுக்கு எதிராக இருந்ததையும் பதிவு செய்கிறார். ஒடுக்கப்பட்ட மக்களிடம் உள்ள பள்ளர், பறையர் வேறுபாடுகளையும் நாவலில் சுட்டுகிறார்.

சிலம்பம் ஆடத்தெரிந்த வடிவேலு, கண்ணுச்சாமி போன்றோர் அடிபடுவதும், செல்வி கடத்தப்படுவதும் காட்டப்படுகிறது. கண்ணுச்சாமி போன்ற முன்னோடிகள் இருப்பினும் அனைவரும் சேர்ந்து இயக்கமாகி எதிர்ப்பதை நாவல் முன்வைக்கிறது. இயக்கத்தைச் சார்ந்தவர்கள் கோபப்படும்போதுகூட மாற்றார் சொத்தை அபகரிக்க வில்லை.

"வடிவேலு அந்தத் தலையாரிய கட்டிப்போட்டான். அந்த வீட்டுக்குள்ள இந்த சாமான்னு இல்லாம எல்லாத்தியும் முடிஞ்ச மட்டும் போட்டு நொறுக்கிட்டாங்க... நாலஞ்சி பத்தாயத்த ஒடச்சி இருந்த நெல்லை அள்ளி ரோட்டுல கொட்டுனாங்க..." *(ப.153)* அதே போல பழைய தலைமுறையினரின் கட்டுப்பாடும் நம்பிக்கையும் கூட மாறுபடுகிறது. வேலு நாடாரிடம் "ஆண்டே நீங்க போடுற உப்பத் தின்னுட்டுக் கெடக்கிற அடிமை நாங்க" *(ப.16)* எனச் சொல்லும் பெரியான், கணக்கப்பிள்ளை ராதாப்பிள்ளையிடம் "அந்தக் காசு எங்களுக்கு வேணாங்க பண்ணை அய்யாக்கிட்டக்கவே கொடுத்துக்குங்க" *(ப.137)* என எதிர்த்துப் பேச முனைகிறார்.

நெல் உற்பத்தியாளர் சங்கச் செயல்பாடுகளுக்கு பொதுவுடைமை இயக்கம் பதிலடி கொடுப்பதும், சில இடங்களில் விட்டுக்கொடுப்பதும், நாயுடுவின் செயல்களுக்குத் தொடர்ந்து எதிர்வினையாற்றுவதும் நிகழ்வை நோக்கி உந்தித்தள்ளுவதைச் சோலை நன்கு அமைத்துள்ளார்.

கோபாலகிருஷ்ணநாயுடு திருமணம் செய்து கொள்ளாதவர். ஆனால் பெண் மோகி. இதனை "ஒருத்திய கல்யாணம் பண்ணிக்கிட்டு அவகிட்ட மட்டும் அவருக்குப் புடிக்காமத்தான் அடாவடித்தனமா நெதம் ஒரு பொம்பளய கொண்டாந்து வச்சிக்கிட்டு இருக்கிறதும், சிலதுகள நாள் கணக்கில் வச்சிருந்துவிட்டு அனுப்பி வைக்கிறதும், சந்தர்ப்பத்தில் குடும்பத்தில் உள்ள பொம்பளங்களையும் விட்டு வைக்காமல்" *(ப.55)* எனப் பதிவு செய்கிறார்.

பண்ணைகளும், ஆண்டைகளும் உழைப்பை மட்டும் சுரண்ட வில்லை. உழைக்கும் பெண்களின் உடல்களையும் சீண்டி நாசப் படுத்தினார்கள். தங்கள் பெண்களின் இன்னல்களைக் காணப்பொறாத பெரியானின் வேண்டுதல்,

“கண்ணுக்கு லெட்சணமா பொண்டு புள்ளங்கத் தெரிஞ்சுட்டாப் போதும். எந்த நேரத்திலேயும் பண்ணை மாட்டுக் கொட்டிலுக்குத் தண்ணி ஊத்தனும்னும், சாணி அள்ளிக் கூட்டனும்னும் கூப்பாடு வரும். அப்பெல்லாம் அந்தப் புள்ளங்கப் பண்ணைக்குப் போய் சதைப் பிண்டங்கக்கிட்ட நஞ்சிப்போய் வர்றதப்பாக்கும் போதெல்லாம் அடுத்த ஜென்மத்திலாச்சும் இந்த சனங்க பண்ணவீட்டு நாயாயாவது வந்து பொறக்கனுன்னு வேண்டிக்குவன்” (ப.73).

பாலியல் வலியுறுத்தலுக்கு உடன்படாத பெண்கள் அடிக்கப் பட்டார்கள். வேறு குற்றம்சாட்டி தண்டிக்கப்பட்டார்கள். வல்லான் வகுத்தது தானே சட்டமும் நீதியும்? இருஞ்சூர் பண்ணையில் பெரியானின் குடும்பம் வேலை பார்த்தபோது நிகழ்ந்தது.

“...அவனோட அக்கா மக மருதாயி பாக்க சோக்கா இருப்பா. அவள கோபாலகிருஷ்ணனோட சித்தப்பன் கூப்பிட்டுக் கைவரிசையைக் காட்டவும் அவ மொரண்டு புடிச்சிட்டா. அதுக்குத் தண்டனையா மாட்டுக் கொட்டிலு தாவாரத்தில தூணுல கட்டித் துணிமணியெல்லாம் உருவி எடுத்துட்டு ஊரைக்கூட்டி வச்சி குழந்தை கழுத்தில கெடந்த பவுனு சங்கிலிய கழட்டிடான்னு திருட்டுப்பட்டம் கட்டிக் களிக்கம் போட்டதைப் பாத்துட்டான் பெரியான்” (ப.73).

ரங்கப்பாஷ்ய நாயுடு வேங்கடபதியிடம் செல்வியைப் பற்றி “போடா இவளப் போல உள்ள குட்டிக குடியானத்தெருன்னாலே லாவிப்புடுவாளுங்க பசக்குக்குட்டி எத்தன தடவ போனாலும் சளைக்காத உடம்பு” (ப.99) எனச் சொல்வதும், “என்னாடி பெரிசா பத்தினிக் கொட்டு கொட்டுற? சட்டமா சாணி அள்ளி போடன்னு வரச்சொல்லி நாங்க ருசி பார்த்து அனுப்பிவச்ச காலம் மாறிப் போச்சாடின்னு குதிச்சிக்கிட்டே வந்த ரெங்கபாஷ்யம் செல்வி கையப்பிடித்து இழுத்தாரு” (ப.99), ஆக வெறும் கூலிப்போராட்டம் மட்டுமல்ல. சுயமரியாதையைக் காக்கும் போராட்டமுமாகவும் நடந்ததை இச்சம்பவங்கள் உணர்த்துகின்றன.

சாதிக் கொடுமைகளும் தீண்டாமையும் செந்நெல் நாவலில் பண்ணையடிமைத்தனத்தோடு சேர்ந்தே சித்தரிக்கப்படுகின்றன.

“நாயுடு சாதியினர் தாழ்த்தப்பட்டக் கூலிகளை, இரண்டுக் கைகளையும் உயர்த்திக் கட்டித் திருக்கை வாலால் அடித்தல், மிளகாயை அரைத்து உடல் துவாரங்களில் களிக்கம் போடுதல்?” (ப.59), “சாணிப்பால் கொடுத்தல், பெண் வல்லுறவு செய்தல்” (ப.73) போன்ற கொடுமைகளைச் செய்கின்றனர்.

"அதே போல கோபாலகிருஷ்ணநாயுடு வசிக்கும் தெருவில் செருப்பணிந்து நடக்கக் கூடாது. வாகனங்களில் உட்கார்ந்து போகக் கூடாது". (ப.53) மேல்சாதியினரை கீழ்சாதியார் தொட்டால் பாவம். "இந்தப் பயலுவ மேல கைய வச்சிட்டு எந்த ஆத்துக்குப் போய் கையைக் கழுவுறது" (ப.133).

இப்படிச் சாதி இழிவுகளை மட்டுமல்ல. அதிலிருந்து மீளும் எண்ணவோட்டத்தையும் கீழ்க்காணுமாறு நாவல் சுட்டுகிறது.

"கண்ணுச்சாமியின் தந்தை பெரியான், எப்பாடி! என்னோட மண்டை இருக்கிறவரைக்கும் நான் பண்ணையடிச்சிடுறேன். நீ ஊரைப்போல பண்ணையில கூலிக்கு நின்னுடு...ன்னு" (ப.20).

கண்ணையன் தன் தாயிடம் "விசுவாசமா இருக்கிற நம்மவங் களுக்கு அவனுங்க நாயிக்கு எலும்புத்துண்டு போடுறாப் போலப் போட்டு நிமிரவிடாமக் குட்டுறத தடுத்து ஆவனும்மா. அதனால நீயும் அப்பாவும் பண்ணை அடிமையைவிட்டு வந்திருங்கம்மா" (ப.19).

"காலம் காலமா நாங்க ஆடுமாடுகளைப் போல ஆண்டமாருங்க கொட்டில்ல வாழ்ந்துட்டோம்... அதுக்கு செங்கொடி உசந்தாவனும்...ன்னு பேசினோம். அதுக்காவ நாங்க உசுரக் கொடுக்கவும் தயாராக இருக்க முடிவு எடுத்துட்டோம்" (ப.136).

அடிமைத்தனத்தையும் அதற்கு எதிராக உழைக்கும் மக்கள் அணிதிரள்வதையும் போராட்டத்தை வாழ்வின் ஒருபகுதியாக ஆக்கிக் கொள்வதையும் 'செந்நெல்' வழி அறியலாம்.

தப்பாட்டம்

சாதிய ஒடுக்குமுறைக்கு எதிரான நாவல் தப்பாட்டம். சாதிகளின் ஆழமானப் பாய்ச்சல் மனிதர்களை முகமற்றவர்களாக்கிவிடும் கோரத்தை இந்நாவல் உணர்த்துகிறது. மூப்பனார்கள், அம்பலக் காரர்கள், கள்ளர்கள், வெள்ளாளர்கள், ரெட்டியார்கள், பள்ளர்கள், பறையர்கள், சக்கிலியர்கள் ஆகிய பல்வேறு சமூகங்களை இந்நாவல் சித்தரிக்கிறது.

தஞ்சையைச் சுற்றியுள்ள ரெட்டிப்பாளையம், திருக்கானூர்பட்டி, திருவையாறு, காமாட்சிபுரம், ராயமுண்டான்பட்டி போன்ற கிராமங்களையும், தஞ்சாவூரையும் அங்கு வாழும் மக்களின் அன்றாட வாழ்வையும் தப்பாட்டம் நாவலில் காணமுடியும். இங்கு வாழும் ஒடுக்கப்பட்ட மக்களான பள்ளர், பறையர், சக்கிலியர் ஆகிய பிரிவு மக்களின் வலிகளையும் ஆதிக்கச் சக்திகள் இவர்களைப் படுத்தும் பாட்டினையும் இந்நாவல் சுட்டுகிறது.

சக்கிலியர் சமூகத்தைச் சேர்ந்த ரெட்டிப்பாளையம் மதுக்கன் பகடை தஞ்சாவூரில் செருப்புதைத்து தொழில் செய்கிறார். அவருக்கு சின்னராசு, தோழப்பன் ஆகிய இருமகன்கள் உள்ளனர். திருவையாறு பக்கத்தில் கரும்பு வெட்டும் வேலை செய்தபோது தோழப்பன், வள்ளி என்ற பறையர் சமூகப் பெண்ணைக் காதலித்துத் திருமணம் செய்து கொள்கிறார். எனவே இந்த இரு சமூகத்திற்கும் பகை உண்டாகிறது. இவர்கள் இரு பிரிவும் சமாதானமாகிவிடக் கூடாது என இடைநிலை ஆதிக்கச் சாதியினர் நினைக்கின்றனர். பறையர்களுக்கு மூப்பனார்களும், சக்கிலியர்களுக்கு வளையர்களும் ஆதரவாக உள்ளனர், என்றாலும் ரெட்டிப்பாளையத்தில் தாழ்த்தப்பட்ட மக்கள் அனைவருமே சம அளவில் ஆதிக்கச் சாதியினரால் பாதிப்புக்குள்ளாவதை நாவல் நெடுகிலும் காணலாம்.

மதுக்கன் பகடை சொல்கிறார் "ஆத்துப் பாலத்தைத் தாண்டும் போது காலில் கிடந்த செருப்பைக் கையில் எடுத்துக்கொண்டார். தலையில் கட்டியிருந்த துண்டைக் கக்கத்தில் வைத்துக் கொண்டார்..." (ப.18) மேலும்,

"டீக்கடையில் தனிக்கிளாஸ்முறை" (ப.49).

"வளர்க்கும் மாடுகளின் பாலினைக் கூடச் சாப்பிட முடியாத நிலை" (ப.49).

"சவுக்கடி, சுண்ணாம்புக் காளவாய் கொடுமைகள்" (ப.68).

"10 வயது பெண் கற்பழிப்பு" (ப.65).

"அப்பனை விட்டு மகளைப் புணரச் செய்த அவலம்" (ப.62).

"மூப்பனார் நாலாவது மகன், திருமணம் நிச்சயமான பெண்ணைக் கெடுத்துக் கொலை செய்தல்" (ப.61).

"குருமூர்த்தி சாம்பான் கட்டைவிரல் வெட்டப்படல்" (ப.204) இவையெல்லாம் நாவலின் பலவிடங்களில் இடம்பெறும் சாதியக் கொடுமைகள்.

இதற்குத் தீர்வாக சுந்தரமூர்த்தி வாத்தியார் - (மூப்பனார் சாதியினர்) பொதுவுடமை இயக்கப்பற்றாளர், இயக்கத்துக்கு இம்மக்களை இட்டுச் செல்கிறார். தோழப்பன், சங்கர், ரவி, உத்தண்டிசாம்பான், தம்புரான் பகடை ஆகியோர் உள்ளடக்கிய இயக்கக் கிளை உதயமாகிறது. இது மாற்றத்தின் அறிகுறி.

தப்பாட்டம் நாவலிலும் பெண்கள் மிக மோசமாக நடத்தப்படும் விதத்தினைச் சோலை பதிவு செய்கிறார்.

"அந்தக் கோணக்குண்டு பள்ளவூட்டுக் குட்டித் தஞ்சாவூருல படிக்கிற திமிறு. அவ லாத்திரலாத்து இருக்கே. ஒரு நாளைக்கு நாலு பேரோட போயி அவள ஆத்தங்கரையில தூககிப்போட்டு... அப்பத்தாண்டா என்னோட வெங்க தீரும்" (ப.49) இந்த ஆணவ அசிங்கம் நாகரிகச் சமூகத்தின் கேடு.

"தாழ்த்தப்பட்டச் சமுகத்தைச் சேர்ந்த முனியாண்டி சாம்பானின் தங்கை மகள் வெள்ளை - திருமணம் நிச்சயிக்கப்பட்டவள் - மூன்று நாளில் திருமணம் நடக்க இருக்கும் நிலை - தங்கசாமி மூப்பனாரின் நாலாவது மகன் போர்செட்டுக்குள் அவளைத் துவசம் செய்கிறான். அவள் செத்துப்போகிறாள்."

"வந்தவக்கிட்ட ஒரு விளையாட்டுக்காவ சும்மா... அவளும் ஆசைப்பட்டா... அதான்... வாரி சுருட்டிக்கிட்டு வெளியே வந்தான். அவள் அலங்கோலமாக அப்படியே கிடந்தாள். புரடியில் இருந்து ரெத்தம் வழிந்தது. ஓடிப்போய் மூச்சு இருக்கான்னு பார்த்தான். அப்போதுதான் மூச்சு அடங்கியது" (பக். 61-62).

தன் கொடிய செயலை அவள் மீது பழி சொல்லி தப்பிக்கப் பார்க்கும் மோசடியும் இதில் அம்பலமாகிறது.

தப்பாட்டம் நாவலில் இடைநிலைச் சாதியைச் சேர்ந்த மூப்பனார்களும், அம்பலக்காரர்களும் தாழ்த்தப்பட்ட பள்ளர், பறையர், சக்கிலியர் ஆகியோரை சாதி இழிவுக்கு ஆட்படுத்துவது பல இடங்களில் கூறப்படுகிறது.

"தெருவில் நடக்கத் தடை, செருப்புப் போட்டுச் செல்லத் தடை, சைக்கிளில் செல்லத் தடை, புகைபிடிக்கத் தடை" (பக். 20-21), "புதிய சட்டை அணியத் தடை" (ப.19), "மாடு கன்று போட்டால் சீம்பால் குடிக்கக் கூடாது, ஆடுமாடு வளர்க்கக் கூடாது" (பக்.60-61), "உளுத்தம் பயிறு கொஞ்சம் எடுத்ததற்காக பெற்றத் தாயை மகனை விட்டும், மகளை தந்தையை விட்டும் புணரச் செய்தது" (ப.63), "முந்திரிக் கொட்டை எடுத்ததற்கும், தன் தந்தை பெயரை வைத்துக் கொண்டதற்கும் கட்டைவிரல்களை வெட்டிய கொடூரம்" (ப.205), "பறையரான உத்தராசு காளையை அடக்கியதால், காளைக்கு விஷ ஊசிப் போட்டுக் கொன்ற அவலம்" (ப.91), "குடியானத் தெருவில் பிணத்தைத் தூக்கிச் செல்லத் தடை" (பக்.309, 310)... என அணிவகுத்து

வரும் அவலங்கள். மனச் சான்று உள்ள மனிதர்களை வெட்கித் தலைகுனிய வைக்கும் இழி செயல்கள்.

சாதி இழிவுகளை எத்தனைக் காலம் சகித்து வாழ்வது? நாவலில் ஆங்காங்கே எதிர்ப்புணர்வுகள் தென்படுகின்றன. கோவிந்தராசு தன் மைத்துனர் மதுக்கன் பகடையிடம் "பாவா! இந்த ஊருல நம்ம சாதி சனத்துக்கு மூப்பனார்களிடமிருந்தும், அம்பலக்காரர்களிடம் இருந்தும் அடுத்த தலைமுறைக்குக்கூட விமோசனம் கெடைக்காது போலிருக்கு". "ஏழை சாதிக்குக் கோபம் வந்தாலும் பணக்கார சாதி மசுரக்கூட புடுங்க முடியாது. பண்ணை அடிமை பாக்கிறவனுக்கு வர்ற ஆத்திரம், மூத்திரம் பேஞ்சதும் அடங்கிப் போறது போலத்தான்னு..." *(பக்.21-22)* எனக் கவலைப்பட்டாலும், இறுதியில் இயக்கம் சார்ந்து ஒன்றுபடுவது நாவலில் பதிவாகிறது.

நாட்டுப்புறக் கலைகள்

சோலை சுந்தரபெருமாள் தன் படைப்புகளில் நாட்டுப்புறக் கலைகளைப் பற்றி எழுதுகிறார். நாட்டுப்புறக் கதைகள், பாடல்கள், பழமொழிகள் எனப் பலவற்றையும் பயன்படுத்துகிறார். கரகம், காவடி, குறவன்-குறத்தி ஆட்டம், தப்பாட்டம் ஆகியவற்றை நாவல் ஓட்டத்தில் இணைக்கிறார்.

"கரகம் கனகாம்மா, பொண்ணு ராசாத்தி" *(செந்நெல், ப.129)*, "சாட்டியக்குடி குறவன்-குறத்தி ஆட்டம்" *(செ.நெ. ப.148)*, "இறப்பிற்குத் தப்படிக்கும் மாரியின் தொழில் மேன்மை" *(தப்.ப.37)*, "இறப்பில் சம்பந்தி கொட்டு அடித்துப் பெருமை சேர்ப்பது" *(தப்.ப.40)*, "சாப்பறை உழைக்கும் மக்களின் போர்ப்பறையாக மாறி உள்ள தன்மை" *(தப். ப.145)* போன்றவை சிறப்பாகப் பதிவாகின்றன.

பழமொழிகள்

சோலை சுந்தரபெருமாள் மிக இயல்பாகப் பழமொழிகளைக் கையாளுகிறார்.

"அவசரக்காரனுக்குப் புத்தி மட்டு" *(செ.நெ.175)*

"கொல்லிக்கட்டய எடுத்து தலையில சொரிஞ்சிக்கிட்ட கதை" *(தப்.ப.181)*

"பறை வேலை அரை வேலைதான்கிறது சரியாத்தான் இருக்கு" *(செ.நெ.ப.84)*

"அவிச்சி எடுத்தாலும் கவிச்சி நாத்தம் போகாது" *(தப்.ப.26)*

"வடக்க போற நாயிக்கு தெக்க வாலு" (ந.ம.ப.188, செ.நெ. ப.148, தப்.ப.206)

"ஆட்ட வெட்டி ஆட்டுத் தலையில கட்டனும்" (நம.ப.61)

"தலைக்கு மேல வெள்ளம் போனபின் சாண் என்ன முழம் என்ன" (செ.நெ.ப.175, ந.ம.ப.211)

"தான் புடிச்ச முயலுக்கு மூணுகாலு" (செ.நெ.ப.49)

"பல்லாக்குக்கு செய்யிற அலங்காரமும் பள்ளுபறைக்குச் செய்யுற உபகாரமும் அலங்கோலமாப் போயிடும்" *(செ.நெ.ப.3)*

"முட்டை போடுற கோழிக்கில்ல சூத்தெரிவு தெரியும்" (ந.ம.ப.176)

"கழுத வட்டுல முன்வட்டு வேற பின்வட்டு வேறயா" *(தப்.ப.167)*

இவை கதையோட்டம், பாத்திர நிலைகளுக்கு ஏற்பப் பயன்படுத்தப்பட்டுள்ளன. இவற்றில் பல வண்டல் நிலத்துக்கே உரியவை. சாதி, ஆதிக்கம் சார்ந்து உருவானவை என்றும் நோக்கலாம்.

உணவு, உடை, இருப்பிட அமைப்பு

சோலை நாவல்களில் நிலவியலும், தொழில்களும், புழங்குப் பொருட்களும், தாவரங்களும், விலங்குகளும் ஏராளம் இடம் பெறுகின்றன. இவை தனித்துப் பெரும் ஆய்வுக்குரியன.

வண்டல் உணவு குறித்து தனியே எழுதியுள்ள சோலை, தன் நாவல்களில் பலவித உணவுகளையும் இடம்பெறச் செய்கிறார். அதிகமாக ஏழை ஒடுக்கப்பட்ட மக்களின் உணவு வகைகள் இடம் பெறுகின்றன. பழையசோறு, கூழ், நெல்லரசி, களி, நண்டு, நத்தை குழம்பு, மீன், ஆட்டு இறைச்சி போன்றவை சிறப்பிடம் பெறுகின்றன.

அதேபோல கதைப்போக்கு, கதை மாந்தர்களுக்கு ஏற்ப உடைகளும் இடம்பெறுகின்றன.

கோமணம், அரைக்கால் சட்டை, துண்டு, கோடித் துண்டு, அரைச் சீலை, புடவை, வேட்டி போன்ற அடித்தள மக்கள் உடைகளும், மேலங்கி, மேல்சட்டை, ஆண்-பெண் மேல் உடுப்புகள், உள்ளுடுப்புகள், பரிவட்டம், பர்தா, தொப்பி உள்ளிட்ட உயர்வர்க்கத்தினர் ஆடைகளும் இடம்பெறுகின்றன.

மக்கள் வாழிடங்கள் பலவும் நாவல்களில் இடம்பெறுகின்றன. ஏழை மக்கள் வாழும் குடிசைகள், கூரை வீடுகள், பனை ஓலை வீடுகள், கொட்டகைகள், புளியமர நிழல், பள்ளிக்கூடங்கள்

அதேபோல வசதியானவர்களின் மச்சி வீடு, ஓட்டு வீடு, காரை வீடு, பங்களா போன்றவையும் சுட்டப்பெறுகின்றன.

வழக்குச் சொற்களும் வட்டார மொழியும்

சோலை. சுந்தரபெருமாளின் தனித்துவம் அவரின் மொழிநடை, அது கீழத்தஞ்சையின் சிறு பகுதியை அடையாளப்படுத்தினாலும் அதில் உறுதியாக நின்றார். வண்டல் மொழி எனும் அளவுக்கு அவரின் மொழிநடை சிறப்புபெற்றது. பேச்சு வழக்கை ஏற்காதோரும் உண்டு என்றாலும் தன் மொழி நடை மீதான விமரிசனத்தைத் தாண்டி அதனை நேசித்தார். விரும்பித் தன் படைப்புகளில் கொண்டுவந்தார்.

சில சான்றுகள்

1. அலங்க மலங்க, அலுத்து சலுத்து, ஆட்டம் பாட்டம், எகனைக்கு மொகனை, ஏழைபாளைங்க, சட்டு செட்டு, எடக்கு மடக்கு, எலப்பசலப்பம், சாடை மாடை, வெள்ளையும் சள்ளையும், நகை கிகை, போலிஸ் கீலீஸ், யோசனை பாசனை.

2. ஆச்சி, ஆயா, ஆண்டே, எவன்டா, இந்தாப்பாரு, ஏட்டி, ஏ...புள்ள, ஏலே, ஏன், அத்தான், ஏன் தங்கச்சி, பிள்ளைவாள், தம் புடு, யேய்.

3. ஆத்துல, ஏண்ணா, நிண்ணுண்டு, பன்றவா, பூட்டிண்டு, வரலியோ, வென்னீ, சொல்லுனு, எம்மா, எப்பன, யானு, வானு.

4. அவுசாரி, கூட்டிக்கொடுத்தவன், சிருக்கி, தட்டுவாணி, தத்தாரி, லம்பாடி.

இப்படி பல சொற்களை சோலை படைப்புகளில் காணலாம். இவை மொழிசார் ஆய்வுக்குரியவை.

பேச்சு மொழி

வண்டல் தீரத்தில் உழைக்கும் மக்கள் பயன்படுத்தும் மொழியினை அப்படியே சோலை சுந்தர பெருமாள் தன் நாவல்களில் உயிரோட்டமாக எழுதுகிறார்.

செந்நெல் நாவலில்,

"செல்வி! என்னாடி ஒன்னோட புளியான் கொம்பு பொது வடையில பதம் பாக்குது. ஒன்கிட்டக்க ரொம்ப பக்குவம் பாக்கிறதோட நிறுத்திக்கச் சொல்லுடீன்னு"

“யேய் செல்வி பாருடீ உன்னோடதுக்கிட்ட நான், புள்ள வாங்கப்போறேன்...”ன்னு கருப்பழகி சொன்னதும்,

“என்னோடது என்னா காதுல பூவா சுத்திகிட்டுத் திரியுது? நீ அதுக்கிட்ட புள்ள வாங்க.”

“வாங்கிட்டா...”

“வாங்கு பார்ப்போம்”

“சக்களத்தியோளா ரொம்பத்தான் மானம் பாக்காதீங்கடீ...ன்னு கிளியம்மா அசமடக்கினாள்” *(ப.32)*.

தப்பாட்டத்தில் ஓர் இடம்:

“சூரியன் நாண்டுக்கிட்டு இருந்தான். மேக்காலருந்து பறந்து வர்ற நூத்துக் கணக்கான புறாக்கள் தஞ்சாவூரப் பாத்துப் போய்ட்டு இருக்குங்க. தெக்காலருந்து மடையான்கள் கூட்டமா பறந்து வந்து துரெளபதை அம்மன் கோயில் களத்தில் உள்ள ஆலமரத்தில் வந்து உட்கார்ந்தன” *(ப.74)*.

செந்நெல் நாவலில் “ஆலமரத்துக் களம் முச்சூடும் குட்டான் குட்டானா குறுவ அறுத்து அடிச்சிப் போட்ட வைக்க” *(ப.87)*.

“பத்து பதினைஞ்சி நாளா ஊரை சுத்திக்கிட்டு நின்ன வெள்ளம் இரண்டு மூணு நாளுக்குள்ளேயே சுத்தர வடிஞ்சிட்டு” *(ப.117)*.

சோலை சுந்தரபெருமாள் தன் எழுத்துக்களில் உழைக்கும் மக்களின் துன்ப துயரங்களை மட்டுமல்ல, அவர்களின் இன்பத்தையும் கொண்டாட்டங்களையும் பதிவு செய்துள்ளார். அதிகார, ஆணவ அத்துமீறல்களையும் அவற்றுக்கு எதிராக உழைக்கும் மக்கள் உணர்ச்சியோடு வெளிக் கிளம்புவதையும் அவர் படைப்புகள் முன்வைக்கின்றன. எதிர் அரசியல், கலை அழகியல், பண்பாட்டு மீட்டுருவாக்கம் ஆகிய தளங்களில் சோலையின் எழுத்துக்கள் அமைகின்றன.

- சோலைசுந்தரபெருமாள், செந்நெல், கமலம் பதிப்பகம், அம்மையப்பன், முதற்பதிப்பு 1990.
- சோலைசுந்தரபெருமாள், தப்பாட்டம், நியூ செஞ்சுரி புக் ஹவுஸ் (பி)லிட், அம்பத்தூர், சென்னை - 600 098, பதிப்பு: 2002.
- சோலைசுந்தரபெருமாள், நஞ்சை மனிதர்கள், காவ்யா பதிப்பகம், சென்னை - 18, பதிப்பு: 2012.

7

இனவரைவியல் எழுத்து: இமையத்தின் செடல்

சமகால வாழ்வின் திறவுகோலாக இலக்கியம் திகழ்கின்றது. வாழ்க்கையின் சகலத்தையும் விரித்துப் போட்டு விவாதிக்கும் இலக்கிய வடிவம் நாவல். மேலையத்தின் பாதிப்பில் தமிழில் அறிமுகப்பட்ட நாவல் மேட்டிமைத் தன்மையோடே விளங்கிற்று. எழுதியோரும், எழுதப்பட்ட விஷயங்களும் ஏன் வாசகர்களும் கூட சமூகத்தின் மேல்படியில் இருப்போராயினர். சமூகத்தளத்தில் உருவான சனநாயகக் கூறுகள் இலக்கிய வெளியிலும் பாயத் தொடங்கியதன் விளைவில் புதிய புதிய செல்நெறிகள் உண்டாயின. மையங்களையொட்டி எழுப்பப்பட்ட குரல்கள் அடங்கியிருக்க விளிம்பிலிருந்து எழும்பியவை கூக்குரல்களாய் வெடித்தன.

உருவத்திலும் உள்ளடக்கத்திலும் நாவல்கள் வளர்ச்சி பெறத் தொடங்கின. பேசாப்பொருளைப் பேசவும், காணா களங்களைக் காட்டவும், ஒடுங்கிய குரல்களை உயர்த்தவுமாக நாவல்கள் கச்சைக் கட்டி நிற்கின்றன. நாவல் இலக்கிய வரலாற்றில் கழிந்த பத்தாண்டுகள் நிலம், தொழில், வட்டாரம், இனம், சார் திணைகளின் எழுச்சியாக அமைகின்றன. ஆயிரக்கணக்கான பக்கங்களில் உருவாகும் நாவல்கள் விற்றுத் தீர்கின்றன. 'புதுவித' முயற்சிகள் நாவலிலக்கியத்தில் முகிழ்த்துக் கொண்டே இருக்கின்றன.

தமிழில் ஒடுக்கப்பட்டோரின் எழுத்தைக் கலை அழகியல் தன்மைகளோடு முன்னெடுக்கும் இமையத்தின் படைப்பாக 'செடல்' நாவல் அமைகின்றது.

வடதமிழ்நாட்டில் மிகவும் சொற்ப அளவில் வாழும் 'கூத்தாடிகள்' எனும் ஒடுக்கப்பட்டோரை மையப்படுத்தி நாவல் அமைகின்றது. பிற்படுத்தப்பட்டவர்களும், மிகவும் பிற்படுத்தப் பட்டவர்களும், ஒடுக்கப்பட்டவர்களும் வாழும் ஊரில் பஞ்சம் தலைவிரித்தாடுகின்றது. ஒடுக்கப்பட்ட கூத்தாடிகள் இனத்திலிருந்து ஊர்த் தெய்வமான செல்லியம்மனுக்குப் பொட்டு கட்டி விட்டால்

மழை பொழியும், பஞ்சம் ஒழியும் என ஊர்ப்பெரியவர்கள் முடிவு செய்கிறார்கள்.

கோபால் பூவரசின் கடைசி மகளாகிய செடல் பொட்டுக்கட்ட ஊராரால் தேர்வு செய்யப்படுகிறாள். பெற்றோரின் எதிர்ப்பையும் மீறி பொட்டுக் கட்டப்படுகிறது. ஊர்ப் பொதுவில் கோவில் ஓரத்தில் விதவைக்கிழவி ஒருவருடன் செடல் விடப்படுகின்றாள். பொட்டுக் கட்டியப் பெண்ணுக்கான ஊர் உரிமைகள் கிடைக்கின்றன.

தீராப் பஞ்சத்திலிருந்து பிழைக்க செடலின் தாயும் தந்தையும் தமக்கைகளும் இலங்கைக்குக் கப்பல் ஏறிவிடுகின்றனர். செடலின் சித்தப்பா, நடப்பா குடும்பமும் பங்கு பிரித்து தனியாகி விடுகின்றனர். உறவிழந்த நிலையில் கிழவியே அனைத்துமாகச் செடல் இருக்கத் திடீரென்று கிழவியும் காலமாகிறாள். செடல் தனித்து விடப்படுகிறாள்.

ஒரு சமயம் பெய்யும் பேய்மழை செடலின் குடிசையை அழிந்து விடுகிறது. ஊரே நீரில் மூழ்க இருளும் இடியும் பெருமழையும் சூறைக்காற்றும் செடலைச் சூழும் அவ்விரவில் செடல் பருவம் எய்தி விடுகிறாள். ஊருக்குள் பெரியவர்கள், தன் உறவினர்கள் யாரும் ஒதுங்க இடம் தராத நிலையில் உடல் வலியும், மனவலியும், மழை தரும் சூழல் வலியும் பொறுக்கமாட்டாமல் செடல் ஊரை விட்டுக் கிளம்பி விடுகிறாள்.

வழிப்போக்கனான பொன்னன் எனும் கூத்தாடுபவரால் பக்கத்து ஊருக்கு அழைத்துச் செல்லப்படுகிறாள். ஒருவகையில் உறவினரான பொன்னன் தனது கூத்துப் பயிற்சிக்கு என்று வைத்துள்ள இடத்திலேயே நிரந்தரமாகத் தங்கி விடுகின்றாள். தன் ஊரைத் தவிர்த்த பிறகுதான் பாத்தியப்பட்ட ஊர்களுக்கெல்லாம் பொட்டு கட்டிய தர்மத்தை நிறைவேற்றுகிறாள். பொன்னன் கூத்தில் உடன் சென்றவள் கழல் ஆடத் தொடங்கி கைதேர்ந்த ஆட்டக்காரியாகியும் விடுகிறாள். பொன்னன் இறந்து போகவே மீண்டும் தனதூருக்கு அழைத்து வரப்படுகிறாள். தாய், தந்தை, அக்காக்கள், உறவினர்கள் செத்து சுண்ணாம்பாகி விட்ட நிலையில் மீண்டும் ஊரில் உரிமைகோரி தனது அக்காள், அக்காள் மகனுடன் குடியேறுகிறாள். அக்காளும் இறந்துவிட அக்கா மகன் கிறித்தவ பாதிரிக்குப் பணியாளாகிவிட தனித்து நிற்கிறாள். இதுதான் நாவலின் சுருக்கம்.

செடல் நாவலை இனவரைவியல் நாவல் எனக் கருத இடமுண்டு. குறிப்பிட்ட ஓர் இனத்தின் நிலவியல் சூழல், தொழில், உணவு, பழக்க வழக்கங்கள், நம்பிக்கைகள், வழக்காறுகள் உள்ளிட்டவற்றை

ஆவணப்படுத்தும் தன்மைகொண்ட நாவல்களை இனவரைவியல் நாவல் என்பர். அவ்வகையில் இந்நாவலானது செடல் என்னும் கூத்தாடிப் பெண்ணை முன்னிறுத்தி கூத்தாடிகள் எனும் இனத்தினரின் வாழ்க்கையைப் பதிவு செய்கிறது.

தமிழ்ச்சமூகம் இதுவரையிலும் தேவதாசிகள் எனும் சமூகப் பிரிவினர்தான் பொட்டுக்கட்டுதல், சதிராடுதல் முதலிய கோயில் - இறைவன் சார்ந்த பணிகளை மேற்கொண்டனர் என நம்பிவந்த நிலையில் ஒடுக்கப்பட்ட மக்களுக்குள்ளும் இவ்வித நம்பிக்கை சார்ந்த சடங்குகளைக் 'கூத்தாடிகள்' எனும் இனப்பிரிவினர் செய்து வருகின்றனர் என்பதைப் பொதுச் சமூகத்தின் கவனத்திற்கு இந்நாவல் கொண்டு வந்துள்ளது குறிப்பிடத்தக்கது.

நாவலில் பொட்டுக் கட்டுதலுக்கான தொன்மக் கதை ஊர்ப் பெரியவரான நடராஜ பிள்ளையின் கட்டளைப்படி ஊர்ப்புரோகிதர் ராமலிங்க அய்யரால் சொல்லப்படுகின்றது. முடிவாக,

"ஈஸ்வரனும் மற்றவர்களும் கொடுத்த வாக்குப் பிரகாரம் மும்முனு ஊருக்கு ஒரு செல்லியாயி கோவிலும், நாள் தப்புனாலும் வருசம் தவறாத திருநாவும், தாதிப் பொண்ணு மாதிரி ஒட்டுவர் குலமான, கவிபாடும் எனமான கூத்தாடி சாதியில பொட்டுக் கட்டிவுட்ட பொண்ணு தூங்கப் பண்றதும், துயிலெழுப்புறது, செல்லப்புள்ள கட்டி ஆடுறதும் மொறம மாறாம நாளது தேதி வரைக்கும் இருந்து வர்ற வயக்கம்தான்" (ப. 8).

ஆதிக்கத்தைத் தொடர்ந்து நிலைநாட்ட ஆன்மீக நம்பிக்கை சாதியின் மீது ஏற்றிவைக்கப்படுகின்றது. செடலின் தந்தை கோபாலும் தாய் பூவரும்பும் பொட்டுக்கட்டிவிட மறுக்கவே அவர்களின் உறவுகளில் பொட்டுக்கட்டி விடப்பட்ட பட்டியலைச் சுட்டுகிறார்.

"இவுங்க ரெண்டு பேத்து வகயிறாவிலயும் சொல்லனும்ன்னா கொறஞ்சது நூறு உருப்படியாவது இருக்கும்ங்க. எறஞ்சியில பொட்டுக்கட்டுன பட்டத்தா, விளம்பாவூர்ல பொட்டுக்கட்டுன ராமசுந்தரம், காவடிக்காடு சரஸ்வதி, அவ அக்கா மொட்டெ, மல்லூர் சாமியம்மா, பெரிய நொசலூர் முனியம்மா, பொரக்கம்பி கருப்பாயி, இப்பிடி சொல்லிக்கிட்டே போவலாங்க. இதத் தவுத்து ஒடயார்பாளையம் ஜமீன் துறயூர் ஜமீன்ல நூறு வருங்க. தஞ்சாவூர் ஜில்லாவுலதாங்க இவங்க சொந்தமெல்லாம். அதிலயும் ஒரத்தநாடு தாலுகாவுல இவங்க கூட்டந்தாங்க அதிகம். அங்க நூறு இருநூறுன்னு வரும்ங்க" (ப. 10).

வழிவழி வரும் மரபைக் கூறி வழக்கத்தின் காரணமாக அடிமைத் தனத்தை ஒப்புக்கொள்ளச் செய்யும் வழிமுறையாக இது அமைகின்றது. வறுமையும் சாதியில் கீழ்மை நிலையும் மரபும் சேர்ந்து செடலுக்குப் பொட்டுக்கட்டிவிட ஒப்புதலை வழங்குகின்றன. செடலைப் பொட்டுக் கட்டி விடுவதற்குப் பஞ்சாயத்தின் ஓலையும் எழுதுகிறார்கள். செடலின் குடும்பம், பொட்டுக்கட்டியபின் இருக்க வேண்டிய நிலை, அவளுக்குரிய கடமைகள், உரிமைகள், முப்பது ஊர் பெரியவர்களின் இசைவு கையெழுத்துக்களும் பெறப்படுகின்றது.

மொட்டியடித்து, புத்தாடை அணிவித்து, மஞ்சள் நீர்தெளித்து பொட்டுக் கட்டப்படுவதை நாவல் சுட்டுகின்றது.

"ஆரத்தி தட்டில் வைத்திருந்த பொட்டை எடுத்து மு.பரூர் ஜமீனால் பொட்டுக்கட்டிவிடப்பட்ட ஐம்பது வயது மதிக்கத்தக்க, இதற்காகவே வரவழைக்கப்பட்டிருந்த லட்சுமியிடம் கொடுத்ததும், அதைச் செடலின் கழுத்தில் கட்டச் சொன்னார் நடராஜபிள்ளை. அந்தத் தருணத்திற்காகவே காத்திருந்தது போல் பறைமேளக்காரர்கள் வேகமாக அடித்தனர். பறத்தெரு தாதன் சங்கை ஊதி முடித்தான் (ப.15).

பொட்டு அளவிலான பொன்னால் ஆன தகட்டைத் துவாரமிட்டு கயிற்றில் கோர்த்துக் கழுத்தில் கட்டிக் கொள்ளுதல், இவர்கள் தெய்வத்துக்கு நேந்துவிடப்பட்டவர்கள். தெய்வம் இவர்களுக்குத் துணை. திருமணம் செய்து கொள்ளக்கூடாது. திருவிழா சமயங்களில் நிகழ்வுகளில் பங்கேற்பதும், ஊரில் நல்லது கெட்டதுகளில் சடங்குகளில் முன் நிற்பதும் இவர்கள் பணி.

"சாமி என்னிக்குமே சாவப் போறதில்லெ. ஓம் மவளும் தாலியறுக்கப் போறதில்லெ. சாமி செத்தாத்தானே? ஓம் மவ நெரசுமங்கலிதான் சாவறமுட்டும்" *(ப. 1).*

மழை இல்லை. பஞ்சம் தலைவிரித்தாடுகின்றது. "எப்பேர்ப்பட்ட பஞ்சம் ஏற்பட்டாலும் பண்ணைக் கீரைக்கும் பசலைக்கீரைக்கும் பஞ்சம் வரப் போறதில்ல" என்ற வாக்குப் பொய்யாகிவிட்டது. சனங்கள் பசியால் வெட்கத்தை விட்டு நாயாக மாறிவிட்டார்கள். யாசகமும் கேட்க எல்லோருமே தயார்தான். ஆனால் யாசகம் போட யாருமில்லை. காடுகளிலிருக்கும் பண்ணைக்கீரை, பசலைக்கீரை, கொடி பசலைக்கீரை, துகில் கீரை, தும்பக்கீரை, அரைக்கீரை, முள்ளம் படையான் கொடிகள் எல்லாம் பட்டுபோய், தரை வறுத்த மண்ணைக் கொட்டிப் பரப்பிவிட்டது போலிருந்தது. செடிகொடிகள் புல் பூண்டுகள் இருந்ததற்கான எந்த அடையாளமும் அற்று நிலம் கிடந்தது. கண்ணில்

பட்டவையெல்லாம் கருவேல மரங்கள், வன்னி மரங்கள், சோற்றுக் கற்றாழை, காட்டுக் கற்றாழை, கள்ளி மரங்கள் தான்" *(பக். 45 - 46).*

வறட்சிக் காலத்தில் நிலமும் சூழலும் எப்படி மாறிப் போகிறது என்பதை இக்காட்சி விளக்கும்.

சனங்கள் பஞ்சம் பிழைக்க பினாங்கு, இலங்கை, மலேயா எனக் கப்பலேறுகிறார்கள். கங்காணி கணேசன் போன்றவர்கள் பணம் கொடுத்து கப்பலேற்ற ஆள்பிடிப்பு வேலையில் ஈடுபடுகிறார்கள்.

பொட்டுக் கட்டியப் பெண்களின் பழக்க வழக்கங்கள் எப்படி அமைய வேண்டும் என்பதைச் சிறுமியாக இருக்கும் செடலுக்குக் கற்றுத் தருகிறார்கள். செடல் எப்படி நடந்து கொள்ள வேண்டும் என அவளுக்குத் துணையாய் இருக்கும் கிழவி சொல்கிறாள்.

"சாதியில கூத்தாடிச்சியா இருந்தாலும் நீ ஒருத்திதான் இந்தச் சுத்துப்பட்டுக் கிராமத்துக்கெல்லாம் பொறந்த பொண்ணு மாரி . ஒனக்கு இல்லாத உரும வேற யாருக்கு இருக்கு? ஒங்க அத்தக்காரி பள்ளுப்பாட போனத வச்சித்தான் ஒப்பன் குடும்பமே ஓடிச்சு. பள்ளுப்பாட போற எடத்துல என்னாத் தளுக்குப் பேச்சு பேசுவா தெரியுமா? வாயால பேசியே மடிப்பண்டத்தக் கரச்சிப்புடுவா. அவ மேல ஆசைப்பட்டுக் கைப்பொருளத் தொலச்சவங்க எம்மாம் பேரு தெரியுமா?" *(ப. 66)*

இது போல் நீயும் நடந்து கொள்ள வேண்டும் என்கிறாள்.

செடலின் உறவுக்காரியும், வேறு இடத்தில் பொட்டுக்கட்டப் பட்டவளுமான லட்சுமி தன் அனுபவத்தைச் செடலுக்குக் கூறுகிறாள். இது பொட்டுக் கட்டப்பட்ட பெண்களின் பொதுவான காட்சி சித்திரம்.

"யான் யாருக்கும் மசிய மாட்டன். சிரிச்சே கடுக்கா கொடுத்திருவன். ரொம்ப மீறுனா இப்பத்தான் தூரம் பட்டுச்சின்னு சொல்லிடுவன். ஆனா ஆளச் சும்மா விட மாட்டன். பகடரு வாங்கணும், மை பொட்டு வாங்கனும், ரிப்பனு வாங்கனும், சீலத்துணி வாங்கனுமின்னு காசியக் கறந்திடுவன்..."

"பள்ளுப்பாட போற எடத்துல சிரிச்ச மொகமா இருக்கனும். கோபக்குறியே மொவத்துல இருக்கக்கூடாது. இடிச்சாலும், கிள்ளுனாலும் சிரிக்கனும். சீர் கொடுக்கிறப்ப கனமா கேக்கனும். படி வாங்க வூடுவூடாப் போவும் போது ஆம்பளகிட்டெதான் பேசனும். சிரிக்கனும். சிரிச்சிப் பேசியே சரக்க எறக்கனும். ஓரக்கண்ணால்

பார்க்கனும். ஒதட்டக் கடிக்கனும். சடயத் தூக்கி முன்னாதல போட்டுக்கனும். தலை சீவாம, பகடரு போடாம ஒரு வேள கூட இருக்கக் கூடாது. எதெ எப்படி செஞ்சாலும் நம்பப் பண்டத்தெ மட்டும் காட்டக்கூடாது...”

“எந்த ஊருக்குப் போனாலும் யார்கிட்டெ பேசுனாலும் உம்ன்னு மூஞ்சிய வச்சிக்கிட்டு இருக்கக்கூடாது. நெறயாப் பேசனும், சிரிக்கனும், சிரிக்கச் சிரிக்கக் காரியம் நடக்கும் *(பக்.78-79).*

ஏறக்குறைய பொதுமகளிர் நிலைக்கு வயிற்றுப் பிழைப்புக்காய் தள்ளப்படும் அவலத்தை இக்கூற்றுகள் மெய்ப்பிக்கின்றன. வளர்ந்த ஆளாக செடல் மாறும்போது இவைகளில் கைகாரியாக மாறிப் போவது நாவலில் சுட்டப் பெறுகிறது.

பொட்டுக்கட்டி விடப்படும் பெண்கள் செய்ய வேண்டிய பணிகள் நாவலில் பல இடங்களில் செடலின் பிற பொட்டுக் கட்டிய பெண்களின் பதிவுகளாக இடம் பெறுகின்றன. இதில் பொட்டுக் கட்டிக் கொள்ளும் பெண்கள் தெய்வகாரியம் என்றபெயரில் அடையும் துன்பங்கள் பட்டியலிடப்படுகின்றன.

“எந்த ஊருக்குப் போனாலும் செடலுக்கும் சேர்த்துதான் காப்பு கட்டுவார்கள். பெரும்பாலும் பங்குனி மாத அமாவாசைக்கு அடுத்த ஐந்தாம் நாள் கொடியேற்றம் நடத்துவார்கள். பாரதப் பூசாரி, தர்மகர்த்தா, தாதன் என்று பலர் இருந்தாலும், இவளுக்குத்தான் வேலை அதிகம். எல்லாக் காரியத்திற்கும் இவளைத்தான் முன்னிறுத்துவார்கள். காப்புக்கட்டினார்களோ இல்லையோ? இவளை உண்டு இல்லையென்று செய்துவிடுவார்கள். முதலில் செவிட்டு அய்யனார் கோயிலுக்கு அழைத்துக் கொண்டு போய் பள்ளுப்பாட வைப்பார்கள். பிறகு தூண்டி கருப்பன், எல்லைக்கருப்பு என்று ஆரம்பித்து மொத்தமுள்ள ஒன்பது சாமிகளுக்கும் பாட வைப்பார்கள். ஒவ்வொரு சாமி இருக்கும் இடத்திற்கும் போய் மங்களத்தில் ஆரம்பித்து நாட்டுப்பாட்டு என்று ஒவ்வொரு சாமிக்கும் குறைந்தது ஐந்து பாடமாவது பாட வேண்டும். ஒவ்வொரு பாடத்திற்கும் மூன்று மூன்று பாட்டுகள். பாட்டுகள் பாடுவதைவிடப் பெரும் கஷ்டம் வெயிலும் வியர்வையும்தான். தோரணமாகக் கட்டிய வேப்பிலை மாலையை இடையிலும், தலையிலும் கட்டிக் கொள்வதோடு, கழுத்தில் மாலையாகப் போட்டுக் கொண்டிருக்க வேண்டும். இரண்டு கைகளிலும் உள்ள வேப்பங் கொத்தை ஆட்டி ஆட்டிப் பாடவேண்டும். சொணசொணப்பு மாதிரி வேப்பந்தழை அரிக்கும். இடையிலும், தலையிலும் கட்டியுள்ள கட்டு

இறுதி வலியெடுக்கும். அதைவிட 'சத்தனா பாடு சத்தனா பாடு' என்று சொல்லிக் கூட்டம் போடும் கூச்சலில் தலைவலி போடு போடு என்று போடும். கூட்டத்தை நெட்டுவது மாதிரி இவள், மேல் வந்து வேண்டுமென்றே விழுவார்கள், இடிப்பார்கள். எல்லாவற்றையும் பொறுத்துக் கொண்டு பாட வேண்டும். தொண்டை வறண்டு போய் அழலை வந்து துண்டு துண்டாக கட்டிக் கொண்டாலும் காறிக் கீழே துப்பக்கூட வழி இருக்காது" (ப. 89).

பிறகு செல்லியம்மனைத் தூங்கச் செய்து, ஐந்து பாடம் பாடிப் பின் ஊர்ப்பள்ளு, கோயில் பள்ளு, கப்பல் பாட்டு, எச்சரிக்கை பாட்டு, நாட்டுப்பாட்டு என்று ஒவ்வொன்றிலும் நான்கைந்து பாடி மங்களத்துடன் முடிக்க வேண்டும்.

திருவிழாக் கடமைகள் முடிந்ததும் பொட்டுக் கட்டியப் பெண்களுக்குக் கிடைக்கும் பலன்கள் நாவலில் இடம் பெறுகின்றன.

"திருவிழா முடிந்தும் ஒரு வெள்ளைச் சேலையும் அன்னப் படையலுக்குச் சேர்த்த தானியத்தில் எஞ்சியதையும் இவளுக்குக் கொடுப்பார்கள். பிறகு ஊர்ப்பள்ளுப் பாடிக்கொண்டே போய் ஒவ்வொரு வீட்டின் முன் நின்றால், வீட்டுக்கு ஒரு மரக்கால் கம்பு, கேழ்வரகு, சோளம், வரகு என்று தருவார்கள். பெரிய ஊராக இருந்தால் ஏழெட்டு மூட்டை தானியம் சேரும். ஊர்ப்பள்ளுப் பாடப் போகும்போது ஒரு மேளக்காரனையும் தாளக்காரனையும் கூடவே கூப்பிட்டுக் கொண்டு போவாள். அவளோடு கிழவியும் குள்ளனும் பூங்கோதையும் தான் போவார்கள். குள்ளனுக்கும் பூங்கோதைக்கும் தலைக்கு இவ்வளவு தானியம் என்று கிடைப்பதில் கொடுத்து விடுவாள்" (ப. 92).

உணவுக்காக மாடு அறுப்பது குறித்தப் பதிவு நாவலில் கீழ்காணுமாறு பதிவாகின்றது, "சக்கிலி வீட்டை நோக்கி ஒன்றிரண்டு பிள்ளைகள் தூக்குப் போகணி, அரிசி களைகிற குண்டான், சருவச்சட்டி, குழம்பு வைக்கிற ஆடைச்சட்டி என்று எடுத்துக் கொண்டு கறி எடுக்கப் போவது தெரிந்தது. மாடு அறுக்கிற இடத்தில் கறி எடுக்காத வீட்டு பிள்ளைகள் கூட நின்றிருப்பார்கள். இப்படி நிற்பவர்கள் யாரும் சொல்லாமலேயே நாய்களையும், காக்கைகளையும், பருந்துகளையும் விரட்டியடித்துக் கொண்டிருப்பார்கள், இது ஒரு சாக்குதான், சக்கிலி கேட்காமலேயே கறியைக் கூறுபோட ஆவாரம் தழை, பூவரசு இலை என்று ஒடித்து வந்து படர்த்திப் போடுவார்கள், அப்படி வேலை செய்த பிள்ளைகளுக்குக் கூறுபோடும் போது ஒன்றிரண்டு துண்டுக் கறியைச்

சக்கிலி எடுத்துக் கொடுப்பான். கூறுபோட்ட கறியை எடுத்துக் கொண்டு போய்விட்ட பிறகு, 'தலையில் படர்த்திப் போட்ட ஆவாரம் தழை, பூவரசு இலைகளில் ஒன்றிரண்டு துண்டு கறி மறைந்து கிடக்கும். அதைப் பொறுக்குவதற்காகவே பிள்ளைகள் காத்துக் கொண்டு நிற்பார்கள்" (ப.106 - 107).

ஈசல்களை உணவாக உட்கொள்ளும் பழக்கமும் அவர்களிடம் இருப்பது நாவலில் இடம் பெறுகின்றது.

"ஆண்கள், பெண்கள், பிள்ளைகள் என்று வாளிகளில், குண்டான்களில், தூக்குப் போகணிகளில் தண்ணீரை நிறைத்து எடுத்துக்கொண்டு வந்தவாறே இருந்தனர். புற்று இருந்த இடம்தான் என்றில்லாமல் பரவலாக எல்லா இடங்களிலும் கொசகொசவென்று ஈசல்கள் பறந்து கொண்டிருந்தன. ஒரு சிலர் தீப்பந்தம் தயார் செய்து வைத்துக்கொண்டு நின்றனர். தீப்பந்தம் இருந்த இடத்தில் தான் ஈசல்கள் அதிகம் வட்டமிட்டன. தீயில் கருகி மழை கொட்டுவது மாதிரி ஈசல்கள் கொட்டிக் கொண்டிருந்தன. பறக்கிற ஈசல்களைப் பிடிக்கிற பிள்ளைகள் தாவித் தாவிக் குதித்துக் கொண்டிருந்தனர். ஒன்றிரண்டு போர் தீப்பந்தம் தயார் செய்ய வீட்டுக்கு ஓடினார்கள். இரவில் தீப்பந்தத்தைப் புற்றுக்கு அருகில் வைத்து விட்டு வந்து மறுநாள் விடியற்காலம் போய்ப் பார்த்தால் மூன்று நான்கு முறம் ஈசல்கள் விழுந்து கிடக்கும். சில நேரங்களில் வெளியூர் ஆட்களும் ஈசலுக்காக வருவார்கள். அரைப்படி, கால்படி என்று ஈசல் கிடைத்தால் தவிடு வறுக்கும் வரையோட்டில் போட்டு சோளத்தையும் சேர்த்துப் போட்டு வறுத்தெடுத்து கொஞ்சம் வெல்லக்கட்டியையும் போட்டுக் கலந்து தின்றால் அவ்வளவு ருசியாக இருக்கும்" (ப.117).

அதேபோல உணவு கிடைக்காத போது வயிற்றுப்பசிக்குத் தவிட்டை உணவாக உட்கொள்ளும் நிலையை "கிழவி சோற்றுக்கு வேறு வழியில்லாததால் தவிட்டில் உப்புப் போட்டு, பட்ட மிளகாயைக் கிள்ளிப்போட்டு கொஞ்சமாகத் தண்ணீர் தெளித்துப் பிசைத்து அடுப்பை மூட்டி ஓட்டில் தவிட்டைக் கொட்டி வறுக்க ஆரம்பித்தான்" (ப. 47) என நாவல் சுட்டுகின்றது. வழக்கமாக கால்நடைகளுக்குத்தான் தவிடு உணவாகும். இங்கே மனிதர்கள் உண்பது காட்டப்படுகின்றது.

கூத்தாடிகள் கூத்தாடுவதற்கு மாலை, இரவு நேரங்களில் தானியங்கள் பயிராகியுள்ள நிலங்களைத் தாண்டிச் செல்வது வழக்கம். பசி, பட்டினியால் கிடப்பவர்கள் பயிர் பச்சையைப் பார்த்து ஒன்றிரண்டைப் பறித்துத் தின்பார்கள். நிலத்துக்கு உரிமையாளர்கள் இதனைக் கண்காணித்து திருட்டுப் பட்டம் கட்டி விடுவார்கள்.

"சின்னப் பொருள் திருடினாலே, பாழாப்போன இந்தக் கூத்தாடி நாயிவுளப் பாருங்க. கம்ப, சோளத்த, வரவ கொஞ்சம் கூட வுட்டு வைத்திறதில்ல. மரத்துல கட்டிவச்சி அடிங்க. திருடுன கையில சூடு போடுங்க என்று சொல்லிப் பஞ்சாயத்தில் கொண்டு போய் நிறுத்தி விடுவார்கள்" (ப. 134).

திருவிழாவில் பள்ளுப்பாடப் போகும் பொட்டு கட்டி விடப்பட்ட பெண்கள் படும் பாலியல் சீண்டல்கள் சொல்லி மாளாதவை. பொதுமகளிர் போல, பொதுவில் பெண் உடலைப் பசியாறத் துடிக்கும் கழுகுகளாய் ஆண்கள் வட்டமிடுகின்றார்கள். இதில் இளைஞன், முதியவன் என்ற வயது வித்தியாசம் கிடையாது. சாதி வித்தியாசம் கிடையாது. ஏழை, பணக்கார முரண்பாடு கிடையாது. எல்லா 'ஆம்பிளைகளும்' ஒரே நிறைதான்.

'செல்லியம் பாளையத்திற்குப் பள்ளுப்பாட போனாலே செடல் ராத்திரிகளில் தூங்க மாட்டாள். பெரும்பாலும் தனியாக இருக்கமாட்டாள். பகலில் சூத்தாம்பட்டையில் தட்டவும், இடுப்பில் கிள்ளவும் செய்வார்கள். ரொம்பவும் போக்கிரியாக இருந்தால் எவ்வளவு கூட்டத்தில் இருந்தாலும் அவளுடைய முலையை ஒரு தட்டு தட்டி விட்டுப் போவான். அவ்வாறு தட்டி விட்டுப் போகும் போது மொத்தக் கூட்டமும் சிரிக்கும். செடலும் சிரிப்பாள். அப்படிப்பட்ட ஆட்களைச் செடலும் விடமாட்டாள். கூட்டத்திலேயே வேட்டியைப் பிடித்து உருவிவிடுவாள். திருவிழாவிலேயே வேட்டியை உருவுவதுதான் மொத்தக் கூட்டத்திற்கும் அதிகச் சிரிப்பையும் சந்தோஷத்தையும் தரும்" (ப.148).

திருவிழாவுக்கு மட்டுமில்லை. சாவு வீடுகளில் ஆடவும் கூத்தாடிகள் செல்கிறார்கள். கண்களுக்கு விருந்து வைக்கின்ற வேலையாக இது அமைகின்றது. "இவதான் நெசமான ஆட்டக்காரி ஊரயே ஒரு நிமிச நேரம்மன்னாலும் மதிமயங்க வச்சிட்டால்ல..."

"தெரு முனை வரை இரண்டு மூன்று இடங்களில் பாடையை நிறுத்தி நிறுத்தி செடலும் விட்டமும் ஒப்பாரி வைத்து மாரடித்து அழுதனர். அதற்கேற்றமாதிரி கொட்டுத்தட்டு அடித்துக் கொண்டு வந்தவன் இடத்திற்கேற்றவாறு நொண்டிச் சிந்து, மன்மத அடி, நடை அடி, வாய்க்கரிசி அடி, சந்து அடி, சடங்கடி, அரிச்சந்திர மறிப்பு அடி, பிள்ளையார் கொட்டு, சவ்வாரி கொட்டு, சாவுக்கொட்டு என்று அடித்தான். தெருவின் கடைசி வந்ததும் கூத்தாடிகள் ஆட்டத்தை முடித்துக் கொண்டனர்" (ப. 160).

சாவு வீட்டில் கூட கொட்டுவதும், முழக்குவதும் ஆடுவதும் எத்தனை வகைகளில் அமைகின்றது என்பதை இப்பகுதி சுட்டுகின்றது.

செடலை ஆடப்போகும் இடத்திலும், ஆட்டச் செட்டிலும் பலர் பாலியல் இச்சைக்கு மறைமுகமாகவும் நேரடியாகவும் இம்சிக்கிறார்கள். பெண் அதுவும் கோயிலுக்குப் பொட்டுக்கட்டிய பெண் கேட்பாரில்லாத பொதுச்சொத்து என்கிற நோக்கிலேயே இது அமைகின்றது. செடலும் வாழ்க்கைப்பாட்டிற்கும் மரபு நிலையிலும் கூத்தாடியாக, பொட்டுக் கட்டிப் பள்ளுப்பாடும் ஆடும் பெண்ணாக இருந்தாலும் இந்த விஷயத்தில் தன்னைக் காத்துக் கொள்ளவே இறுதிவரைப் போராடுகிறாள். வெற்றி பெறவும் செய்கிறாள்.

தனது ஊரின் பெரிய நிலவுடைமையாளனும் பெரிய குடும்பத்தைச் சார்ந்தவனுமான வீரமுத்து உடையாரைச் செடல் எதிர்கொள்வது கவனிக்கத்தக்கது.

"நான் என்னிக்குமே பொட்டுக்கட்டி விட்டவளாவே, அந்த சத்தியக்கட்டெ மீறாதவளாவே இருக்கனும் சாமி. நெருப்புக்குப் பகயானப் பொருளுங்க மாரி சாமி நான். ஆம்பள வாடயே என்னோட திரேகத்துல படக்கூடாது"

"ஒண்ணும் சொல்ல வாணாம் ஒடயார. சோளமும் குத்த மாட்டன். சோளசோறும் திங்கமாட்டன். சோம்பேறி பையன் கூடி நானிருந்து வாய மாட்டனங்கிறத்தெதான் எங்கதெ"

"வர்றன் என்று சொல்லிவிட்டு எழுந்து நடந்தவனின் காதில் விழும்பாடி வேகமாகக் கத்திச் சொன்னாள். அதுக்கா கன்னா இந்தப்பக்கம் வாரத ஒடயார்" *(பக். 189 - 190)*

அவனோ ஆதிக்கச்சாதி. வசதி படைத்தவன். எல்லா வகையிலும் ஆளுமைக்குரிய ஆள். இவளோ அன்றாடங் காய்ச்சி. கேட்க பார்க்க ஆளில்லாதவள். தப்பு தண்டா செய்தாலும் கேட்பாரில்லாத வாய்ப்பு உள்ளவன் என்றாலும் இறுதிவரை உறுதியோடு எதிர்த்து முகத்துக்கு முகம் அடித்துப் பேசுவது கலகச் செயல்பாடாகவே அமைகின்றது.

கூத்து செட்டில் தன்னோடு தொடர்ந்து ஆடிவந்த ஆரான், பொன்னன் இறந்ததும் செடலை நாடி வந்து தன் விருப்பத்தை வெளியிடுகிறான். அதற்கு செடல் காட்டும் எதிர்ப்பு அவளின் உள்ளாக்கினியாக வெளிப்படுகிறது.

"என்னெ என்ன கண்டவன் நின்னவன் கூடயெல்லாம் போறவன்னு எண்ணிக்கிட்டியா? மொகமறிஞ்சு கூட பயகிட்டமேன்னுதான்

இன்னவரைக்கும் ஒங்கிட்ட பேசிக்கிட்டிருந்தன். நான் அவுசாரியாப் போறவளா? அதுக்குத்தான் என்னெப் பொட்டுக் கட்டி வுட்டாங்களா? அப்படியே அவுசாரியாப் போனாலும் தமுக்கடிச்சிக்கிட்டுத்தான் போவாங்களா? தோப்புத் தொறவக்கின்னு வெளிய வாசல்ன்னு போவயிலியே ஒரு பொட்டச்சி நெனச்சா புள்ளெ வாங்கிட்டு வந்துடலாம். மொகம் முறிச்சுப் பேசக்கூடாதுன்னுதான் நானும் இம்புட்டு நேரம் பேசாம இருந்தன். நான் ஒங்கூட பொண்டாட்டியா படுக்குறவளா?"

"எப்படியாப்பட்ட ஜமீந்தாரெல்லாம் வந்தப்பக்கூட நான் மயங்காதவ. இனியொரு வாட்டி இப்படியெல்லாம் பேசுனா சுண்ணம்பால நாக்கச் சுட்டுப்புடுவேன்" (ப. 196 - 197).

செடல் வீரார்ந்து வெளிப்படுகிறாள். இதற்குள் காலம் காலமாக 'உடம்பால்' ஒடுக்கப்பட்டதற்கு எதிரான கிளர்ந்தெழுதல் நடந்தேறுகிறது.

இந்திய சாதி அமைப்பு பற்றிப் பேசும் அம்பேத்கர் அதனை ஏணிப்படி நிலை அமைப்பு கொண்டதாகக் கூறுவார். தான் எவ்வளவு தான் தாழ்ந்த நிலையில் இருந்தாலும் தனக்கு கீழே இருப்பவரை ஆதிக்கம் செய்வது நடக்கத்தான் செய்கிறது. ஆதிக்கச்சாதிகள், இடைநிலைச் சாதிகள் மட்டுமல்ல ஒடுக்கப்பட்டச் சாதிகளுக்குள்ளும் மேல் கீழ் இருப்பதை 'ஒதுக்குதல்' உள்ளிட்டத் தீண்டாமைத் தன்மைகள் இருப்பதை நாவல் ஆங்காங்கே சொல்லிச் செல்கிறது.

"எதிரில் வந்த தொம்பக் கிழவி மடியிலிருந்த மரவள்ளிக் கிழங்கு ஒன்றை எடுத்துச் செடலிடம் நீட்டினாள். செடல் தொம்பக் கிழவியைப் பார்த்தாள். காலையிலிருந்தே சோறு சாப்பிடாததால் பசி வயிற்றைக் கிள்ளியது. இருக்கிற பசிக்கு ஒரு தூக்குக் கிழங்கைக் கூடத் தின்று விடலாம். போலிருந்தது. ஆனால், தொம்பக் கிழவி கொடுக்கிற கிழங்கை வாங்கித் தின்பதைப் பிள்ளைகள் பார்த்தால் தீட்டு ஒட்டிக் கொண்டதாகச் சொல்லி நையாண்டி செய்வார்கள் விளையாட்டிலும் சேர்த்துக் கொள்ளமாட்டார்கள்" (ப.83).

குழந்தைகள் மனநிலையில் கூட சாதி பற்றிய பிம்பங்கள் பதிவாகியுள்ளதையே இக்கூற்று காட்டுகின்றது.

செடல் ஆட்ட செட்டில் உள்ளவர்களின் சாதி பற்றிய குறிப்பு.

"தொப்பளானும் மாரியும்தான் நாடக செட்டிலுள்ள பதினான்கு பேரில் பறையர்கள். எந்த ஊரில் ஆட்டமோ அந்த ஊருக்கு நேராக வருவார்கள். ஆடுவார்கள், ஆட்டமில்லாத நாட்களில் கூத்தாடிகளைப்

போல வீட்டில் உட்கார்ந்திருக்காமல் கூலி வேலைக்குப் போவார்கள். உள்ளூரில் சேர்க்கும் தானியத்தில் பங்கு கேட்க மாட்டார்கள். 'அருளு கெட்டுப் போயி ஆட்டம் ஆட வந்துட்டாப்ல நான் கூத்தாடிப் பயலாயிடுவனா? உப்புக்கல்லு பெறாத பயலுவா கூட என்னெ சேக்குறீங்களா? ஆக்கங்கெட்டுப் போயி அவனுவோகூட சேந்துட்டா, நானும் அவனுவளும் சரிக்கு சரியா?" *(ப. 182)*

இந்த தன்னுணர்வுதான் சாதியத்தின் அடிப்படை. எல்லாருமே வறுமை நிலையில் வாழ்க்கை நிலையில் ஒரே வர்க்கமாக இருந்தாலும் கூட அடித்தளச் சாதிகளைச் சேர்ந்தவர்களாக இருந்தும் கூட அவற்றுள்ளும் மேல் × கீழ் பார்ப்பது இங்கு நுட்பமாகச் சுட்டப் பெறுகின்றது.

அதேபோல ஒரே சாதியாக இருப்பவர்கள் கிறித்தவம் முதலிய பிற மதங்களைத் தழுவும் போது அவர்களுக்குள் வேறுபாடுகள் முளைவிடுவதும் நாவலில் பதிவாகி உள்ளது.

"பஞ்சாயத்து முடிந்து விடும் என்று நினைத்தபோது கூட்டத்தில் யாரோ ஒருத்தன் சாமியாரயும் ஒரு வாத்த கேக்கணுமில்லியா? என்று சொன்னதுதான் தாமதம். ஒரே நேரத்தில் பத்து இருபது பேர் ஒன்றாகக் கூடி அவனை மொய்த்துக் கொண்டனர். பெரிய களேபரமாகி விட்டது."

"இதுல அவர கேக்கறதுக்கு என்ன இருக்கு?"

"அவர கேக்காம பின்னா வேறயார கேக்குறதாம்? இப்ப இந்த ஊருக்கு எல்லாமும் அவருதான"

"உனக்கு வேனுமின்னா அவரு பெரிய இவரா இருக்கலாம். இங்க அது செல்லாது. இது எங்களோட பிரச்சன. இதுல அவன இவனயெல்லாம் இயிக்கக் கூடாது."

"அவருகிட்ட வாங்கித் திங்கும் போது இனிச்சிச்சா? யார்ரா அவன் ஒக்கால ஓழி. எவனாயிருந்தாலும் எங்கக்கட மயிரக் கூடப் புடுங்க முடியாது பாத்துக்க. ஒன்ன மாரி துப்புகெட்ட பயன்னு நெனச்சிட்டியா?" என்ற போது தான் வேதப் பறையர்களுக்கும், பறையர்களுக்கும் மோதல் வலுத்த பெரிய சண்டையாக மாறியது" *(ப. 234).*

என்னதான் திருவிழா, தெய்வத்துக்கு வாக்கப்பட்டவ, சாமி பொண்ணு என்றெல்லாம் கூறினாலும் நடப்பில் சாதி நிலை பெறுவதை,

"ஆதிகாலம் தொட்டே குடித்தெருவுக்குன்னு ஆடப்போனா மாட்டுக் கொட்டாயில வச்சித்தான் சோறு போடுவாங்க. ஈச்சம் பாயி ஒண்ணும் ஒரு மண் கொடமும்தான் கொடுப்பங்க. சாதி விகற்பத்தால தரயில குந்தி ஆடும்பாங்க. கண்ணுக்கு எட்டாத தேசமா அடுத்த குலத்தானுக்கு ஆடப்போனா ஒடயாருன்னு. கவுண்டன்னு சாதிய மாத்தித்தான் சொல்லனும் வேற வகயில்ல" *(ப. 284)* என்ற கூற்று மூலம் விளங்கிக் கொள்ளலாம்.

சாதிய ஒடுக்கு முறையை விடவும் மோசமான ஒன்றாக பால் ஒடுக்குமுறை விளங்குகின்றது. இந்நாவல் ஒரே நேரத்தில் சாதியாலும், பால் பகுப்பாலும் செடல் பாதிக்கப்படுவதை விவாதிக்கிறது. 'தலித் பெண்ணியம்' என்று கருதத்தக்க அளவில் செடலின் பாத்திர வார்ப்பும், வளர்ப்பும் அமைந்துள்ளது.

சராசரி வாழ்க்கை நிலையிலிருந்து பிடுங்கி எறியப்பட்டதால் பிளவுண்ட செடலின் மனம் ஆங்காங்கே வெக்கையை வீசிச் செல்கிறது.

"பொட்டுக்கட்டிவிட்ட அன்று வேடிக்கைப் பொருளானவள் தான்" *(ப. 219)*.

"நாடோடி, கூத்தாடி, அவ கெடக்குறா திருவாதிர, ஊர் மேல போனவ, அவளோட சாதியே அப்படித்தான. அவ அத்தயே ஊருக்கு நூறு பிரிசன் வச்சிருந்தாளே. பொட்டுக்கட்டி வுடுறதே அதுக்குத்தான்" *(ப. 222)*.

"ஆடுறது மட்டும்தான் அவளுக்குப் போதை தருகிற விஷயமாக இருக்கிறது" *(ப.248)*.

"இதுவரை அவளுடைய உடலைக் கொண்டாளவும், கொண்டாடவும் வெளிச்சத்தில் எவன் வந்திருக்கிறான்" *(ப. 271)*.

"நான் யாருக்குப் பயப்படணும்? என்ன யாரும் கட்டிக்க மாட்டாங்க. ஆனா நான் மட்டும் வேணும். ஊருக்குப் பொதுவு ஏரிக்கு மதகுங்கிற மாதிரி" *(ப. 271)*.

இக்கூற்றுகள் ஒரு வகையில கழிவிரக்கம் கோரி நிற்பவை என்றாலும் வாய்மூடி மௌனியாக மரபெனும் கடப்பாரையை விழுங்கப் பணிக்கப்பட்ட எளிய மனிதின் எதிர்ப்புப் புலம்பலாகவும் கருதத்தக்கவை.

நாவல் நுவல்பொருளை கலை அழகியல் மிளிர படைத்துச் செல்கிறது. இமையத்திடம் எதையும் நேர்த்தியாகச் சொல்லும் பங்கு இயல்பிலேயே நிரம்பிக் கிடக்கிறது. நாட்டார் கதை சொல்லல் மரபினூடாக லாவகமாக வழக்காறுகளும், பாடலும், அடுக்குச் சொற்களும் விரவிக் கிடக்கின்றன. வயதான கிராமத்துப் பாட்டி நீட்டி முழக்கிக் கதை சொல்வது போல் (நாவலிலும் கிழவி கதை சொல்கிறாள்) நாவல் அழகாய் நகர்கிறது.

"அந்த மினியோட தல மசுரு ஒரு சீலத்துணி நீட்டு இருக்கும்" (ப. 110) என்பதும்,

கூத்தாட்டத்துனூடே ஆட்டக்காரர்கள் ஆண்டைகளைக் கேலி செய்வதை,

"ஒத்தக்காலு பண்ணையாரு ஆண்ட, கோழி மூக்கு பண்ணையாரு ஆண்ட, ஆன வவுறு பண்ணையாரு ஆண்ட" (ப.167) எழுதிச் செல்வது இமையத்தை இனம் காட்டும்.

காலத்தைக் கடிகாரம் வருவதற்கு முன்னால் இயற்கை நிகழ்வுகளை வைத்தே மக்கள் குறிப்பார்கள். நாவலில் பல இடங்களில் காலம் இவ்வகையில் சுட்டப்படுகின்றது.

"ஒரு குழம்புக்கு மிளகாய் அரைக்கும் நேரத்திற்குள்ளாகவே மற்றவர்களுடன் வந்து சேர்ந்து கொண்டாள்" (ப.133).

"ஒரு உரல் சோளம் துவைக்கும் நேரத்தைவிட அதிகமான நேரம் ஆடியிருப்பான்" (ப.168).

"முதல் கோழி கூவும் நேரத்திற்கு உயிர் அடங்கி விட்டது" (ப.183).

"ஒரு கத்திரிக் தோட்டத்திற்குக் களைகூட வெட்டி முடித்திருக்கலாம். அவ்வளவு நேரமாகியும்..." (ப. 200)

"நாள் பாக்குக் கடிக்கிற நேரத்துக்குள்ள ஓட்டமுட்டும் ஒரு நட போயிட்டு வரன்" (ப.206).

இயற்கை சக்கரம் உழைப்பு சார்ந்தும் காலத்தைக் குறிப்பது அந்தந்த நில சார்ந்த இனம் சாந்த வாழ்க்கைப் பதிவாக இங்கே அமையக் காணலாம்.

"ஒரு நாவலாசிரியன் (1) சுய அனுபவம் (2) கள ஆய்வு முறை (3) நூலறிவு என்ற மூன்று வழிமுறைகளில் இனவரைவியல் செய்திகளை அறிந்து கொள்ள முடியும் (ஆ. சிவசுப்பிரமணியன், 2009: 16) என்பார்.

இந்நாவலில் எழுத்தாளர் இமையம் சுயசாதியைச் சேர்ந்தவர் இல்லை என்றாலும் அப்பகுதில் வாழ்ந்து நேரடியாக அனுபவங்களைப் பெற்றவர் என்பதும், சாதிய ஒடுக்கு முறைகளை அனுபவரீதியாக உணர்ந்தவர் என்பதும், இந்நாவலுக்காக கூத்தாடிகள் குறித்து கள ஆய்வுகளைச் செய்து தகவல்களைத் திரட்டி உள்ளார் என்பது நாவலின் வழி அறிய முடிகின்றது.

மதிபெற்ற மைனர் அல்லது தாசிகளின் மோசவலை எனும் நாவலை எழுதிய மூவலூர் இராமாமிர்தம் அம்மாள் போன்று அகவயமான முன் வைப்புகள் இதில் இல்லை. கூத்தாடிகள் என்னும் இனம் குறித்த வரையறைகளும் போதுமான தகவல்களுடன் இல்லை. குலம், சாதி, அடிப்படையில் இவர்களின் இடமும் தெளிவாகச் சுட்டப்பெறவில்லை. பண்டையத் தமிழ்ச் சமூகத்தின் பரத்தமைப் பிரிவின் தொடர்கன்னியாக இவர்களை இனம் காண முயலலாம். அதற்கான வலுவான நிகழ்வுக் கோவைகளே நாவலை நிரப்புகின்றன.

என்றாலும் இதுவரை அறியப்படாத ஒடுக்கப்பட்டோரிலும் ஒடுக்கப்பட்ட ஒரு சமூகப் பிரிவை வெளிச்சத்துக்குக் கொண்டு வந்ததற்காக எழுத்தாளர் இமையத்தைப் பாராட்டத்தான் வேண்டும். இனவரைவியல் எழுத்தை அழகிய நுட்பங்களோடு திரைச் சீலையில் வண்ணந்தீட்டும் தேர்ந்த ஓவியனாய் வரைந்து காட்டுவது இந்நாவலின் அதிசிறப்பு எனலாம்.

* இமையம், செடல், க்ரியா வெளியீடு, 2,முதல் தளம், காமராஜ் நகர், திருவான்மியூர், சென்னை - 600 041, இரண்டாம் பதிப்பு: 2012.

8
இலக்கிய இனவரைவியல்: மிராசு

"இலக்கிய இனவரைவியல் என்பது இலக்கியத்தை மானிடவியல் அடிப்படையில் ஆய்வு செய்வதற்கான ஒரு முறையியல் ஆகும்". (2017 : 23), என்பார் ஞா. ஸ்டீபன். இலக்கியம் எனும் எழுத்து ஊடகத்தின் வழியாக ஒரு குழுவின் (இனத்தின்) வாழ்வை, வரலாற்றைப் பண்பாட்டை முழுமையாகவோ, பகுதியாகவோ பதிவு செய்தல். ஓர் படைப்பாளி தான் சார்ந்த மக்கள் திரளின் வாழ்வியலையும், பண்பாட்டையும், மரபுகளையும் நிகழ்வுகளாகவும், சித்திரிப்புகளாகவும் படைப்பில் தருகின்றார். "குறிப்பிட்ட மக்கள் கூட்டத்தினரின் சமூக பண்பாட்டு வாழ்க்கை முறையை ஒரு வகைத் திட்டவட்டமான முனைப்புடன் களப்பணியின் மூலம் உற்றுநோக்கித் திரட்டும் தரவுகளைக் கொண்டு ஓர் ஆய்வாளன் படைக்கும் பண்பாட்டுச் சித்திரிப்பாக அமையும் ஒரு தனி வரைவு நூலே இனவரைவியல்" (2017 : 10). என்பார் ஆ. தனஞ்செயன்.

தஞ்சாவூர் வட்டாரம் வேளாண் தொழிலை அடிப்படையாகக் கொண்டது. ஊர்ப்புறங்களை மையமிட்டது. உழைப்புப் பண்பாடும் தொல் வாழ்வுக் கூறுகளும் நிறைந்தது. திணை சார் வாழ்வியலும், நாட்டார் பண்பாட்டுக் கூறுகளும் இங்கு பெருமளவில் நிலவுகின்றன. நாட்டுப்புற வழக்காறுகள், தெய்வங்கள், கலைகள், விழாக்கள், கைவினைப் பொருட்கள் ஆகிய நாட்டார் பண்பாட்டு விழுமியங்களை ஆவணப் படுத்துவதில் எழுத்திலக்கியங்கள் பெரும்பங்கு வகிக்கின்றன.

எழுத்தாளர் சி.எம்.முத்து தஞ்சை வட்டார எழுத்தாளர். சிறுகதைகளும், நாவல்களும் படைத்துள்ளார். இவரது படைப்புகள் யாவும் தஞ்சை வட்டாரப் பண்பாட்டைப் பிரதிபலிக்கின்றன.

இவரது அண்மைப் படைப்பு "மிராசு" (2016) எனும் நாவல். 850 பக்கங்கள். மேலத் தஞ்சைப் பகுதியில் வாழும் வேளாண்குடிகளான "கள்ளர்" இன மக்களின் வாழ்வியலைப் பேசுகின்றது இந்நாவல்.

நிலவுடைமை வளர்ந்து, உச்சமடைந்து, சரியத் தொடங்குவதை, விடுதலைக்குப் பிந்தைய ஐம்பதாண்டுகளை மையமாக வைத்து

நாவல் பதிவு செய்கின்றது. இந்நாவல் முழுவதும் இனவரைவியல், பண்பாட்டு மானிடவியல் அடிப்படையில் அமைந்துள்ளது.

- வாழிடங்கள்
- ஊர்ப்புற விளையாட்டுகள்
- வாழ்க்கை வட்டச் சடங்குகள்
- உணவுப் பண்பாடு
- புழங்கு பொருள் பண்பாடு
- வேளாண்மரபு தொழில்நுட்பம்
- தெய்வங்கள், நம்பிக்கைகள், விளையாட்டுகள்

ஆகிய இனவரைவியல் பண்பாட்டுக் கூறுகள் அடிப்படையில் "மிராசு" நாவலை இக்கட்டுரை ஆய்வு செய்கிறது.

சி.எம்.முத்து தன் படைப்பில் கையாளும் வாய்மொழிப் பேச்சு மரபு முக்கியமானது. கூடவே, இந்நாவலில் விவரிக்கப்படும் வேளாண் வாழ்வியல் நாட்டார் பண்பாட்டு விவரிப்பாக மிளிர்கிறது. இந்நாவலில் இடம் பெறும் இடப்பெயர்கள், ஊர்ப்பெயர்கள், மாந்தர் பெயர்கள், புழங்கு பொருட்கள் ஆகிய யாவும் இனவரைவு அருங்காட்சியகம் (Ethno Museum) போல காட்சிப்படுத்தப்படுகின்றது.

ஆக, "மிராசு" நாவல் தஞ்சை வட்டார வேளாண்சார் பண்பாட்டைப் பிரதிபலிக்கிறது. கள்ளர் இன மக்களின் பண்பாட்டு எழுதுகையாக இந்நாவலை மதிப்பிடலாம்.

'தமிழ்நாட்டில் தஞ்சை மாவட்டத்தில் உள்ள சின்னஞ்சிறிய கிராமங்களில் வாழ்ந்து கொண்டிருந்த ஏராளமான மிராசுதாரர்களைப் பற்றி என் சிறு பிராயத்திலிருந்தே ஏராளமாக அறிந்து வைத்திருக் கின்றேன். அவர்களின் வாழ்க்கை முறையானது அபாரமானது, ரசிக்கத்தக்கது, நேர்த்திமிக்கது, மிடுக்கானது, கொஞ்சம் சூசகமானதும் கூட. அப்படி வாழ்ந்து கொண்டிருந்த ஒரு மனிதரின் வாழ்க்கையே இந்நாவல்" என்பார் சி.எம். முத்து.

ஆக, கண்டு, கேட்டு, உற்று நோக்கி, உள்வாங்கி எழுதப்பட்ட இனவரைவுப் பனுவலாக இந்நாவல் அமைகின்றது.

இனவரைவு எழுத்தானது 1. சுய அனுபவம் 2. கள ஆய்வு 3. நூலறிவு ஆகிய மூன்று வழிமுறைகளில் ஓர் படைப்பாளியால்

புனைவாக்கப்படும். “மிராசு” நாவலில் சி.எம்.முத்து தன் சுயஅனுபவம் ஒன்றையே படைப்பில் கையாண்டுள்ளார். “சுய அனுபவம் என்பது நாவலாசிரியன் தான் பிறந்து வளர்ந்த சமூகச் சூழலையோ, தான் வாழ்ந்து கொண்டிருக்கும் சமூகச் சூழலையோ, தான் மேற்கொண்டிருக்கும் தொழில் அடிப்படையில் பெறும் அனுபவங்களையோ மையமாகக் கொண்டு நாவல் எழுதுவதாகும். இம் முறையில் நாவலாசிரியனுக்கு மிகவும் இயல்பாக இனவரைவியல் தரவுகள் கிட்டிவிடுகின்றன” *(2014 : 10)*. என்பார் ஆ. சிவசுப்பிரமணியன். தான் பிறந்து வளர்ந்து வாழ்கிற சூழலையும், தான் மேற்கொண்டிருக்கும் வேளாண் தொழிலையும் மையமிட்டே சி.எம்.முத்து இந்நாவலைப் படைத்துள்ளார்.

மேற்குத் தஞ்சையின் நடுவில் அமைந்த காவிரி பாயும் ஊர்களை மையமிட்டே நாவல் இயங்குகிறது. இப்பகுதியில் பெரும் எண்ணிக்கையில் வாழும் கள்ளர் இன மக்கள் தான் நாவலை இயக்குகிறார்கள், என்றாலும் உழுகுடிகளான பள்ளர்களும், சேவை குடிகளும் சமூக இயங்கு சக்திகளாக நாவலில் வலம் வருகிறார்கள்.

இந்தளூர் சேது காளிங்கராயர் பல வேலி நிலங்கள் கொண்ட நிலவுடைமைக் குடும்பம். தாத்தா சோமு காளிங்கராயர், அப்பா மருது காளிங்கராயர் அவரைத் தொடர்ந்து சேது காளிங்கராயர் என்று நில மரபுரிமை “மிராசு” எனும் பட்டத்தை உயிர்ப்பித்து வருகின்றது. சேது காளிங்கராயர் அவர் மனைவி ராஜாமணி, மகன்கள் அசோகன், வெங்கடேசன், மகள் கிருஷ்ணவேணி அவர்களின் பிள்ளைகள் என்று மூன்று தலைமுறையின் வாழ்க்கையாக நாவல் விரிகிறது. ஓமந்தூர் ரெட்டியார் தொடங்கி எம்.ஜி.ஆர் வரை விடுதலைக்குப் பின்னான தமிழ்நாட்டின் அரசியல், சமூகப், பண்பாட்டு விளைவுகளை நாவல் பதிவு செய்கின்றது.

நாட்டின் விடுதலை வந்தபொழுது தன்னைக் காணவரும் தன் சாதியினரையே நிற்க வைத்துப் பேசி அனுப்பும் மிராசு, பின்னாளில் எல்லோரையும் சமமாக உட்கார வைத்துப் பேசும் பக்குவத்தைக் காலமும் சனநாயகமும் அவருக்குத் தருகின்றது என்றாலும் காங்கிரஸ் பேராயக்கட்சி, அதன் அரசு, தலைவர்களுடன் நிலவுடைமையாளர் களுக்கு உள்ள உறவுநிலை காரணமாக மிராசுகள் மையத்திலேயே இருக்கிறார்கள்.

நிதிக் கணக்கு வழக்குகளுக்கு கணக்குப்பிள்ளை (அய்யர்), நில மேற்பார்வைக்கு கார்வாரி (இடைநிலைச் சாதியர்), உடல் இளைப்பாற வைப்பாட்டிகள், பயணத்துக்கு குதிரை ரேக்ளாவண்டி, உடம்பெங்கும்

பெருநகையணிகள் (நரிப்பல், சிங்கப்பல் செயின், புலித்தலை தங்கக்காப்பு, கல்மோதிரம்) பெரிய மிதியடி, பரந்து விரிந்து விடக்கும் பண்ணை வீடு, தேங்காய்ப்பூ துண்டு, தேக்குமரப்பீரோ, சாப்பிட வெடக்கோழி, ஒருமரத்துக் கள்ளு, வீசை ஆட்டுக்கறி, விரால் மீனு, கைக்குத்தல் அரிசி, ஊர் பஞ்சாயத்தில் கோவில் திருவிழாவில் முன்னுரிமை என குறுநில மன்னர் வாழ்வு நடக்கின்றது.

நிலமே செல்வம். நிலக் குவியல் உள்ளோர் பெருந்தனக்காரர்கள். பள்ளி வேண்டாம். கல்வி பற்றி கவலை இல்லை. பிறர் பற்றிய அக்கறை கூடாது. தன் பெண்டு, தன் பிள்ளை, தன் குடும்பம். மன மகிழ்ச்சிக்கு, பெரிய மனிதத்தன வெளிச்சத்துக்குத் தானதர்மம். இவை தான் நிலவுடைமையின் வெளிப்பாடு, இன்னொரு முகமும் இவர்களுக்கு உண்டு. ஆணவம், அதிகாரம், ஆதிக்கம், தீர்ப்பெழுதுதல், தண்டனை வழங்கல், பெண் சூறையாடல், அழித்தொழித்தல்... ஆனால் இந்நாவல் மிக மென்மையான மிராசையே - ஏழைகளுக்கு இரங்கும் - அநீதிக்கு அச்சப்படும் - பிரபலத்தனம் விரும்பாத - சரிக்கும் தவறுக்குமிடையே சஞ்சலப்படும் மனம்படைத்த ஒருவரையே நாயகனாக்கி உள்ளது.

மேடு பள்ளங்கள் நிறைந்த மண் சாலைகள் கப்பிச் சாலைகளாகி, தார்ச் சாலைகளாகவும் மாறுகின்றன. கட்டுச் சோறு கட்டிக் கிளம்பிய பயணங்களை அடிக்கடி வந்து செல்லும் பேருந்துகள் மாற்றிவிடுகின்றன. ஊருக்குள் பள்ளிக்கூடம் வந்து ஆடு, மாடுகள் மேய்த்தப் பிள்ளைகள் கல்வி கற்கிறார்கள். இருண்டு கிடந்த ஊரும், தெருவும், வீடுகளும் மின்சாரத்தால் ஒளி வெள்ளத்தில் மிதக்கின்றன. வானொலி, தொலைபேசி, தொலைக்காட்சிகள் வந்துவிட்டன. பித்தளைச் சாமான்களுக்குப் பதில் எவர் சில்வர் பாத்திரங்கள். ஊரில் பெரிய பங்களாக்கள், மாடி வீடுகள். பல ஏசி கார்கள் மாற்றமும் வளர்ச்சியும் வாழ்க்கையை திருப்பிப் போடுகின்றது.

காவிரி மடைதிறந்து ஓடியது போக, கர்நாடகா கட்டிய அணை களால் முறைப்பாசனம் வருகின்றது. ஆற்று நீரை நம்பிப் பலனில்லை என பம்ப் செட்டுகள் வருகின்றன. முப்பது அடியில் கிடைத்த தண்ணீர் முன்னூறு அடிக்குச் செல்கிறது. முப்போக சாகுபடி ஒரு போகமாகச் சுருங்குகிறது. வீரிய விளைச்சல், பசுமைப் புரட்சி, பிராய்லர் கோழி, விதையில்லாப் பழங்கள், காய்கறிகள், வங்கிக் கடன்கள், கட்டா விட்டால் சப்திகள்... எல்லாம் அரங்கேறுகின்றன.

ஊர்ப்புறங்களில் உள்ள டீக்கடைகள் அரசியல் விவாத அரங்கு களாகத் திகழ்கின்றன. காங்கிரசும், காமராசரும் தோற்று தி.மு.கவும்,

அண்ணாவும், கலைஞரும், எம்.ஜி.ஆரும் ஆள்கிறார்கள். உரிமை களுக்காக கம்யூனிஸ்ட் கட்சி போராடுகிறது. பா.ம.க, வி.சி.க, தே.மு.தி.க என பல அரசியல் கட்சிகள் முகிழ்க்கின்றன.

சேது காளிங்கராயர் தன் இருமகன்களுக்கும் தன் தங்கை மகளையும், தன் மனைவியின் அண்ணன் மகளையும் மணமுடிக்கிறார். குடும்ப நிர்வாகம், பெட்டி சாவி பிள்ளைகள் கைகளுக்குச் செல்கிறது. அவர்கள் தனியே வீடுகள் கட்டி, கார்கள் வாங்கி, கடன்கள் பட்டு வாழ்கிறார்கள். மிராசு தன் பழைய வீட்டில் பேரப்பிள்ளைகள் அன்பிற்கு ஏங்கித் தவிக்கிறார்கள். கைச் செலவுக்குக் கூட மகன்களை நம்பி இருக்க வேண்டிய அவலம். மூத்த மகன் அசோகன் மிராசு சோக்கில் வைப்பாட்டிகள், ஊதாரித்தனம், வெற்று அதிகார, ஆடம்பரத்தில் தன் நிலை தாழ்கிறார்கள். இளைய மகன் வெங்கடேசன் நல்ல சம்சாரி ஆகிறான். மகள் கிருஷ்ணவேணியோ கணவன் வைப்பாட்டியோடு எல்லாவற்றையும் இழக்க பிள்ளைகளோடு பிறந்தகம் வந்துவிடுகிறார்கள். மிராசுவின் கண்முன்னே அவர் கட்டி எழுப்பியக் கோட்டை சரியத் தொடங்குகிறது.

ஓர் மழை நாளில் மிராசுவின் பெரிய வீட்டின் பின்பகுதி இடிந்து விழுகிறது. மகள் பதறி வருகிறார். ஊரே கூடி வந்து விசாரிக்கிறது. மகன்கள் எட்டிப் பார்க்கவில்லை. மிராசு சேது காளிங்கராயரும் - ராஜாமணியும் அதிர்ச்சியில் உறைகிறார்கள். திடீரென சேது மயங்கி விழுகிறார். அதனை அறிந்த ராஜாமணிக்கும் உயிர் பிரிகிறது. இருவரும் இணைந்தே இறக்கிறார்கள்.

பெற்றோர் இறந்தபின் பிள்ளைகள் அவர்கள் பெற்றோரின் நற்குணங்களை, சமூகப் பெருமதியை உணரத் தலைப்பட்டு நல்நிலையில் வாழத் தொடங்குகிறார்கள்.

மிராசுவின் மகள் கிருஷ்ணவேணியின் மகள் வடிவுக்கரசியை அசோகன் மகன் ஞானசேகரனுக்கு மணமுடிக்க யோசிக்கையில், எப்போதும் மடிக்கணினி, செல்பேசி சகிதமாக இருக்கும் அசோகன், வெங்கடேசன் ஆகியோரின் பிள்ளைகள் ஞானசேகரன் ஒரு பெண்ணைக் காதலிப்பதாகச் சொல்லிப் படத்தையும் காட்டுகிறார்கள். மொத்தக் குடும்பமும் திகைத்து நிற்கிறது. கிருஷ்ணவேணி நீண்ட நாட்களாக பிறந்த வீட்டில் இருப்பதை கூச்சமாக உணர்ந்தவள், தன் பிள்ளைகளோடு எவ்வித உறுதியும் இல்லாத புகுந்த ஊருக்குச் செல்வதோடு நாவல் நிறைவு பெறுகின்றது.

இது சேது காளிங்கராயர் என்ற தனியொரு மிராசின் கதை மட்டுமல்ல. தஞ்சை மாவட்டத்தின் பெரும்பாலான மிராசுகளின் வாழ்வியல் சி.எம்.முத்து வகை மாதிரியாக இதனைப் படைத்துள்ளார். தத்துவ விசாரங்கள், சமூக அரசியல் காரணிகள் பற்றியெல்லாம் கவலையின்றி தன்மனம் எனும் காமிரா கொண்டு படைப்பாளி ஒரு பெருந்திரை விருந்தைப் படைத்துள்ளார் எனலாம்.

நாட்டார் வழக்காறுகள்

சி.எம்.முத்து அடிப்படையில் ஓர் கலைஞர். நாடகம், கூத்து ஆகியவற்றில் நடித்தவர். நீண்டக் கூந்தலுடன் பெண் வேடமிட்டு நடித்ததாகக் கூறுவார். நாட்டுப்புறப் பாடகர். கதை சொல்லி. எனவே அவரின் படைப்புகளில் நாட்டார் வழக்காறுகள் இயல்பாக சூழலுக்கு ஏற்ப வந்தமையைக் காணலாகும். மிராசு நாவலில் பழமொழிகளாக உப கதைகளாக, வட்டார வழக்காகப் பயன்படுத்தப்பட்டுள்ளவற்றை இங்கு சுட்டலாம்.

“ஒரு ஈ காக்காய் குருவியைக்கூட காணுமே” *(ப. 47)*

“மலை போல் வருமென்று நினைத்தது பனிபோல் விலகியது” *(ப. 49)*

“மச்சினன் இல்லாத வூட்டுல பொண்ணுக்கட்டக் கூடாது” *(ப. 57)*

“மோட்டுக்கு இழுத்தால் பள்ளத்திற்கு” *(ப. 62)*

“ஓ கைய ஊனித்தான் கரணம் பாஞ்சாவனும்” *(ப. 85)*

“எரியிறத இளுந்தா கொதிக்கிறது அடங்கிப்போயிரும்” *(ப. 104)*

“மயிரு உள்ள சீமாட்டி அள்ளி முடிஞ்கிக்குறா” *(ப. 107)*

“கிளி மாதிரி பொண்டாட்டி இருந்தாலும் கொரங்கு மாதிரி ஒரு வப்பாட்டி வேணும்” *(ப. 107)*

“ஏ தலமுடிய எண்ணுனாலும் எண்ணிப்புடலாம் நா வாங்கி வச்சிருக்கிற கடன எண்ணமுடியுமா” *(ப. 173)*

“முட்ட வுடற கோழிக்குத்தான் சூத்தெரிச்சத்தெரியும்”

“ஆடாய்தான் பிறந்தோமா” *(ப. 177)*

“போடி போக்கனம் கெட்டவுள” *(ப. 267)*

“எளவுக்கு வர்றவள்ளாம் தாலியறுக்க மாட்டா” *(ப. 288)*

"வெண்ண தெறண்டு வர்றப்ப தாளி ஒடஞ்ச கதையா" *(ப. 314)*

"வெறப்பு சறப்பும் வீராப்பும் எம்புட்டு நாளைக்கு" *(ப. 343)*

"பணம் ஈசப்பூத்துக் கெடக்குதாம்" *(ப. 359)*

"எச்சித்துப்பி எச்சி காயிரதுக்குள்ள" *(ப. 371)*

"ராவுத்தரு கொக்கா பறக்குறாராம் குதுர கோதும ரொட்டி கேட்டுச்சாம்" *(ப. 381)*

"வெட்டிப் போட்ட வாழைப் போத்து மாதிரி" *(ப. 411)*

"கெணத்த வெட்டுனா ஊத்து வாயில நெல்லி மரத்த வைக்கனும்" *(ப. 529)*

"மடையான் மடையான் பூப்போடு
மட்டைக்கு ரெண்டு பூப்போடு
ஒன்ன ஒருத்தன் புடிக்க வாரான்
அதுக்கு ரெண்டு பூப்போடு" *(குழந்தைப்பாட்டு ப. 586)*

"தாலியறுத்தவளுக்கு தானா வரும் ஒப்பாரி" *(ப. 696)*

"கையெழுத்து மறைகிற நேரம்" *(ப. 700)*

"குருடன் கிழித்த துணி கோவணத்துக்கு ஆவும்" *(ப. 736)*

"அணில் கொம்பிலும் ஆமை கிணத்திலும் என்கிற மாதிரி" *(ப. 740)*

"மயிருள்ள சீமாட்டி அள்ளி முடிஞ்சிக்கட்டும்" *(ப. 751)*

"துரியோதனன் கெட்டது வீம்பால" *(ப. 752)*

"ஜாடிக் கஞ்சியை மூடிக் குடிக்கணும்" *(ப. 775)*

"அடிச்சிகிட்டு போற வெள்ளம் கடல்ல போயி கலக்குறக்குள்ள" *(ப. 841)*

இப்படி ஏராளம் வழக்காறுகள் நாவலில் இடம்பெறுகின்றன. தெருக்கூத்துப் பாடல், நாட்டுப்புறப் பாடல், நவீனக் கவிதை ஆகியவற்றையும் சி.எம். முத்து நாவலில் பொருத்தமான இடங்களில் கையாள்கிறார்.

நாட்டுப்புறக் குழந்தை விளையாட்டுக்கள்

காலம் காலமாக நாட்டுப்புறங்களில் பல விளையாட்டுக்கள் நிகழ்த்தப்பட்டு வருகின்றன. பெரியவர்களின் விளையாட்டுக்களை

வீர விளையாட்டுக்கள், பொழுது போக்கு விளையாட்டுக்கள் எனப் பகுப்பர். குழந்தைகள் பொழுது போக்கவும், வேடிக்கைக்கும் பலவித விளையாட்டுக்களை மேற்கொள்வர். பெரும்பாலும் மன மகிழ்ச்சியையும், குதூகலத்தையும் இவை தரவல்லவை. குழு விளையாட்டுக்களாக அமையும். இறுக்கமான விதிகள் இன்றி நீக்குப் போக்குடன் அமையும். குழந்தைகளின் இயல்பூக்கங்களை நிறைவு செய்யும் விதத்தில் இவை அமைகின்றன. இயற்கையில் கிடைக்கும் பொருள்கள், பறவைகள், காய், கனிகள், குச்சிகள், கயிறு போன்றவை விளையாடப் பயன்படு பொருள்களாக விளங்குகின்றன. பாடல்களும் கதைகளும் கூட இடம்பெறுகின்றன.

மிராசு நாவலில் பலவித குழந்தை விளையாட்டுக்கள் சுட்டப்படுகின்றன. "கள்ளான் கள்ளான் தாப்பட்டி", "ஒரு கொடம் தண்ணி ஊத்தி ஒரு பூ பூத்தது", "குலை குலைக்காய் முந்திரிக்காய் நரிய நரிய சுத்திவா" (ப. 25).

"கொல கொலக்க முந்திரிக்காய், ஓடிபிடித்து ஆடுவது, சில்லுக்கோடு, நொண்டிக்கோடு, உப்பு மூட்டை தூக்குவது" (ப.568), "கிட்டிப்புல்", "பளீஞ்சடுகுடு" (ப. 327) என்று குழந்தைகளின் விளையாட்டை சுட்டும் நாவலாசிரியர் ஊரில் சாதாரணக் குழந்தைகள் ஆடிப்பாடி விளையாட மிராசுவின் பிள்ளைகள் வீட்டுக்குள்ளே ஏங்கித் தவிப்பதை கீழ்க்காணுமாறு பதிவு செய்கிறார்.

"ஒரு பட்டம் திருபட்டம் ஒரிய மங்கலம் ஒக்கா துரும்பி ஒம் பேரு என்ன"? தண்ணீருக்குள் மூழ்கி விளையாடுகிற கண்டுபிடிக்கிற ஆட்டம் அதுதான். "கொட்டான் கொட்டான்" ஈச்சம் பழம் பறிப்பது கலாக்காய் பறிப்பது தின்னுவது, சொடக்குப் பழம் பறித்து வந்து நெற்றியில் குத்தி சொடக்கு போட்டவுடன் துவர்ப்பும் புளிப்பும் கொஞ்சம் போல் இனிப்புமாய் இருக்கிற அந்தப் பழத்தை தின்று ருசிப்பது, வெண்டைக் காய்களின் அடிப்பாகத்தை அரிந்து முகம் உடம்பென்று ஒட்டிக்கொண்டு பயம் காட்டுவது, நுனாக்காய் பறித்து வந்து வாருகோல் குச்சிகளைக் குத்திக் குத்தி தேர் செய்வது, நுனாப்பழம் தின்னுவது, புளியம் பிஞ்சியை கை நிறைய பறித்துவந்து கருங்கல்லில் இழைத்து இழைத்து விரலால் தொட்டு நக்குவது, ஓணான் பிடிப்பது, செத்துப் போன நாயை அதன் கால்களில் கயிற்றைக் கட்டி தெருவுக்குத் தெரு இழுத்துக்கொண்டு ஓடுவது, இலுப்பை மரப் பொந்துகளில் கை நுழைத்து கிளியும் அதன் குஞ்சுகளையும் பிடிப்பது, வண்ணத்துப் பூச்சிகளைப் பிடித்து அதன் றெக்கைகளை உள்ளங்கையில் தேய்த்து மினுமினுப்பைக் காட்டுவது, போலீஸ்காரன் திருடன் விளையாட்டு

விளையாடுவது, கூட்டாஞ்சோறு ஆக்குவது, ரயில் வண்டி விளையாட்டு, கோலி குண்டடிப்பது, கிட்டுப்புல் ஆடுவது" (ப. 568 - 569).

இவை குழந்தைகள் தமக்குக் கிடைக்கும் பொருள்களைக் கொண்டு, நினைத்த விதத்தில் விளையாடும் தன்மையன. தனித்தோ, குழுவாக ஆண்கள், பெண்கள் மட்டுமே சேர்ந்தோ விளையாடக் கூடியவை. பொழுதுபோக்கு, மனமகிழ்ச்சி, உடற்பயிற்சி, மனவளர்ச்சி சார்ந்து இந்த நாட்டுப்புறக் குழந்தை விளையாட்டுகள் நிகழ்த்தப் படுகின்றன. இவை நாவலில் அழகாகப் பதிவாகின்றன.

கோலங்கள்

கோலம் என்பதற்கு "அழகு" என்றும் "ஒப்பனை" என்றும் பொருள் கூறுவர். வீடுகளின் வாசல்களில் கோலமிடுவது பெண்கள் சார்ந்த ஓர் கலையாக வளர்ந்துள்ளது. தொடக்கத்தில் வீட்டை அலங்காரம் செய்யும், வீட்டுக்கு வருவோரை வரவேற்கும் அழகுக் கலையாக இருந்தது. பின்னர் சமய நம்பிக்கைகளின் படி கோயில்களில், திருவிழாக்களில் முக்கியத்துவம் பெற்றது.

பெரும்பாலும் மழை, பனிக் காலங்களில் மாக்கோலமிடுவது, இரைதேடி வரும் எறும்பினங்களுக்கு உணவு கிடைக்க வேண்டும் என்பதற்காகத்தான். எனவே மாக்கோலமிடும் முறை தமிழர்களின் உயிர் இரக்கச் சிந்தனை எனவும் கொள்ள இடமுண்டு.

கோலங்கள் இன்று வண்ணக் கோலங்களாகி, ஸ்டிக்கர் கோலங் ளாகி வணிகக் கலையாக உருவெடுத்துள்ளது. மிராசு நாவலில் மார்கழி மாதம் கோலமிடும் தமிழ்ப் பண்பாட்டு மரபு பதிவாகி உள்ளது.

"மார்கழி மாசமாக இருக்கும் பட்சத்தில் பெண்கள் இரவு நேர சங்கூதி வந்துவிட்டுப்போன நாழிக்கெல்லாம் எழுந்து கொள்வார்கள். அவர்கள் அப்படி எழுந்து கொள்வதற்கு அப்புறம் தான் தலைக் கோழியே கூவ ஆரம்பிக்கும். எழுந்ததும் என்ன கோலம் போடுவ தென்று இரவே திட்டம் போட்டிருப்பார்கள். மாட்டுக் கொட்டிலுக்குப் போய் வாசல் தெளித்து கூட்டிப் பெருக்கிய கையோடு கொட்டாங் குச்சியில் அரிசிமாவை எடுத்துக் கொண்டுவந்து கோலம் போடுவார்கள். ஒருமணி நேரத்துக்குமேல் ஆகும் அவர்கள் கோலம் போட்டு முடிக்க. தெருவடைத்து பெரிய கோலம் போடுவார்கள். புள்ளிக்குப் புள்ளி கோடுகளை இணைப்பதே கண் கொள்ளாக்காட்சியாகும். அப்படி இப்படி இழுத்து தேரைக் கொண்டு வந்து விடுவார்கள். மான், மயில், குருவி, மிட்டாய் தட்டு என்று விதவிமான கோலங்கள். கோலம்

வரைந்த கையோடு தோட்டத்துக்குப் போய் பறங்கிப்பூ, பூசணிப்பூ பறித்து வந்து கோலத்தின் நடுவில் வைப்பார்கள். ஒரு சிலர் பசுஞ்சாணத்தில் பிள்ளையார் பிடித்து அருகம்புல் சொருகி விளக்கேற்றியும் வைப்பார்கள்" *(பக். 252 - 253).* என்று கோலமிடுவதை பதிவு செய்பவர், கோலம் எனும் கலை அழகை மிக நுட்பமாக, "புள்ளி வைத்து கோல நர்த்தனம் புரிவார்கள். விரலிடுக்கில் மாவு கசிந்து கசிந்து ஓவியம் உருக்கொள்ளும். ஒருத்தர் வீட்டு வாசலை ஒருத்தர் வீட்டு வாசல் தொட்டுக் கொள்ளும்படியாய் கோல நர்த்தனங்கள். உயர்ந்த ஸங்கீதத்தில் மேல் ஸ்தாயியிலேயே நின்றுவிடாமலும் கீழ் ஸ்தாயியில் இருந்துவிடாமலும் மூன்று ஸ்தாயிகளையும் பிடித்து அழகு பண்ணுகிறமாதிரி மேல், கீழ், மத்திமம் என்கிற மாதிரி அழகழகாய் கோலப் படிமம் வித்தை பண்ணும். இந்த வித்தையில்லாத கோலம் அலங்கோலமாய் ஆய்விடுமல்லவா?" *(ப. 761)* என சி.எம். முத்து விதந்து எழுதிச் செல்கிறார்.

மரபுத் தொழில் நுட்பம்

எந்த ஓர் இனமும் தனக்கான சுயாதின அறிவைக் கொண்டே இயங்கும். தொழில் அடிப்படைச் சாதிகள் உருவானபோது, இனக்குழு மக்கள் தங்கள் மரபறிவின் துணையுனூடே தங்கள் அடையாளங்களைக் காத்தனர். தொழில்நுட்பக் காலமான இத்தருணத்தில் தொழில் மரபறிவின் தேவையையும், முக்கியத்துவத்தையும் உணரலாம். மரபுரிமை, காப்புரிமை என்றெல்லாம் பேசுகிறோம். நவீனக் கல்வி முறைமை உருவாகும் முன்பே பன்னெடுங்காலம் செழுமையான ஓர் அறிவு மரபு இருந்ததை நாட்டார் மரபிலிருந்தே அனுமானிக்க இயலும். மிராசு நாவலில் கோழி பிடித்தல் தொடங்கி எலி பிடித்தல், சுண்ணாம்பு செய்தல், வண்டி செய்தல், விதைக் கோட்டை, சேர்கட்டுதல் வரை பல மரபு தொழில் நுட்பக் கூறுகள் எழுத்தாளரால் பதிவு செய்யப்பட்டுள்ளன.

கோழி பிடித்தல்

ஊர்ப் புறங்களில் கோழி வளர்த்தல் முக்கியமான ஒன்று. பெரும்பாலும் வணிக நோக்கின்றி முட்டை, இறைச்சி ஆகியவற்றுக்காக நாட்டுக் கோழிகள் வளர்க்கப்பட்டன. கோழி முட்டைகளை அடைகாத்தல் தொடங்கி குஞ்சி பொறிப்பது, வளர்ப்பது வரை அநேகம் நுட்பங்கள் உண்டு. வளர்ப்புக் கோழிகள் வீட்டையொட்டியே வளரும். இரை தேடும். காலையில் திறந்துவிடப்படும் கோழிகளை இடையில் பிடிப்பது கடினம். மிராசு நாவலில் வெடக்கோழி (முட்டையிடும்

பருவத்தில் உள்ள இளம் கோழி) பிடிப்பதை அழகாகக் காட்சிப் படுத்துவார்.

மிராசுதாரர் வீட்டின் வேலைக்காரர் அம்புஜம் கோழிகளைப் பிடிக்க முயற்சிக்கிறார். வாயால் கூப்பிட்டால் வாரா. அரிசியையும், நெல்லையும் வீசியெறிகிறார். "கோழிகள் இரை கிடைத்த மகிழ்ச்சியும் முன்னே முன்னே என்று தின்று கொண்டே வீட்டுப் பக்கம் வந்து விட்டது. இப்போது அம்புஜம் புறக்கடை வாசலுக்கு வந்து "போ போ" என்று கூப்பிட்டு தானியங்களை இரைத்துவிட்டு திறந்திருந்த கதவின் ஒண்டியில் மறைந்து நின்றாள். தானியம் தின்ற ருசியில் கோழிகள் அத்தனையும் மறுபடியும் தானியம் தின்ன வீட்டுக்குள் படைபோல் வர ஆரம்பித்து விட்டது. சமயத்தை எதிர்பார்த்து காத்திருந்த அம்புஜம் பொசுக்கென்று கோழிகள் வெளியில் போய்விடாதபடி கதவை சாத்திவிட்டு அவைகளைப் பிடிப்பதில் வேகம் காட்டினாள். கோழிகள் தன்னைப் பிடிக்க வருகிறார்கள் என்பதை அறிந்துகொண்டு தானியத்தைத் தின்னாமல் அங்கும் இங்குமாய் ஓடி ஓடி பாய்ச்சல் காட்டிக் கொண்டிருந்தது. அம்புஜம் லபக்கென்று கோழியை தாவிப்பிடிக்க முற்படுகையில் கோழியின் ஒரு இறகு மட்டும் பிய்த்துக் கொண்டு அவள் கையில் இருந்தது. மறுபடியும் பாய்ச்சல் துரத்தல்தான். இந்த நாடகம் ஒரு கால் மணி நேரத்திற்கு ஆட்டம் காட்டியதும் கோழிகள் அசந்து போய் துவள ஆரம்பித்துவிட்டது. அம்புஜத்திற்கு இப்போது கோழிகளைப் பிடிப்பதில் அதிக சிரமம் இருக்கவில்லை" *(ப. 134)*.

மிக எளிமையான செயல். சாதுவானப் பறவை. இதைப் பிடிக்கவே இத்தனை எத்தனம் என்பதை இப்பகுதி உணர்த்துகிறது.

எலி பிடித்தல்

அறுவடை சமயத்தில் வயலில் எலி பிடிப்பதும் நடக்கும். வேலை செய்யும் நேரத்தின் ஊடே மண்வெட்டியைக் கொண்டு வரப்புகளில் எலியைப் பிடிப்பார்கள். எலிக்கறி உணவாகவும், மருந்தாகவும் பயன்படும். மிராசு நாவலில் எலி பிடிக்கும் தருணத்தை சி.எம்.முத்து பதிவு செய்துள்ளார்.

"ஐந்தாறு ஆட்கள் மண்வெட்டியை எடுத்துக் கொண்டு வரப்பை வெட்ட ஆரம்பித்தார்கள். மண் தள்ளியிருக்கிற வலையில் எலிகள் கூட்டமாக இருக்கும் என்று பேசிக்கொண்டுதான் வெட்ட ஆரம்பித் தார்கள். வலை போகிற திசையைப் பார்த்துப் பார்த்து வெட்டிக் கொண்டிருந்தார்கள். பந்து பந்தாய் நெற்கதிர்களை வலைக்குள் கொண்டுபோய் வைத்திருந்தது எலி. கதிர்களை எடுத்து சாக்குப்

பைக்குள் போட்டுக் கொண்டார்கள். எலிகள் எங்கும் ஓடி விடாதபடி இரண்டு ஆட்கள் கண்ணும் கருத்துமாய் இருந்து பார்த்துக் கொண்டார்கள். எலியின் வால் தெரிந்தது. வாலைப் பிடித்து இழுக்க எலி வெளியில் வந்தது. வாலாலேயே எலியின் பற்களை அகற்றி விட்டு சாக்குப் பைக்குள் போட்டுக் கொண்டு மறுபடியும் வெட்ட ஆரம்பித்தார்கள். பத்து எலிகளுக்கு மேல் அகப்பட்டுவிட்டது. சின்னஞ்சிறிய எலிக்குஞ்சுகளும் முப்பது நாற்பது இருந்தது. அவைகளையும் பிடித்து சாக்குப் பைக்குள் போட்டார்கள். ஆசை விடவில்லை போல. மேலும், இன்னொரு வலையைத் தேடி வெட்ட ஆரம்பித்தார்கள். அந்த வலையில் ஐந்தாறு எலிகளும் குஞ்சுகளும் இருந்தன" *(ப. 477).*

எலிகள் பிடித்து உண்பது உழைக்கும் மக்களின் உணவு வழக்கம். இதனை இப்பகுதி சுட்டிநிற்கின்றது.

சுண்ணாம்புச் சாந்து

அக்காலத்தில் சிமெண்ட்க்குப் பதிலாகச் சுண்ணாம்புச் சாந்தே பயன்பாட்டில் இருந்துள்ளது. கோயில் கட்டுமானப் பணிக்குச் சுண்ணாம்பு பயன்படுத்தல் பற்றிய பதிவு நாவலில் இடம்பெறுகின்றது.

"தஞ்சாவூர் அம்மன்பேட்டைக்கும் அடுத்தாப்புல இருக்கிற அரசூர்லதான் வாங்கணுங்கய்யா. அந்த ஊருக்கு சுண்ணாம்பு ரொம்ப பேர் பெத்ததுங்கய்யா. அவுங்களே சுண்ணாம்பக் கொண்டு வந்து கொளச்சி போட்டுட்டு போயிடுவாங்க. அத நாம புளிக்க வச்சி சித்தாளுங்கள வுட்டு ஒலக்கையால குத்தி மணலும் சுண்ணாம்பு ஒன்னா சேர்றமாறி குடுத்துட்டா கட்டுற கட்டடம் ஆயிரம் வருசம் ஆனாலும் அசையாதுங்கய்யா. அம்புட்டு கெட்டியா பிடிச்சுக்கும்" *(ப. 285).*

கட்டிடக் கலையில் செங்கல்லோடு சுண்ணாம்புச் சாந்து சேர்த்துக் கட்டிட வேலை செய்வதன் நுட்பத்தை இப்பகுதிச் சுட்டுகின்றது.

வண்டி செய்தல்

பந்தயக் குதிரை பழக்குவது குறித்து மிராசு நாவலில் இடம் பெறுகின்றது. குதிரை வாங்குதல், குதிரை வகை, குதிரைக்குத் தீனி பற்றியெல்லாம் அரிய கருத்துக்கள் பதிவாகியுள்ளன.

குதிரை வண்டி செய்வது வண்டிக்கு ஏற்ற மரம் பூவரசு மரம் தேர்வது, சக்கரக்குடங்களுக்கு ஏற்ற மரம் தேர்வது, தச்சாசாரி வரை ஏராளம் செய்திகள் நாவலில் இடம் பெறுகின்றது.

ரேக்ளா வண்டி செய்ய பூவரச மரம் ஏற்றது. அதுவும் முதிர்ந்த "வைரம் பாஞ்ச மரம்" வேண்டும். அப்படி ஒரு மரத்தை மிராசு வீட்டில் தருமன் வெட்டுகிறார். "ரேக்ளா வண்டிக்கி போறுமாடா மரம்?" மிராசு கேட்கிறார்.

"அடி மரத்துல ஆசாரி ரெண்டு சக்கரத்துக்கும் வட்டாவய தயாரு பண்ணிக்கிட்டாருன்னா போதுங்கய்யா கெளையெல்லாம் வலுவா இருக்கு. வண்டிக்கு ஆயிரும்."

"கொடத்துக்கு என்ன பன்றது?"

"பூசரையில கொடத்துக்கு போட மாட்டாங்க ஆண்ட. "வம்மார" மரத்துலதான் கொடம் செய்வாங்க. வம்மார மரம் நம்ம பக்கத்துல கொடையாதுங்கய்யா. ஆசாரிகிட்ட சொன்ன அவுரு எங்கயாச்சும் வாங்கிப் போட்டுருவாருங்கய்யா".

"ஆரத்துக்கு என்ன பண்றது?"

"கெளையில எடுத்துக்கலாங்கய்யா... பொதுவா வண்டிக்கான ஆரம் வட்டாவெல்லாம் கருவ மரத்துலதான் போடுவாங்கய்யா. இந்த மாறி வைரம் பாஞ்ச மரமா இருந்துட்டா வட்டா ஆரமெல்லாம் நல்லா ஊக்கமா இருக்குங்கய்யா. பூசரயிலயும் போலாம் மரம்தான் நல்லா ஊக்கமா இருக்குங்களேய்யா" *(ப.328)*.

வண்டி, வண்டிக்கால், வண்டிக்கொடம் என்று அதன் உறுப்புகள் அதற்கு ஏற்ற மரம் என்று விலா வாரியாகச் சொல்லப்படுகின்றது. வண்டி செய்வது தச்சாசாரியின் வேலை. அதைப் பற்றிய பதிவு இல்லை.

வீடு அமைப்பு

அக்காலத்தில் ஊர்ப் புறங்களில் எளிய மக்களின் வீடுகள் வெயில், மழை, இரவு, பகல் இவற்றிலிருந்து தங்களைப் பாதுகாத்துக் கொள்ளும் ஓர் எளிய ஏற்பாடாக மட்டுமே அமைந்தது. தங்களுக்கு எளிதல் கிடைக்கும் கீற்று, வைக்கோல், மண் போன்ற பொருள்களை வைத்து வீடுகளை உருவாக்கிக் கொள்வர். ஆனால் "மிராசு" போன்ற நிலவுடைமையாளர்கள் தங்களுக்கென்று வசதியான பெரிய "பண்ணை" வீடுகளை அமைத்துக் கொள்வது வழக்கம். நாவலில் மிராசுவின் வீட்டைப் பற்றிய பதிவு.

"சேதுவின் தாத்தா சோமு காளிங்கராயர் கட்டிய வீடுதான் இது. விசாலமான ஆலோடி, ஆலோடியைத் தாண்டியதும் ரேழி, ரேழியைத் தாண்டியதும் பெரிய கூடம். அந்த கூடத்தின் மத்தியில் மிகப் பெரிய

கூடம். அந்த கூடத்தின் மத்தியில் மிகப் பெரிய முற்றம். முற்றத்தின் வழியாய் காக்கைகளோ, குருவிகளோ மற்ற மற்ற பறவையினங்களோ வீட்டுக்குள் வந்து விடாத படிக்கு முற்றத்துக்கு மேல் கம்பிவேலி இருக்கிறது. முற்றத்தை சுற்றியுள்ள நான்குபுற கூடத்திலும் நூறு பேர்கள் வரை தாரளமாய் உட்கார்ந்து சாப்பிடலாம். கூடத்தை ஒட்டி விசாலமான அறைகள். ஒரு அறை சேதுவின் படுக்கை அறை. இடது பக்கமிருக்கிற அறை முக்கிய உறவினர் வந்தால் அவர்கள் தங்குவதற்காக அமைக்கப்பட்டது. கட்டில், மெத்தை, பீரோல், சோபா, நாற்காலிகள், மேஜையென்று ஏக அமர்க்களம் பண்ணி வைத்திருக்கிறார் சேது. விருந்தாடிகளின் சௌகரியத்தின் பொருட்டு பார்த்துப் பார்த்து வடிவமைத்திருக்கிறார். இதையடுத்த அடுத்த கட்டுகளில் தான் சாப்பாட்டு அறை, குழந்தைகளுக்கான அறைகள் என்று ஐந்தாறு அறைகள் இருக்கின்றன" *(ப. 59).*

விதை நெல் பாதுகாப்பு : கோட்டை

வேளாண் வாழ்வில் மிக முக்கியமானது விதைகளைப் பாதுகாப்பது. முற்றிய தானியங்களை நன்றாகக் காயவைத்து, பூச்சிகள் தாக்கா வண்ணம், ஈரப்பதம் ஏறாவண்ணம் கோட்டைகளாகக் கட்டுவர். இது குறித்து மிராசு நாவலில் பின்வருமாறு பதிவாகி உள்ளது. "கோட்டை கட்டுவதில் தருமன் முத்தன் இருவருமே கில்லாடிகள். ஒரு கோட்டைக்கு எட்டு பிரிகள் வீதம் எத்தனை கோட்டை கட்டுகிறார்களோ அத்தனை பிரிகள் விட்டு வைத்துக் கொள்வார்கள். ஒரு கோட்டைக்கு ஆகிற எட்டுப் பிரிகளில் இரண்டு பிரிகளை மட்டும் வட்டமாக முடிந்து கொள்வார்கள். இந்த வட்டப் பிரிகள் இரண்டையும் தரையில் வைத்து அதன்மேல் வைக்கோலை லாவகமாக உதறி, உதறி வைக்கோலின் மேல் ஆறு மரக்கால் விதை நெல்லை அளந்து கொட்டுவார்கள். கொட்டிய நெல்லின் மேல் லாவகமாக ஒரு காலை மட்டும் வைத்துக்கொண்டு வைக்கோலுக்கும் அடியில் போட்டிருந்த வட்டப்பிரிகளை மெது மெதுவாக மேலே ஏற்றிக் கொண்டு வருவார். இப்போது உதறிப்போட்ட வைக்கோல் கூடை வடிவத்திற்கு வந்திருக்கும். இப்போது மறுபடியும் ஒரு ஆறு மரக்கால் நெல்லை அளந்து போட்டு மறுபடியும் இரண்டு பிரிகளையும் மேலே கொண்டு வருவார். நான்கு விரற்கடை அளவுக்கு மேலே கொண்டு வந்ததும் மறுபடியும் ஆறுமரக்கால் நெல்லை அதனுள் கொட்டிவிட்டு இப்போது வட்டப் பிரிகளில் ஒன்றை அப்படியே விட்டுவிட்டு ஒரு பிரியை மட்டும் மேலே ஏற்றிக்கொண்டு வருவார். இப்போது மறுபடியும் ஒரு ஆறு மரக்கால் நெல்லை கொட்டி

உபரியாக இருக்கிற வைக்கோலை கச்சிதமாய் சுருட்டிவைத்துக் கொண்டு மீதமுள்ள ஆறுபிரிகளையும் ஒவ்வொன்றாய் எடுத்து கோட்டையைச் சுற்றி கட்டிவிட்டால் கோட்டை பம்பரம் மாதிரி ஆகிவிடும். ஒரு நெல் கூட கோட்டைக்குள்ளிருந்து சிந்தாது சிதறாது. என்ன மழை பெய்தாலும் கோட்டைக்குள்ளிருக்கிற நெல் சேதப் படாது. ஒரு கோட்டைக்கு ஒரு மூட்டை நெல்தான் அளவு. கோட்டையை கட்டி முடித்ததும் அடிப்பாகத்தை மட்டும் விட்டுவிட்டு மற்ற பகுதி முழுவதையும் சாணத்தால் மெழுகி இரண்டு நாட்கள் காய வைப்பார்கள். காய்ந்ததும் மறுபடியும் கோட்டையை தலை குப்புற கவிழ்த்துப் போட்டு அடிப்பாகத்தை மெழுகி இரண்டு நாள் காய வைப்பார்கள்" *(பக். 461 - 462).*

மிராசு சேது காளிங்கராயருக்கு நூற்றி ஐம்பது கோட்டைகள் வரை கட்டுவார்கள் என நாவல் சுட்டுகின்றது.

சேர்

கோட்டைகள் பலவற்றைச் சேர்த்து அதைப் போலவே பக்குவமாகப் பாதுகாக்கும் முறைக்கு "சேர்" என்று பெயர். இதுவும் வைக்கோல், வைக்கோல் பிரிகளால் உருவாக்கப் பெறும். பெரிய குதிர் போல காட்சி தரும். சுமார் ஐம்பது கோட்டைகளை ஒன்று சேர்த்து ஒரு "சேர்" உருவாகும். எண்ணிக்கைக்கு ஏற்ப அளவு சிறிதாகவோ, பெரிதாகவோ அமையும். மிராசு நாவலில் "சேர்" கட்டுதல் இப்படிப் பதிவாகி உள்ளது.

"சேர் எவ்வளவு நீள அகலத்திற்கு வேண்டுமோ அந்த அளவிற்கு தரையில் மண்ணைக் கொட்டி முக்கால் முழம் அளவுக்கு மேடு படுத்துவார்கள். கோட்டை கட்டியது மாதிரி நான்கு பிரிகள் நீள அகலத்திற்குக் தகுந்தாற்போல் சதுர வடிவில் கட்டி மேடுபடுத்திய இடத்தில் வைத்துவிட்டு பிரிகள் மூடுகின்ற மாதிரி சுற்றிலும் கனமாக வைக்கோல் உதறுவார்கள். உதறிய வைக்கோலின் மேல் வரிசைக்கு பத்து கோட்டைகள் வீதம் இருபது கோட்டைகளை வைத்துவிட்டு சுற்றிலும் ஐந்தாறு ஆட்கள் நின்று கொண்டு சதுர வடிவில் கட்டப்பட்ட பிரிகளை லாவகமாக மேல் ஏற்றிக் கொண்டு வருவார்கள். பிரிகள் கோட்டைகளின் முக்கால் பகுதிக்கு மேலே வந்ததும் வைக்கோலை உதறாமல் கன்னு கன்னாகக் கட்டி பாந்தமாக கோட்டையின் மேல் அடுக்குவார்கள். இப்போது அடுக்கி வைத்த கோட்டைகளின் மேல் மேலும் இருபது கோட்டைகளை தூக்கி வைத்து பிரிகளை ஒவ்வொன்றாய் தூக்கி மேலே ஏற்றுவார்கள். ஏற்றி

முடித்ததும் மேலும் வைக்கோல் கன்னைப் பிடித்து பிடித்து கோட்டையின் மீது பரப்பிவிட்டு மேலும் பத்து கோட்டைகளை ஒரே வரிசையாக நடுமையத்தில் வைத்துவிட்டு வைக்கோலைப் பரப்பி சேரை மூடி விடுவார்கள். மூடிய சேரின் மேல் முழத்திற்கு ஒரு பிரி வீதம் சேரின் மேல் போட்டு இரண்டு முனைகளையும் அடிப்பாகத்தில் சொருகிவிடுவார்கள். சேர் கட்டி முடிந்ததும் ஏனங்களில் சேற்றை அள்ளிக் கொண்டு வந்து கட்டிய சேர் முழுவதும் மெழுகுவார்கள். மெழுகிய சேரில் வேப்பிலைக் கொத்தை சொருகிவிட்டு வேலையை முடித்துக் கொள்வார்கள். விதை விடுகிற காலத்தில் தான் சேரைப் பிரித்து கோட்டைகளை வெளியே எடுப்பார்கள்" *(பக். 462 - 463).*

இது மரபான விதைப் பாதுகாக்கும் முறைமை. சில இடங்களில் நொச்சி போன்ற இலைகளையும் கோட்டை, சேர்களுக்கு வெளியே பூச்சிகள் வராத வகையில் போட்டு வைப்பார்கள்.

பெயர்கள்

மிராசு நாவல் கள்ளர் இன மக்களை மையமிட்டு இயங்குவதால், மனிதர்களுக்குப் பின் பட்டப் பெயர்கள் நீக்கமற நிறைந்து இருக்கின்றன. சில இடங்களில் பட்டப்பெயரே ஆகுபெயராகவும் நிற்கிறது.

"இடங்காப் பிறந்தார், கொத்தப் பிரியர், அம்மானைத் தேவர், நாயக்கர், வன்னியர், நாட்டார், வம்பாளியார், குச்சிராயர், சோழகர், வாண்டையார், காளிங்கராயர்..." என்று பலவிதப் பட்டப் பெயர்கள் நாவலில் இடம் பெறுகின்றன. இவை கள்ளர் இனப் பட்டப் பெயர்களாக அமைகின்றன.

வயல் - பெயர்கள்

மனிதர்களுக்கு மட்டுமல்ல விளையும் வயல்களையும் பெயர் சுட்டி அழைப்பது நாட்டுப்புற வழக்கம். பெரும்பாலும் காரணப் பெயராகவும், சூழல் சார்ந்தும் இப்பெயர்கள் அமையும். மிராசு நாவலில் சேது காளிங்கராயரின் வயல்களின் பெயர்கள் இடம் பெறுகின்றன.

"சுந்தரி காணி, சொக்கங்காணி, முக்கடத்தான் காணி, சீவட்டி, செட்டிக்காணி, ராமநாதன், எள்ளடி கரையரத்தான் காணி, சோளமுட்டி சாமியார் குண்டு..... நெட்டை, சம்பா வட்டம், தேவஸ்தானம், சுப்பிரமணியன்" (ப. 166).

"அரிச்சினங்காணி," (ப. 459).

மீன்கள்

வேளான் வயல்களில் நெல்லோடு மீன்களும் விளையும். இது வளத்தின் குறியீடு. வயலில் பயிரை ஒதுக்கிவிட்டு, தோண்டிக்கால் போட்டு கச்சால் வைத்து நீரை இறைத்துவிட்டு குழிமீன் பிடிப்பர். நாட்டு மீன்களின் வகைகள் நாவலில் சுட்டி உள்ளார். "குரவை, ஆரால், கெளுத்தி, கெண்டைப் பொடி, உளுவை, விலாங்கு மீன், சிலேப்பி" (ப. 167).

செடிகள்

வயல் வெளிகளில் குறிப்பாக வரப்புகளில் தானாய் முளைத்து வளரும் காட்டுச் செடிகள் பல உண்டு. தாவர இனங்கள் பற்றிய அறிவு நாட்டுப்புறத்தில் நிரம்ப உண்டு. நாவலில், "பூல், பூண்டுகள், காஞ்சிராணி, நெருஞ்சிமுள், நாயுருவி செடி, ஊமத்தை, எருக்கன், தஞ்சாவூரான் பூண்டு" (ப.164). என்று பல தாவரப் பெயர்கள் இடம் பெறுகின்றன. தொட்டால் சுருங்கி, மீன்முள் செடி, கோரைப்புல் போன்ற பலவும் இவற்றில் அடங்கும்.

சடங்குகள் - நம்பிக்கைகள்

வழிபாடும் நம்பிக்கைகளும் மனித வாழ்வில் பெரும் பங்கு வகிப்பவை. அதே போல விழாக்களும் ஊர்ப்புற வாழ்வில் பெருமதி மிக்கவை. வேளான் சடங்குகள் யாவும் நம்பிக்கை சார்ந்தே நிகழ்கின்றது.

வேளாண்மைத் தொழிலைத் தொடங்கும் பொழுது விதை முகூர்த்தமும், நல்லேர் பூட்டுதலும் நடைபெறுவது நாவலில் சுட்டப் பெறுகின்றது.

நல்லேர் கட்டுவது ஆகட்டும் விதை முகூர்த்தம் செய்வதாகட்டும் ஊர் பொது நிலத்தில் தான் அவ்வைபவம் நடைபெறும். நிலம் வைத்திருப்பவர்களாட்டும் இல்லாதவர்களாகட்டும் கண்டிப்பாய் அந்த நிகழ்ச்சிக்கு வந்து சேர்ந்துவிட வேண்டும்... ஊரில் உள்ள எல்லாப் பிரிவினரும் பங்கேற்பர். முதல் நாளே தண்டோரா மூலம் அறிவிப்பு செய்யப்படும். தேங்காய், பூ, பழம், சூடம், சாம்பிராணி, பத்தி ஆகியவற்றை வாங்கிக் கொள்வர். நல்லேர் பூட்டும் காளைகளை கழுவி குளிப்பாட்டி சுத்தம் செய்வர். மஞ்சள், குங்குமம் வைப்பர். ஏர் கலப்பைகளையும் கழுவி சுத்தம் செய்து மஞ்சள், குங்குமம், திரு நீரு பூசுவர்.

"ஊர் வெட்டியான் வந்து விதை முகூர்த்தம் செய்கிற நிலத்தில் சனி மூலைப் பக்கம் கொஞ்ச இடத்தை மண் வெட்டியால் நச்சுக் கொத்தாகக் கொத்தி ஐந்தாறு பாத்திகள் கட்டி சனி மூலையில் தாழம்பூவின் குருத்து மடல்களை நட்டு வைத்துவிட்டு தயாராகக் காத்திருப்பர். கோயில் பூசாரி வந்ததும் அபிஷேகம் செய்து தேங்காய் உடைத்து சாம்பிராணி சூடம் காட்டி முடிந்ததும் அங்கே கூடியிருக்கிற அத்தனைப் பேருக்கும் விபூதி குங்குமம் கொடுப்பர். அதற்கு பிறகு எல்லோரும் "நல்லேர்" உழப் போவார்கள். நூறு நூற்றைம்பது ஏர்களுக்குக் குறையாது. வரிசைக்கட்டி நிற்கும் அழகைக்காண கோடி கண்கள் வேண்டும். கொஞ்ச தூரம் உழுததும் ஏர் இல்லாதவர்கள் கலப்பைகளை ஆளுக்கு ஒன்றாக மாற்றி மாற்றிப் பிடித்துக் கொண்டு உழுவார்கள். நல்லேர் உழுது முடித்ததும் ஏற்கனவே வந்திருந்த விதைகளைத் தூவுவார்கள். விதைத் தெளித்து முடிந்தவுடன் குடங்களில் கொண்டு வந்த நீரைத் தெளிப்பார்கள். எல்லோருக்கும் சந்தனம் கொடுத்துவிட்டு, தேங்காய், பழம், அவல், பொறிகடலை, வெல்லம் போட்ட ஊறவைத்த அரிசி விநியோகம் நடக்கும்" (ப.156 -157). என விதை முகூர்த்தம், நல்லேர் பூட்டுதல் குறித்தப் பதிவுகள் உள்ளன.

கோடுகிளி முணியாண்டவன் பற்றிய நம்பிக்கைகள் (பக்.257-259), நெல் தூற்றுவது குறித்த நம்பிக்கைகள் (ப.451), சாம்பலாயம்மன் (சியாமளாதேவி) அம்பை போடுதல், பொங்கல் விழா, மாட்டுப் பொங்கல் (பக்.426 - 429). என்று பலவித நாட்டார் நம்பிக்கைகள் நாவலில் இடம் பெறுகின்றன.

வாழ்க்கை வட்டச் சடங்குகள்

வாழ்க்கை வட்டச் சடங்குகளில் முக்கியமாக இறப்புச் சடங்கு மிக விரிவாக நாவலில் பதிவாகி உள்ளது.

மனிதர்களின் பிறப்பு முதல் இறப்பு வரை நிகழும் பல்வேறு சடங்குகளையும் வாழ்க்கை வட்டச் சடங்குகள் என்பர். 'மிராசு' நாவலில் திருமணம், இறப்பு ஆகியவை பற்றிய பதிவுகள் இடம் பெற்றுள்ளன.

மிராசு வீட்டுத் திருமணம். சேது காளிங்கராயர் மகன் அசோகனுக்கும், பெருமாக்கூர் தங்கவேல் தொண்டைமான் மகள் கஸ்தூரிக்கும் திருமணம். ஊர் மட்டும் அல்ல. வட்டாரமே கூடிவிட்டது. விருந்து, தவில், நாதஸ்வரம், கே. பி. சுந்தராம்பாள், எம். எஸ். சுப்புலட்சுமி கச்சேரிகள். ஊர் உழைக்கும் மக்களின் சீர் செனத்திகள் என அமர்க்களப்படுகின்றது.

திருமணச் சடங்குகள்

திருமணம் முடிந்ததும் ஓர் சடங்கு நடைபெறுகின்றது. "அந்த வைபவத்தை நடத்தி வைப்பவர் நாவிதர் ரெத்தினம்தான். ரெத்தினம் பெரிய புதுப்பானைக்குள் மஞ்சள் நீரை ஊற்றி வெள்ளி பாலாடையையும் தங்க மோதிரத்தையும் போட்டு மாப்பிள்ளையையும், பெண்ணையும் ஒரே சமயத்தில் கையைவிட்டு எடுக்கச் சொல்வார். இதில் யார் ஒருவர் தங்க மோதிரத்தை எடுக்கிறாரோ அவர்தான் கெட்டிக்காரரென்று நாவிதர் சொல்வார். மாப்பிள்ளையும் பெண்ணும் போட்டா போட்டி போட்டுக்கொண்டு பானைக்குள் கையைவிட்டு தங்க மோதிரத்தை எடுக்கத் தேடுவார்கள் தேடுவார்கள் அப்படித் தேடுவார்கள். இப்போதும் அப்படிதான் அசோகனுக்கும் கஸ்தூரிக்கும் தேடுதல் வேட்டை நடநந்து கொண்டிருந்தது" (ப. 626).

இப்படி பலமுறை நடக்கும். பெண்ணும் மாப்பிள்ளையும் ஒருவருக்கொருவர் விட்டுக்கொடுக்க எண்ணி இருவருமே எதையும் எடுக்காமல் வெறுங்கையோடு வருவார்கள். சுற்றி இருப்பவர்கள் ஏதாவதொன்றை எடுத்துதான் ஆகவேண்டும் என்பர். சில சமயம் இரண்டையும் ஒருவரே எடுக்க ஒருவர் வெறுங்கையோடு வருவர். ஆளுக்கொன்று எடுக்கும் போது மோதிரம் எடுத்தவரைக் 'கெட்டிக்காரர்' என்பது வழக்கம். இச்சடங்கு புதுமணத் தம்பதியர் கூச்சம் போகவும், ஒருவருக்கொருவர் விட்டுக்கொடுத்து வாழ்வதை வலியுறுத்தியும் அமைகின்றது எனலாம். பாலியல் குறியீடாகக் கொள்ளவும் வாய்ப்புண்டு.

இதனைத் தொடர்ந்து இன்னொரு நிகழ்வு நடக்கும்.

இந்த வைபவம் முடிந்ததற்கும் பிற்பாடு மாப்பிள்ளையையும், பெண்ணையும் குளத்திற்கு அழைத்துக் கொண்டுபோய் மாப்பிள்ளை கையில் ஒதியன் போத்தைக் கொடுத்தார்கள். பெண்ணின் கையில் மண் குடத்தைக் கொடுத்தார்கள். பெண்ணைக் குளத்தில் இறங்கி குடத்தில் நீர் எடுக்கச் சொன்னார்கள். கஸ்தூரி மண் குடத்தில் நீர் எடுத்து முடித்ததும் பெண்ணையும் மாப்பிள்ளையையும் மேளதாளத்தோடு வீட்டின் புறக்கடைப் பக்கம் அழைத்துக் கொண்டு வந்தார்கள். புறக்கடையில் மாப்பிள்ளை ஒதியன் போத்தை நட்டு முடித்ததும் பெண் கொண்டுவந்த நீரை ஒதியம் போத்துக்கு ஊற்றினார்கள். இந்த சம்பிரதாயத்தை முடித்துக் கொண்ட பிற்பாடு மாப்பிள்ளையையும், பெண்ணையும் வீட்டுக்குள் அழைத்துக் கொண்டுபோய் ஊஞ்சலில் உட்கார வைத்து ஆட்டிவிட்டார்கள். பாடத்தெரிந்த பெண்மணியொருத்தர்

'பாலாலே கால் கழுவி
பட்டாலே துடைத்து
மணி தேங்காய் கை கொடுத்து
மாப்பிள்ளையை உள்ளே அழைத்து'

என்று நலுங்கு பாடிக்கொண்டிருந்தார். பின்னர் மாப்பிள்ளையையும் பெண்ணையும் தரையில் பட்டுப்பாய் விரித்து உட்கார வைத்து பால் பழம் கொடுத்தார்கள். ஒரு தம்ளரில் இருந்த பாலைப் பெண்ணும் மாப்பிள்ளையும் ஆளுக்கு பாதியாய் குடித்து முடித்ததும் தனித்தனியே எழுந்து போனார்கள் *(பக்.627-628).*

இதில் ஓதியன் போத்து நடுதல், நீர் ஊற்றுதல் என்பவை வளமையின் குறியீடுகள். ஆணும், பெண்ணும் இல்லறம் ஏற்று, மறு உற்பத்தியில் ஈடுபடுவதின் குறியீடு. பால்பழத்துறை இருவரும் சேர்ந்துண்பதும் வாழ்வு முழுக்க இன்பம் பெருகி இரண்டறக் கலந்து வாழ்வதன் குறியீடு எனக் கொள்ளலாம்.

இறப்புச் சடங்குகள்

இறந்த உடன் இறந்த உடலுக்குச் செய்ய வேண்டியவை தொடங்கி சுடுகாட்டில் கொள்ளி போடுவது வரை பல்வேறு நிலைச் சடங்குகள் நாவலில் இடம்பெறுகின்றன.

"வம்பாளியாரை (பிணத்தைக்) குளிப்பாட்டி அவர் எப்போதும் பிரியமாய் அணிந்திருக்கிற உடைகளை போட்டுவிட்டு நெற்றியில் சந்தனத்தை கொஞ்சம் கெட்டியாகக் குழைத்து அகலப் பொட்டு போல் வைத்துவிட்டு நாணயத்தை சந்தனத்தில் பதித்து வைத்தனர். வெற்றிலை, சீவல், புகையிலை மூன்றையும் கசக்கி வாய்க்குள் தினித்துவிட்டு "வாய்கட்டு" போட்டனர். மூக்குத் துவாரங்களில் கொஞ்சம் போல் பஞ்சைத் திணித்து வைத்தனர். இரண்டு கால் கட்டை விரல்களையும் கை கட்டை விரல்களையும் வேஷ்டியில் கொஞ்சம் போல் கிழித்து கட்டி பலகையில் படுக்க வைத்துவிட்டு தலைக்கு அணவாய் வைக்கோலில் "சுருணையைக் கட்டி வைத்தனர்" (ப. 691).

பிணத்தை எடுத்துச் செல்ல பாடை கட்டுதல், பாடையைச் ஜோடித்தல் முக்கியமான ஒன்று. ஊருக்கு ஓரிருவர்தான் இதில் கெட்டிக்காரர்களாக இருப்பார்கள். பூக்களைத் தனியாகவும், தோரண மாகவும் பயன்படுத்துவர். இதற்கு பிணத்துக்கு விழுந்த மாலை களையும் பயன்படுத்துவர். ஜோடனைக் குறித்து, "நமசு வம்பாளியார் எதிர் வீட்டு திண்ணையில் அமர்ந்து தென்னங்குருத் தோலையை லாயக்காய் சீவி வாழைக்கன்றின் அடியையும் முனையையும் சீவி

விட்டு குடங்களை செப்பனிடுவதில் தீவிரமாய் இயங்கிக் கொண்டிருந்தார். பாடையை எவ்வளவு தான் பூக்களால் ஜோடித்தாலும் பாடையின் உச்சியில் ஓலையால் செய்த குடங்கள் வைத்தால் தான் பாடை தேர்போல் ஜொலி ஜொலிக்கும்" *(ப. 708).*

அதே போல உறவு முறையில் எடுக்கப்படும் கோடி, கோடி ஊர் வலத்தில் எடுத்துவரப்படும் பொருள்கள் பற்றியெல்லாம் நாவலில் பதிவு செய்யப்பட்டுள்ளது. பிணத்தைக் குளிப்பாட்டும் முறை,

"நாவிதர் ரெத்தினம் பந்தலில் மரப்பலகை (பெஞ்ச்)யைப் போடச் சொல்லி முடித்ததும், திண்ணையில் வைத்திருந்த பிணத்தை பலகையில் கிடத்தச் சொன்னார். கிடத்தியதும் நாவிதர் பிணத்திற்கு முதல் நாள் போட்டிருந்த கால் கட்டு கை கட்டை அவிழ்த்துவிட்டு நெற்றிக் காசை எடுத்தவர் அங்கே சுற்றி நின்றவர்களைக் கூப்பிட்டு பிணத்தைச் சுற்றி (மறைப்பு) பண்ணச் சொன்னார். அவர்கள் அந்தக் காரியத்தை செய்து முடித்ததும் பிணத்திற்குப் போட்டிருந்த ஆடைகளை களைத்து ஒதுக்குப்புறமாய் வைத்துவிட்டு பிறகு குடங்களில் இருந்த நீரை கொண்டு வரச் சொல்லி இரண்டு குடம் நீர்விட்டு குளுப் பாட்டியதும் எண்ணெய் தேய்த்து சீயக்காய் தேய்த்து மறுபடியும் பிணத்தை குளிப்பாட்டி விட்டு புதுத்துணியால் பிணத்தை போர்த்திக் கட்டிவிட்டு, சுற்றி நின்று கொண்டிருந்த பெண்களிடம் சொல்லிக் கொண்டிருந்தார். "அம்மாவுக்கு தாலி களட்டற வேலயப் பாத்துட்டு புள்ளைங்க ரெண்டு பேரையும் ஐயாகிட்ட திரவியத்தையும் பணத்தையும் குடுத்து வாங்கிட்டு போயி வூட்டுக்குள்ள வைக்கச் சொல்லிட்டு திரும்பிப் பாக்காம வந்துடச் சொல்லுங்க" *(பக்.710 - 711).*

அடுத்து வாய்க்கரிசி போடும் சடங்கு. தொடர்ந்து இசை முழங்க பிணத்தைத் தூக்கிச் செல்லல் சுடுகாட்டில் கொள்ளி வைத்தல், பிணத்துக்கு தீமூட்டுதல் என சடங்கியல் நிகழ்வுகள் நடைபெறுகின்றது. அதனை,

"நாவிதர் சத்தியமூர்த்தியின் மகன் தோளில் நீர் நிரம்பிய கலயத்தை தூக்கி வைத்து அரிவாள் முனையால் கலயத்தில் ஒரு துளை போட்டு சுற்றிவரச் சொல்லிவிட்டு பரமசிவத்தை கலயத்திலிருந்து பீய்ச்சியடிக்கும் நீரை புறங்கையால் விசிறிக் கொண்டே வரச் செய்தார். மூன்றாவது சுற்றுக்கு உடன்பட்ட பங்காளி ஒருத்தர் அந்தக் காரியத்தை செய்து முடித்ததும் சத்திய மூர்த்தியின் கையில் கொள்ளி குச்சியைக் கொடுத்து தலைமாட்டில் வைத்துவிட்டு திரும்பிப் பார்க்காமல் நடந்து

போய்விடும்படி சொன்னார். பக்கத்தில் இருந்தோர்கள் வைக்கோல் பந்தத்தைக் கொளுத்தி சிதையைச் சுடர்விட்டு எரியச் செய்தனர். பரமசிவமும் (இன்னொரு மகன்) முக்கியப்பட்டவர்களும் பிணத்தின் கால்மாட்டருகே விழுந்து வணங்கிவிட்டு கூட்டத்தோடு நடக்க ஆரம்பித்தனர். பிணம் சுடர் விட்டு எரிய ஆரம்பித்துவிட்டது" (ப. 713).

இப்படி வாழ்க்கை வட்டச்சடங்குகள் நாவலில் இடம் பெறுகின்றன. இவை கள்ளர் இன மக்களின் சடங்குகள் என்றாலும் இடத்திற்கு இடம் மாறுபடுவதைக் காணமுடியும்.

ஆக, மிராசு நாவலில் சி.எம்.முத்து தஞ்சை மாவட்டத்தின் நிலவுடைமை சார்ந்த கள்ளர் இன மக்களின் வாழ்வியலைப் பண்பாட்டுப் பனுவலாகப் படைத்தளித்துள்ளார். "இனவரைவியலாளரைப் போன்று எழுத்தாளர்களும் வாழ்க்கையின் சாதாரண நிகழ்வுகளையும், அதிகம் பொருட்படுத்தாத நிகழ்வுகளையும் கவனிக்கிறார்கள். ஏனென்றால் இவைதான் சமூகத்தை ஒழுங்கு படுத்துகின்றன. தங்களுக்குள்ளும் மற்றவரையும் கவனிப்பதன் மூலமும் எழுத்தாளர்கள் பண்பாட்டின் அடிப்படையை வெளிக்கொணர முடியும். எழுத்தாளர்கள் அவர்கள் வர்ணிக்கும் பண்பாட்டிற்குள்ளேயே வாழ்வதால் பண்பாட்டைக் குறித்து இனவரைவியலாளருக்கு இல்லாத புரிதல் எழுத்தாளர்களுக்குண்டு. இவர்கள் அப்பண்பாட்டின் மொழி, வரலாறு, விழுமியங்கள் மற்றும் கோட்பாடுகளில் பங்கெடுத்துக் கொள்கிறர்கள்" (மறுமேற்கோள் ஆ. சிவசுப்பிரமணியன், 2014:34). என்ற ஜோனட் டாலிமனின் வரையறை மிராசு நாவலின் படைப்பாளர் சி.எம்.முத்துவுக்கு மிகவும் பொருந்தி நிற்கிறது.

மிராசு நாவலில் சி.எம்.முத்துவே மிராசுவாக வாழ்கிறார். இந் நாவலை ஓர் இனவரைவு பண்பாட்டுக் காட்சியகம் எனச் சுட்டலாம்.

- முத்து. சி.எம், மிராசு, வெளியீடு: அனன்யா பதிப்பகம், தஞ்சாவூர் - 5, பதிப்பு: 2016.

9
பாரதிபாலனின் படைப்புகள்:
மன ஈரமும் மண்ணின் தீரமும்

பாரதிபாலனின் படைப்புகள் மண்ணில் வேரூன்றி முகிழ்க்கின்றன. மனித வாழ்வு எவ்வித வரையறைகளுக்குள்ளும் அடங்காதது. மனிதர்களின் இருப்பு அவர்களின் இயங்குதிசையை நோக்கி நகர்த்துகிறது. இயல்பின் இயல்பாக அமையும் தருணங்களைத் தரிசித்தால் அது படைப்பாகின்றது. சக மனிதர்கள் மீதான வாஞ்சைதான் படைப்பில் வார்த்தைகளின் தொனியாய் அமைகின்றது.

நாகரிகங்களின் வளர்ச்சியில் ஆற்றங்கரைகளுக்குப் பெரும் பங்குண்டு. மொழிசார் நுட்பங்களும் கூட நிலவியல் அடையாளங் களோடு தான் கிளைக்கும். தமிழ் நவீனத்துவ முயற்சிகள் தாமிரபரணிக் கரையிலிருந்தும், காவிரிக் கரையிலிருந்தும் துலக்கம் பெற்றன என்றால் அது மிகையல்ல. பவானி, நொய்யல், பாலாறு எனும் சிற்றாறுகளின் அறிவு விளைச்சலும் தமிழுக்கு உண்டு. வையை, கள்ளழகரை மட்டுமல்ல பல கதைகளையும் கரையேற்றியிருக்கிறது. நிலமும், நீரும், வெளியும் சேர்ந்த இயற்கைக் கூட்டின் பெரு விளைச்சல் தான் இசையும், கலையும், இலக்கியங்களும்.

கிராமிய வாழ்க்கைப் பதிவுகள்

வையை ஆறும் மலைகளும் சூழ்ந்த அசல் கிராமத்து யதார்த்தம் பாரதிபாலனின் படைப்புகளாகின்றது. மண்ணைப் பச்சைக் கம்பளமாக்கி பசிப்பிணிப் போக்கும் வேளாண்குடிகள் தான் இவர் படைப்பில் மூல ஊற்று. கூடவே குடிமைச்சமூகத்தின் தோன்றாத் துணையாக அமையும் சேவைக்குடிகளும் இவருக்கு முக்கியம் தான். முடி திருத்துபவர்கள், துணி வெளுப்பவர்கள், தச்சர்கள், கொல்லர்கள்... என்று கிராம சமுதாயத்தின் மனித மூலதனங்களை அப்படியே அவர்களின் மனப் போக்கோடு இவரது கதைகளில் தரிசிக்கலாம்.

நகர்மயமாக்கலில் இன்று கிராமங்கள் கூட தங்கள் அடையாளங்களை இழந்துவிட்டன. பிராய்லர் கோழி, புரோட்டா, ரொட்டி, பாக்கெட் தண்ணீர், நர்சரிஸ்கூல், செல்போன் கடை இல்லாத கிராமங்கள்

அபூர்வம். ஆனால் பாரதிபாலன் தன் இளம் பருவத்து கிராமத்து இருப்பை அப்படியே தன் கதைகளில் சித்திரிக்கிறார். கொய்யாப்பழம், நாவல்பழம் விற்பவர்கள், ஓட்ட ஓடசல் ஈயம் பித்தாளைக்குப் பேரிச்சம் பழம் விற்பவர்கள், ஜவ்வரிசி, சேமியா, பால், ஐஸ் விற்பவர்கள், கிளி ஜோசியம் பார்ப்பவர்கள், குடுகுடுப்பைக்காரர்கள், கோடாங்கிக்காரர்கள் என்று உதிரி உழைப்பாளிகள் பலருக்கும் இவர் கதைகளில் இடமுண்டு.

நகரம் சார்ந்த அனுபவங்களைப் படைப்புகளாக்கும் ஆசிரியர் களால் கிராமிய உலகத்தைக் காண்பிக்க இயலாது போவதுண்டு. அதுபோலவே கிராமியம் சார்ந்து எழுதுபவர்களும் நகர் சார்ந்த அனுபவங்களை எழுத முடியாது போவதுண்டு. பாரதிபாலன் இருதரப்பு வாழ்க்கையையும் அதிகச் சிரமமின்றிச் சொல்கிறார் என்ற வண்ணநிலவனின் மதிப்பீடு இவரின் சிறுகதைத் தளத்தைச் சுட்டும்.

நம் ஒவ்வொரு கிராமங்களும் இருநூறு, முந்நூறு ஆண்டுகால வரலாற்றினையும், சில சுய அடையாளங்களையும் கொண்டுள்ளன. அந்த அடையாளக்குறி ஆறாகவோ, குளமாகவோ, நதியாகவோ, மரமாகவோ, மரபுகளாகவோ, பண்பாட்டு நெறிகளாகவோ இருக்கலாம். அதுதான் நமது கிராமங்களின் ஆன்மாவாகத் திகழ்ந்து வருகின்றது. அந்த ஆன்மா தரும் சுகங்களுக்காகத்தான் நாம் நம் அடையாளங்களைத் தேடிக் கொண்டிருக்கிறோம் என்ற பாரதிபாலன் வாக்குமூலமே அவர் கதைகளின் ரிஷிமூலமுமாக அமைகின்றது.

வாழ்க்கையிலிருந்து கிளைக்கின்றன அவரது கதைகள். பூக்கள், மரங்கள் விதவிதமாக வருவது கூட ஒரு குறியீடுதான் வாழ்க்கை ஒரு போதும் நிறமற்றுப் போவதில்லை. மரணத்தைக் கூட வண்ணக் கலவையாகப் பார்க்க இயலும். எளிய மனிதர்களின் வாழ்வின் ஈரமும், வாழ்க்கை மீதானப் பிடிமானமும், பொருளாதார மதிப்புகள் குத்திக் குதறுவதும், மனிதக் கீழ்மைகளின் ஆதிக்கத்தனமும் ஓசையின்றி இவரால் பூ மலர்வது மாதிரி கதையாக்கப்படுகிறது.

வாழ்வின் குறுக்கு வெட்டு பாரதிபாலன் சிறுகதைகள் போலவே அவரது நாவலான காற்றுவரும் பருவம் மனித மனங்களை இரத்தமும் சதையுமாக வாசகனுக்குக் கையளிக்கிறது. இது கல்கி இதழில் தொடராக வெளிவந்தது என்றாலும் நாவலின் இயங்குதளம் வெகுமக்களை நோக்கிய கவன ஈர்ப்பாகவே அமைக்கின்றது. வாழ்வின் குறுக்கும், நெடுக்குமாக அணுகுகிறது நாவல்.

இது ஒரு வகையில் காதல் கதைதான். என்றாலும் மதுரை வட்டாரக் கிராமங்களின் வெள்ளந்தியான மனிதர்களும், அவர்களின் பழக்க வழக்கங்களும் நாவலில் அழகாகப் பதிவாகின்றன. வேளான் குடிகளும், சேவைக் குடிகளும், உழைப்பாளிகளும், உதிரிகளும் இரண்டறக் கலந்து வாழும் வாழ்க்கை அழகுதான். ஏற்றத் தாழ்வுகள் வர்க்கத்தால், வர்ணத்தால் ஏராளம் என்றாலும், எல்லாவற்றையும் தாண்டிய வாழ்க்கைத் துய்ப்பு ஒருவித அமைதியை, ஓர்மையை, சகிப்புத் தன்மையை அம்மக்களுக்குள் இயல்பிலேயே விதைத்துள்ளது. அதே நேரத்தில் ஆதிக்கம் தன் கோரக் கரங்களை சமூகத்தை நோக்கி நீட்டும் போது கண்களை மூடிக்கொள்ள முடியாது தானே? பாரதி பாலன் இரண்டையும் மரபையும், மீறலையும், மீறலுக்கானத் தேவையையும் இந்நாவலில் படைத்து விடுகிறார்.

எங்கோ நடைபெறுகின்ற சாதிச் சண்டை சொந்தக் கிராமத்திலும் பகையை, சினத்தை மூட்டுகிறது. காரணமே இல்லாமல் பல காரியங்கள் நிகழ்கின்றன. ஆதிக்கப்பிரிவும், அடித்தளப்பிரிவும் அணிவகுக்கின்றன. அப்பாவிகள் இரையாகிறார்கள். இரு பக்கமும் சேதாரமும், உயிர்ப் பலியும் நடந்தேறுகின்றன. சாதி, சங்கமாக இளைஞர்கள் சங்கமம் ஆவது, உடற்பயிற்சி என்ற பெயரால் வன்முறைக் களமாடலுக்கான விதைப்புக்களமாக கிராமங்கள் மாறுவது, பிழைப்புவாதிகள் தலைவர்களாக உருமாறுவது, எதற்கும் லாயக்கற்ற வெட்டிப் பேர் வழிகள் தளபதிகளாக வலம் வருவது, போலீசும், கோர்ட்டும் அப்பாவி உழைக்கும் மக்களை அலைக்கழிப்பது என்று சாதி மோகத்தின் கோரமுகங்களை மிக இயல்பாக பாரதிபாலன் படைத்துவிடுகிறார்.

நாவலின் நாயகன் கோவிந்தன் அதிகம் படித்தவன். நகரில் வேலைக்குச் செல்லப் பிடிக்காமல் கிராமத்தில் வேளாண்பணியோடு இருப்பவன். அவனது குடும்பம் செல்வாக்கானது. நிலபுலன்கள் அதிகம் உண்டு. ஊரில் மரியாதை மிக்கது. அவனின் அண்ணன் நல்ல மாதிரி பலசாலி. ஊரில் முக்கியமான இளைஞன். சாதி சார்ந்து அணியமாகும், இளைஞர்களில் அவனும் ஒருவனாகிறான். அவனுக்கு அசலூரில் திருமணம் வேறு உறுதியாகின்றது. அத்தருணத்தில் காரணமற்ற முறையில் சாதிச்சிடுக்கில் படுகொலை ஆகின்றான். ஊர் திகைக்கிறது, மோதல் வெடிக்கிறது. இரண்டு பக்கமும் சேதாரம் வழக்கு, கைது, சிறைப்படல், கோவிந்தனின் அப்பா முக்கியஸ்தர். வீட்டில் முடங்கிப் போகிறார், வீடே சோபை இழந்துவிடுகிறது. அண்ணனுக்கு உறுதி செய்த பெண்ணை அவனுக்குத் திருமணம் செய்யவும் கருதுகிறார்கள்.

ஏற்கனவே கோவிந்தன் காதலில் மூழ்கிவிட்டான். பஞ்சவர்ணம் படிக்காதவள் ஏழை, அடித்தள சாதியாள், இருவரும் உயிர்க்குயிராய் அன்பு செய்கிறார்கள். சிக்கல்கள் பஞ்சவர்ணத்தைப் பயமுறுத்துகின்றன. விலகிப் போக நினைக்கிறாள், கோவிந்தன் உறுதியாகப்பற்றிக் கொள்கிறான். எதையும் மறைக்க விரும்பவில்லை அவன், ஊரார், ஊர்ப்பெரியவர்கள் எல்லாரிடமும் பகிரங்கப் படுத்துகிறான். சாதி, சாதிப்பகைக்கு உடன் பிறப்பு பலி, ஊர்க் கொந்தளிப்பு... எல்லாம் தாண்டி கோவிந்தனின் உறுதியில் ஊரும் உறவும் மௌனமாகிறது. நண்பர்களின் உதவியோடு திருமணம் செய்து கொள்கிறான். இதுதான் நாவலின் மையம் இதனூடாக அவ்வட்டார மக்களின் வாழ்க்கை ஒழுக்கலாறுகள் மிக அழகாகப் பாரதிபாலனால் இந்நாவலில் படைக்கப்பட்டுள்ளது.

ஆண் - பெண் உறவு; காதல் வாழ்வு குறித்த பாரதிபாலனின் விவரணைகள் ருசியானவை. இக்காரணம் கருதி அவரை தி.ஜானகி ராமனோடு சிலர் ஒப்பிடுவர். பாரதிபாலன் எழுதுகிறது கூட ஜானகி ராமன் எழுதுகிறது போலத்தான் இருக்கிறது. எழுத்து என்றால் ஜாடை இல்லை. ஊஞ்சல் அசைவில் சிசுவும் அப்பவும் தெரிகிறது மாதரி இல்லை. அம்மிணியும் செங்காமாவும் மாதிரி யார் சேலையை யார் கட்டிக் கொண்டு நடமாடுகிறார்கள் என்றில்லை, அவர் மாதிரியே பாரதிபாலனுக்கு ஒரே மாதிரியான பேச்சு ஒரே மாதிரியான மனிதர்கள் என்பார் வண்ணதாசன்.

ஆனால் பாரதிபாலன் தி.ஜா.விடம் இருந்து தனித்து நிற்பவராக உள்ளார். ஏனெனில் இவருக்கு மனிதர்கள், காதல், காமம் எவ்வளவு முக்கியமோ அந்த அளவுக்குச் சமூகமும், சமூகப்பகுப்பும், சமமின்மையும், சகிப்பின்மையும் முக்கியம். மனித பேதங்கள் ஒழிதலும் சமத்துவமும் முக்கியமானதாகிறது.

நாவல் நெடுகிலும் இந்த ஆன்மாவின் குரலைக் காணமுடிகிறது. சீனியாபிள்ளையின் மகன் டெய்லர் மாணிக்கம் கிராமத்தின் ஒடுக்கப் பட்டப் பிரிவைச் சேர்ந்த தண்ணிக்கட்டுக்காரன் சுப்பையா மகள் மூக்காயியோடு உறவாடுகின்றான். ஊருக்குத் தெரிய சிக்கல் வெடிக்கிறது. பஞ்சாயத்து, பெண்தரப்பு திருமணத்தை வலியுறுத்த, ஆண் தரப்பு விலகிக் கொள்ள, தண்டம் தர முனைகிறது. பத்தாயிரத்தில் பஞ்சாயத்து முடிகிறது. இதனை,

பாவம் அந்தப் பெண்! தான் ஒரு மனுசி என்று படவேண்டாம் தன் ஒர் உயிர் என்று படவேண்டாம்? அப்படிக் கூட வேண்டாம்

தான் ஓர் உயிர் இல்லை, மனுசி இல்லை, போகட்டும், ஒரு பொருள் என்றாவது படவேண்டாமா? இதை ஏன் அந்தப் பெண் நேசிக்க வில்லை. வாழ்ந்தால் உன்னோடுதான் என்று ஒத்தைப் பதிலாய் நிற்க வேண்டாமா? ஏன் அப்படி முடியவில்லை. பழகும் போது என் கறுப்பு உன் கண்ணில் படவில்லை? அசிங்கமான என் தெருவும், குப்பை கூளமும், சகதியுமான என் தெரு அப்போது ஏன் உறுத்தவில்லை!

என் அப்பன் தண்ணிக்கட்டுக் காரன்தான்! மேல் சட்டை இல்லாத ஆள்தான், லங்கோடு கட்டிக்கொண்டு கூப்பிட்டக் குரலுக்கு ஓடுகிற ஆள்தான்! என் ஆத்தா நொச்சி விளாறில் கூடைபின்னி, தெருத் தெருவாய் கூவிக்கூவி விற்பவள் தான்! இது எல்லாம் உனக்குத் தெரியாது? புத்தியைக் கத்திரித்துப் போட்டு விட்டாயா முட்டாளே! என்று குமட்டில் இடிக்க வேண்டாம்? பத்தாயிரம் என்று ஊர் கூட்டம் பைசல் பண்ணிய உடன் ஏன் தலையசைத்தாய்? பேதையை ஏன் தலையசைத்தான்! எத்தனை குரல்கள். இடி இடிப்பது மாதிரி, பிரளயம் கிளம்புவது மாதிரி, காக்காய் கரைசல் மாதிரி, இத்தனையும் அந்தப் பத்தாயிரத்துக்குத்தானா? இப்போ இதெல்லாம் கூட வேடிக்கைப் பொருளாகத்தானே ஆகி விட்டது! என கோவிந்தன் வழியாக பாரதிபாலன் கூக்குரலிடுகிறார். கூடவே, பின்னாளில் அதே தவறைக் கோவிந்தனைச் செய்யவிடாமலும் தடுத்துவிடுகின்றார். இதுதான் ஒரு படைப்பாளியின் ஆழ்குரல்!

நாவலில் ஆங்காங்கே வட்டார வழக்கும், இனவரைவியல் தன்மைகளும் பளிச்சிடுகின்றன. வெசாளக் கெழமெண்டா, இந்தக் காருக்காரப் பயலுகளுக்கு, கொராக்கி மசுரு வந்திடும். மந்த நேரமுண்டாக்க, தொண்ணாந்துக் கிட்டுக் கெடப்பானுவ *(ப. 73)*

தூமையக்குடிக்கு மக்கா *(ப. 83)*

அந்த விளக்கை கொறச்சு விட்டு நொடக்கும்லா *(ப. 83)*

வெளிச்சமாயிடுதுக்குள்ள வெளக்க அணைச்சுகிட்டா *(ப. 200)*

ஏராளம் பாத்திரங்கள், லோகநாதன், ஜெயபால், வீரணத்தேவர், மீசை மாயாண்டி தேவர், கிங்காங்கு கொத்துக்காரன், மம்பட்டியான், சாமியப்பன், தோழியப் பிள்ளை, உறங்காப்புலித்தேவர், சின்னக் கருப்பன், விருமாண்டித் தேவர், குட்டிப்புள்ள, பஞ்சவர்ணம்... ஒவ்வொருவரும் ஒவ்வொரு விதம்.

பாரதிபாலன் படைப்புகளின் அடிநாதம் மனித நேயம். மனித உறவுகளைப் போற்றுதல். அதே நேரத்தில் காலம்காலமாக வழக்கத்தில்

உள்ள ஆதிக்க நிலையை வேரறுப்பது. சம கால அநியாயங்களுக்கு எதிராக இவரின் எழுதுகோல் நிமிர்கிறது. போர்க்குணமிக்க மனித நேயமும், சமூக யதார்த்தவாதமும் கைக்கூடி வரும் அழகியலாய் இவரின் படைப்புகளை அடையாளப்படுத்த முடியும். கூடவே மதுரையின் உழைப்புத் தமிழ் உணர்வையும் கவனப்படுத்தலாம்.

- பாரதி பாலன், காற்று வரும் பருவம், சந்தியா பதிப்பகம், நியூ டெக்வைபவ், 57,53வது தெரு, அசோக் நகர், சென்னை - 600 083, பதிப்பு: 2009.

10

கரிச்சான் குஞ்சு படைப்புகள்: மரபும் புதுமையும்

தமிழில் நவீன இலக்கியம் கால்கொண்ட வரலாறு சுவாரசியம் நிறைந்தது. ஆங்கிலக் கல்வி, காலனியக் கலாச்சார உள்வாங்கலை ஏற்ற குழுக்கள் தங்களின் மரபைக் காக்கவும், விட்டுத்தரவும், புதியதை ஏற்கவுமாக மல்லுக் கட்டியவைதான் தொடக்க கால நவீன இலக்கியப் பிரதிகளாக அமைந்தன. இதனை வேறு ஒரு அர்த்தத்தில் கலாநிதி கார்த்திகேசு சிவத்தம்பி மதிப்பிடுவார். பிரித்தானிய ஆட்சியின் வருகையுடன் தமிழகத்தில் குறுநில ஆட்சியாளர்களின் அதிகார முறைமை சிதைக்கப்பட்டு தாமிரபரணி, காவேரி ஆகிய ஆற்றுப் படுகைகளிலும், கொங்கு நாட்டிலும் ஒரு புதிய சுதேச உயர்குழாத்தினர் (Elite) முக்கியத்துவம் பெறத் தொடங்கின்றனர். இந்த நன்மையைப் பெற்றோர் பிராமண, வேளாள சாதியினரே. ஆற்றுப்படுகை நகரங் களான திருச்சி, திருநெல்வேலி போன்ற இடங்களில் கிடைக்கப் பெற்ற கல்வி வசதி காரணமாகக் கீழ்மட்ட அரசு உத்தியோகத்துக்கு இவர்களிலிருந்து உத்தியோகத்தார் தெரிவு செய்யப்பட்டனர். இந்த நடைமுறை காரணமாக அரசாங்கத்திற்கும் பொதுமக்களுக்குமிடையே ஊடாடுகின்ற ஒரு சமூகவாய்ப்பு இவர்களுக்குக் கிடைக்கிறது. மேற்குறித்த இந்தப் புதிய வட்டத்திலிருந்து வந்தவர்களிடையே தம்முடைய தனித்துவம், பாரம்பரியம், பழமை பற்றிய கருத்து, துணிபு நிலைக்குப் படிப்படியாக வளரத் தொடங்குகிறது. இது சமஸ்கிருதம், தமிழ் பற்றிய மொழிகளின் மீள்நோக்குக்கு இட்டுச் செல்லும் அதே வேளையில் குறிப்பாகத் தொண்டை மண்டலப் பகுதியில் இதுகாலம் வரை எத்தகைய கல்வி வசதிக்கும் வாய்ப்பற்றிருந்த அடிநிலை மக்கள் பிரித்தானியத் தொடர்புகளால் சமூக உணர்வு பெறுகிறார்கள் (இலக்கிய இதழ்கள், உ.த.நி.வெளியீடு, 2004).

இதிலிருந்து நோக்க, தமிழ் நவீனத்துவத்தின் முன்னோடி இதழ்களென சுட்டப்பெறும் மணிக்கொடி, தேனீ, காலமோகினி, கிராம ஊழியன் வளர்ந்த வாழ்க்கையை ஒருவாறு யூகிக்கமுடியும்.

தஞ்சை வட்டாரம்

இன்று தஞ்சாவூர், திருவாரூர், நாகப்பட்டினம், மயிலாடுதுறை என்று நான்று மாவட்டங்களாகப் பிரிக்கப்பட்டிருக்கிறது தஞ்சாவூர்.

இவை மட்டுமல்ல புதுக்கோட்டை, திருச்சிரப்பள்ளி மாவட்டங்களின் சில பகுதிகளும் சேர்ந்ததுதான் பழைய தஞ்சாவூர் மாவட்டம். காவிரி தீரம், டெல்டா, வண்டல் என்றெல்லாம் இதனை அவரவர் ஆர்வத்திற்கு ஏற்ப அழைப்பர்.

காவிரி ஆற்றுப்பாசனமும், முப்போகம் சாகுபடியும் திருவிழாக்களும், இசை, கூத்து, ஆட்டம் பாட்டங்களும் தான் தஞ்சையின் பொது அடையாளமாகச் சுட்டப்பெறும். சாரட்டு வண்டி, பூரணிமாடு, வெற்றிலைத் தாம்பூலம், பட்டு வேட்டி, சட்டை, மைனர் செயின், மறுவீடு, இராக்கச்சேரி... என்பதான நிலக்கிழமை முறைமையின் எச்சங்களே தஞ்சையின் பெருமிதங்களாகக் கொண்டாடப்பட்டன. பண்ணைகளும், ஜமீன்களும், மடங்களும் ஆளுகை செலுத்திய பொழுதுகளில் இவர்களுக்குக் கணக்குகளாக, ஏஜென்டாக, ஓடும் பிள்ளையாக இருந்த தரகுத்தனத்தவர்களும் ஆதிக்க நிலை பெற்றனர். காலம் காலமாக சேற்றில் கிடந்து உழைத்து உழன்றவர்கள் உழவுக் கருவிகளொத்த நிலைபேறு பெற்றே இருந்தனர்.

நிலக்கிழமை முறையின் அழிவில் முகிழ்த்த முதலாளியத்தின் முதல் விளைச்சலாக தமிழில் நவீன இலக்கிய வருகை நிகழ்ந்தது. ஆதிக்க, அதிகாரச் சுவையை அனுபவித்தறிந்தர்வர்கள் ஆங்கிலேயக் கல்விக்கு மாறினார்கள். எழுத்தறிவினால் வாசிப்புப் பரவலாக்கம் பெற்றது. வாசிக்க நூல்கள் தேவைப்பட்டன. பத்திரிகைத் தொழில் பரவலானது.

முதலில் கல்வியறிவு பெற்றவர்கள் தஞ்சைவட்டாரத்தில் பிராமணர்களாக இருந்தார்கள். அந்தப் பிரிவினருக்குள் இருந்த சிலரே எழுதத் தலைப்பட்டனர். அதில் மண் சார்ந்த வெகுமக்கள் சார்ந்த உணர்வுகளுக்கு எப்படி இடம் இருக்கும்? தனிமனிதச் சிக்கல்களும், பாலியல் உணர்வுகளும், ஆன்மீகத் தேட்டமும் இலக்கியப் படைப்புப் பொருள்களாயின. கூடவே கூட்டுக்குடும்பம், வரதட்சணை, விதவை மணம், பெண்கல்வி முதலியன பெரும் சமூகச் சிக்கல்களாக சித்திரிக்கப்பட்டன. எனவே தான், மருத நிலத்தையே தங்கள் வாழ்க்கையாகக் கொண்ட வேளாண் மக்களே, முதன்மை யானவர்கள். அவர்களின் பண்பாட்டுக் கூறுகளை, படைப்பிலக்கியம் உள்வாங்கிக் கொண்டு வெளிப்படுத்தவில்லை. அப்படியே செய்திருந் தாலும் சேற்றில் வாழும் மனிதர்கள் ஒரு ஓரமாகவே நிறுத்தப்பட்டு இருக்கிறார்கள். நில உடைமையை மட்டும் உரிமை கொண்ட மேட்டுக்குடி மக்களின் பண்பாட்டுத் தளங்கள், அவர்கள் பேசிய

மொழியிலேயே பதிவாகி இருக்கின்றன. கிட்டத்தட்ட இதுதான் தமிழ் என்ற நிலைப்பாடும் நிறுவப்பட்டு வருகிறது என்ற சோலை. சுந்தர பெருமாளின் கருத்து கவனத்துக்குரியது.

எழுத்தாளர் கரிச்சான் குஞ்சு (1919-1992)வின் இயற்பெயர் நாராயணசாமி. தஞ்சை மாவட்டம் நன்னிலம் வட்டம் சேதினீபுரத்தில் பிறந்தார். தமிழ், ஆங்கிலம், வடமொழி ஆகியவற்றில் தேர்ச்சி மிக்கவர். மன்னார்குடியில் புகழ்பெற்ற தேசிய மேல்நிலைப் பள்ளியில் தமிழாசிரியராகப் பணியாற்றியவர். மணிக்கொடி எழுத்தாளர்களில் இவரும் ஒருவர். எழுத்தாளர் கு.ப.ரா.வின் புனைப்பெயரான 'கரிச்சான்' என்பதையொட்டி 'கரிச்சான் குஞ்சு' ஆனவர். கவிதைகள், சிறுகதைகள், நாடகங்கள், நாவல், முதலியன படைத்துள்ளார். மிகச் சிறந்த மொழிபெயர்ப்பாளர். தேவி பிரசாத் சட்டோபாத்தியாவின் "What is living and what is lead in Indian philosophy" என்னும் பெருநூலை இந்தியத் தத்துவத்தில் நிலைத்திருப்பனவும், அழிந்தனவும் என மொழி பெயர்த்தார். வடமொழியிலிருந்தும் சிலவற்றை மொழிபெயர்த்தார். பல எழுத்தாளர்களின் நேசமிகு நண்பராகவும், இளம் எழுத்தாளர்களின் உந்து சக்தியாகவும் விளங்கினார். தஞ்சை வட்டாரத்தின் நிலக்கிழமைப் பழக்கவழக்கங்களில் ஒரு சிலவற்றில் ஊறித்திளைத்தவர். வழக்கமான தமிழ் எழுத்தாளனின் வறுமையோடே வாழ்வைக் கழித்தார்.

இவர் எழுதிய கதைகளில் மனித பலவீனங்களைப் பற்றிய எள்ளலும், போலித்தனங்களைச் சாடும் சினமும் வெளிப்பட்டதோடு, கலைஞானம் மிகுந்த மாந்தர்கள் தமது திறமையை முழுமையாகப் பிரதிபலிக்கும் போக்கும் தலைதூக்கி நிற்கக் காணலாம்.

இவர் மனித மன ஓட்டங்களை நுட்பமாகப் பதிவு செய்துள்ளார். இவரது பல பாத்திரங்கள் உளவியல் சார்ந்து இயங்குவதைக் காணலாம். தான் பார்த்த, கேட்ட, உணர்ந்தவற்றை மட்டுமே எழுதி உள்ளார். இவரின் படைப்புலகம் மிகச் சிறியது. ஆனால் அழகும் ஆழமும் நிறைந்தது. மணிக்கொடி எழுத்தாளர்கள் கொடி நாட்டிய சூழலில் சிறுகதைகளை எழுதியவர் கரிச்சான்குஞ்சு. தொடக்கத்தில் அதிகம் வடமொழி கலந்து எழுதினார். புராண, இதிகாச தொன்மங்களி லிருந்து சில சிறுகதைகளைப் படைத்தார். பின்னர், தனது குருவான கு.ப.ராவைப் பின்பற்றி அதே நேரத்தில் தனக்கெனத் தனித்த பாணியைப் படைத்துக் கொண்டார். மரபும், புதுமையும் இழையோட இவரின் படைப்புகள் மிளிர்ந்தன. சாத்திர சம்பிரதாயங்களைக் கேள்விக்குட் படுத்தினார். மனித வக்கிரங்களைத் தோலுரித்தார். ஒருவிதத் தத்துவத் தேடலைத் தன் கதைகள் வழி நிகழ்த்தினார்.

சிறுகதைகள்

அவரின் சில கதைகள் இன்றைக்கும் தவிர்க்க முடியாதவை. பதினோரு தொகுப்புகள். நூற்று அறுபதுக்கும் மேலான கதைகள். 'குசமேட்டுச்சோதி' என்னும் சிறுகதை மிகுந்த எள்ளலுடன் படைக்கப் பட்டுள்ளது. சாப்பிட வழியின்றி பட்டினிகிடந்து பைத்தியமாக நடித்து, மகரிஷியாகி குசமேடாகக் கிடந்த இடத்தை மடமாக்கி குபேரசாமியாக வலம் வருபவனைப் பற்றிய கதை இது. போலிச் சாமியார்கள். குருட்டு பக்தி, மக்களின் மூடத்தனம் ஆகியவற்றை இக்கதை மிக அற்புதமாக இயல்பாகச் சித்திரிக்கிறது. இன்றைய நம் ஆசிரமங்கள், சாமியார்கள், ஆன்மீகம் ஆகியவற்றைப் புரிந்து கொள்ள இது உதவும்.

காதல் கல்பம்! சிறுகதை ஒரு வரலாற்று நிகழ்வைச் சுட்டுகிறது. கிழக்கிந்தியக் கம்பெனி, ஆங்கில அரசாக மாறும் தருணத்தில் இலண்டனிலிருந்து பலரும் பல நாட்கள் பயணம் செய்து இந்தியா வருவதைப் பற்றிய கதை. அற்புதமான பயணவிவரிப்பாக, கதை அமைகிறது. நோய்க்கு ஆளாகி, வெப்பம், குளிர் தாங்காமல் பலர் உயிர் துறக்கிறார்கள். இந்தியாவின் வளமும், செல்வமும், நிலைத்த வாழ்வும் கனவாகி அவர்களை இந்தக் கொடும் பயணத்துக்குத் துரத்துகின்றது. அதில் ஒரு இளைஞன் சூம்பிக் கிடக்கிறான். எல்லோரும் ஆடிப்பாடிக் கும்மாளமிடுகிறார்கள். இவனோ பூஞ்சை உடம்புடன் விசனப்பட்டு நிற்கின்றான். கப்பல் மாலுமி இவனைக் கவனித்து ஆறுதல் கூறுகிறான். அவ்விளைஞனுக்கு நிகழ்வாழ்வோ, துணையோ இல்லாததால் தற்கொலைக்கு முயற்சித்து கப்பலின் ஒரு ஓரத்திற்குச் செல்கிறான். அப்பொழுது அவனை எதிர் முனையில் ஒரு பெண் உருவம் பார்க்கிறது, சிரிக்கிறது. இருவரும் சந்திக்கிறார்கள். இணைகிறார்கள். கப்பலின் கேப்டன் அவர்களைப் பார்த்து மகிழ்ச்சி கொள்கிறான். அவன் கேட்கிறான்.

"என்னய்யா இது! காயகல்பமா!
அதைவிடப் பெரிதய்யா! காதல் கல்பம்! என்றான்
யாரோ ஒரு பிரயாணி"

எனக் கதை முடிகிறது. இதன் கதாநாயகன் இந்தியாவின் கவர்னராக இருந்த வாரன்ஹேஸ்டிங்ஸ் என்பதும் கதாநாயகி ஒரு ஜெர்மனியனின் மனைவி என்பதும் கருதத்தக்கது.

இக்கதையில் வெள்ளைக்காரர்கள் இந்தியா வந்த நோக்கமும் இந்தியா பற்றிய அவர்களின் எண்ணமும் கரிச்சான்குஞ்சுவால்

அற்புதமாகப் பதிவு செய்யப்பட்டுள்ளது. கப்பலில் பயணம் செய்பவர்களை இப்படி வர்ணிக்கிறார். போய்ப் பார்ப்போம். பணம் கிடைத்தால் திரும்புவோம். இல்லாவிட்டால் இங்கென்ன, அங்கேயே செத்துப் போவோமே! என்ற மனநிலையில் எதற்கும் துணிந்து கப்பலேறி யிருக்கும் பிடாரிக்கூட்டம் நடுக்கடல், நாட்களோ தொலையாதவை, வெறிச்சென்று அலுப்பும், சலிப்பும் ஊறி உறைந்து கிடக்கும் அந்தத் தலைசுற்றும் பிரயாணம், சண்டையிலும் வெட்டுக்குத்துகளிலும் கூடக் கிளர்ச்சியைத் தரக்கூடியதாய் விடும். மும்மடங்கு நான்மடங்காய்த் தின்று குடித்துத் திமிரடைந்தால் வேறு என்னதான் செய்வது, பிரயாண நாட்கள் ஏற ஏற அங்கே கண்ணியம், கட்டுப்பாடு என்பதெல்லாம் காணமுடியாதவை ஆகிவிடும்.

அப்போதைய இந்தியாவின் காட்சிச் சித்திரம்

அப்போதைய இந்தியா இவனைப் போன்ற யாரும் நுழையும்படி திறந்தே தான் கிடந்தது. நுழைகிறவர்கள் எதையும் கவ்விக்கவர முடியும். நாடு முழுவதும் நாலாயிரம் துண்டாய்ச் சிதறியிருந்த காலம். நாய்க்குடைகள் போலக் கிளம்பிய பல தான்தோன்றி அரசுகள். வாரிசுச் சண்டையில் வீட்டுவாசலைக் கூடக் காக்க முடியாதிருந்த வக்கற்ற வம்பு நவாப்புகள் சிலர். மானத்தை விற்பது போலத் தன் பட்டங்களை (பட்டாக்களை) விற்றுக் காலம் தள்ளும் கபோதி ஒருவருண்டு. அவர் மாஜிப் பேரரசின் வாரிசு. அந்தப் பட்டங்களுக்கு அங்கீகாரம் தருவதோ மறுப்பதோதான் அந்தக் காலத்தில் ஆங்கிலேயர் விளையாடிய சூதாட்டம். சூதாட்டத்திலும் வரம்புண்டு. முழுச்சூதை மேலும் சூதாக்கும் ஆங்கிலேயரின் அந்த விளையாட்டை நடத்த நவநாகரிகப் பயிற்சி பெற்ற படை வசதி. இப்படிப்பட்ட பொன்னான காலம். இது வெறும் காட்சிப்படுத்தல் மட்டுமல்ல. இந்தியா பற்றிய விசனமாக, விமரிசனமாக அமைகின்றது.

குடும்பச் சிதைவு, அற்புதமான குழந்தைகள் கதை. குழந்தைகளின் மன உலகை நுட்பமாகச் சித்திரிக்கும் கதை. சீனு, மீனு, கிட்டு, சாலி, சம்பு ஆகிய ஐந்து குழந்தைகள் குடும்ப விளையாட்டு விளையாடுவதை, மிக இயல்பாக கரிச்சான் குஞ்சு பதிவு செய்கிறார். சிறுகதை என்பது கச்சிதமாக அமைகின்றது.

பெண்சாதி, பெண்சாதியைச் சந்தேகிக்கும் கணவனை நேசிக்கும் பெண்ணின் இயல்பை வெளிப்படுத்தும் கதை. அதே போல 'உறவுமுள்' ஆங்கிலேய ஆட்சியில் தன் உடலை ஈந்து, சுகபோகத்தை அனுபவிக்கும் பெண்ணின் கதையாக அமைகின்றது.

மருந்து உண்டா? நடுத்தரவர்க்கத்தின் வறுமை வாழ்வையும் அதனூடே கொடிய சூதாட்டப் போதையையும் பேசுகிறது. உடல் நலிவுற்று மருந்துக்காய்க் காத்துக்கிடக்கும் குழந்தைக்கு என வைத்திருந்த ரூபாயையும் சூதாட்டத்தில் இழக்கிறான்.

உதறிவிட்டு வீட்டுக்கு வந்தேன். திண்ணையில் இருந்தேன். கிழக்கோடு சேர்ந்து வெளுத்துவிட்டிருந்த என் முகத்தைப் பார்த்தாள் சாரதா. ஒன்றுமே பேசவில்லை. விடிந்தது. ...ன்று மருந்தில்லை எனக் கதையை முடிக்கிறார். ஆனால் வாயில்லாப் பூச்சிபோன்ற மனைவியும், பூஞ்சை உடம்போடு மருந்துக்கு ஏங்கி நிற்கும் பிள்ளையும், சூது போதையில் அழிந்து முகம் வெளுத்து நிற்கும் ஆணும் மனதில் தொந்தரவு செய்கிறார்கள். சூதை ஒரு கொண்டாட்டமாகவும், அதே வேளையில் அதன் பாதிப்பை மிகக் கோரமாகவும் கரிச்சான் குஞ்சு காட்டி விடுகிறார்.

பருவப் பெண்ணின் மனநிலையை உணராமல் அவளைப் பைத்தியம் எனக் கருதி மணவிலக்கு அளவுக்கு கொண்டு நிறுத்தும், வேலை பார்க்கும் கணவனையும், படித்த அவனது குடும்பத்தையும் எள்ளலோடு சுட்டும் கதையின் தலைப்பான படித்தவர்கள் என்பதே குறியீடாக அமைகின்றது.

இடம் கரிச்சான் குஞ்சுவிற்கே உரிய கதை. சூழலும், தேவையும், காலமும், பாலியல் மீறல்களை இயல்பாக்கிவிடுவதைச் சுட்டும் கதை.

'சீ... சீ... நாய்க்குட்டி பேசாமல் கிட. ஏது என்ன பேசுகிறோம், யாரிடம் பேசுகிறோம் என்ற ஞானம் இருக்கா உனக்கு, ஆயிரம் ரூபா சம்பளம், அத்தனை சொத்துக்காரன் என்றெல்லாம் பீத்திக்கறாயே, இது, இந்த இடம் உங்கள் அப்பன் தேடிக்கொடுத்த இடமா? கோமதியைப் பந்தோபஸ்து பண்ணப் போறையோ? இங்கே பட்ட கடன் எப்படித் தீருமடி? யார் தீர்ப்பது? எவனும் பணத்தையும் காசையும் நகையையும் நட்டையும் சும்மா கொட்டமாட்டான். எதை எப்போ எப்படி பந்தோபஸ்து பண்ணனும்னு இந்த ராஜத்துக்குத் தெரியும். உன்னை விடப் பெரிய இடமாகத் தேடுவேன் அவளுக்கு பெரிய சுத்தக்காரி... நீ பேசறையோ... என்றாள் ராஜம்."

தானும் தன் அம்மாவும் இழந்ததை, பெற்றதை தன் மகளும் நோக்கி நகர்வதை தாங்கமுடியாமல் ரோசப்படும் லில்லியும், அதை நியாயப்படுத்தும் ராஜமும் சிக்கிநிற்கும் கோமதியும் எல்லாவற்றுக்கும் காரணமாகி நிற்கும் சிதம்பரமும்... என மனிதர்களின் மனப் புழுக்கத்தை உடலியல் நியாய, அநியாயங்களை, பொருளியல்

தேவைகளை என ஒவ்வொரு திசையில் விவாதிக்கும் கதையாக இதனைப் படைத்துள்ளார்.

'ரத்தச் சுவை' கரிச்சான் குஞ்சுவின் இலக்கியப் பார்வையை விரித்துரைக்கும் நல்லதொரு சிறுகதை. கோபாலய்யர் என்பவரிடம் வட்டிக்குப் பணம் வாங்கி; தன் வீடு உள்ளிட்ட சொத்துகளை இழக்கிறான் ராமு. அவன் பைத்தியம் போலத் திரிகிறான். ஊரில் உள்ள ஒரு குரங்கு இரத்தவெறி பிடித்து அலைக்கிறது. இதனை ஊரில் உள்ள ஏமாற்றுப் பேர்வழிகளுடன் ஒப்பிட்டுப் பேசுகிறான் ராமு. குரங்கு பற்றியே அவன் சிந்தனை முழுக்க ஓடுகிறது. ராமு மூலமாக கரிச்சான் குஞ்சு, குரங்கை இப்படிக் காட்சிப்படுத்துகிறார்.

இந்தக் குரங்கு எத்தனை நாய்க்குட்டிகளைத் தூக்கிச் சென்று கொண்டிருக்கிறது. தெரியுமா? ஆரம்பத்திலே தாய் நாய்கள் குரைத்துத் துரத்தியதால் இதற்கு ஏற்பட்ட கோப வெறியில் குட்டிகளைத் தூக்கிச் சென்றது. கொன்றது. இவ்வளவுதான் ஊராருக்குத் தெரியும். எனக்கு அதுக்குமேலே தெரியும். குட்டிகளின் கழுத்தை நெரித்துக் கிழித்துக் கையால் குதறி எறியும். கையெல்லாம் ரத்தமாகி விடும். துடைக்கத் தெரியாமல் நக்கும். ரத்தம் நாக்கில் படும். தணிந்த வெறிக்கும், இந்தச் சுவைக்கும் ஒரு தொடர்பு ஏற்பட்டு, இது அடிக்கடி ஏற்படுவதால் நினைவில் அழுந்தும். பிறகு அதே செய்கைக்குத் தூண்டும். வெறி வந்தவுடன் நாக்குச்சுவையும் நினைவுக்கு வரும். வெறியும் தணியும், சுவையும் கிடைக்கும். இப்படியே வழக்கமாகி இன்று இந்தக் குரங்கு ரத்த வெறிமிகுந்து கிடக்கிறது. நேற்று ஒரு ஆட்டைக் கிழித்துக் காயப் படுத்திவிட்டது. கதையெல்லாம் எதற்கு? இன்று இந்தக்குரங்கு பரிபூர்ண ரத்தவெறி பிடித்துப் பக்கா மாம்ஸபயாய் மாறிவிட்டிருக்கிறது. அந்தக் குரங்கை அப்படியே செய்ய அனுமதிப்பதைத்தான் தர்மமென்று கூறுகிறது சமூகம். இதேதான் கோபாலய்யர் கதையும்.

ஒரு கவிதை போல கதையை அமைத்து விடுகிறார் கரிச்சான் குஞ்சு. பெரும்பாலும் பொதுமொழி விவரணைகள் நிரம்பியவை இவரது கதைகள். கு.ப.ரா போலவே இவரின் கதைகளிலும் பெண்கள் அதிகம். உளவியல் நுட்பம் இவரிடம் தூக்கல். மார்க்சியப் பரிச்சய மிக்கவராதலால் வர்க்கச்சார்பு, வறுமை, ஏழ்மை, ஆதிக்க எதிர்ப்பு இவர் கதைகளில் காணப்படுகின்றது. மரபைப் போற்றலும் மீறலும் ஆங்காங்கே தென்படுகின்றன.

சிறுகதைகள் வடிவத்திலும் உள்ளடக்கத்திலும் அதன் வரையறை களோடு அமைகின்றன. கச்சிதமான பாத்திரங்கள், உரையாடல்,

விவரிப்பு, முடிவு... என ஒருவித தாள, லயத்திற்குள் கதைகளை அமைத்து விடுகிறார். எதையும் வலிந்து திணிக்காமல் கதைப் போக்கில் தான் சொல்ல வேண்டியதை வைத்து ஒதுங்கிக் கொள்கிறார். ஆசிரியர்தான் கதை சொல்வார். ஆனால் அவரைத் தேடித்தான் காண வேண்டும். இது தான் கரிச்சான் குஞ்சுவின் கலைச்சாதனை எனலாம்.

பசித்த மானிடம்

கரிச்சான் குஞ்சுவின் ஆகச்சிறந்தப் படைப்பாக பசித்த மானிடம் நாவல் அமைகின்றது. கும்பகோணம், தஞ்சாவூர், மன்னார்குடி, திருச்சி ஆகிய ஊர்களில் விடுதலைக்கு முன்னும் பின்னுமான ஐம்பது ஆண்டுகளில் கதை நடைபெறுகின்றது. இது தனிமனிதர்களின் மனப்போக்குகளை மையமிட்டு நிகழ்த்தப்படுகின்றது.

கணேசன், கிட்டா ஆகிய இரண்டு சமகாலச் சிறுவர்களில் கணேசனை ஊர் கொண்டாடுகின்றது. கிட்டா புறக்கணிப்புக்குள்ளா கிறான். அறிமுகமாகி ஏறக்குறைய ஒருபால் சிக்கலில் தன்னை இழந்து அவர் காலமானதும் மீள்கிறான். பிறகு ஒரு ஆசிரியையை மணக்கிறான். நோயாளி ஆகி பெண் மருத்துவரோடு காலம் தள்ளுகிறான். நோய்க்கு (குஷ்டம்) ஆளானதை அவள் உணர்ந்து கன்னியாஸ்திரிகள் உள்ள மருத்துவமனைக்கு அனுப்புகின்றாள். கன்னியாஸ்திரிகளின் மேல் கணேசனின் காமக்கண் விரட்ட அங்கிருந்து விலகி, திருச்சி அம்மா மண்டபத்தில் பிச்சைக்காரனாகிறான். அங்கு ஒரு குருட்டுப் பெண், குழந்தையோடு ஐக்கியமாகிறான். பசுபதி என்கிற போலீஸ்காரன் அவனைக் குருவாக்கி விடுகிறார். இந்நிலையில் தான் செல்வச் செழிப்புமிக்க நிலையில் உள்ள கிட்டா மற்றும் அவனின் மனைவி, கொழுந்தி ஏற்கனவே கணேசனுக்கு அறிமுகமானவர்கள், சந்திப்பும் சர்ச்சையும் உண்மை அறிதலும் நிகழ்கிறது. இதுதான் நாவலின் சாரம்.

உணர்வு கடந்த சிந்தனைகள் ஊழ்வினையைப் போல் மனித மனத்தை ஆக்கிரமித்துக் கொண்டு இன்பத்திற்காக, அதிலும் சிறப்பாக, பாலுறவு இன்பத்திற்காக மேற்கொள்ளப்படும் உணர்வு கடந்த முயற்சிகளுக்கும் மனம் தானே மாற்றியமைத்துக் கொள்ளும் எதார்த்த விதிமுறைகளுக்கும் இடையில் நடைபெறும் மாற்றமுடியாத மனப் போராட்டங்களாக இருக்கின்றன என்ற கூற்றின் அடியாக இந்நாவல் இயங்குகின்றது.

ஆண்களின் தேடுதல் வேட்டை ஒருபுறம், பெண்களின் தேட்டம் மறுபுறம், ஆணும், பெண்ணும் உடலை மோகித்து, மூழ்கி, கரைந்து, கரையேறும் நிகழ்வுகள் பல நாவலில் இடம் பெறுகின்றன.

தனிநபரின் அனுபவங்கள் சமூகப் பண்பாட்டுக் கூறுகளுக்குத் தொடர்பில்லாதவை அல்ல. ஆனால், இக்கூற்றுகள் ஒரு தனி நபரின் அனுபவங்களின் வழியாக ஒரு தனித்துவமான நவிற்சி பெற வேண்டும். இந்தத் தனித்துவமான வெளிப்பாட்டு உரிமை மீதே, தனி மனிதத்துவம் எழுந்து நிற்கிறது எனலாம். கூட்டுப் பொதுவுடைமை அடையாளம் அற்றுப்போகாத இத்தகைய தனித்துவ நவிற்சிகளையே தனிமனிதத்துவ நவிற்சி எனலாம். என்ற துரைசீனிச்சாமியின் கருத்துப்படி இந்நாவல் அமையவில்லை எனினும் இதில் உளச்சித்தரிப்பு அதிகமாக உள்ளது.

அக்காலச்சூழல், சமூகச்சூழல், பண்பாட்டுக்கூறுகள் பல இடம் பெறுகின்றன. சமூகத்தை ஒரு கேமரா மாதிரி பார்க்கும் நுட்பம் கரிச்சான்குஞ்சுவின் படைப்பாக்கத் திறனாக அமைகின்றது. கணேசன் தன் இளமைக்கால நினைவுகளை அசை போடுகின்றான். அதில், மாட்டுக்குப் பருத்திக் கொட்டை அரைக்க வேண்டும். தவிடு சலிக்க வேண்டும், பால் பாத்திரம், வேறுபாத்திரங்கள் இருந்தால் தேய்க்க வேண்டும், சாயந்திரமாய் ஜகந்நாத பிள்ளையார் கோயிலுக்குப் பக்கத்தில் இருக்கும் காபி கிளப்பில் மசால்வடை வாங்கித் தின்ன வேண்டும். ராயர் கொடுத்த அரையணாவுக்கு இரண்டு வடை கிடைக்கும். சுடச்சுட வெங்காயம் மணக்க மணக்க அரையும் குறையுமாய் அரைக்கப்பட்டுப் பொரிந்து கடிபடும் கரகரவென்ற கடலைப்பருப்பு இனிக்க இனிக்க அந்த மசால் வடை தின்னும் அனுபவம் மிகவும் ஆனந்தமாயிருக்குமே.

மத்தியானம் நல்ல ருசியான சாப்பாடு சத்திரத்து மாமி கறியோ, கூட்டோ, குழம்போ, ரஸமோ, நெய்யோ, பருப்போ ஒன்னுமே குறைக்கமாட்டாள். வீட்டில் உள்ளவர்களுக்கும் சரி சாப்பிட வருகின்ற ஏழைகளுக்கும் சரி ஒரே சாப்பாடுதான். அடேயப்பா என்ன சாப்பாடு போடுவாள்! என்று உணவுப் பழக்கம் நாவலில் பதிவாகின்றது. கணேசனின் மன்னார்குடி வாழ்க்கை இப்படிச் சித்திரமாகின்றது. மாளிகை, மெத்தை, பஞ்சனை, ஸோபா, பங்களா, மின்விசிறி, கார் பிரயாணம், புஷ்டியான ஆகாரங்கள், கழுத்தில் மைனர் சங்கிலி, கையில் தங்கச் சங்கிலியில் கோர்த்த உயர்ந்த கடிகாரம், தங்க மோதிரங்கள். வைர மோதிரம், விலை அதிகமுள்ள சட்டை. வேஷ்டி, பட்டு, பவுடர், சோப்பு, செண்டுகள் இவற்றுடனேயே வாழ்ந்து வளர்ந்து.

இது கணேசனுக்கு மட்டுமல்ல. தஞ்சை நிலவுடைமையாளர் பலரின் பொது அடையாளம் இவைதாம். தஞ்சை வட்டாரப் பதிவுகள். அங்காங்கே நாவலில் இடம் பெறுகின்றன. தோப்பூர் கிராமத்தில்

கணக்குப்பிள்ளை சீனி அய்யங்கார் பற்றி கரிச்சான் குஞ்சு எழுதுகிறார். ஊரில் அவரிடம்தான் எல்லோரும் கடன் வாங்குவார்கள். ஏற்கனவே இந்நிலையை ரத்தச்சுவை சிறுகதையிலும் எழுதியவர் நாவலில் போகிற போக்கில் இப்படி எழுதுகிறார்.

கணக்குப்பிள்ளை சீனி அய்யங்கார் தர்பார் எல்லோரும் அறிந்த ஒன்று. எல்லோருக்கும் சிண்டு இருக்கோ என்னவோ, அத்தனை பேர் சிண்டும் சீனி அய்யங்கார் கையில் இருக்கிறது என்பார்.

'இரண்டே ரண்டு ஆப்பை, இரண்டும் கழண்ட ஆப்பை'

'கேக்காம கடன் கெட்டது, ஆடாம உறவு கெட்டது'

'ஆகாத காலத்துக்கு அன்னத்துவேசம் போறாத
காலத்துக்குப் பிராமணத்துவேசம்'

போன்ற வட்டார வழக்குகள் நாவலில் இடம் பெறுகின்றன. மனிதர்களின் உடற்பயிற்சியை மட்டுமல்ல. வயிற்றுப்பசியை, அறிவுப் பசியை, புகழ்ப்பசியை, ஞானப்பசியை. பசித்த மானிடமாகக் கரிச்சான்குஞ்சு படம் பிடித்துக் காட்டுகின்றார்.

காலம் முழுவதும் உடல் துரத்த ஓடிய கணேசன், கடைசியில் நாற்றப் பிண்டமாகி இப்படிக் கூறுகிறான்.

கனவுன்னா இடம், பொருள் மனுஷாள்ளாம் உண்டே. இங்கே இதெல்லாம் ஒண்ணுமில்லை. தூங்காம கனவு எப்படி வரும்? குடி தின்னுன்னு சொல்றபோது ஞாபகமும் வந்துடறது. இந்த உடம்பைச் சுமந்து கொண்டு அலையறமோன்னா இழவு உசிருன்னு ஒண்ணு இருந்து தொலைக்கிறதே.. இதுகளுக்கு வழி? எனக்கு வரவர தூக்கம் முழிச்சிண்டிருக்கிற, தூங்கிற சங்கதியெல்லாம் மறந்துண்டு மறைஞ்சிண்டும் வரது. யாராவது என்னைத் தொடறபோது பசி தாகமெல்லாம் உண்டுன்னு ஞாபகப்படுத்தறாப்பலே எனக்கு எதையாவது குடுக்கிற போதுதான் உங்களைத் தெரியறது.

இந்த ஞானம் அவன் பட்ட பட்டறிவால் வந்தது என்பதை நாவல் சுட்டி நிற்கிறது. கடைசி கடைசியாக கணேசன்...

நாம் எதையெதையோ சாப்பிடுகிறோம். நம்மையும் எது எதெல்லாமோ முழுங்கி ஏப்பம் விடுகிறதுகள். தானும் எதையும் சாப்பிடாமை, தன்னை எதுவுமே சாப்பிடவிடாமை... இந்த உலகம் அத்தனையிலும் பரவி ஊடுருவி இருக்கிறதுதான். நாம் என்கிறான். இந்த ஞானம், தேடல், முடிவு இந்திய மரபிலிருந்து கரிச்சான் குஞ்சு கண்டடைந்ததாக இருக்கலாம்.

கரிச்சான் குஞ்சுவின் படைப்புகள் மனித மன உணர்வுகளை மையப்படுத்தி அமைந்தன. சிறுகதைகளில் மரபைப் பல இடங்களில் கேள்விக்குள்ளாக்குகிறார். வறுமையும், ஏழ்மையும் மட்டுமல்ல இவற்றுக்குக் காரணமான சூழ்ச்சியையும் கதைகளில் சுட்டுகின்றார். அவரின் அனுபவ உலகு சிறியது. அதற்குள் நின்று அவரின் கலைத் தேடலை நிகழ்த்தியுள்ளார். அவரின் மெய்யியல், ஆன்மீகப் பின்புலம் அவரின் கதை இலக்கியங்களில் தெளிவாகப் பதிவாகின்றது.

அடித்தள மக்கள், வேளாண் மக்கள், விடுதலைப் போர் சார்ந்த அவர் காலத்துத் தடயங்கள், படைப்புகளில் இல்லை. நிலவுடைமை உறவுகள், பண்பாடு பதிவாகின்றது. யதார்த்த எழுத்து முறை அவரிடம் இருந்தாலும் அவர் காலூன்றியது தமிழ் நவீனத்துவத்தில் என்றால் அது மிகையல்ல.

- கரிச்சான் குஞ்சு, பசித்த மானிடம், காலச்சுவடு பதிப்பகம், பப்ளிகேஷன்ஸ்(பி) லிட், நாகர்கோவில் - 629001. முதற்பதிப்பு: ஜூன் 2005, நான்காம் பதிப்பு: நவம்பர்:2011.

11

வன மக்களின் வலியும் வாதையும்

“இந்நாவலில் வரும் அந்த பழங்குடி மக்கள், அவர்களால் தொட்டி என்றழைக்கப்படும் அவர்களது சிற்றூர், அடர்ந்த வனம், அந்த சூழல்கள் இவைகளே என் நாவலுக்கு உயிர் தந்தவை. நான் சுமந்த அம்மக்களின் கதைகள் பாறையைவிட கனமானவை. இருளைவிட கருமை மிக்கவை. நெருப்பினைவிட வெப்பமானவை. பல சமயங்களில் நான் உள்வாங்கியவற்றைச் சுமக்கும் பலமற்றவனாய் இருப்பதை உணர்ந்திருக்கிறேன். ஆனால் அவற்றுள் சிலவற்றையாவது பதியாமல் விட்டுவிட்டால் கால ஓட்டத்தில், பின்னொரு காலத்தில், நான் சுமக்க இயலாத அவை கற்பனையாகக்கூட கருதப்படும்” என ‘சோளகர் தொட்டி’ என்னுரையில் ச.பாலமுருகன் சுட்டுவார்.

சோளகர் தொட்டி (2004) தமிழ் எழுத்துப் பரப்பில் அதிர்ச்சி தந்தப் படைப்பு. இது ஆவணமா? படைப்பிலக்கியமா? என்றெல்லாம் விவாதம் எழுந்தது. அது வரை ‘வீரப்பன் தேடுதல் வேட்டை’ என ஒரு சமூகக் கொள்ளையனை மையப்படுத்தி மட்டுமே அறிந்த ஒரு நடப்பை, அதற்குள் இருக்கும் ஓர் ஆதிக்குடியின் அழிவை, வலியை, துயரத்தை, சமவெளி மனிதர்கள், அரசதிகாரம் ஆகியவற்றின் கோர முகத்தை பொதுவெளிக்குக் கொண்டுவந்த உயிர்ப்புமிக்க எழுத்தாவணம் சோளகர் தொட்டி. ச.பாலமுருகன் வழக்கறிஞர்; மனித உரிமைச் செயற்பாட்டாளர்; இடதுசாரி; மலைவாழ் மக்களுடன் பயணிப்பவர். அவர் தன் அனுபவங்களை ஓர் ‘சமூக விமரிசனமாக’ இந்நாவலில் முன் வைக்கிறார்.

‘சோளகர்’ தமிழ்நாட்டின் முப்பத்தாறு வகை பழங்குடிகளுள் ஓர் இனத்தவர். சோலைகளை ஆள்பவர்கள் சோலையர்கள் - சோளகர்கள் ஆனார்கள். தமிழ்நாட்டில் ஈரோடு, சத்தியமங்கலம், பர்கூர் பகுதிகளில் வாழ்கிறார்கள். கர்நாடக மலைப்பகுதிகளிலும் இவர்கள் இருக்கிறார்கள்.

சந்தனக்கடத்தல் வீரப்பன், அவனது கூட்டாளிகள் ஆகியோரைப் பிடிக்க அமைக்கப்பட்ட, இராணுவம், காவல்படை ஆகியவற்றால் பெரும் பாதிப்புக்குள்ளான மக்கள் சத்தியமங்கலம் பகுதி ‘சோளகர்’ இன மக்கள். அவர்களின் வாழிடமே தொட்டி. இந்தப் பின்புலத்தில் இந்நாவல் உருவாகி உள்ளது.

நாவல் இரண்டு பாகங்களாக அமைந்துள்ளது. முதல் பாகம் சோளகர் எனும் பழங்குடி மக்களின் வாழ்வியலை ஒருவித 'இனவரைவு ஆவணமாக' முன் வைக்கிறது. பிறப்பு முதல் இறப்பு வரையான வாழ்க்கை வட்டச் சடங்குகள், நம்பிக்கைகள், வேட்டை வாழ்க்கை, உணவு, உடை, புழங்கு பொருள்கள், வள உறவுகள் உள்ளிட்ட வாழ்வியலையும் பண்பாட்டையும் மிக இயல்பாகப் பதிவு செய்கிறது. சமவெளி மனிதர்கள் வனத்தில் வாழ்ந்த சோளகர்களின் நிலங்களை அபகரிக்கத்தொடங்குவது, வீரப்பனின் நடமாட்டம் மற்றும் அவனின் செயல்பாடுகள், வீரப்பனைத் தேடி வந்த காவல் துறையின் கட்டுப்பாடுகள், அச்சுறுத்தல் காரணமாக 'காடே சரணம்' என்று வனத்தை தன் வாழ்வாதாரமாகக் கொண்ட மக்கள் தங்கள் 'தொட்டிக்'குள்ளேயே முடங்கிப் போவதோடு முதல் பாகம் நிறைவுறுகிறது.

இரண்டாவது பாகம், இவையெல்லாம் நடந்தவையா? என மனச் சீர்குலைவைத் தரும் வகையில் அமைந்த சோளகர் மக்களின் இன்னல்கள். வீரப்பன் மற்றும் அவனது கூட்டாளிகளின் தலை மறைவுப் பகுதியாக இப்பகுதி அமைந்ததால் சிக்கல் தொடங்குகிறது. வீரப்பன் தேடுதல் வேட்டையில் ஈடுபட்ட காவல்படை தங்களின் பணியில் வெற்றிபெற முடியாத நிலை ஏற்படுகிறது. அத்தருணத்தில் இங்கு நிலையாக வாழும் சோளகர்களை வீரப்பனைப் பிடிக்கப் பகடைக்காய் ஆக்குகிறார்கள். நாளடைவில் இவர்களை வீரப்பனோடு தொடர்பு படுத்துகிறார்கள். வீரப்பன் படை எனச் சொல்லி போலியாக 'பச்சைநிற' உடை உடுத்தி அப்பாவி மக்களைச் சுட்டுக் கொல்கிறார்கள், கைது செய்கிறார்கள், விசாரணை என்ற பெயரில் கொடிய சித்திரவதைச் செய்கிறார்கள். பெண்களை, குழந்தைகளை பாலியல் வல்லுறவு செய்கிறார்கள். குடும்பங்களை, உறவுகளைச் சிதைக்கிறார்கள், காணாமல் அடிக்கிறார்கள், இருப்பிடங்களை, சொத்துக்களைச் சூறையாடுகிறார்கள். அந்நியப் படையெடுப்பு, ஆக்கிரமிப்பு மாதிரி ஒரு தவறும் செய்யாத அப்பாவி மக்கள் காவு கொள்ளப்படுகிறார்கள். சட்டம், நீதி எதுவும் எட்டிப்பார்க்க முடியாத நிலையில் செய்வதறியாது மக்கள் திகைத்து நிற்கிறார்கள். கொலைகள், தற்கொலைகள், வன்கொடுமைகள் பெருகி கலவர நிலமாக தொட்டி தூக்கம் தொலைத்து வானம் பார்த்து நிற்கிறது. ஆதி குடிகளின் துணிச்சலும் தீராத நம்பிக்கையும் அவர்களின் இருப்பை நிலை கொள்ள வைக்கிறது. இப்படி இரண்டாம் பாகம் அமைகிறது.

இந்நாவலில் நாயகன், நாயகி, வில்லன் என்றெல்லாம் இல்லை. வனமும் பழங்குடிச் சோளகர்களும்தான் நாயகர்கள். அரசும் காவல்படையும் தான் வில்லன்கள். அந்த வகையில் இது ஒரு சமகாலச் சமூக ஆவணம். பழங்குடிகளின் உரிமைக்குரல்.

சிக்குமாதா துணிச்சலான வேட்டைக்காரன். வேட்டையின் போது தன்மீது பாயவந்த கரடியைச் சுட்டுக்கொன்றதற்காக நிர்வாணமாக்கப்பட்டு வனக்காவலர்களிடம் அடி உதைப்பட்டான். சிக்குமாதாவின் மரணத்திற்குப் பின் அவனது தம்பி கரியன், சிக்குமாதாவின் மனைவியோடும் குழந்தைகளோடும் பரிவுடன் நடந்து கொண்டான். கரியனுக்கும் அவனது அண்ணி கெம்பம்மாவிற்கும் நெருக்கம் ஏற்பட்டது. அவள் ஊர்ப்பஞ்சாயத்தைக் கூட்டித் தனக்குக் கொழுந்தன் கரியனைக் கட்டி வைக்குமாறு கேட்கிறாள். கரியனும் சம்மதிக்கிறான், ஊரார் திருமணத்தை நடத்தி வைக்கின்றனர். இது சோளகர்களின் மரபு, போலியான சமவெளி மனிதர்களிடமிருந்து மாறுபட்ட திறந்த தன்மை கொண்ட வழக்கம். கரியன் - கெம்பம்மா திருமண நிகழ்வை அப்படியே நோக்கலாம். இது சோளகர்களின் திருமண முறை.

திருமணம்

"கெம்பம்மாவின் குடிசையின் வாசலில் வெள்ளை நாக மரத்தின் ஒன்பது கவைக் குச்சிகளையும், ஒன்பது பச்சை மூங்கில்களையும் சேர்த்து ஆள் உயரத்தில் பந்தல் போடப்பட்டிருந்தது. அந்தப் பந்தலில் மேல்பரப்பு முழுவதும் நாகமரத்தின் இலைகளை நிரப்பி இருந்தார்கள். கரியன் புது ஆடை அணிந்திருந்தான். அவனது தலையைச் சுற்றிலும் மணம் பரப்பும் காட்டு மல்லிகையினை சரம்போலக் கட்டி, தோள்கள் வரை தொங்கவிட்டிருந்தார்கள். மணமகன் கரியன் மாப்பிள்ளையாகப் பெண்ணின் வீட்டிற்கு வரவேண்டி பீனாச்சியும், தப்பும் இசைக்கப் பட்டன."

மாப்பிள்ளை ஊர்வலம் சற்றுத்தூரம் நீளமானதாக இருக்க வேண்டிக் கரியனை மணிராசன் கோயில் பக்கம் கூட்டிச் சென்று திரும்பவும் தொட்டியில் கெம்பம்மாவின் குடிசைக்கு அழைத்து வந்தார்கள். தொட்டியின் சிறுவர்கள் பீனாச்சி, தப்பு இசைக்குத் தக்கபடி குதிப்பதற்காக அங்குமிங்கும் ஓடினார்கள். தொட்டியினர் கரியனுக்குப் பின்னே வந்தனர். கரியன் கெம்பம்மாவின் குடிசையின் முன்பு நிறுத்தப்பட்டான். கரியனுக்குப் பக்கத்தில் இருந்த பெண் கையில் இருந்த மூங்கில் தட்டில் சீலையும், கண்ணாடி சீப்பும், வெற்றிலை பாக்கும், தாலியும் வைத்திருந்தாள். கோல்காரன் அவனது

மூதாதையர்களின் கோலைத் தூக்கிப் பிடித்தவாறு வந்திருந்தான். நாக இலைப் பந்தலில் கரியனை உட்கார வைத்தனர்.

பின்பு, மணமகள் கெம்பம்மாவின் உறவினர்கள் இருட்டறையிலிருந்து வந்திருந்தாலும் ஜோகம்மாள் மணப்பெண் தோழியாக வந்து கரியனுக்குக் கருப்பு மற்றும் வெள்ளைப் பொட்டுக்களை முகத்தில் வைத்தாள். "கோமாதா மனம் குளிர்ந்தாள். அடுத்தது நடக்கட்டும்" என்றான் கோல்காரன் சென்நெஞ்சா.

அதன் பின்பு, கெம்பம்மாவின் குடிசை வாசலில் மூங்கிலை வெட்டிச் செய்யப்பட்ட உழக்கான மானா வெட்டியில் குப்பைகளை நிரப்பி வைத்தார்கள். கரியனை அந்த உழக்கைப் பார்க்காமல் வந்து பின்னங்காலில் அதனை மூன்று முறை உதைக்கும்படி செய்தார்கள். குப்பைகள் கீழே கொட்டியது. "திருஷ்டி கழிந்ததப்பா" என்றான் கோல்காரன்.

கரியன், கெம்பம்மாவின் குடிசைக்குள் சென்றான். அங்கு கெம்பம்மாவும் தலை முழுவதும் காட்டு மல்லிகைச் சரத்தால் தனது முகத்தை மறைத்திருந்தாள். கரியன் அவனது சுண்டு விரலைக் கெம்பம்மாவின் சுண்டு விரலுடன் கோர்த்து அவளை நாக இலையிலான பந்தலுக்கு அழைத்துவந்தான். கோல்காரச் சென்நெஞ்சா இடுப்பில் ஒரு கோவனத்தை மட்டும் கட்டிக்கொண்டு பூஜை செய்தான். சாம்பிராணியின் மணமும், புகையும் சூழ்ந்தது.

தொட்டியின் பெண்கள் ஒரு சேரப் பாடினார்கள்.

"சோபாக்கி சோயண்ணா
ஒந்துண்டேயான கண்டே
சந்திர சூரியர் கண்டே
செரு உண்ட ஏன கண்டே
பசவண்ணனே கண்டே
ரெண்ட யானை கண்டே
ஏ முதல் சர்ப்பனக் கண்டே...
...."

கோல்காரன் பாடலின் இறுதியில், சோபாக்கி சோயண்ணா என்றான்.

கோல்காரன் தனது மூதாதையரின் தடியை உயர்த்திப்பிடித்து மந்திரத்தை முணுமுணுத்தபின், கரியனைத் தாலிகட்டக் கூறினான். கரியன் கெம்பம்மாவின் கழுத்தில் தாலி கட்டினான். பிறகு மணமகள்

வீட்டின் உணவானது அரிசிச் சோற்றில் வெல்லத்தையும், புளியங் கொட்டையையும் சேர்த்துச் சமைத்துக்கொண்டு வரப்பட்டிருந்தது. அதனைக் கெம்பம்மாவின் தாய்மாமன் உச்சீரான் கரியனுக்கு ஊட்டினான். அதற்குப் பிறகு, கோல்காரன் சென்நெஞ்சா பெண்ணின் பரிசப்பணம் ரூபாய் பன்னிரண்டை வெற்றிலை, பாக்கு, தேங்காயுடன் புகையிலை வைத்துக் கொத்தல்லியிடம் கொடுத்தான். கொத்தல்லி அந்தப் பணத்தை இடுப்பில் செருகிக்கொண்டு புகையிலையையும், வெற்றிலையையும் வாங்கி வாயில் அடக்கிக் கொண்டு மற்றவர்களுக்குக் கொடுக்கக் கூறினாள். அப்போது தம்மய்யா அவனது தாயிடமும் கரியனிடமும் போக மறுத்து அழத் துவங்கவே, கரியன் அவனை வாங்கித் தன் மடியில் வைத்துக்கொண்டான். அருகிலிருந்த அவனது தாய் தலை முழுவதும் பூக்கட்டியிருப்பதைப் பார்த்து அந்தப் பூவைப் பிடித்து இழுத்தான். கூடாது என்றதும் கெம்பம்மா அன்போடு கரியனைப் பார்த்துச் சிரித்தாள்.

...தேக்குமர இலைகளைச் சிறு குச்சிகளால் பிணைத்து உருவாக்கப்பட்டிருந்த இலையில் அரிசிச்சோறும் காரமான ஆட்டுக்கறிக் குழம்பும் பரிமாறப்பட்டன. ஆர்வத்துடன் அந்த உணவை ஒரு பருக்கைக்கூட விடாமல் சுவைத்தனர். அரிசி உணவு சாப்பிடுவது வருடத்தில் எப்போதாவது நிகழ்வது என்பதால் அதனை வாயில் அசைபோட்டுச் சுவைத்து விழுங்கினார்கள்.

கறியின் காரம் குளைவதற்குள்ளேயே ஆண்கள் களிமண் புகைப்பானில் கஞ்சாவை நிரப்பி, புகையை இழுத்துக்கொண்டு மகிழ்ந்தனர். கொத்தல்லியும் கோல்காரனும் புகையை இழுத்துக் கொண்டார்கள். அங்கு மகிழ்ச்சி நிறைந்திருந்தது. அன்றிரவு தொட்டியின் மையத்தில் உக்கடத்தீ ஏற்றப்பட்டது. அதனைச் சுற்றிலும் ஆண்களும், பெண்களும் உட்கார்ந்து கொண்டார்கள். மீண்டும் அரிசிச் சோறும், கறிக்குழம்பும் சூடு செய்து பரிமாறினார்கள். அதன் பின்பு, அங்குக் கருகிய கஞ்சா புகை சூழ்ந்தபோது தப்பின் வாசிப்பும் பீனாச்சியின் நாதமும் எழுந்தன. பெண்களும் ஆண்களும் வட்டமாய் நெருப்பைச் சுற்றிலும் நின்று ஆடினார்கள்.

அப்போது கரியனை, கெம்பம்மாவின் குடிசையில் விட்டுக் கதவைத் தாழிட்டிருந்தார்கள். கரியன் கெம்பம்மாவிடம் நெருங்கும் போது வெகு கூச்சப்பட்டான். கரியனை அவளின் மதர்த்த மார்புகள் நசுக்க நெஞ்சோடு அணைத்துக்கொண்டாள். *(பக்.53 - 56)*

இப்படியாகத் திருமணமும், விருந்தும், முதல் கூடுகையும் நாவலில் சுட்டப்படுகின்றது.

இறப்புச் சடங்கு

பன்றிகளிடமிருந்து பயிர்களைக் காக்க இரவில் காவல் பணியில் ஈடுபட்ட துரையன் ஒரு பன்றியின் தாக்குதலில் தூக்கி வீசப்பட்டு மின்வேலியில் விழுந்துச் செத்துப்போகிறான். இது நாவலில் இடம் பெறுகிறது.

"கம்பி வேலியிலிருந்து துரையனின் உடலை எடுத்தனர். துரையனின் உடல் மின்சாரம் பாய்ந்திருந்ததால் கருகிப் போயிருந்தது. அவன் உடலின் வயிற்றுப் பகுதியில் ஆழமான இரண்டு பற்கள் ஏறிய காயமிருந்தது. கண்கள் அகலத் திறந்து, பற்களால் நாக்கைக் கடித்த நிலையில் துரையனின் சடலம் இருந்தது.

...வனத்தின் எல்லையின் ஓரமாய் துரையனின் சடலம் கட்டைகளை அடுக்கியபின் ராஜுவால் தீவைக்கப்பட்டது. தீ சூடு பிடித்து எரியும் சமயம் சந்தன மணம் வீசியது. அன்று காற்று வேகமாக வீசியதால் சிதை நெருப்பு மளமளவெனப் பிடித்து எரிந்தது."

"துரையன் ஆடிய கூத்துக்கள் முடிவுக்கு வந்தபின்பும், சாந்தா துரையனின் சாவுக்கு தொட்டி ஆட்களின் செய்வினையே காரண மென்று வெகுவாக நம்பி அதையே ராஜுவிடமும் மற்றவர்களிடமும் சொல்லிக் கொண்டிருந்தாள். தொட்டியினர் மீது வெறுப்பையும், கூடவே செய்வினை பயத்தையும் ஏற்படுத்திவிட்டிருந்தது சாந்தாவின் புலம்பல். இரவுகளின் சீர்காட்டில் அவள் வீட்டில் காற்றடித்து மரம் அசையும் போதெல்லாம் துரையன் வந்து நிற்பது போல பீதியடைந்தாள். சீர்காட்டில் வெகுநாட்கள் இரவுகளில் விளக்குகள் அணைக்கப் படாமல் எரிந்து கொண்டிருந்தன. தூக்கத்தில் சாந்தா வீறிட்டு எழுந்து கொண்டு துரையன் தன்னைக் கூப்பிட்டது போலப் பயந்து கொண்டாள். துரையனைப் பற்றிய வதந்திகள் பல நாட்கள் அங்கு உலா வந்தன" (பக்.67-68).

சமவெளி மனிதர்கள்போல அற்ப ஆயுளில் துர்மரணம் நிகழ்ந்தவர்கள் ஆவி, பேய் வடிவில் திரிவர் என்ற நம்பிக்கை சோளகர்களிடமும் இருப்பதை இது உணர்த்துகிறது.

சித்திரவதைகள்

விசாரணை என்ற பெயரில் நடந்த மனித உரிமைப் பறிப்பு அத்துமீறல்கள் பலவும் நாவலில் அப்படியே பதிவாகியுள்ளன.

"குன்றியின் லிங்காயத்து வளவில் அந்த இருண்ட அதிகாலை மூன்று மணி சுமாருக்கு போலீசின் பூட்ஸ் சப்தங்களைத் தொடர்ந்து

நாய் குரைப்பு சப்தம் அங்கிருந்தவர்களின் தூக்கத்தைக் கலைத்தது. அங்கிருந்து வீடுகளில் மல்லியின் குடிசையைத் தேடிப்பிடித்து ஒரு தட்டுத் தட்டினார்கள். பின், கதவை ஒரு உதை கொடுத்துத் திறந்த போலீசார் உள்ளே சென்று சிக்கையதம்பிடியைத் தேடினார்கள். மல்லி கலவரமடைந்து கலைந்து கிடந்த சேலையைச் சுருட்டி எழுந்து நின்றாள் பீதியுடன். அப்போது அந்த போலீஸ்காரன் அவளது முடியைப் பிடித்து வீட்டிலிருந்து வெளியே இழுத்து வந்தான். அவளின் பின்னே மல்லியின் கணவன் வீரபத்திரன் வந்தான்.

"உங்க அப்பன் தானே சிக்கையதம்பிடி?"

மல்லி அமைதியாகத் தலையாட்டினாள்.

"எங்கே அவன்?" என்றான் சிங்கப்பன் இன்ஸ்பெக்டர்.

"எங்கப்பனை நான் கடைசியாகப் பார்த்து மூனு மாசமிருக்கும். அதுக்குப் பின்னாடி அவங்க எங்கேன்னு சத்தியமாத் தெரியாது." எனக் கையெடுத்துக் கும்பிட்டாள்.

மல்லியின் தொடையில் ஒரு உதை கொடுத்தான் இன்ஸ்பெக்டர். கீழே விழுந்த அவளை வீரபத்திரன் தூக்கி நிறுத்தினான்.

"எங்கேடி ஒளிச்சு வெச்சுக்கிட்டு நாடகம் போடுகிறாய்?" என்று மீண்டும் அவளது முடியைப் பிடித்து இழுத்து அவளை நின்று கொண்டிருந்த ஜீப்பின் அருகில் கொண்டு நிறுத்தினான்" *(ப.141).*

"ஜீப் போய்க் கொண்டிருந்தபோது இன்னமும் இருட்டு அதிகமாக வேயிருந்தது. வாகனத்தின் முன் இருக்கையில் உட்கார்ந்திருந்த இன்ஸ்பெக்டர் பின்னே உட்கார்ந்திருந்த மல்லியின் மார்பைக் கையை நீட்டிப்பிடித்தான். அவளது ஜாக்கெட்டுகள் கிழிந்து அவள் வலிதாங்க முடியாமல் கதறினாள்."

"தனது கண்ணெதிரே மனைவியின் மாரைப் பிடித்துக் கொண்டிருந்த இன்ஸ்பெக்டரின் கைகளைப்பிடித்துக் கண் கலங்கியவாறே, "வேண்டாங்கய்யா" என்று இன்ஸ்பெக்டரின் கைகளைப்பிடித்து விடுவிக்கப் பார்த்தான் வீரபத்திரன். அப்போது பக்கத்திலிருந்த போலீஸ்காரன், இன்ஸ்பெக்டரின் கையைத் தொட்டுவிட்டதால், கோபம் கொண்டு வீரபத்திரனின் முகத்தில் குத்தினான். அவன் முகத்தைப் பிடித்துக்கொண்டு தலையைக் கீழே குனிந்து வெகுநேரம் கழித்தே சிங்கப்பனின் பிடியை அவளது மாரிலிருந்து தளர்த்தினான். மல்லி, வீரபத்திரனின் மூக்கில் வழிந்த ரத்தத்தைத்தன் சேலை முந்தியில் துடைத்துவிட்டு, தலையில் கையை வைத்து அழுதபடியே வந்தாள்" *(ப.142).*

விசாரணைக்கு அழைத்துப்போகும் வழியில் கணவன் முன்னிலையில் மல்லியை கரும்புக்காட்டிற்குள் இழுத்து சின்னா பின்னாமாக்குகிறான் இன்ஸ்பெக்டர்.

"உண்மையை எப்படி வாங்கறதுன்னு எனக்குத் தெரியும்" எனப் பற்களைக் கடித்துக்கொண்டு வேனிலிருந்தவர்களின் பார்வையி லிருந்து மறைந்து போகுமளவு அவளைக் கரும்புக் காட்டிற்குள் இழுத்துச் சென்றான். பின்னர், சுற்றிலும் நோட்டமிட்டான். மல்லி தனக்கு ஏதோ நிகழப்போகிறது என யூகித்து அவனிடம் கையெடுத்துக் கும்பிட்டாள். அந்த வயல் நிலம் நீர் பாய்ந்து ஈரமாகியிருந்தது. "படுடீ" என அவளைக் கீழே தள்ளினான். அவள் முதுகுப்பகுதி முழுவதும் மண் சகதி ஒட்டிக் கொண்டது. அவன், கண நேரத்தில் தன்னை அரைகுறை அம்மணமாக்கி, அவள் மீது பாய்ந்தான். அவளுக்குள் பேரிடி இறங்கி வாழ்வு சூன்யமாவதை உணர்ந்தாள்" *(ப.147).*

போலீஸிடம் சிக்கியிருந்த புட்டனின் புலம்பல்

"எனக்குத் தெரிஞ்சதைச் சொல்லிட்டேன். எனக்குத் தெரியாததைச் சொல்லுன்னு அடிச்சு சித்திரவதை செய்வதைவிட, ஒரே அடியில கொன்னுட்டா நிம்மதியாயிருக்கும். என்னாலே முடியலே சாமி. என்னோட காட்டுக்குள்ளே வந்த சோளகனைச் சொல்லுங்கறாங்க. என் சிரமம் என்னோட மடியட்டும், என் ஈரம்மாவை ஆறுமாச கர்ப்பிணியா விட்டுட்டு வந்துட்டேன். அவகிட்ட சொல்லிடு சிவண்ணா, நான் திரும்பி வரமாட்டேன்னு, எனக்காக காத்திருக்க வேண்டாம்னு. எனக்கு என் குழந்தை முகம் கண்ணுக்குள்ளே வருது, அவளை வளர்க்க முடியாதவனா ஆயிட்டேன்" *(ப.157).*

சித்திரவதைகள் பலவிதம்

"இனிமே உன்னால எதையும் உன் பெருவிரலாலே பிடிக்க முடியாது. நாலுநாளா பெருவிரலை வளைத்து மணிக்கட்டோட கட்டினதோட மகிமை. தாயோழி! எந்தத் துப்பாக்கியை இனிப் பிடிப்பீங்க. எந்தக் கையாலே அரிசி வாங்கிக் கொடுப்பீங்கடா" என்று அவனை முறைத்தான்" *(ப.164).*

மனிதர்களுக்குத்தான் நியதி, மிருகங்களுக்கு? அதுவும் அதிகாரம் கையில் உள்ள மிருகங்களுக்கு?

"நடுத்தர வயதுக்கார போலீஸ், குழந்தையின் தலைமுடியைப் பிடித்து தூக்கி வெளியே வீசினான். அது திண்ணையில் விழுந்து கதறியது. 'என் குழந்தை' எனப் பதறினாள் ஈரம்மா. குண்டு போலீஸ்காரன்

அவளின் மாரைப் பிடித்துக் கொண்டான். இளைய போலீஸ்காரன் உட்புறம் கதவைச் சாத்தித் தாளிட்டான். ஈரம்மாளுக்கு நடக்கப்போவது புரிந்தது."

"நான் கர்ப்பவதிங்க, ஆறு மாதம் கர்ப்பமாயிருக்கிறேன்" என்று குண்டு போலீஸ்காரனின் கால்களைப் பிடித்துக்கொண்டு கெஞ்சினாள்.

"வீரப்பனிடம் படுக்கும்போது மட்டும் எதுவுமில்லையா?"

என்றான் நடுவயதுக்காரன்.

"அதற்குள் மூன்று போலீஸ்காரர்களும் தங்களின் உடைகளைக் களைந்தெறிந்து, அம்மணமாய் நின்றார்கள். ஈரம்மாளின் சேலையை உருவி எறிந்து, மேலாடைகளைக் கிழித்து அவளையும் அம்மணமாக்கி விட்டிருந்தார்கள். அவள் புடைத்த வயிறுகாட்டி கைகால்களை ஆட்டித் தப்பித்துக்கொள்ளப் பார்த்தாள். குண்டு போலீஸ்காரனும், நடுவயதுக்காரனும் அவளைக் கீழே படுக்கவைத்து, தங்களின் கால்களை அவள் கைமீது ஏறி நின்று அழுத்திக்கொண்டிருந்தார்கள். முதலில் இளையவன் அவளின் சிசுதாங்கிய வயிற்றை அழுத்தி அவள்மீது பாய்ந்தான். அவளின் சப்தம் அதிகரிக்கவே, அவள் கைமீது நின்றிருந்த குண்டன் அவளது முகத்தில் காலால் அழுத்தினான். அவள் மூச்சுத் திணறி அமைதியானாள். பின்பு குண்டன் பாய்ந்தான். அவளது முகம், உதடு, மார்புகள் கடிபடுவதை உணர்ந்தாள். அடுத்து மீசைக்காரன். மீண்டும் அது தொடர்ந்தது" (பக்.169-170).

"அறையின் கான்கிரீட் கூரையில் மாட்டப்பட்டிருந்த இரண்டு தண்ணீர் இரைக்கும் உருளையில் கயிறுகள் தொங்கவிடப்பட்டிருந்தன. அறை முழுவதும் மின்சார ஒயர்கள் ஆங்காங்கே ஒரு சிறிய இரும்புப் பெட்டியில் இணைக்கப்பட்டிருந்தன. அந்த இரும்புப் பெட்டியில் ஒரு கைப்பிடி சுற்றப்படும் வகையில் இருந்தது. அதிகாரி அறையில் போடப்பட்டிருந்த நாற்காலியில் உட்கார்ந்து கொண்டு, கெம்பனைக் கயிற்றில் கட்ட உத்தரவிட்டான். கெம்பனின் கையை முதுகில் பின்னே மடக்கி இரண்டையும் நேரே நீட்டியபடி இணைத்து உருளையுடன் இருந்த கயிற்றில் கட்டிவிட்டு பின் அவனின் தோள்களின் மூட்டுக்களை அழுத்தித் திருப்பினார்கள் இரண்டு போலீசார். அவன் வலியால் துடித்தான், அவனின் கைகள் இரண்டும் நெஞ்சுக்கு முன்பு நேரே நீட்டப்படுவது போல முதுகுப் பக்கம் நீட்டியிருந்தது. பின் அவனின் கால்களைச் சேர்த்து மற்றொரு உருளையிலிருந்த கயிறில் கட்டினர்" (ப.205).

நினைக்கவே அச்சம் தருகிறது.

அடியும் வலியும் தாங்க முடியாமல் மலம் வெளியேறுகிறது. “டேய் அறைக்குள்ளேயே பீயை இருந்திட்டையா? அதைத் தின்னுடா” என்றான் அதிகாரி.

அதிகாரிக்கு அந்த அளவு கோபமூட்டக் கூடியவனாக கெம்பனிருந்ததால், நின்று கொண்டிருந்த போலீஸ் கெம்பனின் முடியைப் பிடித்து முகத்தைக் கடுமையாக்கிக் கொண்டு, “தின்னுடா பீயை” என்று மலம் சிதறிய பக்கம் அவனை இழுத்தான்.

கெம்பன் சிதறிய மலத்தைக் கையில் எடுத்து கண்களை மூடிக்கொண்டு வாயில் திணித்துக்கொண்டான். அவன் கண்ணில் மரணத்தின் பீதி தென்பட்டது. உடனே அவன் அறைக்கு வெளியே இழுத்துப்போகும் போது வாந்தியெடுக்கும் சப்தம் கேட்டபோது, கண்களை இறுக்கமாக மூடிக்கொண்டிருந்த மாதியை கீழே இறக்கி நிற்கச் சொன்னான். அவள் ஒட்டுத் துணியற்றவளாய் கூச்சத்தில் கைகளையும், கால்களையும் மாராப்பாக்கி நெளிந்தாள்.

“எங்கேடி உன் புருஷன்?” என்றான் அதிகாரி.

“தெரியாதுங்க”

“இவளுக்கும் கரண்ட கொடுங்க” என்று உத்தரவிட்டான். அவள் அச்சத்தில் பின்னே நகரும்போது போலீஸ்காரன் மெக்கர் பெட்டியி லிருந்து மின் ஒயரை எடுத்து அவள் முன்னே வந்தான். பின்னே நகர்ந்தவள் சுவரில் முட்டி நின்றாள். அவளது காதுகளில் இரண்டு கிளிப்புகளும், அவளின் மார்புக் காம்புகளில் இரண்டும், பிறப்பு உறுப்பில் ஒன்றும் மாட்டப்பட்டது. மாதி கையெடுத்துக் கும்பிட்டாள். பலனில்லை. போலீஸ்காரன் மெக்கர் பெட்டியின் கைப்பிடியை நான்கு சுற்று சுற்றினான். பின், அதன் கருப்புநிறப் பொத்தானை அழுத்தினான்.

“அட சாமி...” என அவள் அறை முழுதும் திக்கற்று ஓடினாள்... அவள் தன் உடலில் நரம்புகள் ஆங்காங்கே தலைமுதல் பாதம் வரை வெடித்துச் சிதறச் செய்யுமளவு வலியையும் அதிர்வையும் அனுபவித்துத் தரையில் விழுந்தாள். “இவ பொண்ணை இழுத்தாங்கடா” என்றான் அதிகாரி... *(பக்.206-209)*

இவ்வளவு கொடிய தண்டனைகள், அடக்குமுறைகள் எல்லாம் எந்தக் குற்றமும் செய்யாத சோளகர்களுக்கு, அவர்கள் செய்த குற்றம்

இந்த வனத்தின் மக்களாகப் பிறந்ததுதான். உடல் உறுதிமிக்கவர்கள் மட்டுமல்ல உள்ள உறுதியும் உடையவர்கள்.

"உன் தைரியத்தை நான் விரும்பினேன். உன்னைக் கூண்டுலே அடைச்சாலும் நீ சிங்கம்தான்னு நான் நினைக்கிறேன். நான் பட்ட கஷ்டத்தினாலே நான் களைப்படைந்து விட்டேன் நம்ம குடும்பமும் சிதைந்து போச்சி. இதுக்குச் சீக்கிரம் முடிவு வரணும்" என்று ஜோகம்மாள் உட்கார்ந்திருந்த கட்டிலில் தன் தலையை இடித்துக்கொண்டாள் மாதி.

"நான் தலமலை அதிரடிப்படை முகாமுக்குப் போய்ச் சரணடையட்டுமா?" என்றான் சிவண்ணா.

"நீ உயிரோட இருக்கணும், நீ இருக்கேங்கற நம்பிக்கையிலேதான் நான் அத்தனை கொடுமைகளையும் தாங்கிக் கொண்டேன். என் உடம்பு வலி கண்டாலும் என்னாலே உழைக்க முடியும், வாழ முடியும். நான் உன் மாதிரி ஆம்பிளையா இருந்திருந்தா மாதேஸ்வரன் மலையிலிருந்து உயிரோட திரும்பி வந்திருக்க முடியாது. போலீசுகிட்டே போகாதே, என் உயிர் நீ என்றாள்."

....

"நான் திரும்பி வந்துடுவேன் தாயி, அதுவரைக்கும் நீ உயிரோட இருப்பே" என்றான் சிவண்ணா. பின் மாதியிடம் "நான் தைரியமா யிருக்கேன், நீதான் எனக்குக் காவல் தெய்வம், எல்லாம் பாத்துக்க" என்று அவள் கையைப் பிடித்துச்சொல்லிவிட்டு எழுந்தான்" (ப.237).

"சிவண்ணாவை நான் காட்டிக்கொடுக்கணுமா? நான் இந்தக் குலத்தின் தலைமகன் என்பது இந்தப் போலீஸ்காரர்களுக்கு எங்கே தெரியும்?" என்றான் கொத்தல்லி. மாதி அவனைப் பார்த்தாள். அவனது கையைப் பிடித்துக் கொண்டாள் (ப.239).

இந்த நம்பிக்கைதான் அவர்களின் வாழ்வு. உன்னிச் செடிகளில் வண்ண வண்ண மலர்கள் பூத்துக் குலுங்குவதோடு நாவல் நிறைவடைகிறது.

இது பழங்குடிகளின் வாழ்வை அறியச் செய்யும் முயற்சி. சோளகர்களின் மொழியும், வழக்காறுகளும், பண்பாடும் நூலில் தென்படுகின்றன. அரசதிகாரமும், அடக்குமுறைகளும் மனித உரிமைகளைக் காலில் போட்டு மிதிக்கும் அவலத்தை நுட்பமாகச் சொல்லி நாகரிகச் சமூகத்தின் முகத்தில் அறைகிறது நாவல்!

- பாலமுருகன். ச, சோளகர்தொட்டி, வனம் வெளியீடு, 17, பாவடித்தெரு, பவானி - 638301, முதல்பதிப்பு - 2000

12

கு. சின்னப்பபாரதி படைப்புகளில் கொங்கு மண்ணும் மக்களும்

தமிழ் நாவல் உலகில் வட்டார இலக்கிய வகைமையை உருவாக்கி சண்முகசுந்தரம் (நாகம்மாள்) கொங்கு மண்டலத்தைச் சேர்ந்தவர். அவரைத் தொடர்ந்து கொங்கு வட்டார வாழ்வைப் படைப்பிலக்கியங்களில் பதிவு செய்தவர்களில் முக்கியமானவர் கு. சின்னப்ப பாரதி.

கு. சின்னப்ப பாரதி நாமக்கல் வட்டாரம் பொன்னேரிப் பட்டியில் 1935 ஆம் ஆண்டில் பிறந்தவர். அவரது பெற்றோர் பெருமாயி - குப்பணன். தொடக்க, உயர்நிலைக் கல்வியை தனது வட்டாரத்திலும் கல்லூரிக் கல்வியைச் சென்னையிலும் பயின்றார். இளமை முதலே சமுதாய ஏற்றத்தாழ்வுகளைக் கண்டு மனம் குமுறினார். புத்தக வாசிப்பும், நண்பர்களின் தொடர்பும் சமுதாய இயக்கங்களின்பால் இவருக்கு ஈடுபாட்டை வளர்த்தன. தொடக்கத்தில் பகுத்தறிவு இயக்கத்தின் அறிமுகம் இவருக்கு ஏற்பட்டது. தொடர்ந்து பொதுவுடைமைக் கொள்கைகளினால் கவரப்பட்டார். அரசியல் அரங்கம் இவருக்கு முதன்மையானது. அதன் பிறகு இவர் எழுத்துப்பணிக்கு வருகிறார். இதனை அவரே என் பணியும் போராட்டமும் நூலில் இப்படி பதிவு செய்கிறார்.

“ஒன்றுபட்ட கம்யூனிஸ்ட் கட்சியிலும் பின்னர் மார்க்சிஸ்ட் கட்சியிலும் அது சார்ந்த வெகுமக்கள் அரங்கங்களான விவசாயிகள் சங்கம், மலை மக்கள் சங்கம், தொழிற்சங்கம் ஆகியவற்றில் நான் ஆற்றிய சிறு பணிகள் எனது வாழ்க்கைப் பயணத்தில் மதிப்புமிக்க அனுபவங்களாக அமைந்தன. என்னுள் ஒரு எழுத்தாளனுக்கான உந்துதல்களே மேலோங்கியிருந்தன. மாணவப் பருவத்திலிருந்து எனது அரசியல் சார்ந்த செயல்பாடுகள் எப்பொழுதேல்லாம் ஒரு முழு நேர அரசியல்வாதியாகக் கவனிப்புப் பெறுகிறதோ அப்போதெல்லாம் ஒரு இலக்கியவாதியின் குணாம்சமே மேலோங்கிவிடும். நான் ஒரு எழுத்தாளன் என்கிற கவனிப்போடு என்னை கணக்கிட்டால் நான் ஒரு முழுநேரக் கட்சி ஊழியந்தான், காரணம் நான் அரசியல்வாதியாக

கடமைகளையும் எழுத்துப்பணிகளையும் இணைத்துக்கொண்டே என் அன்றாடப் பணிகளை ஆற்றிக் கொண்டிருக்கிறேன்.

எழுத்துப்பணி என்பது என் சம்பந்தப்பட்ட சொந்த விவகாரமாகக் கொள்ளவில்லை. அதொரு அரசியல் பணியாக இணைத்துப் பார்க்கிறேன். அப்பணிக்கு நான் தனி நபராகப் பிரிந்து நின்று செயலாற்றிவிட முடியாது", (ப.237) இந்தப் புரிதலும் பின்னணியுமே கு.சி பாவின் படைப்புகளை இனம் சுட்ட ல்லது.

கு.சி.பா தமிழ் முற்போக்கு இலக்கிய முன்னோடிகளுள் ஒருவர். கலை இலக்கியப் பெருமன்றம் எனும் பண்பாட்டு இலக்கியத்தில் பங்கேற்றவர். பேராசிரியர் நா. வானமாமலை தொகுத்த தமிழ்நாட்டு நாட்டார் பாடல்கள் சேகரிப்புப் பணியில் ஈடுப்பட்டவர். செம்மலர் இலக்கிய இதழ் மற்றும் தமிழ்நாடு முற்போக்கு எழுத்தாளர் சங்கம் ஆகியவற்றின் தோற்றத்தில் இவருக்குப் பெரும்பங்குண்டு. சிறுகதைகள், நாவல்கள் ஆகியவற்றில் முத்திரை பதித்தவர்.

பெரும்பாலான படைப்பாளிகள் போலவே கு.சி.பா.வும் கவிதையிலிருந்தே தம் படைப்பை தொடங்குகின்றார். இவரின் தமிழார்வமும் பேராசிரியர் மு.வ.போன்றவர்களிடம்; முறையாகக் கற்றத் தமிழும், தமிழ் மரபின் அடியாக இவரை எழுதத் தூண்டின. இவரின் தொடக்கப்படைப்புகளான கிணற்றோரம் (1958) தெய்வமாகி நின்றான் (1965) ஆகிய இரண்டும் கவிதை நடையில் அமைந்த கதைகள். இவற்றை கு.சி.பா. காவியம் என்றே அழைக்கின்றார். கிணற்றோரம், தெய்வமாகி நின்றான் ஆகிய இரு படைப்புகளுமே சமூகத் தளத்திலேயே இயங்குகின்றன. ஒடுக்குமுறையும் சுரண்டலும் சுட்டப்படுவதுடன் ஒன்றுபடலும், போராடுதலும் முன்வைக்கப்படுகின்றன.

"கிணற்றோரம்" முன்னுரையில் "இலக்கியத்திற்கு ஒரு சமூக நோக்கம் வேண்டும் அப்பொழுதுதான் அது மக்களின் அபிலாசைகளைப் பிரதிபலிப்பதாகவும், அறியாமையில் மூழ்கிக் கிடக்கும் மக்களுக்குத் தெம்பும், திராணியும், வீராவேசமும், ஊட்டக் கூடியதாகவும், செயலற்ற மக்களைப் போராட்டக்களத்திற்கு உந்தித் தள்ளக்கூடியதாகவும் இருக்கும் (ப.3) என்பார்." இவையாவும் இவரின் இலக்கியப்படைப்பு உள்ளடக்கமாக விளங்குகின்றன.

கு.சி.பா.வின் நாவல்கள் விடுதலைக்குப் பின்னான தமிழ்நாட்டின் சமூகத்தைச் சித்தரிக்கின்றன. சிறு விவசாயிகளின் சிதைவையும், விவசாயக் கூலிகளின் எழுச்சியையும் முன்வைக்கிறது தாகம் (1975), காடு,

மலை சார்ந்த மக்களின் நிலையைச்சுட்டி அவர்களை அணிதிரட்டுவது சங்கம் (1985), ஆலைத் தொழிலாளர்களின் அவலத்தை எடுத்துக் காட்டுவது சர்க்கரை (1991), சுரங்கத் தொழிலாளர்களின் நிலையைச் சுட்டுவது சுரங்கம், இவையாவும் நிலவுடைமை உறவுகளை, முதலாளியச் சமூகத்தை இனம் காட்டி வர்க்க முரண்களையும், போராட்டங்களையும் முன்மொழிபவை. இவற்றுக்கு மாறாக காதலை மையமிட்ட நாவல், பவளாயி, தலைமுறை இடைவெளியைச் சுட்டும் நாவல் தலைமுறை மாற்றம்.

கு.சி.பாவின் அடையாளமாகக் கருதத்தக்க நாவல் தாகம். உருவமும் உள்ளடக்கமும் ஒத்திசைவாகும் நாவல் இது. யதார்த்த எழுத்தின் அழகும் வீச்சும் அற்புதமாக இந்நாவலில் பதிவாகியுள்ளன. "தாகம் என்ற நாவல் தான் சின்னப்ப பாரதியின் சிறந்த படைப்பு என்று கூறலாம். ரகுநாதனின் - பஞ்சும் பசியும், டி.செல்வராஜின் - மலரும் சருகும். பொன்னீலனின் கரிசல் ஆகிய படைப்புகள். இத்தகையவை. சின்னப்ப பாரதியை இலக்கிய உலகிற்கு இனங்காட்டியது இந்த நாவல் தான். மாற்றுக்கருத்து உள்ளவர்கள் கூட இதன் சிறப்புத்தன்மையை மறுக்க முடியவில்லை. இலக்கிய உலகில் பலரது கவனத்தைத் கவர்ந்த இந்த நாவல் இன்று பல மொழிகளில் மாற்றம் செய்யப்பட்டு அறிமுகமாகியுள்ளது" என்பார் எஸ்.தோதாத்ரி (நாவல் உலகில் சின்னப்பபாரதி - ப.56).

தமிழ் நாவல் வளர்ச்சி வரலாற்றை எழுதிச் செல்லும் சிட்டி, கொங்கு நாட்டு கிராம வாழ்க்கையில் அந்த மண்ணின் மணம் வீசிட வாசகரை அந்தச் சூழ்நிலையுடன் ஒன்றச் செய்து விடுகிறது. கதை முழுவதும் ஏழ்மையின் ஓலம் தொனித்துப் படிப்பவரின் உணர்ச்சிகளைத் தாக்குகிறது. சின்னப்பபாரதி தாம் படைத்த கதை மாந்தரைப் பிரமிப்பூட்டும் கட்டுப்பாட்டுடன் நடந்திச் செல்கிறார். இத்தகைய கலை வண்ணம் நிறைந்த இந்தப்படைப்புத் தமிழ் நாவல் வரலாற்றில் ஓர் அரிய சாதனை. "நூறாண்டு வளர்ச்சியில் பத்து தமிழ் நாவல்களைத் தேர்ந்தெடுத்தால் அவைகளில், தாகம் ஒன்றாக இருப்பது இலக்கிய வரலாறு" என மதிப்பிடுவது தாகம் நாவலின் சிறப்பை உணர்த்தும்.

கு.சி.பாவின் நாவல்கள் யாவும் யதார்த்தவாதத்தின் வளர்நிலைகளாக விமரிசன யதார்த்தவாதம், சோசலிச யதார்த்தவாதம் ஆகிய போக்குகளில் அமைந்துள்ளன. இவை மனிதனை மையப்படுத்து கின்றன. சமூகச்சிக்கல்களை, முரண்களை விவாதிக்கின்றன. விமர்சிப்பதுடன் தீர்வுகளையும் முன்மொழிகின்றன. நிகழ் அமைப்பின்

சிதைவையும் புதிய அமைப்பின் தோற்றத்தையும் சுட்டுகின்றன. மாற்றம் நோக்கிய நகர்வையும் விதைக்கின்றன.

தாகம் நாவல் இரு பகுதிகளாக அமைந்துள்ளது. முதல் பகுதி கொங்கு வட்டாரச் சிறுகுறு விவசாயிகளின் நிலையினையும், முதலாளியச் சமூக நெருக்கடிகளினால் நிலத்தை இழந்து அவர்கள் கூலிகளாக மாறுவதையும் பதிவு செய்கிறது. இரண்டாம் பகுதி பெரு நிலவுடமையாளர்களுக்கும் விவசாயக் கூலிகளுக்குமான முரணையும், அது முற்றி சாதியாலும், வர்க்கத்தாலும் ஒடுக்கப்பட்ட மக்கள் தங்கள் அடிமைத்தனத்தை உணர்ந்து உரிமைக்குரல் கொடுப்பதையும் பதிவு செய்கிறது.

மாரப்பன், மாரக்காள், பழனியம்மாள், முத்தம்மாள், கந்தன் ஆகியோரைக் கொண்டு சிறு விவசாயியின் குடும்பத்தை மையமிட்டு நாவல் அமைகின்றது. கொஞ்சம் நிலமுள்ள இவர்கள் மண்ணோடு மண்ணாகி உழைப்பவர்கள். தங்கள் நிலத்தில் உழைத்தது போக, பிறருக்கும் கூலி வேலைக்குச் செல்பவர்கள். பிறப்பால் கவுண்டர் சாதியைச் சேர்ந்தவர்கள். இவர்களுக்குக் கீழே கூலிகளாக இருக்கும் பறையர்கள். இந்த இரண்டு தரப்பையும் தங்கள் மேலாண்மையில் வைத்திருக்கும் கவுண்டர் சாதியைச் சேர்ந்த பண்ணையார்கள் ஆகிய இந்த மூன்று பிரிவினரின் உறவும், பகையும் தான் நாவலாக உருக்கொண்டுள்ளது.

மாரப்பனுக்கு இருப்பது கையளவு நிலம், சிறுவீடு, இரண்டு மாடுகள். அவனும் அவன் மனைவி மாரக்காளும் கடினமாக உழைக்கிறார்கள். பலன் குறைவு, துன்பங்கள் மிகுதி, தங்களின் இந்நிலைக்கு விதியும், கடவுளும் தான் காரணம் என நம்புகிறார்கள். வெள்ளாளக்கவுண்டச் சாதி உணர்வும் அவர்களை ஆட்கொள்கிறது.

மூத்த மகள் பழனியம்மாள் திருமணச் சீர்செய்வது அதில், ஏற்படும் பிணக்குகளும் நிறைவாக எதுவும் செய்ய இயலா நிலையும் மனநெருக்கடிகளைத் தருகிறது. மகன் கந்தனோ பறையர் சாதிப் பெண்ணான பாப்பாயியைக் காதலித்துக் கல்யாணமும் செய்து கண் எதிரிலேயே வாழவும் செய்கிறான். சொந்த சாதி பஞ்சாயத்துக்கு நெருக்கடிக்குள்ளாகி பெற்ற மகனைச் செத்துவிட்டதாக அறிவித்து தலைமுழ்குகிறார்கள். மகள் பழனியம்மாளோ இரண்டாம் பிள்ளைக் கருவை அழிக்க வந்து தவறான கையாளுகையால் செத்துப்போகிறாள். கடனுக்கும், கந்துவட்டிக்கும் தன் உயிரைவிட மேலாகக் கருதிய நிலத்தை இழக்கிறான் மாரப்பன். பண்ணையாருக்குச் சேவகம்

செய்யும் நிலைக்கு ஆளாகிறான். தன் வர்க்க உணர்வும், சாதி உணர்வும் மாரப்பனுள் முட்டி மோதுகின்றன.

மாரப்பனின் மகன் கந்தன், பொதுவுடைமைக்கட்சி சம்மதம், பறையர் குடியிலிருந்து வெளிநாடு சென்று வந்த மாயாண்டி ஆகியோர் கூடி சங்கம் கட்டி, பண்ணையாருக்கு எதிராகப் போராட்டத்தைத் துவங்குவதோடு நிறைவடைகிறது. கொங்கு வட்டாரத்தின் பெரும் சாதிப்பிரிவான வெள்ளாளக்கவுண்டர்களை மட்டுமல்ல ஒடுக்கப்பட்ட பறையர்களின் வாழ்வியலை நுட்பமாக கு.சி.பா. படைத்துள்ளார்.

நிலம் சார் பதிவுகள்

ஒரு வகையில் நாவலின் தலைப்பே உழைப்பனுக்கே நிலத்தின் மீதான தாகத்தையே குறியீடாக முன் வைக்கிறது. காட்டை நிலமாக்கி கழனியாக்கி உயிர்களை ஈன்றுதரும் தாயாக்கி மனிதன் கொண்டாடுவதை கு.சி.பா அற்புதமாகச் சொல்லிச் செல்கிறார். வானம் பார்த்த பூமியின் தன்மைகள் பல இடங்களில் சுட்டப்பெறுகின்றன. கடலையின், சோளத்தின் மணமும், கம்பு, தட்டை, மொச்சை முதலிய தானியங்களின் கமறலும் நாவல் முழுக்க வருகின்றன.

"கோடை காலச் சூரிய கிரணங்கள் நிர்மலமான வானில் பளிச்சென்று வீசின. வெப்பத்தால் வெந்து பொடிந்த பூமி. கானல் நீரை வாரியிறைத்துக் கொண்டிருந்தது. அறுவடையான காட்டில் கட்டைப்புல்களும் சருகுகளும் விரவிக்கிடக்கின்றன. வறட்சிமிக்க கீழ்காற்று உஷ்ணத்தைத் தாங்கி சற்றுநேரம் வீசியது. வெந்து பொடிந்த ஓடை மண் பூமியின் வாசமும், காய்ந்த சருகுகளின் மணமும் மூக்கை ஸ்பரிசித்தது" *(ப.33).*

இது கோடைகால நிலத்தின் தன்மை, இந்த உஷ்ணமும், நிலமும் நிலத்தில் உழைப்பவனைப் படுத்தும் பாட்டை 'கோடை வெயிலின் உஷ்ணம் அவனுடைய வெப்பம் போன்ற பழுப்பு நிறமான உடலில் தவித்துக்கொண்டிருந்து வியர்வை நீர் நீராவி முத்துப் போல் புழுதி முதுகு பூராவும் அரும்பிக் கரைந்து தேன் வடிவது போல் உடலிலிருந்து தரையில் சொட்டிக்கொண்டிருந்தது. உஷ்ணம் மிகுந்த மண் கட்டியில் அது விழுந்ததும் ஈரமின்றிச் சுவறிப்போய் கறுத்த உடம்பில் கண்ட அம்மைத்தழும்புபோல் புள்ளியிட்டுத் தோன்றியது' *(ப. 38)* எனக் காட்டுகின்றார்.

"மண்ணில் உழைக்க மனிதன் தயார். இயற்கை ஒத்துழைப்பு இல்லையே... வானம் பொய்த்து விட்டது. மண்ணும் காய்கிறது.

மனிதனும் காய்கிறான் என்பதை, "வெள்ளாமை எடுத்த புஞ்சைப்பூமி நெஞ்சுக்கீறிக் காய்ந்து பொடிந்து கிடந்தது. நாட்டுப் பிடுங்கப்பட்ட காட்டில் காதரச் செடிகள் பரவலாக நின்றன. அருகம்புல் கட்டைகள் நெஞ்சுப்பரப்பில் படர்ந்திருக்கும் ரோமக் கட்டைகள் போல் காய்ந்து வெளியேறியிருந்தன. "மரங்களெல்லாம் தழையுதிர்த்து மனித திரேகத்து எலும்புக்கூடுகள் போல் காட்சியளித்தன. மண்ணும் மரமும், பசியையும் களைப்பையும் தாங்கமுடியாமல் வெம்பிப் பெருமூச்சு விடுவதுபோல் மழைக்காற்றோடு சேர்ந்து கதகதப்பான உஷ்ணத்தை வெளிப்படுத்திக் கொண்டிருந்தன" (ப.113) என்று பதிவு செய்கிறார். என்றாலும் மண் சார்ந்த வாழ்வு மீறப்பட முடியாதது என்பதை,

"மண்தான் அவர்களுக்குச் சகலமும், அது பகைத்தால் அவர்கள் வாழ்க்கை இருண்டு விட்டதாகத்தான் அர்த்தம். மண்ணிடமிருந்து மரணம் ஒன்றுதான் அவர்களைப் பிரிக்க வேண்டும். மரணம் மண்ணுடன் அவர்கள் புரியும் அற்புதங்களைத்தான் துண்டித்துவிட முடிகிறதே ஒழிய, அந்த மண்ணிலேயே தங்கள் உடலை ஐக்கியப் படுத்தி அதனுடன் தங்களை இரண்டறக்கலந்து கொள்வதை அதனால் தடுத்துவிட முடியவில்லையே" (ப.346) என்பதன் வாயிலாக உழைப்பையும் மனிதனையும் மண்ணையும் பிரித்துவிட முடியாது என்கிறார்.

மண்சார்ந்த அடையாளம் தான் மனிதனுக்கு, மாரப்பனின் காட்சிச் சித்திரம் இதோ:

"காய்ந்துபோன அருகம்புல்லின் சிலிர்ப்பைப்போல குமைந்து விட்ட கட்டுக்குடுமியும், எலும்பு தூக்கிய கன்னமும், அடர்த்தியற்ற தொங்கு மீசையும், விரிந்தகன்ற மார்பும், உடலில் செழுமையில்லா விட்டாலும் கட்டுக்குலையாத உடலும், தலையில் தலைப்பாகையும் இடையில் கோவணமும், காதில் கடுக்கனுமாக அதே! இரண்டு எருதுகளையும், ஒரு எருமை மாட்டையும் இழுத்துக்கொண்டு ஈக்கி உரித்த சோளத் தக்கை மாதிரி நடந்து வருகிறானே அவன் தான் மாரப்பன்". (ப.2) மாரக்காள் எப்படி? இதோ:

"அளவுக்கு மீறிய உழைப்பால் அவன் மனைவி மாரக்காள் தன் பொலிவை இழந்திருந்தாள். வயதுக்கு மீறிய முதுமையைத் தோற்றம் உணர்த்தியது. காது பொன் போட்டுத் துளை விழுந்த நீண்ட காதும், கோபுரக்கலசம் போல் விளங்கும் கொப்புப் பூட்டிய மடிந்த மேற்காதும், லேசாகச் சுருக்கம் விழுந்து விட்ட முகமும், பதினாறு முழச்சேலையை வயல் வேலை செய்வதற்கு ஏற்ற வகையில் முழங்காலுக்கு மேல்

உயர்த்தி முந்தானித் தலைப்பால் இடுப்பைச் சுற்றி கச்சை வரிவது போல் கட்டிய அரை நிர்வாணத்தோற்றமுமாக விளங்குகிறாள்" (ப.3).

தொன்மங்கள்

தாகம் நாவலில் கோமாளிக் கிழவர் வாயிலாகக் கூறப்படும் பழங்கதைகள் கொங்கு வட்டாரத் தொன்மங்களாகக் கொள்ளத் தக்கவை. முனியப்ப சாமியின் சக்தியைக் கூற ஒரு பழங்கதையை நினைவூட்டுகிறார்.

"இந்த கோயில்லெ நல்ல பாம்பு ஒண்ணு குடியிருக்குது. இப்ப இருவது வருஷத்துக்கு மின்னே அப்ப நீயெல்லாம் பொறந்திருக்கமாட்டெ - சாமி சாமான் வச்சிருக்கிற பொறம்புப் பெட்டியெ எடுத்துக்கிட்டு குளிப்பாட்டிவர ஆத்துக்குப் போனாங்க அங்கபோயி குளிப்பாட்ட சாமான எடுக்கறபோது உள்ளே இருந்து அந்த நல்லபாம்பு சலார்னு ஆத்திலே எட்டிக் குதிச்சு அப்புறம் மறு நாளு பூசாரி கண்ணுக்கு அந்தப்பாம்பு கோயில்லே இருந்த பொறம்புப் பொட்டிக்கு அடியிலெ தலையை நீட்டிக்கிட்டு படுத்திருந்தது தெரிஞ்சியிருக்கு" (ப. 31).

இன்னொரு காதை பிரளயம் உருவாவதைப் பற்றியதாக உள்ளது.

"அப்பனும், மவளும், காக்கையும் குடுவையிலேயிருந்து வந்தாங்க, ஆனா வெளியே வந்து பார்த்தா இவுங்களெத் தவிர ஒரு பொறப்புமில்லெ... காக்கா தர அவுங்களுக்குக் குழந்தையாட்டம்."

"அவங்க ரெண்டு பேரு கனவிலேயும் கடவுளு இன்னமே இந்த உலகத்தை பொறப்பிக்கிற பொறப்பு உங்கிட்ட இருக்குது. நீங்க ரெண்டு பேரும் புருஷனும் பொண்டாட்டியா வாழனும்னு சொல்லிட்டார்" "என்ன பண்ணுவாங்க? அப்படியே வாழ்ந்தாங்க" (பக். 182 - 183).

இந்தக் காக்கை மூதாதையர்களின் வணக்கத்திற்குரியது என்பது குறிப்பிடத்தக்கது. இதில் தாய் வழிச் சமூகத்தின் எச்சமும் அடங்கி உள்ளது.

இன்னொரு கதை பறையர்களுக்கும், ஆசாரிகளுக்கும் நடைபெற்ற சண்டையைச் சொல்கிறது. ஆசாரிகள் பறையர்களைக் கொன்று விடுகின்றனர். ஒரு பறைச்சிறுவன் தப்பி வண்ணான் வீட்டில் வளர்கிறான். அந்த ஊருக்கு வெள்ள ஆபத்து வருகிறது. பறை அடிக்கிறான். ஆசாரிகள் அவனைக்கொல்ல வருகிறார்கள். குடியானவர்கள் எங்கள் பையன் எனக் காப்பாற்றுகிறார்கள். அப்படியெனில் ஒரே இலையில் உண்ண வேண்டும் என்கின்றனர்.

“குடியானவர்கள் சம்மதித்து உண்கின்றனர். ஆனால் யாருக்கும் தெரியாமல் இருவரின் இலைக்கு நடுவில் ஒரு கோடு போடுகின்றனர். அந்தக் கோடுதான் இலையின் நடுவில் இருக்கும் நரம்பு” (ப. 263).

இப்படி கு.சி.பா கோமாளிக்கிழவர் வழிச்சொல்லும் கதைகள் சாதிச்சமூகத்தின் தெறிப்புகளாக அமைகின்றன. கிராமங்களில் குறிசொல்பவர்களைப் பற்றிய பதிவுகளில் ஒரு தாதனை இப்படி வர்ணிப்பார்:

“அழுக்கேரி நைந்த ஒரு கத்தல் துணியை இடுப்பில் கட்டிக் கொண்டு, மான் தோலால் தைத்த ஒரு பையில் சங்கு சேகண்டியைப் போட்டுத் தோளில் மாட்டிக்கொண்டு, அழுக்கேறி சிக்குப் பிடித்துச் சடைவிழுந்த முடியோடும் ஊத்தைப் பிடித்து காவி படிந்த பற்களுடனும் அடர்ந்து வளர்ந்த தாடியுடனும் சுருக்கு விழுந்த கறுத்த நெற்றியில் தறித்த நாமத்துடனும் விளங்கும் அவன் தோற்றம்” (ப.271).

நம்பிக்கைச் சார்ந்த வட்டார வழக்குகள் இவை.

உழைப்பு

மண் சார்ந்த பதிவுகளில் மிக முக்கியமானது உழைப்பு. உழைப்பின் வெளிப்பாட்டை மகிழ்ச்சி என்று தான் சொல்ல வேண்டும். மாரக்காளைப் பற்றியக் காட்சிச்சித்திரம்:

“அவளை உழைப்பின் வடிவம் என்றுதான் சொல்ல வேண்டும் அவள் எப்படித் தன் உடம்பைத் தினமும் குளித்துச் சுத்தப்படுத்திக் கொண்டாலும் அந்தந்தப் பருவ காலத்திய பயிர்களின் மணமும், மண்ணின் சுகந்தமும் அவளிடம் பரிமளிக்கும். ஊத்தை உடம்பின் மனித வாடையை அவளிடம் காணவே முடியாது. அவள் பேச்சிலும், சிந்தனையிலும் நிலத்தைப் பற்றியும், பயிரைப்பற்றியும், உழைப்பைப் பற்றியுமாகவே இருக்கும்” (ப.5).

மாரப்பன் நிலையோ இன்னும் மோசமானது

“குடியானவன்னு பொறந்துட்டா முன்னூத்தறுபத்தஞ்சு நாளும் அவனுக்கு ஒய்வுங்கறதே இல்லை. வேலே செய்ய முடியாம படுத்துக் கிட்டாத்தானேயொழிய இல்லீன்னா ஒரு நாளைக்கு இருபத்து நாலு மணிநேரமும் வேலெ இல்லாமெ போவாது. வேலெ மொளச்சுக் கிட்டே இருக்கும். தண்ணி எறைப்புன்னா தண்ணி எறைப்பு, வயல் ஒலவுன்னா வயல் ஒலவுன்னு ஒரு வேலையா இருந்துட்டா மனிசனுக்கு அலுப்பும் கவலையும் இருக்காது. ஒரு நாளை நூறு வேலையும் செய்யறதுன்ன மனசு நிம்மதி எப்படியிருக்கும்” (ப.40).

இப்படி ஆணும் பெண்ணும் உழைக்கிற உழைப்பில்தான் உழைப்பாளிகளின் வாழ்க்கை அடங்கியிருக்கிறது.

உணவுப் பழக்கங்கள்

உணவுப் பெரும்பாலும் வட்டாரத்தன்மை வாய்ந்த ஒன்றாகவே உள்ளது. உழைப்பவர்களுக்கு உணவுப்பழக்கம் ஒரு துய்ப்பாகவும் (Enjoy) அமைந்து விடும். பல கிராமிய உணவுப் பொருள்கள், உணவு முறைகள் தாகம் நாவலில் இடம்பெறுகின்றது.

"ஒரு பெரிய மூங்கிற் கூடையில் இரண்டு வேளைக்கான ஆனஞ்சோறும், கறைச் சோறும் வைத்து எடுத்துக்கொண்டு வந்து சேர்ந்தாள் மாரக்காள்" *(ப.34).*

"மாரப்பனுக்கு கும்பாவை எடுத்து வைத்து இரண்டு ஆப்பை சோளக் களியை எடுத்துப் போட்டு பிரண்டைக் கடுப்பானைக் கையால் வழித்துப் போட்டாள். கடுப்பானில் தொட்டுக் கொண்டு வெடுக் வெடுக்கென்று நாலு வாய் விழுங்கியவுடன் புளியும் காரமும் என்ன உச்சிமயிரெல்லாம் சில்லுன்னு புடிக்கறாப்பலெ வெடிச்சிருக்கலே?" என்றான்.

"அப்படி இல்லின்னா பெரண்டைக் கடுப்பான் வாயெமக்கிம் என்றான்" *(ப. 46).*

"பிண்ணாக்கும், கொட்டையும் ஆட்டி மாட்டுக்கு வைப்பது போலப் பிசைந்த குழம்புச் சோற்றைச் சாப்பிட்டு முடித்த கையை நக்கினான். மேலும் இரண்டாப்பைக் களியை எடுத்துப்போட்டு புளித்த நீரை ஊற்றினாள். பிறகு அவளும் வட்டச் சட்டியில் களியைப் போட்டுக் கொண்டு வலது கையால் பிசைந்து பிசைந்து இடது உள்ளங்கையில் வைத்து நக்கிச் சாப்பிட்டாள். மண்பாத்திரத்தில் சாப்பிடும்போது பாத்திரத்துடன் புழங்குகின்ற கை எச்சிப்படக் கூடாதாம். அப்படியொரு சம்பிரதாய" *(ப.48).*

அரிசிச்சோறு எப்போதாவதுதான், இதுதான் பெரும்பாலான கொங்கு குடிமக்களின் உணவாக இருந்திருக்கிறது.

நம்பிக்கைகள்

நாட்டார் வாழ்வியல் நம்பிக்கைகள் பெரும் பங்காற்றுகின்றன. வட்டாரத் தன்மையும், சாதி, குலம் சார்ந்தத் தன்மையும் இந்த நம்பிக்கைகளுக்கு உண்டு. கொங்கு மக்களின் நம்பிக்கைகள் பல கு.சி.பா நாவல்களில் இடம் பெறுகின்றன. அண்ணன்மார் சாமி,

முனியப்பன் சாமி போன்றவை கொங்கு வட்டார சாமிகள்: இவை குறித்து தாகம் நாவலில் கூறப்படுகின்றது. முனியப்பனை பற்றி பதிவு:

"அந்தச் சாமிக்கு முன்னாலே ஊட்டுக்கு தூரமானவங்க போகப் படாது. அப்படி போனா உதரமாச்சாஞ்சு போயிடும். நா சொல்லறது உனக்குப் பொய்யாப்படும். நம்ம ஊருக்கென்று வெட்டினானல்ல ராமபோயெ அவம் பொண்டாட்டி ஒரு நா ஊட்டுக்குத் தூரமா இருக்கும் போது இந்தச் சாமி கோயிலுக்கு முன்னாடி வந்துட்டா. அன்னைக்கு அவளுக்கு உதிரமாச்சாஞ்சு போச்சு. அதப்பத்தி அவெ அந்தக் கோயிலுப் பூசாரிகிட்ட சொன்னாள். பூசாரி அப்பவே திண்ணீரை எடுத்துக் கொடுத்து அவ நெத்தியிலே இட்டு வாயிலே இட்டு வாயிலே போடச் சொன்னான். மறுநாளே நின்னுப்போச்சு" (ப.30). கோமாளிக் கிழவர் மூலம் முனியப்பசாமியின் தன்மைப் பதிவாகின்றது.

பல்லி சகுனம்

பல்லி கத்துவதில் சகுனம் பார்த்து நல்லது கெட்டது ஊகிப்பது நாட்டார் மரபு. இந்நம்பிக்கை "அவர்கள் உட்காந்திருந்த இடத்தின் தலைக்கு மேல் பல்லி ஒன்று சட்ச என்று கத்தியது. தரையில் விரலால் தட்டியபடி "இந்த எடத்திலே பல்லி பேசறது நல்ல சகுனந்தானே?" என்று தான் வந்திருக்கும் காரியத்தின் நல்லது கெட்டதை அறிந்து கொள்ள விரும்புபவன் போலப் பெரியண்ணன் கேட்டான்" (ப.92) எனத் 'தாகம்' நாவலில் இடம் பெறுகின்றது.

"அண்ணன்மார் சாமியே! நீ எம் பக்கந்தா நிக்கிறே என் வேண்டுதலை நிறைவேற்றி விட்டது. அடுத்த அமாவாசை உன் சந்நிதிக்கு வந்து பாலபிஷேகம் செய்திடுறேன்" (ப.120) என அண்ணன்மார் சாமியிடம் வேண்டுவது நாவலில் பதிவாகின்றது.

குலம்

தொழில் அடிப்படைச் சாதிகள் உருவாவதற்கு முன் இனக்குழு சமூகத்தில் குலங்களே காணப்பட்டன. இந்தக் குலங்களின் எச்சங்களை இன்றும் இனம் காண முடியும். தாகம் நாவலில் முன் பின் அறிமுக மாகாத இருவர் சந்திக்கும் பொழுது தங்களின் குல அடையாளங்களை பரிமாறிக் கொள்கிறனர்.

"மாரப்பன் வண்டிக்காரனை நோக்கி "நீங்க எந்தக் கோயிலுக்கு போறவங்க? என்றான்" "நாங்க காக்காவிரி அண்ணமார் கோயிலுக்கு"

"அடே டேய் கிட்டப்புடிச்சுப் பார்க்கப் போனா நாம ரெண்டு பேரும் ஒரு கொலமாப் போச்சு நாங்க மோளிப்பள்ளி அண்ணமார் கோயிலுக்குப் போறவங்க. கோயிலுத்தா வேறெ கொளம் ரண்டும் ஒண்ணாப் போச்சு" *(ப. 241).*

"அதேபோல இனக்குழுவாழ்வில் எச்சமாக முயல் வேட்டை நடத்துவதே இடம்பெறுகின்றது. வலை, கருவிகள், வேட்டைநாய் சகிதமாக ஊரே திரண்டு கோடைக் காலத்தில் கூட்டு வேட்டுடையில் ஈடுபடுவது நாவலில் சித்தரிக்கப்படுகின்றது" *(பக். 66-75).*

இது ஏறக்குறைய வேட்டைச் சமூக அமைப்பில் காணப்படுவது போல் அமைந்து உள்ளது.

உழைப்புச் சார்ந்து பல நம்பிக்கைகள், பருவகாலம், தாவரங்கள், விலங்குகளை முன்வைத்து தோன்றுகின்றன.

"சோளம் விதைத்து முடிந்ததும் மேழியைத் தொட்டு வணங்கி கைக்கு எச்சிற் பதம் இட்டுக்கொண்டு மாட்டை அதட்டி உழ ஆரம்பித்தான். நின்ற மாடு மூத்திரம் பாய்ச்சிப் புறப்பட்டது. இந்த வருசம் நிச்சயம் நல்ல மழை பெய்யும் பசு முத்திரம் இட்டுவிடுவது செழிப்புக்கு அறிகுறி! அவன் மனம் நிறைந்தது" *(ப. 266).*

"தான் கொண்டு வந்து வைத்த கூடையில் இருந்த வடையை எடுத்துக் குழந்தையின் கையில் கொடுத்தான். குழந்தை தாயின் பிடியில் இருந்து விடுபட்டுக் கூடையருகில் சென்று ஒவ்வொன்றாகக் கையை விட்டுக்கிளறி நோட்டம் பார்த்தது. கூடையின் உள்ளே வேப்பந்தழையும், துரு ஏறித் தேய்ந்த லாடமும், அடுப்புக்கரியும். எப்படி விளக்குவது என்று அவளுக்குப் புரியவில்லை" *(ப.372).*

இப்படி ஏழை எளிய கொங்கு மக்களின் வாழ்வியல் நம்பிக்கைகள் பல கு.சி.பா.வின் நாவல்களில் இடம் பெறுகின்றன.

"உள்ளூர் உறவினர்கள் எல்லோரும் வந்து விறகுடைத்து பந்தல் போட்டு முடிந்தனர். அன்று மத்தியானத்திலிருந்தே விருந்துக்கான சமையல் ஏற்பாடுகள் துவங்கி விட்டன. ஒவ்வொருவரும் தங்கள் தங்கள் வீட்டில் இருந்து எந்தச் சாமான்கள் புழங்குவதற்கு கல்யாண வீட்டுக்காரர்கள் வேண்டும் என்று கூறியிருந்தார்களோ அவற்றை எடுத்துக்கொண்டு வந்து சேர்ந்தார்கள்" *(ப.126).*

"விடியற்காலம் மாப்பிள்ளை வீட்டார் கோலத்துடன் பறை மேளம் அதிர, கொம்பு எக்காளமிட, உறுமி முழங்க மாட்டு

வண்டியில் வந்து இறங்கினர். பெண்வீட்டார் மாப்பிள்ளை வீட்டாருக்கு வெற்றிலைக் கொடுத்து எதிர்கொண்டு அழைத்து வந்து மாப்பிள்ளைக்கு என ஒதுக்கிய வீட்டில் விட்டனர்" (ப. 128).

திருமணத்தை முன்னின்று நடத்தி வைக்கும் அருமைக்காரர்

"கொழுந்திப் பணத்துக்கு உரிமையுள்ளவங்க வாங்க" என்று கூப்பிட்டார். யாரும் வரவில்லை. அமர்ந்திருப்பவரைத் தவிர வேறு ஒருவரும் உரிமை கொண்டாடுவதற்கில்லை போலிருக்கிறது.

"பெண் மணவறைக்கு வந்தாய்விட்டது. கொழுந்திப் பணத்துக்கு வந்தவர் மட்டும் எழுந்திரிக்கவில்லை. அருமைக்காரர் இரண்டு ரூபாயை வெற்றிலையில் வைத்துக் கொடுத்தார். அப்பொழுதும் எழுந்திருக்கவில்லை. மீண்டும் மூன்று ரூபாயை வைத்துக் கொடுத்தார். பெண்ணின் மச்சான் உடனே எழுந்து மணப்பெண் அமர்வதற்கு இடம் கொடுத்தான். ஒரு குடும்பத்தில் மூத்த மாப்பிள்ளைகளாக இருப்பவர்களுக்கு அடுத்து இருக்கும் திருமணமாகாத பெண்ணின் மீது சொல்லாமல் உறுதியாக்கப்பட்டிருக்கும் உரிமையை விட்டுக் கொடுக்கச் செய்யக் கொடுக்கப்படும் தட்சணைதானே கொழுந்திப் பணம் என்பது" (ப.129).

உரிமையும், உறவும் சார்ந்த சடங்குகள் பெண் அழைப்பின் போது பணம் கொடுப்பது பேன்றவை இடம் பெறுகின்றன. "கரவிளங்கப் பணம்" வைப்பது, பின்னாளில் "வேறைவைப்பு"க்கு சீர் செய்வது போன்றவற்றை கு.சி.பா கொங்கு மக்களின் சடங்குகளாக முன் வைக்கிறார்.

வழக்காறுகள்

கொங்கு மண்டலத்துக்கே உரிய வழக்காறுகள் பல உண்டு. பழமொழிகள், விடுகதைகள், நாட்டார் கதைகள் கு.சி.பா நாவல்களில் இடம் பெறுகின்றன.

"குஞ்சுத்தாய்க் கோழி மீன் உச்சிக்கு வந்துவிட்டது" (ப.306)

"ஓடையில் ஓடற ஊற்றை மொண்டுவரப் போனாலும் கையிலுள்ள கலயம் ஓடயாமே பார்த்துக்கணும் அல்லவா?" (ப.98)

"நல்ல மரத்திலேதான் நரையான் உழும்" (ப.306)

"கொக்கு கூட்டமாகத்தான் பறந்து போகுமாம் குடியானவெ குலையெரியும் போதுதா சாப்பிடுவானாம்" (ப.259)

"உள்ளவங்கள் கோழி மொட்டு உருக்கணகக்கூட ஒடைச்சிடுமாம் இல்லாதவங்க கோழி மொட்டு எடுக்கையிலே ஒடஞ்சிடுமாம்" (ப. 283)

"தேரைத் தேங்காயானாலும் ஒடைக்காதிருக்கிற வரையிலும் அதுக்கு மவுசுண்டு" (ப. 318)

"சோம்பலு செல்வத்தைத் தின்னுமாம் துன்பம் கதையெத் தின்னுமாம்" (ப.470)

இப்படி வாழ்வோடு கலந்து வழக்காறுகள் பல கொங்கு மக்கள் புழக்கத்தில் இருப்பது கு.சி.பா. படைப்புகளின் வழி தெரியவருகிறது.

பண்ணையடிமைத்தனப் பதிவுகள்

கு.சி.பா. கொங்கு வட்டார வெள்ளாளக் கவுண்டர்களின் வாழ்க்கையை மட்டுமல்லாமல் ஒடுக்கப்பட்டச் சாதிகள் குறித்த பதிவுகளையும் தம் படைப்புகளில் செய்துள்ளார். இது தான் இவரைப் பிற படைப்பாளிகளிடம் இருந்து வேறுபடுத்திக் காட்டுகிறது.

தாகம் நாவலில் பெரியபண்ணை என அழைக்கப்பெறும் பறைக்கல்வலசு சேனாதிபதிக் கவுண்டரின் ஆதிக்க ஆளுகையும், பறைக்குடிகளான கூலி உழைப்பாளர்களின் அடிமை நிலையும் சுட்டப்பெறுகிறது. சாட்டையடி, சாணிப்பால் போன்ற தண்டனைகள் திருமணமான அடிமைகளின் மனைவியோடு முதல் இரவைப் பண்ணையார் எடுத்துக் கொள்ளுதல், ஈவிரக்கமற்ற தண்டனைகள் நாவலில் சுட்டப்பெறுகின்றன.

"வெளிநாடு சென்று பல வருடம் கழித்து (ஒரு தலைமுறை கடந்து) ஊருக்குத் திரும்பும் பறையர் சாதியைச் சேர்ந்த மாயாண்டி ஆதிக்கச் சாதியினர் வசிக்கும் வழியாக வண்டியில் வந்து விடுகிறான். அதற்காக அவனுக்குத் தண்டனை வழங்கப் பண்ணையார் ஆட்கள் அவனை விரட்ட அவன் ஓடி ஒளிந்து விடுகிறான். ஆனால் அந்த அடிமைப்பறையனின் வண்டி வந்த தெருவை அப்படியே விடுவாங்களா? "அன்று மாலையே மாயாண்டிப்பறையன் பவனிவந்த அந்தப்பண்ணையார்களின் வீதி நெடுக வைக்கோல் தூவி நெருப்பிட்டுப் கொளுத்தித் தீட்டைப் பொசுக்கினார்கள். ஐயர்கள் திவ்யஹோமம் வளர்த்தார்கள்" (ப.406).

பிற்காலப் படைப்புகள் கவனம் பெறுகின்றன. கிராமப்புற ஏழை விவசாயியின் வகைமாதிரியான பாத்திர வார்ப்பை மையமிட்ட

தாகம் நாவல் தமிழின் சிறந்த யதார்த்தவாத நாவலாக விளங்குகிறது. மட்டுமின்றி, கொங்கு வட்டாரத்தை அதன் சாதி சாயலைத் தாண்டி பிரதிசெய்த நாவலாகவும் கொள்ளத்தக்கதாக அமைகின்றது. சண்முகசுந்தரம் தொடங்கி வைத்த கொங்கு வட்டார எழுத்து முறையே அடுத்த நிலைக்கு உயர்த்தியவராக கு.சின்னப்ப பாரதியை மதிப்பிடலாம்.

- சின்னப்ப பாரதி. கு, தாகம், பாவை பப்ளிகேஷன்ஸ், இராயப்பேட்டை, சென்னை - 600 014, முதற் பதிப்பு: ஜூன் 2001.

13
கவ்வாத்து எனும் கலைப்படைப்பு

நவீனத் தமிழ் இலக்கியத்தை முன்னோக்கிச் செலுத்தியதில் ஈழத்து இலக்கியங்களுக்குப் பெரும்பங்குண்டு. படைப்பிலக்கியம் மட்டுமல்ல திறனாய்வு இலக்கியமும் மலர்ச்சி பெற்றது ஈழப் பங்களிப்பில்தான். இன்று ஏதிலி வாழ்வுமுறையில் உலகம் முழுவதும் பரவிக்கிடந்தாலும் இன, மொழி மரபடையாளங்களை ஈழத் தமிழ் மக்களே நிலை பெறச் செய்கின்றனர். கடல் கடந்து பரவி நிற்கும் தமிழ் இன்று உலக இலக்கியம் என்பதாக விரிவு பெற்றுள்ளது என்பதில் மிகையில்லை.

வட்டாரம் சார்ந்து, நிலம், குலம், குழு, தொழில், வர்க்கம், பால் சார்ந்து அநேகம் தமிழ். இதில் இலங்கையும் விலக்கல்ல. மலையகத் தமிழ், மலையக இலக்கியம் என்பது இலங்கையின் உழைக்கும் மக்களை உள்ளடக்கிய சொல்லாடல்கள். காலனித்துவத்தின் பற்சக்கரங்களில் அரைபட்ட வாழ்வுடைய தோட்டத் தொழிலாளர்களின் வலியும், வாழ்வும் சொல்லி மாளாத் துயரம் கொண்டது. இந்தக் காலனித்துவமும், உள் காலனியமும் இவர்கள் வளர்ந்த நிலத்தை மலர்களாகவும் இவர்கள் வாழ்வைச் சருகுகளாகவுமே ஆக்கி வைத்தன. மலையும் வளமும் பசுமையும் இவர்களின் அகம். வெறுமை மட்டுமே இவர்களின் புறம்.

மலையக இலக்கியத்தின் தோற்றம் பற்றி கா. சிவத்தம்பி, "இலங்கையின் மலைப்பிரதேசத்தில் பெருந்தோட்டங்களில் (காப்பி, தேயிலை) வேலை செய்யக் கொண்டுவரப்பட்ட தமிழகத்தினர் இங்கு குடியேறியபோது அவர்களிடையே எழுத்திலக்கியம் வளரவில்லை. இவ்வளர்ச்சி கோ.நடேசையரின் வருகையுடன் ஆரம்பிக்கின்றது. 1920 இல் அவர் 'தேசபக்தன்' என்ற புதினப் பத்திரிகை ஆசிரியரானார். கிராமியப் பாடல்களை அச்சடித்து விநியோகித்தார். இந்தத் தொடக்கம் மலையகத் தமிழிலக்கியத்தின் ஊற்றுக்கண்ணாக அமைந்தது எனலாம்."(உலகத் தமிழிலக்கிய வரலாறு) என்பர்.

இன்று மலையக இலக்கியம் என்று தனித்துப் பேசும் அளவுக்கு இலக்கியங்கள் வெளிவந்துள்ளன. மலையக மக்களின் இலக்கியங்கள்

என்பவை பெரும்பாலும் வாய்மொழிப் பனுவல்களே. படைப்பிலக் கியங்கள் பின்னால் எழுந்தவை.

நாவலாசிரியர் தி. ஞானசேகரன் சுமார் ஐம்பது ஆண்டுகளாக மலையக மக்களோடு வாழ்பவர். மலையகத்தின் பெருந்தோட்டத் துறையில் மருத்துவ அலுவலராகப் பணியாற்றியவர். அங்குள்ள மக்களின் வாழ்வை, வழக்காறுகளை உள்வாங்கியவர். இவர் மலையகத்தார் அல்லர். புறத்தார்தான் என்றாலும் இவர் படைப்புக்கள் மலையகத்தைப் பேசுகின்றன. இவரின் 'குருதிமலையும்' 'லயத்துச் சிறைகளும்' மலையகத்தை நுட்பமாகச் சித்தரித்த படைப்புக்கள்.

தி.ஞானசேகரன் தொழிலில் வைத்தியராக இருந்தாலும் நெஞ்சம் முழுக்கத் தமிழால் நிரம்பியவர். சிறந்த சிறுகதையாளர், பயணக் கட்டுரையாளர், நாவலாசிரியர், ஞானம் சஞ்சிகையின் நிறுவனர், பத்திரிகையாசிரியர், தமிழ்ப் பொழிவாளர்... என்று பன்முக ஆளுமையாக விளங்கக்கூடியவர். தன் இதழ்வழி இலங்கையின் இன்றைய படைப்பாளிகளை அடையாளம் காட்டுபவர். மரபுக்கும், புதுமைக்கும் பாலமாக இருப்பவர். உலக நாடுகள் பலவற்றுக்கும் சென்று அங்குள்ள தமிழர்களோடு தொடர்பில் இருப்பவர். அவர் பல்லாண்டுகளுக்கு முன் (1996) எழுதிய குறுநாவல் 'கவ்வாத்து' பவளவிழா காணும் படைப்பாளரை இப்படைப்பின் வழி அடையாளம் காண விழைகிறேன்.

'கவ்வாத்து' தோட்டத் தொழிலாளர்களின் வாழ்வை இரத்தமும் சதையுமாகப் பதிவு செய்கிறது. தேயிலைச் செடிகளை உரிய பருவத்தில் வெட்டுவது (கவ்வாத்து), தேயிலை பறிப்பது போன்ற வேலைகளில் ஈடுபடும் தொழிலாளர்களின் அவல வாழ்வு இலக்கியமாக விரிகிறது. மலையில் செய்யும் இந்தத் தோட்டத் தொழிலின் நுட்பமும், சிக்கல்களும், வேதனையும் சுவாரஸ்யமாகச் சொல்லப்பட்டுள்ளது. கங்காணியும், கண்டக்டரும், துரையும் படுத்தும்பாடுகள் அநேகம். தோட்டம் வெள்ளைத் துரைக்குச் சொந்தம் தொழிலாளர்களை வேலை வாங்க அவர்களிலிருந்தே கங்காணிகள். தொழிலாளர்களுக்கும் துரைக்கும் இடையே தரகர் போல கண்டக்டர்கள் (மேஸ்திரிகள்). இந்திய நிலவுடைமை வடிவிலேயே இலங்கைத் தோட்டத்தொழிலும் கட்டமைக்கப் பட்டுள்ளது.

தொழிலாளர்களை ஒன்றிணைக்கவும், பாதுகாக்கவும், உரிமைக்குக் குரல் கொடுக்கவுமாக அமைந்தது தான் தொழிற்சங்க அமைப்பு. மிக

மோசமான முதலாளியியத்தின் அடக்கு முறைகளை எதிர்த்து அமைப்பு அடிப்படையில் தொழிலாளர்களை ஒருங்கிணைத்து 'கோடிக்கால் பூதமாக' அது விளங்கியது. காலப்போக்கில் அதற்குள்ளும் தலைமையில், தலைவர்களில் சுயநலம் தலை தூக்குகிறது. தொழிற்சங்கம் பிளவு படுகிறது. ஒரே தொழிலில், தளத்தில் பல தொழிற்சங்க அமைப்புகள். கொடிகள், பதாகைகள்... 'ஊர் ரெண்டுபட்டால் கூத்தாடிக்கு தொக்கு' என ஆகிப்போகிறது. இதுதான் 'கவ்வாத்தின்' கதை மூலம்.

கண்டக்டர் அத்துமீறி நடந்துகொள்கிறான். இதனைத் துடிப்பு மிக்கத் தொழிலாளி முருகேசு தட்டிக்கேட்கிறார். உடனே கண்டக்டர் துரையிடம் புகார் செய்கிறார். தொழிலாளர்களும், அதன் தலைவர் முத்துசாமியும் துரையிடம் பேசுகிறார்கள். துரை கண்டக்டர் செய்கையை ஆதரித்து, கண்டக்டரை நியாயப்படுத்துகிறார். தொழிலாளர்கள் வேறுவழியின்றி வேலை நிறுத்தத்துக்கு தள்ளப் படுகிறார்கள். தோட்ட வேலையில் 'பேர்' பதிவு முக்கியம். அதுதான் கூலிக்கு அடிப்படை. இதில் கண்டக்டர் கை வைக்கிறான். இதுதான் பிரச்சினை. அதே போல் தேயிலை ஆயும்போது அதில் எடையில் குறைப்பது. இதெல்லாம் தொழிலாளர் வயிற்றிலடிக்கும் தண்டனைகள். வேலைநிறுத்தம் தொடர்கிறது. துரை இறங்கிவரவில்லை தொழிற் சங்கப் பிரதிநிதியால் பேசித் தீர்க்க முடியவில்லை. தொழிலாளர்களின் வீட்டு துருப்புகள் கரைகிறது. பலாக்காய் பறித்து உண்ணும் நிலை. சுற்றிலும் உள்ள வாழைத்தார்கள் இரவில் களவுபோகின்றன. தோட்ட விளைச்சலிலும் கை வைக்கும் நிலைமை. தொழிலாளர்களுக்குள்ளும் மன நெருக்கடிகள். இச்சூழலை கண்டக்டர் பயன்படுத்துகிறான். கங்காணி ஆறுமுகத்தை அழைத்து ஆசைக்காட்டி சாராயம் தந்து, சலுகைகள் தருவதாக வாக்களிக்கின்றான். கங்காணி தன் உறவினர்களை அழைத்துக் கொண்டு வேலைக்குச் செல்கிறார். தலைவரும், தொழிலாளர்களும் தடுக்கிறார்கள். போலீஸ் வருகிறது. வேறுவழி இல்லாமல் ஒதுங்கிக் கொள்கிறார்கள்.

கங்காணி தலைமையில் மற்றொரு சங்கம் உதயமாகிவிடுகிறது. இந்நிலையில் கங்காணி கண்டக்டரிடம் பேசி தன் மகனுக்கு கங்காணி வேலை வாங்கி விடுகிறார். வேலைநிறுத்தத்தை உடைத்து, வேலைக்கு அழைத்து வந்த தன் உறவினர்களுக்கு தந்த வாக்குறுதி (கங்காணி ஆக்குவேன்) காற்றில் பறக்கிறது. அவர்கள் கலகத்தை மூட்டுகிறார்கள். போலீஸ், கேஸ்... என்று முன்னணித் தொழிலாளர்கள் பாதிப்புள்ளா கிறார்கள். தொழிற்சங்கப் பிரதிநிதி பேச்சு வார்த்தைக்கு துரையிடம் செல்கிறார். துரை பிடிவாதமாக உள்ளார். வேறு வழியின்றி, எவ்வித

பலனும் இன்றி வேலை நிறுத்தம் விலக்கிக் கொள்ளப்படுகிறது. ஆனால் தலைவர்கள் தொழிலாளர்களிடம் பொய்யாக வாக்குறுதி அளிக்கிறார்கள். ஒரு கட்டத்தில் இது தெரியவர தலைவரிடமிருந்து மீண்டும் ஒரு குழு வெளியேறி புதிய சங்கம் உருவாகிறது. ஆக மூன்று அமைப்புகள்.. தாயாய், பிள்ளையாய் இருந்தவர்கள். பகையாளிகள் ஆகிறார்கள். கண்டக்டர் கை வலுக்கிறது. பழைய கங்காணியின் மகன் -புதிய கங்காணியையும், பழைய தொழிலாளி-புதிய தலைவன் முருகேசையும் ஒரே நேரத்தில் பழி வாங்குகிறார். அதிகாரம் கொடி கட்டிப் பறக்கிறது என கதை முடிகிறது.

தொழிலாளரின் ஒற்றுமைச் சிதைவு எவ்வளவு மோசமான விளைவுகளைத் தரும் என்பதை அப்பட்டமாகச் சொல்கிறது கதை. மேலும் முதலாளியம் தொழிலாளர்களை எப்படியெல்லாம் சீர்குலைக்கும் என்பதையும் மிக யதார்த்தமாக ஞானம் படைத்துவிடுகிறார். மலையில் உள்ள தேயிலைத் தோட்டத்தினூடே நம்மை அழைத்துச் சென்று கவ்வாத்து அரிவாள்களின் சத்தத்தை உணரச் செய்கிறது கதை. தலைப்பு ஒரு வகையில் குறிப்பாக தொழிலாளரின் வளர்ச்சியை. சங்கப்பிளவின் வழி தடுக்கும் துரைத்தன வெளிப்பாடாய் அமைகின்றது. கதையை மிக யதார்த்த முறையில் நடத்திச் செல்கிறார்.

கதையின் தொடக்கப்பகுதி 'பதின்மூன்றாம் நம்பர் கவ்வாத்து மலையில் தொழிலாளர்கள் வேலையைத் தொடங்கினர். கடந்த இருபது நாட்களாக அவர்கள் அந்த மலையிலேதான் கவ்வாத்து வெட்டுகின்றனர். இருபத்தைந்து ஏக்கர் விஸ்தீரணமான அந்த மலையை இன்றுடன் வெட்டி முடித்து விட வேண்டும்' என அமைகின்றது.

தொழிலாளர் நம்பிக்கைகள் பலவும் கதையில் கச்சிதமாக வருகின்றது. 'ஒவ்வொரு வருடமும் கவ்வாத்து வேலை தொடங்கும் போது சாமி கும்பிடுவார்கள். இம்முறை பத்தாம் நம்பர் மலையில் நல்ல நேரம் பார்த்து, எல்லைக் காப்பான் முனியாண்டி சாமிக்கு நேர்த்திவைத்து சாமி கும்பிட்டார்கள். மலையின் ஓரமாகவுள்ள தேயிலைத்தூர் ஒன்றின் முன்னால் ஒரு கல்லை வைத்து பழம், பாக்கு, வெற்றிலை படைத்து கவ்வாத்துத் தொழிலாளர் தமது தீட்டிய கத்திகளை வரிசையாக அடுக்கிவைக்க கவ்வாத்துக் கங்காணி ஐயாக்கண்ணு தேங்காய் உடைத்து சூடம், சாம்பிராணி காட்டி பயபக்தியோடு பூசை செய்தார். கவ்வாத்துக் கத்திகளுக்கு விபூதி பூசி சந்தனம் குங்குமம் இட்டு, அங்கு வந்திருந்த கண்டக்டர் கணக்கப் பிள்ளை முதலிய உத்தியோகதாரர்களுக்கும் தொழிலாளர்களுக்கும்

விபூதி, சந்தனம் வழங்கினார். அதன் பின் கவ்வாத்தை ஆரம்பிக்கும்படி பூசையில் வைக்கப்பட்டிருந்த கத்தியொன்றை எடுத்து கண்டக்டரிடம் கொடுத்தார்.

கண்டக்டர் முதன்முதலில் முன் வரிசையில் இருந்து முதிர்ந்து தேயிலைச் செடியின் வாதுகளைக் கவ்வாத்து வெட்டி வேலையைத் தொடங்கி வைத்தார்.'

அதேபோல முதன்முதலில் கொழுந்து பறிக்கத் தொடங்கும் போது மலையில் ஏறிய ஆண்களும், பெண்களும் நிரைபிடிக்கத் தொடங்கினர். தமது இஷ்ட தெய்வங்களை வேண்டி ஒருபிடி கொழுந்தைப் பறித்தபின் கங்காணி பொலி சொல்வதற்காகக் காத்து நின்றனர்.

'பொலி... பொலி, பொலியோ... பொலி கங்காணி உரத்துச் சத்தமிட்டு கொழுந்தெடுக்கும் வேலையை ஆரம்பித்து வைத்தார்.' என்பது மூலம் தொழில் தொடங்குமுன் உழைப்பாளர்களுக்கு இருக்கும் நம்பிக்கைகள் தெரியவருகின்றன.

'முதலாளி வடிவத்தில் மலைபோல நின்று கர்ஜிக்கும் கண்டக்டரை இழப்பதற்கு கூலியைத் தவிர ஏதும் அற்ற முருகேசு என்ற தொழிலாளி எதிர்க்கிறார்.

"முருகேசு தன்னை இழந்தான். காலையில இருந்து இதுவரை கஷ்டப்பட்டு வேலை செய்யும் போது பேரு இல்லன்னு சொல்லுறான். ஏழைங்க வவுத்துல அடிக்கிறதுக்கு இவனுக்கு கொஞ்சங்கூட இரக்கம் இல்ல. கவ்வாத்துக் கத்தியால இவன ரெண்டு துண்டா வெட்டிவிட்டா? என்ன?" என அவனது நெஞ்சம் துடித்தது.

"இந்தாய்யா கடைசியா சொல்லுறேன்... நீங்க அடே புடேன்னா நானும் கைகால் நீட்டத்தான் வரும்" முருகேசு உறுதியுடன் கூறினான்.

"என்னடா சொன்னே?" எனக் கர்ச்சித்தபடி தனது கைத்தடியை ஓங்கியவாறு முருகேசுவை நெருங்கினார் கண்டக்டர்.

" 'எங்க அடிங்க பார்ப்பம், ஓங்க கம்புமட்டும் என்மேல பட்டுச் சொன்னா கவ்வாத்துக் கத்திதான் பதில் சொல்லும்' கத்தியைக் கண்டக்டரை நோக்கி உயர்த்தினான் முருகேசு."

இந்த துணிவும் நம்பிக்கையும் எதிர்ப்புணர்வும் உழைப்பும் ஒற்றுமை உறுதியும் தந்தது. கடைசிப் பகுதியில் கண்டக்டர் இப்படி பேச "என்னா, ஒன் யூனியன் மட்டுமா தோட்டத்தில இருக்கு... எல்லா

ஆளுங்களுக்கும் சேத்துத்தான் நான் தோட்டத்தில வேல பாக்கிறேன். மத்த யூனியன் காரவுங்க எல்லாம் பேசாம இருக்காங்க, நீ மட்டும் பெரிசா துள்ளுற" கண்டக்டரின் வார்த்தைகள் அலட்சியமாக ஒலித்தன. இதே முருகேசு மௌனமானான். கதையாசிரியர் மிக நுட்பமாக உணர்த்தும் பாடம் இது. அளவு மாறினால் குணம் மாறும் என்பது தானே மார்க்சியம்.

ஸ்டிரைக் காலத்தில் ஒரு தொழிலாளியின் எண்ணச் சிதறலை இப்படிக் காட்சிப்படுத்துகிறார்.

'குடத்தில் தண்ணீர் பிடித்துக் கொண்டிருந்த முத்துசாமித் தலைவரின் மகள் கண்ணம்மா பரந்து விரிந்த அந்த மலையின் மேல் பார்வையைப் படரவிட்டாள்.

சென்ற வருடத்தில் இதே காலப்பகுதியிலேதான் அதிக கொழுந்து எடுத்ததற்காக பட்டுப்புடவையொன்று இவளுக்குத் துரையால் பரிசளிக்கப்பட்டது. கொழுந்தெடுக்கும் பெண்கள் எல்லோரையும் விட அவள் வேகமாகக் கொழுந்தெடுக்கக்கூடியவள்.

தேயிலைச் செடிகளில் செழித்து வளர்ந்திருந்த கொழுந்துகள் யாவும் தம்மைப் பறித்தெடுக்கமாட்டாயா என அவளிடம் கெஞ்சின. கண்ணம்மா விரல்களைச் சொடுக்கிக் கொண்டாள். உழைப்பாளிகளுக்கு உழைப்பின் மீதுள்ள தீராத வேட்டைகையை இது உணர்த்தும்.'

அளவில் சிறிய குறு நாவலிலும்கூட இப்படி கலைநுட்பத்தோடு ஆசிரியர் தன் படைப்பை உருவாக்கி உள்ளார்.

கலை அழகு மிளிரும் மலையகப் படைப்பாக இதை ஆசிரியர் உருவாக்கி உள்ளார். கச்சிதமானப் பாத்திரவார்ப்பு அளவான உரையாடல்கள், போதுமான காட்சிப்படுத்தும், வட்டார வழக்காறுகள்... என கவ்வாத்து தன்னளவில் நிறைவானதாகிறது.

அடிப்படையில் தொழிற்சங்கப் பிளவுகள், பிரிவினைகள், சீர்திருத்தம் பெறவேண்டிய நோக்கில் கதை அமைந்தாலும், முதலாளி வர்க்கமும், அதற்குத் துணைபோகும் இடைத்தரகு வர்க்கமும், உழைப்பாளி வர்க்கத்தை, அதன் அறியாமையைப் பயன்படுத்தி, பிளவுப்படுத்தி, அடிமை கொள்வதையும் தன் ஆதிக்கத்தை, அதிகாரத்தை நிலை நிறுத்துவதையும்தான் இக்கதைப் பேசுகின்றது எனலாம்.

- ஞானசேகரன். தி, கவ்வாத்து, மலையக வெளியீட்டகம், கொழும்பு, பதிப்பு: *1996.*

14
பால்மரக்காட்டினிலே: இடப்பெயர்வு இலக்கியம்

எழுத்தாளர் அகிலன் (1922-1988) காந்திய நெறியில் நின்று படைப்பிலக்கியங்களைப் படைத்தவர். சிறுகதை, நாவல், நாடகம், கட்டுரை, மொழிபெயர்ப்பு, சிறுவர் இலக்கியம், சுய முன்னேற்ற நூல், தன் வரலாறு, திரைப்படம் என்று பல்துறைகளிலும் நூல்களைத் தந்தவர். சமூக மாற்றம், மனித நேயம், பெண் விடுதலை சார்ந்து எழுதியவர்.

இவருடைய எழுத்துக்கள் அதிக அளவில் வெகு மக்களைக் கவர்ந்தன. பல்வேறு இதழ்களில் தொடர்களை எழுதினார். கலைமகளும், கல்கியும் இவரின் களங்களாக அமைந்தன. இனிய, எளிய நடையும், உணர்வோட்டமும் காட்சிப்படுத்தும் இயல்பும் இவருக்கென தனிப்பாணியை உருவாக்கித்தந்தன.

இலட்சிய வாதமும், யதார்த்தவாதமும், விமர்சன யதார்த்த வாதமும் கலந்த ஒருவித 'பேன்டசி' முறைமை இவருக்குச் சாத்தியப் பட்டது. மனித உறவுகளை, மனித உணர்வுகளை தான் கைக்கொண்ட காந்திய வழிமுறைகளில் தன் படைப்புகளில் துலக்க முயன்றார். கல்கி, இராஜராஜசோழன் பற்றி பொன்னியின் செல்வனைப் படைத்தார். அகிலன், இராசேந்திர சோழன் பற்றி வேங்கையின் மைந்தனைப் படைத்தார். கல்கி இதழில் தொடராக வந்த இந்த நாவல் 1963 ஆம் ஆண்டில் சாகித்திய அகாதெமி விருது பெற்றது. இவரின் 'சித்திரப் பாவை' நாவல், 1975 ஆம் ஆண்டில் தமிழுக்கு முதல் ஞானபீடப் பரிசினைப் பெற்றுத் தந்தது.

1957-58ல் இவர் எழுதிய 'பாவை விளக்கு' நாவல் இவரின் தன் வரலாற்றை ஒட்டியது. இவ்வகையில் இது முன்னோடி. 1976-ல் எழுதிய 'பால்மரக்காட்டினிலே' மலேசியத் தோட்டத் தொழிலாளர் பற்றியது. பின்னர் இராஜம் கிருஷ்ணன் போன்றோர் எழுதிய களப்பணி, ஆவண நாவல்களுக்கு இது ஒரு வகையில் முன்னோடி.

"வாழ்க்கையை அழகாக வாழக் கற்றுக்கொள். முடிந்தால் வாழ்க்கையை அழகுபடுத்து, முடியாவிட்டால் அதை அசிங்கப் படுத்தாமலாவது இரு."

“மக்களுக்கு எது பிடிக்கிறதோ அதை எழுதாமல் மக்களுக்கு எது வேண்டுமோ அதை எழுவதுதான் எழுத்து.”

“மக்களிடம் நெடுங்காலமாகப் படிந்துள்ள பல்வேறு அறியாமைகளைப் போக்கி, அவர்களை விழிப்படையச் செய்ய வேண்டும். அதற்கு தம்முடைய எழுத்து உதவ வேண்டும்”. என்றெல்லாம் தன் எழுத்து வாழ்வின் நியாயம் சொன்னவர் அகிலன். அவர் காலத்தில் வீடுகளில் படித்துவிட்டு இருந்த பெரும்பகுதி பெண்களே அவரின் வாசகர்கள். பொழுது போக்க வாசித்தவர்களை தன் கருத்து வளத்தால் ஈர்க்க முயன்றவர். வெகு ஜன எழுத்துக்கான பலமும் பலவீனமும் சேர்ந்ததாக அவரது எழுத்துக்கள். எந்தவொரு படைப்பையும் காலச்சூழல், தேவை, சமூகப்பின்புலத்தோடு மதிப்பிடுவதே பொருத்தமானது.

இன்றைய காட்சி, சமூக ஊடகங்கள் நிலையில் அன்றைய அச்சு ஊடகங்கள் தொழிற்பட்டத் தருணத்தில், அகிலனின் எழுத்துகள் வெகு மக்களை இலக்காக்கி வெளிவந்தன. வாசிப்புப் பரவலாக்கம் என்ற நிலையில் அவை தம்மில் முழுமை கண்டன எனலாம்.

இடப்பெயர்வு இலக்கியம்

புலம் பெயர்வு, இடப்பெயர்ச்சி இலக்கியங்கள் உலகுகெங்கும் பரவலாகி வருகின்றன. தமிழர்கள் சமூக, பொருளாதார நெருக்கடி களால் தொடர்ந்து புலம் பெயர்ந்து வருகின்றனர். பதினெட்டாம் நூற்றாண்டில் தமிழ் நாட்டிலிருந்து ஆங்கில காலனி முறைமை யினூடாகப் புலம்பெயர்வு நிகழ்ந்தது. நிலக்கிழமை முறையின் சாதி ஆதிக்கம், அடக்கு முறை, வேளாண்மை நசிவு, பசி, பஞ்சம் போன்ற காரணங்களால் இது நிகழ்ந்தது. நாட்டுக் கோட்டைச் செட்டியார்கள் நிலை தனி.

இந்த மாதிரி மொரிஷியஸ், ஃபிஜி, ரியூனியன், டச்சுக்கயானா, தென் ஆப்பிரிக்கா, பர்மா, மலேசியா, இலங்கை போன்ற நாடுகளுக்குச் சென்ற தமிழர்கள் குறித்த இலக்கியப் பதிவுகள் வெளிவந்தன.

ஃபிஜி கரும்புத் தோட்டத்தில் தமிழர்கள் படும் துயரத்தை பாரதியார் பாடினார். இலங்கைத் தேயிலைத் தோட்டத் தொழிலாளர் நிலையை புதுமைப்பித்தன் ‘துன்பக்கேணி’ யில் படைத்தார். அவ்வகையில் ப.சிங்காரத்தின் கடலுக்கு அப்பால், புயலிலே ஓர் தோணி, ஆர்.சண்முகத்தின் சயாம் மரண ரயில், ரங்கசாமியின் லிங்கா

நதிக் கரையில், இளம்வழுதியின் லட்சியப் பாதை, குமரனின் செம்மண்ணில் நீல மலர்கள், மு.சிவலிங்கத்தின் பஞ்சம் பிழைக்க வந்தசீமை ஆகியவை புலம் பெயர் வாழ்வின் வலிகளைப் பதிவு செய்தன.

பால் மரக் காட்டினிலே

எழுத்தாளர் அகிலனின் 'பால்மரக் காட்டினிலே' மலேசிய ரப்பர் தோட்டத் தொழிலாளர்களின் வாழ்வின் சிறுபகுதியை அறிமுகப் படுத்தும் முயற்சி.

'பால்மரக் காட்டினிலே' 1976 சனவரி முதல் கலைமகள் இதழில் தொடராக வந்த நாவல். 1975 மே - ஜூன் மாதங்களில் மலேசியத் தமிழ் எழுத்தாளர் சங்கத்தின் அழைப்பின் பேரில் மலேசியா, சிங்கப்பூர் சென்ற அகிலன், மலேசியாவில் தங்கியிருந்த ஒரு மாதத்தில் அங்கிருந்த தேயிலைத் தோட்டங்களைப் பார்த்து, தோட்டத் தொழிலாளர்களான தமிழர்களின் சிக்கல்களை உணர்ந்து எழுதிய நாவல் இது.

எஸ்டேட் எனப்படும் இரப்பர் தோட்டங்கள். இரப்பர் மரங்கள்... பால் எடுத்தல், இரப்பர் தொழில், இரப்பர் தோட்டத் தொழிலாளர்கள் வாழும் லயங்கள், அவர்களின் குடியிருப்புகள், அதிகாலைத் தொடங்கி அந்தி சாயும் வரை அவர்கள் படும் இன்னல்கள், ஆங்கிலேய முதலாளிகளின் நேரடித் தொடர்பில் இருக்கும் வெள்ளைத் துரைகள், கங்காணிகள் மாதிரியான கிராணிகள், மஸ்டர் களம் - காங்கு, திட்டி எனும் விடுப்பு, கூலி முறைகள், குழந்தைகளுக்கு ஆயாக் கொட்டகைகள், பள்ளிக்கூடங்கள், பாலியல் சீண்டல்களுக்கு உள்ளாகும் பெண்களின் நிலை, பிள்ளைப் பேற்றை மட்டுமே 'துய்ப்பாக'க்கொண்டு நடக்கும் பிரசவங்கள், கருச்சிதைவுகள், ஆதிக்கம் மற்றும் சுரண்டலுக்கு எதிராக இளைய தலைமுறையினரின் விழித்தெழல்... என இச்சிறு நாவல் மலேயாத் தோட்டத் தொழிலாளர் வாழ்வை ஓவியம் போலத் தீட்டி விடுகிறது.

தமிழ்நாட்டிலிருந்து வாழ்வாதாரம் தேடி மலேயா மண்ணுக்கு கனவுகளுடன் சென்ற ஒரு குடும்பம், தோட்டத் தொழிலில் ஈடுபட்டு பல்லாண்டுகள் கழிந்து அடுத்த தலைமுறைகளைக் கண்ட வாழ்வின் சிறு துளியை நாவல் பதிவு செய்கிறது. கூடவே, மலேசிய நாட்டின் விடுதலை, அந்நிய ஆங்கில தோட்ட முதலாளிகள் தங்கள் தோட்டங்களை உள்ளூர் பணக்காரர்களிடம் விற்க முயல்கின்றனர். கூடுதலான தோட்டப் பரப்பு. அதன் அதிக விலை காரணமாக தனி ஒருவரிடம்

விற்க முடியாத நிலைமை எனவே பலரிடம் தோட்டத்தைப் பிரித்து விற்கத் தயாராகின்றனர். இது 'தோட்டத் துண்டாடல்' எனத் தொழிலாளர்களால் அழைக்கப்படுகிறது. இப்படி விற்கப்படும் தோட்டங்களின் தொழிலாளர்கள் 'நோட்டீஸ்' தரப்பட்டு வெளியேற்றப் படுகின்றனர். சக தொழிலாளச் சொந்தங்களோடு பிற தோட்டங்களில் தங்க முடியாத நிலையும் உருவாகிறது. இந்நிலையில் ஒரு தலைமுறை வாழ்ந்து பிள்ளை, குட்டிகளைப் பெற்று வாழ்ந்தவர்கள் 'லயங்கள்' எனும் குடியிருப்புகளை விட்டும் தோட்டத் தொழிலிலிருந்தும் 'வெளியேற்றப்படுகின்றனர். மீண்டும் தாய் நாட்டிற்குத் திரும்புவதா? புதிய தோட்டங்கள் அமைக்கும் இடங்களுக்குச் செல்வதா? இங்கேயே பாரசாரிகளாக, நடைபாதை வாசிகளாகக் கிடப்பதா? சரி. ஆண்கள் கூட எப்படியோ 'காலம்' தள்ளலாம். பெண்கள், வயதுக்கு வந்த இளம் பிள்ளைகள் நிலை... மீண்டும் பூஜ்ஜியத்திலிருந்து... பெற்றோர்கள் அரை நூறாண்டுக்கு முன் வந்த அதே கால வாழ்வுக்குத் திரும்புவதா? எனும் அடிப்படை அதிர்ச்சி தான் நாவலின் மையம் எனலாம்.

தமிழ்நாட்டின் புதுக்கோட்டை பகுதியிலிருந்து வீரப்பன். வேலம்மாள் ஆகியோர் வேலம்மாளின் தம்பி பழனியுடன் மலேசியா வந்து சேர்கிறார்கள். தோட்ட வேலை, வசதி வாய்ப்பாய் வாழலாம் என வந்தோர்க்கு ஏமாற்றமே மிஞ்சியது. காடழிந்து சமவெளியாக்கி இரப்பர் தோட்டங்கள் உருவாக்குகின்றனர். முருகன், முத்து, பாலன், நடேசன், செல்லம்மாள், கமலம், ராஜா எனப் பிள்ளைகளைப் பெற்று வளர்க்கின்றனர். முருகன் படித்து ஆசிரியராகி கோலாலம்பூரில் பணி செய்து, அங்குள்ள வசதி வாய்ப்பான பெண்ணை மணந்து, பெற்றோர் உற்றாரை மறந்து விடுகிறான். நடேசன் படித்து உள்ளூர் தோட்ட மக்களுக்கானப் பள்ளியில் ஆசிரியப் பணியாற்றுகிறான். அண்ணன் முருகன் தன்னைப் போலவே 'வசதியாய்' வாழ அழைத்தும் மறுத்து தோட்டத்து வாழ்விலேயே தங்கிவிடுகிறான். இந்நிலையில், பாலனின் மாமா பழனியின் குடும்பம் அருகில் உள்ள தோட்டத்தில் தொழிலாளர்களாக உள்ளனர். அத்தோட்டத்தில் 'துண்டாடல்' 'நோட்டீஸ்' தரப்படுகிறது. பழனிக்கு காமாட்சி, கண்ணம்மா என்று இரண்டு மகள்கள். சிறுபிராயத்திலேயே காமாட்சிக்கு முருகன் என்றும் கண்ணம்மாவுக்கு பாலன் என்றும் எழுதப்படாத 'முடிவு' எட்டப்படுகிறது. முருகன் பணிக்குச் சென்ற இடத்தில் தன் மூலம் மறைத்து, காதலித்து ராதாவை கைப்பிடிக்கிறான். கூடவே ஊரையும் உறவையும் ஒதுக்கி விடுகிறான்.

இந்நிலையில் 'தோட்டத் துண்டாடலில்' பழனி குடும்பம் இடம் பெயர வேண்டிய நெருக்கடி. பாலன் முன் முயற்சி செய்து கண்ணம்மாவை தானும், காமாட்சியை தன் மற்றொரு உடன்பிறந்தான் முத்துவும் திருமணம் செய்து கொள்ள உறுதியளிக்கிறார்கள். பழனியின் தோட்டத்தில்தான் நோட்டீஸ் தரப்பட்டுள்ளது. வீரப்பன் தோட்டத்தில் தற்போதைக்கு இந்நிலை இல்லை. எனவே பாலனுக்கும் முத்துவுக்கும் திருமணம் செய்து விட்டால் காமாட்சி, கண்ணம்மா இருவரும் பாதுகாக்கப்படுவர் என்ற எண்ணத்தில் ஏற்பாடு செய்கிறனர். இந்நிலையில் யாரும் இது போல திருமணம் செய்யவோ, பிற தோட்ட ஆட்களுக்கு அடைக்கலம் தரவோ கூடாது என்று அறிவிப்பு வருகிறது. செய்வதறியாது திகைக்கின்றனர், பாலன் எப்படியாவது மாமன் மகள்களைக் காத்திட பிற நகரம் செல்ல எண்ணுகிறான். அவ்வேளை பாலனை அழைக்கும் கண்ணம்மா மங்கலத் தோற்றத்தில், மஞ்சள் துண்டைத் தாலியாகத் தந்து கழுத்தில் கட்டச் சொல்லி கணவன் மனைவி வாழ்வை பாலனோடு பகிர்ந்து கொள்கிறாள். தன்னால் தன் குடும்பத்துக்கும், மாமன் குடும்பத்துக்கும் தொல்லை நேரக்கூடாது எனத் திட்டமிட்டு இதனைச் செய்த கண்ணம்மா தூக்கில் தொங்கிவிடுகிறாள்.

இதற்கிடையே 'துண்டாடல்' சிக்கலைச் சமாளிக்க தொழிலாளிகள் ஒன்று சேர்ந்து சங்கமாகி பங்குப்பணம் தந்தால், அரசாங்கமும் உதவிப்பங்குப் பணம் தந்து தோட்டத்தை தொழிலாளிகளே நிர்வகிக்க வழி சொல்கிறார்கள். பாலனும், பாதிக்கப்பட்டத் தோட்டத்து கணேசன் உள்ளிட்ட இளைஞர்களும் தீவிரமாக இதில் செயல் படுகிறார்கள். தலைக்கு நூறு வெள்ளி வீதம் ஆயிரம் பேரை இலக்கு வைத்து அறுநூறு பேரைச் சேர்க்கிறார்கள். இந்நிலையில் இதை விரும்பாத முதலாளிகள் இதைச் சீர்குலைக்க முயன்று தோட்டத்து ஆட்களையே கருவியாக்குகிறார்கள். பாலன், கணேசன் போன்றோரைக் குற்றம் சொல்லி பலரைத் தூண்டிவிட்டு பணத்தைத் திரும்பக் கேட்கிறார்கள். வேறு வழியின்றி செலவழித்தத் தொகையினை தான் கொடுத்த நிதி முழுவதற்கும் எடுத்துக் கொள்ளச் சொல்லி, பாலன் தொகையை திரும்பக் கொடுத்து விடுகிறான்.

பழனி குடும்பமும், இன்னும் சிலரும் 'சாபா' மாகாணத்தில் புதிதாக உருவாகும் தோட்டத்துக்கு மறுபடியும் தொழிலாளர்களாக இடப்பெயர்ச்சி அடைய முடிவு செய்கிறார்கள். 'விக்டரி' தோட்டத்தில் கெடுபிடிகள் அதிகமாகின்றன. பாலன் பள்ளி, ஊர் நடவடிக்கை களுக்காக வேலை நீக்கம் செய்யப்படுகிறான். கணேசன் விரும்பிய

‘செல்லம்மாள்’ தோட்டத்து ‘டாக்டர்’ ‘டிரெஸ்ஸர் மாதவன்’ எனும் காமக் கொடூரனால் பாலியல் வல்லுறவுக்கு வலியுறுத்தப்பட, அதனைக் கண்ட பாலனின் தம்பி முத்து, மாதவனை துவம்சம் செய்கிறான். பொய் வழக்குப் போட்டு செல்லம்மாள், முத்து ஆகியோரை போலீஸ் அழைத்துச் செல்கிறது. இளைஞர்கள், தொழிலாளிகள் பாலன் தலைமையில் எதிர்ப்புப் போராட்டத்தில் அகிம்சை முறையில் ஈடுபடுகிறார்கள். இதனைக் கண்டு ஆத்திரமுறும் தோட்ட வெள்ளைமுதலாளி, மக்கள் ஒற்றுமை, அவர்கள் பக்க நியாயம் உணர்ந்து மாதவனை பணிநீக்கி, காவல் துறையிடம் ஒப்படைத்ததுடன், பொய் வழக்குகளை விலக்கி சலுகைகளும் தர ஒப்புக் கொள்கிறார். அதே வேளை, பாலனின் வேலை பறிப்பை மாற்ற மறுத்து விடுகிறார். பாலன் தன் மாமன் பழனி குடும்பத்தை வழியனுப்பிவிட்டு, தான் தோட்டத் தொழிலாளர்களுக்காகப் போராடத் தொழிற்சங்கப் பணிக்கு நகரம் செல்வதோடு கதை முடிகிறது.

இந்நாவலில் ஒரு வித இலட்சியவாதமும், நடப்பியல் வாதமும் இணையோட்டமாகச் செல்கிறது. நாவல் வழி இரப்பர்த் தோட்டத் தொழிலாளிகளின் வாழ்வின் சிறுபகுதி பொதுச் சமூகத்துக்கு வெளிச்சமிட்டுக் காட்டப்பட்டது ஒன்றே இதன் சாதனை எனலாம்.

நாவல் தொடர்கதையாக வந்ததால் ஒவ்வொரு பகுதியும் ஒரு தலைப்புடன் இருபத்து நான்கு இயல்களாக அமைந்துள்ளது. கதை மாந்தர்கள், அவர்களின் இயல்பு, கதைப் போக்கு ஆகியன அடிப்படையில் அகிலன் தலைப்புகளை இட்டுள்ளார்.

தோட்ட வாழ்க்கை

நாவல் முழுதும் தோட்டத் தொழிலாளர் வாழ்முறைகள் குறித்தப் பதிவுகள் விரவிக்கிடக்கின்றன. இரப்பர் பால் எடுத்தல், பாலமாக்குதல், அரைத்தல் போன்ற தொழில் கூறுகள் விளக்கப் படுகின்றன. அவரவர் “மரங்களை நாடிச் சென்று, கீறப்பட்ட பகுதிகளின் பட்டைகளைச் சீவிக் கிண்ணங்களில் பால்வடியச் செய்ய வேண்டும். ஒவ்வொரு மரமாக இப்படி முதலில் சீவி விட்டுக் கொண்டே வர வேண்டும். இதற்குள் காலை பத்து பத்தரை மணியாகி விடும். பிறகு அங்கேயே மரக்காட்டில் காலை ஆகாரம் நடக்கும். சாப்பிட்டவுடன் மீண்டும் பாலைச் சேகரிக்க வேண்டும். கிண்ணத்து பால் வாளிக்கு வந்த பின்னர் பெரிய வாளிக்கு மாற்றப்படும். அங்கிருந்து அதைக் கொண்டு போய் நிறுத்துக் கணக்குக் கொடுப்பார்கள்.

அளவுக்குத் தக்கபடி நாள்தோறும் கூலி பதிவாகும். தினக்கூலிதான். மாதச் சம்பளம் இல்லை" (ப.15).

தோட்டத் தொழிலாளர்களின் 'லயங்கள்' எனப்படும் வீடுகளின் அமைப்பு நாவலில், "மரப் பலகைகளில் இணைத்துக் கட்டப்பட்டு, மேலே தகரக் கூரை வேய்ந்த ஒருவகைப் பரண் வீடுகள். கீழே மரக்கம்பங்கள் நட்டு, வீட்டுக்கு வீடு தடுப்பு சுவர்களைப் போன்ற பலகை அடைப்புக்கள். மேலே வரிசை வரிசையான அறைகள். அறைகளுக்கு முன்னே உள்ள நீண்ட வராந்தா, நாலு குடும்பங்களுக்குப் பொதுவானது. ஒவ்வொரு குடும்பத்துக்கும் மேலே ஓர் அறை; அதற்கு கீழே உள்ள தரைப்பகுதி. குடும்பத்தில் இரண்டு பேராக இருந்தாலும் சரி, பத்துப் பேராக இருந்தாலும் சரி, அதுதான் வீடு" (ப.10).

தோட்டத் துண்டாடல் அறிவிப்பு நோட்டீஸ் தந்ததும் அந்த மக்கள் பட்டத் துன்பத்தில் அவர்களின் கடந்த காலமும் நிகழ்காலமும் நெஞ்சில் நிழலாகும் படியாக நாவலாசிரியர் பலவற்றைப் பதிவு செய்கிறார்.

"வெள்ளைத் தோட்ட முதலாளிக்கு ஆள் தேவைப்பட்ட காலத்திலே, நம்மவங்களை நாட்டை விட்டு நாட்டுக்கு ஒப்பந்தக் கூலியாக் கொண்டாந்தான். அரை வயித்துக் கஞ்சிக்கு அல்லும் பகலுமா உழைக்கச் சொன்னான். உறிஞ்ச வேண்டியதையெல்லாம் உறிஞ்சியாச்சு. சக்கையைத் துப்பி எறிஞ்சிட்டு, தோட்டத்தை வித்த பணத்தை மூட்டைக் கட்டிக்கிட்டு, அவன் கப்பலேறப் போறான். நாம இப்ப எங்க போறது? எப்படிப் பிழைக்கிறது?" (ப.26). சரியான விமர்சனம் இது. அதே போல அந்தத் தோட்டத்தொழிலாளர்களின் பிள்ளைகள் நிலையை,

"சிலர் ஆறாம் வகுப்பைக் கூட எட்டவில்லை. அந்தத் தோட்டத்து மண்ணிலேயே கருவாகி, உருவாகி, வித்தாகி, பயிராகி இன்று சிறு செடியாய் வேரூன்றி வளரத்துடிப்பவர்கள். தோட்டமாகிய அந்த மரக்காட்டை விட்டால் வேறு வெளி உலகத் தொடர்பே சிறிதும் இல்லாதவர்கள். மேற்படிப்புக்கும் வழியில்லை; வேறு வேலைக்கும் பயிற்சியில்லை. சரியாக அவர்களுக்கு வழி காட்டுவோரும் இல்லை. ஆணிவேர் நறுக்கப்பட்ட இளங்கன்றுகளாக அவர்கள் அங்கே தத்தளித்து தடுமாறிக் கொண்டிருக்கிறார்கள்" (ப. 26) எனப் பதிவு செய்கிறார்.

மலேசிய நாட்டின் உணவு, பழக்கவழக்கங்கள் அங்கொன்றும், இங்கொன்றுமாக பதிவாகி உள்ளன. 'ரம்புத்தான்' எனும் பழம் பற்றி, "செக்கச் சிவந்த நிறத்தில் கோழி முட்டையை ஒத்த வடிவத்தில் நீண்ட

காம்புகளுடன் விளங்கிய அந்தப் பழம் பார்ப்பதற்கும் கண்ணைப் பறித்தது; சுவைப்பதற்கும் இனிமையாக இருந்தது. தோலைக் கீறி அகற்றிவிட்டு, உள்ளே பனம் நுங்கின் சுளை போல் இருந்த பழத்தை எடுத்துச் சாப்பிட்டான்" (ப. 36) எனச் சுட்டுவார்.

முருகன் தோட்டத்திலிருந்து படித்து, வெளியேறி, ஆசிரியர் வேலைக்குப் போய் கோலாலம்பூரில் வசதி வாய்ப்புகள் நிறைந்த பெண் ராதாவை விரும்பித் திருமணம் செய்து கொள்கிறான். அவர்களிடம் தான் 'தொழிலாளி' குடும்பம் என்பதை மறைத்து, தன் தந்தை 'கிராணி' என்கிறான். மேலும், பாலனையும் இத்தகு வாழ்வுக்கு அழைக்கிறான்.

"இதோ பார் பாலா, நான் உனக்கு உதவி செய்யணும்னா நீயும் எனக்கு ஓர் உதவி செய்துக்கணும். எஸ்டேட் வாழ்க்கையை அடியோடு நீ வெறுக்கக் கத்துக்கணும். பிறவியிலேருந்து அது கொடுத்திருக்கிற தாழ்மை உணர்ச்சியை வேரோடு கிள்ளிக் குப்பைத் தொட்டியிலே எறிஞ்சிடணும். அதோட பாசம், பந்தம், ஒட்டு, உறவு எல்லாத்தையும் கத்தரிச்சுக்கிட்டு, நீ அதிலேருந்து தப்பிச்சுக்கணும்; ஆமா, தப்பிச்சுக்கணும்" (ப. 78).

ஆனால், பாலன் இவற்றுக்கு ஆட்படவில்லை. தன் வேலையே போன பின்னும் தன் மக்களுக்காக நிற்கிறான். மாறாக, முருகனின் 'பொய்' அம்பலப்பட்டு முதலிரவே ஏமாற்றத்தில் முடிகிறது. இந்த வகை, மாதிரிப் பாத்திரப் படைப்புகள் வழி 'மேல் நிலையாக்க' உணர்வுகளின் அடித்தளத்தை நாவலாசிரியர் தொட்டு விவாதிக்கிறார்.

விழிப்புணர்வு

ஊரில் மாந்தோப்பையும், தென்னைந்தோப்பையும் மனதில் விரித்து தோட்ட வேலைக்கு வந்தவர்கள் மலை முகடுகளில், வனத்தில், வனவாசிகளைப் போல 'டெண்ட்' வீடுகளில் வாழ நேர்ந்தது அவலம் தான். ஆங்காங்கே இளைஞர்கள் வழியாக மாற்றம், முன்னேற்றம் குறித்த விழிப்புணர்வு தென்படுகிறது.

"ரப்பர் மரம் வெட்றதைத் தவிர வேறே எந்த வேலையுமே செய்யத் தெரியாத ஒரு கூட்டம் இருக்கலாமாங்கறது தான் என் கேள்வி. வேறே எந்த வேலையுமே பழகாமல், வேறே எந்த வேலைக்குமே லாயக்கில்லாமல் இருக்கிறதுனாலேதானே இன்னும் நாலு நாளைக்குப் பிறகு நூத்துக்கணக்கான குடும்பம் அவதிப்படப் போகுது? காலப் போக்கைத் தெரிஞ்சுகிட்டு அதற்குத் தகுந்தாப்பிலே நாம்ப இங்கே

வாழ வேண்டாமா?" (ப. 112) தொழிலாளிகள் பிள்ளைப் பெற்றுக் கொள்வது, கடன் வாங்குவது, வட்டியை அடைக்கக் காலம் பூராவும் உழைப்பது, சீட்டுப் போட்டு ஏமாறுவது, 'சம்சு' எனும் சாராயத்தண்ணிக் குடிப்பது என்பதாகக் 'காலம் கழித்தார்கள்' அடுத்தத் தலைமுறையாவது படிக்க வேண்டும் எனப் பள்ளிக்கூடமும், டியூசனும் பாலன் போன்றவர்களால் முன் எடுக்கப்பட்டன. அதே போல தோட்டத்துக்கும் முதலாளிகளுக்கும் வந்த 'மின்சாரம்' லயங்களுக்கும் வரக் கோரிக்கை வைக்கப்பட்டது. பாலியல் அத்து மீறல்களுக்கும் முடிவு காணப் போராட்டங்கள் வெடித்தன.

இந்நாவல் எழுதப்பட்ட பொழுது மலேசியாவில் தமிழ் இலக்கியம் என்று ஒன்று உருவாகியிருக்கவில்லை. தமிழ்நாட்டு இலக்கியங்களே வலம் வந்தன. படித்தவர்கள் மிகக் குறைவு. எழுதுபவர்கள் இல்லை எனும் நிலைதான்.

இந்நாவலைப் படித்து, பார்த்து எழுதத் தொடங்கியவர்கள் பலர். இது தமிழ்நாட்டுத் தமிழர்கள் மலேசியத் தமிழர்களை அறிந்து கொள்ள எழுதியது என்பார் அகிலன். ஆனால், மலேசியா வாழ் தமிழர்களே தங்கள் நாட்டின் தமிழ்க் குடிகளை அறிய இந்நாவல் பெரிதும் உதவியது என்பர்.

"நான் எழுதும் இந்த வாழ்க்கையில் நேரடியான அநுபவம் பெறாதவன்; தோட்டப்புறங்களில் வாழாதவன். ஆனாலும் தமிழ்நாட்டு எழுத்தாளன் ஒருவன் மேற்கொள்ளும் முதல் முயற்சி இது. இதுவரை இங்குள்ள எழுத்தாளர் யாரும் நமக்கு ரப்பர்த் தோட்டங்களில் வாழும் மலேசியத் தமிழர்களை அறிமுகம் செய்து வைக்கவில்லை. அந்த வகையில் இந்த நாவல் ஒரு முன்னோடியாக இருந்தால் போதும். எதிர்காலத்தில் மலேசியத் தமிழ் எழுத்தாளர்களிடமிருந்து. வெளிவரப் போகும் தலைசிறந்த - தோட்டப்புற வாழ்க்கை கொண்ட நாவல் களுக்கு காலத்தால் சருகால் உதிரும் இந்த நாவல் சிறிதளவு உரமாகப் பயன்படுமானால் அதையே நான் பெற்றப் பெரும் பேராகக் கருதுவேன்". என முன்னுரையில் அகிலன் குறிப்பிடுவார். அரை நூற்றாண்டை நெருங்கியும் இது சருகாகாமல் இருப்பதே வெற்றி.

'ரப்பர் மரத்திற்கு ரணங்கள் புதிதல்ல', மனிதர்களுக்கும் தான். நம்பிக்கை, மாற்றம், வளர்ச்சி, முன்னேற்றம் என்பது மனித குலத்தின் கனவு மட்டுமல்ல. இருப்பும் தான்.

- அகிலன், பால்மரக்காட்டினிலே, தாகம், சென்னை, இரண்டாம் பதிப்பு: 2021.

15
தோட்டத் தொழிலாளர்
இடப்பெயர்வும் இருப்பும்: இலக்கியச் சாட்சி

இலங்கையில் வசிக்கும் தமிழர்களை ஈழத்தமிழர்கள், மலையகத் தமிழர்கள் என இரு பெரும் பிரிவுகளில் அடக்குவர். பூர்வ குடிகளாக இருந்த தமிழர்கள் ஈழத் தமிழர்கள். தமிழ்நாட்டிலிருந்து புலம் பெயர்ந்து மலையகத் தோட்ட தொழிலாளர்களாக வந்து குடியமர்ந்தவர்கள் மலையகத் தமிழர்கள். மலையகத் தமிழர்களின் வாழ்வும் வரலாறும் கொடியது.

அதன் வரலாற்றுச் சுருக்கத்தை பாவை சந்திரன், 1815 முதலாக ஆங்கிலேயர்களால் தென்னிந்தியாவிலிருந்து தோட்டத் தொழிலாளர்களாக அழைத்து வரப்பட்டவர்கள். மிகக் குறைந்த கூலி வாங்கிக் கொண்டு ரப்பர், தேயிலை, காப்பித் தோட்டங்களில் வேலை செய்பவர்கள். இவர்களின் பயணக் கதை மிக மோசமானது. ஒப்பந்தக் கூலி முறையில் தென்தமிழகத்தில் பிடித்து இலங்கை காடுகளில் வழி நடத்தி அழைத்து வரும்போதே நாலில் ஒரு பகுதியினர் சாவை அணைத்துக் கொண்டனர்.

கால்நடையாக இராமேஸ்வரம் வரையும், அதற்குப் பிறகு தோணியிலும் மன்னார் கொண்டு செல்லப்பட்டனர். மன்னார் அடைந்ததும் அங்கிருந்தும் பல மைல்களுக்கு அப்பாலுள்ள மத்திய தென்பகுதி மலைகளுக்கும் கால்நடையாக அழைத்துச் செல்லப்பட்டனர்.

இந்தக் கூலிகளுக்குப் பருவநிலை பாதித்தால் வேலைவாய்ப்பு உத்தரவாதம் இல்லை. மாதக் கணக்கில் பட்டினிப் போராட்டம், ஆயுள் கைதிகளைப் போல் இவர்களது வாழ்விடங்கள் சிறு சிறு தடுப்புகளைக் கொண்டிருக்கும் அறைகளைக் கொண்டது. மகிழ்ச்சி, துன்பம், இறப்பு, பிறப்பு யாவும் இந்த அடுத்தடுத்து இருக்கும் சிறு சிறுதடுப்புகளில் தான்.

இவர்கள் மலையை விட்டுக் கீழே இறங்குவதற்கும், சிறிய நிலங்களைக் கூடச் சொந்தமாய் பெறுவதற்கும் உரிமையற்றவர்கள். இதன்மூலம் கண்டியச் சிங்களப் பகுதிகளில் இவர்கள் தனிமைப் படுத்தப்பட்ட அடிமைகள் போன்று வாழ்ந்து வந்தனர்.

இவர்களின் ஒன்றுபட்ட போராட்டங்கள் ஆதியிலிருந்து ஆங்கிலேய ஆட்சியாளர்களாலும், சிங்கள ஆட்சியாளர்களாலும் அடக்கி ஒடுக்கப்பட்டு விட்டன.

அதே சமயம் தமிழ் - சிங்கள பகை மூளுமானால் முதலில் தாக்குதலுக்கு ஆளாவதும் இவர்களே. நிலச் சீர்திருத்தத்தால் தங்களது நிலங்களையும் கூலி வேலை செய்ய முடியாத நிலையை அடைந்த சிங்கள விவசாயிகளின் கொடுஞ்செயலே இதற்குக் காரணமாகிறது. தங்களின் வாழ்க்கை இருண்டு போவதற்கு இந்த மலையகத் தமிழர்களே காரணம் என்பது கண்டிச் சிங்களவரின் கூற்றாகும். *(ஈழத்தமிழரின் போராட்ட வரலாறு பகுதி - 1, பக். 50 - 51)* எனப்பதிவு செய்கிறார்.

மலையகத் தமிழர்களின் வாழ்நிலையை பி. ஆர். பெரியசாமி, *ஏன் குடை பிடிக்காதே! செருப்பு போடாதே: வெள்ளை வேஷ்டி கட்டாதே! பத்திரிக்கை படிக்காதே! பொதுக் கூட்டத்திற்கு போகாதே! தொழிற்சங்கத்தில் சேராதே! தோட்டம் என்ற சிறைக்கூடத்தில் அடைத்து வைத்திருந்த தொழிலாளர்களைப் பார்த்து!*

பாட்டாளித் தோழனே! பயப்படாதே! தலை நிமிர்ந்து வெளியில் வா! இந்தா! நோட்டிசைப்படி உன் தொழிற்சங்கத்தில் சேர உனக்கு உரிமையுண்டு. அதை தடுக்க எவனுக்கும் உரிமையில்லை. தைரியமாக சேர், கள்ளக் கணக்கெழுத இடந்தராதே! கங்காணிகளது அட்டகாசத்தை மட்டம் தட்டு, குட்டிச் சாக்கில் சம்பளத்தை எடுக்கும் மட்டித் தனத்தை எட்டி உதை, அரை பெயர் போடுவதை எதிர்த்து நில், பகற் சாப்பாட்டிற்கு ஒரு மணிநேரம் லீவு உண்டு, அதை பயமின்றி கேள், உன்னை மிரட்டும். வீணர்களுக்கு பயந்து உரிமையை விட்டுக் கொடுக்காதே!" (தோட்டத்தொழிலாளர் வீரப்போராட்டம், பக். 64 - 65) என்று நேர்ப்பதிவு செய்வார்.

அவர்களின் அவலத்தையும் எதிர்ப்புகளையும் பி. ஆர். பெரியசாமி,

பொண்டாட்டியைத் தோட்டத்தில் நிறுத்திக் கொண்டு புருஷனுக்கு பத்துச் சீட்டுத் தந்து தோட்டத்தை விட்டு வெளியில் போட்ட நீசத் தனமான மோகச் செயல்கள் முட்டி மோதியநாள்.

கொதிக்கும் கஞ்சி, பசியால் குய்யோ முறையோவென அலறும் குழந்தைகள், அந்த பரிதாபத்தைக் கூடப் பாராமல் பட்டப்பகலிலே சட்டி பானைகளைத் தூக்கி எறிந்து, தப்புக் கொட்டி விரட்டிய சண்டாளத்தனம் கண்ட நாள்.

கொட்டும் மழையானாலும் குடை பிடிக்காதே! துரைமார்களைக் கண்டால் குனிந்து சலாம் போடு, காலை 5 மணிக்கே எழுந்து வேலைக்குப் போ! கங்காணி சொல்லைத் தட்டி நடவாதே! வருடத்திற்கு ஒருமுறை சம்பளக் கணக்குச் சொல்வர்! வாய் திறக்காதே! 33 சதம் தான் சம்பளம் மூச்சு விடாதே! ஒப்புக் கொள் என்ற தடபுடல் தர்பார் நாள்.

கம்பளி மூன்று ரூபாய் கருப்புக் கம்பளி மூன்று ரூபாய் வேஷ்டி மூன்று ரூபாய், வெள்ளை வேஷ்டி மூன்று ரூபாய் எனக் கள்ளக் கணக்கெழுதிக் கொள்ளையடித்த கங்காணிகளது அட்டகாசம் நிறைந்த அந்த நாள். (தோட்டத்தொழிலாளர் வீரப்போராட்டம், பக். 61 - 62) என்று தன் அனுபவம் வழி பதிவு செய்வார்.

மலையகத் தமிழர்களாக மாறிப்போன புலம்பெயர் தமிழர்களின் இடப்பெயர்ச்சி குறித்த பதிவுகள் குறைவு. மு. சிவலிங்கம் எழுதிய 'பஞ்சம் பிழைக்கவந்த சீமை' அதை நிறைவு செய்கிறது.

தமிழ்நாட்டின் திருச்சி - அரியலூர் - வாலிகண்டபுரம் வட்டார முருக்கன்குடி எனும் சிற்றூரிலிருந்து வாழ்வின் வளம் தேடி இலங்கைக்குச் செல்லும் இளைஞர்கள் வேலாயுதம், அர்ச்சுணன், தாண்டவன், பழனி, சீரங்கன் என்று பஞ்சபாண்டவர்கள் போல புறப்பட்ட இவர்களின், பயணத்தை வைத்து பஞ்சம் பிழைக்கப் போன தமிழர்களின் வாழ்க்கைப் பாதையைச் சித்திரிக்கிறது இந்நெடுங்கதை.

வறுமை, பசி, பட்டினி நிரந்தரமாகிவிட்ட அந்நியராட்சியில் அரசாங்கமும், தனியார் ஏஜெண்ட்களும் பொய், புரட்டுகளைச் சொல்லி கூலிகளாக காலனிய நாட்டுப் பணப்பயிர்த் தோட்டங்களுக்கு தமிழர்களைக் கப்பல் ஏற்றினார்கள். தீரா நோயாய் மாறிப்போன வறுமைச்சூழலில் இருந்து தப்பி வளம் காண வாழலாம் என்ற பெருங்கனவில் கங்காணிகள், ஆள்கட்டிகளின் வழி பரதேசப்பயணம் தொடங்கியது.

ஆள்கட்டி கங்காணிகள் முன்பணம் கொடுத்து ஆட்களைத் திரட்டினார்கள். அப்படி அரியலூர், திருச்சி வட்டாரத்திலிருந்தும் பிற பகுதிகளில் இருந்தும் ஆயிரம் பேர் புறப்படுகிறார்கள். கண்டிக்குப் பயணப்பட்ட இவர்கள் காட்டுவழிப்பயணம், படகு வழிப் பயணம், கால் நடைப்பயணம் என மாறி மாறி பயணிக்கிறார்கள். திருச்சியிலிருந்து ஒற்றையடிப் பாதை, வண்டிப்பாதைகளில் நடந்து செல்கிறார்கள். பாம்பனை அடைந்து அங்கிருந்து இராமேஸ்வரம் தனுஷ்கோடி செல்கிறார்கள். தலைமன்னார் பயணத்தின் இடையில் ஐவரில் அர்ச்சுணன், தாண்டவன் இல்லாமல் போய் வேலாயுதம், பழனி,

சீரங்கன் ஆகிய மூவரும் பயணத்தைத் தொடர்கிறார்கள். பசி, பிணி, பாம்புக் கடி, விஷத்தாக்குதல், மிருக வதை... என நூறு, இருநூறு மனிதர்கள் குறைந்து கொண்டே வருகிறார்கள். இறந்த உடல்களை மிருகங்களுக்கு விட்டுவிட்டு, வழிப்பறி, இனவெதிர்ப்பு என எல்லா துயரங்களையும் தாங்கி வயிற்றுப்பாட்டுக்காய் தொடங்கிய பயணத்தை மாத்தளையில் முடிக்கிறார்கள். அப்போது ஆயிரத்தில் ஐநூற்று ஐம்பது பேரே மிஞ்சுகிறார்கள்.

அடுத்து, ஆள்கட்டி கங்காணிகள் கையிலிருந்து தோட்டக் கங்காணிகள் கைகளுக்கு மாறுகிறார்கள். கண்டி மேமலை கோப்பித் தோட்டம் உருவாக காடழிப்பில் தொடங்கி, காபித் தோட்டங்களை பணம் காய்க்கச் செய்வது வரை தமிழ்க்கூலிகளின் உழைப்பு அடித்தளமாகிறது. காபிக்கு அடுத்து தேயிலை வருகிறது. தோட்டங்கள் மாறுகிறது. முதலாளிகள் மாறுகிறார்கள். ஆனால் வாழ்வு அதே நிலையில்தான். ஆண்களும், பெண்களும் படாதபாடு படுகிறார்கள். பெண்களின் நிலை கூடுதல் பரிதாபம். ஏமாற்றும், மோசடியும் பெருகி அதிகாரத் திமிர்த்தனங்களும் அதிகரிக்கின்றன.

உழைப்பாளிகள் தங்களை உணரத் தலைப்படுகிறார்கள். ஆங்கிலத் துரைகள், தமிழ்க் கங்காணிகள் எதிர்ப்பின் முகம் பார்க்கத் தொடங்கு கின்றனர். ஆங்காங்கே உரிமை கோரல் எதிர்ப்புகள். மூன்று கொலைகள் விழுகின்றன, வேலாயுதமும் அவனது பிற கூட்டாளிகள் சிலரும் கைது செய்யப்படுகிறார்கள். சீரங்கமும், பழனியும் வேறு தோட்டங்களில் பணி செய்து ஊர் திரும்புகிறார்கள். ஊரில் வேலாயுதமும் நண்பர்களும் வந்த கப்பல் மூழ்கிச் செத்துவிட்டார்கள் என்ற வதந்தி பரவி அவனது அப்பாவும் அம்மாவும் அதிர்ச்சியில் இறந்து போன செய்தியும், அவனது முறைப்பெண் பாப்பாத்தி வேறு ஒருவரை திருமணம் செய்து கொண்ட செய்தியும் வந்து சேர்கின்றன. வழக்கிலிருந்து விடுதலை அடைகிறான், வேலாயுதம், இங்கு ஆதிக்கக் கொலை செய்யப்பட்ட பூபதியின் மனைவி சரஸ்வதியை மணந்து மகன் பசுபதியை ஏற்று, ஒரு புதிய மகளையும் பெற்றெடுக்கிறான். பத்தாண்டுகள் கழித்து 1874 ல் தமிழ்நாட்டுக்கு திரும்புகிறான். தோட்டத் தொழிலாளர்கள் உரிமைக்கு கோ. நடேசய்யர் குரல் கொடுக்கிறார். சங்கம் பிறக்கிறது. கட்சிகள் வருகின்றன. இலங்கையில் தோட்டத் தொழிலாளர் நிலை கேள்விக் குறியாகிறது. சங்கம், தலைவர்கள், அமைச்சர்கள் இருமுகம் காட்டுகிறார்கள். முதலில் சென்ற தமிழர்களின் அடுத்தடுத்த தலை முறையினர் அங்கேயே வாழவும் சிலர் தாயகம் திரும்பவும் செய்வதோடு நாவல் நிறைவடைகிறது.

புதுமைபித்தனின் துன்பக்கேணி, கோகிலம் சுப்பையாவின் தூரத்துப் பச்சை வரிசையில் 'பஞ்சம் பிழைக்க வந்த சீமையும்' அமைகிறது.

"பிரித்தானிய பெருந்தோட்டம் வியாபாரிகளின் விவசாயத்தை நம்பி வந்த தென்னிந்தியக் கிராமத்துக் குடிகளின் நீண்ட நடைப் பயணம், உலக வியப்புக்குரியதாகும். தாய் மண்ணிலிருந்து, கானகத்துக் கூடாக நீண்ட நடையிலும்... கடல்பயணத்திலும்... மீண்டும் மன்னார்... மலைநாடு வரையிலும் கடந்து வந்த 'பாதையில்' பல்லாயிரக் கணக்கானோர் மடிந்து போன நிகழ்வுகள் மறைக்கப் பட்டன! உலகமறியாத ஒரேயொரு துயர வரலாறு, தென்னிந்தியத் தமிழர்கள் பிரிடிஷ்காரர்களின் பின்னால் பெருஞ்தோட்டச் செய்கைக்காக குடியேற்ற நாடுகளை நோக்கி கடல் கடந்து, அல்லல்பட்டு, அழிந்து போன வரலாறாகும்" என ஆசிரியர் உரையில் மு. சிவலிங்கம் சொல்வது மிகச்சரி.

இது நவீன ஆற்றுப்படை; துயர் பயணப்படைப்பு. தோட்டத் தொழிலாளர் புலப்பெயர்வின் ரிஷி மூலம். ஆசிரியர் சகபயணியாய் நின்று படைத்துள்ளார்.

புலம்பெயர் தொழிலாளரின் புலப்பெயர்வின் முன்னும் பின்னுமாக வாழ்வியல் பதிவுகள் இந்நாவலின் பெருஞ்சிறப்பு. அந்த வகையில் இப்படைப்பு ஒரு வரலாற்று சமூக ஆவணமாகத் திகழ்கிறது.

பிழைப்புக்காக அயலகம் செல்லும் முன், ஊரில் உறவுகளிடம் விடை பெறுதல், அச்சம் தரும் பயணக்கதைகள், பயண வழி, பயணத் துணை, கங்காணிகளின் கொடுஞ்செயல்கள். இழப்புகள், துயரங்கள், தோட்டங்கள், தோட்ட வேலையின் சிக்கல்கள், தங்குமிடங்கள், பெண்களுக்கான வன்கொடுமைகள், நம்பிக்கைகள், வழக்காறுகள், எதிர்ப்புணர்வுகள், நவகாலனியக்கூறுகள். நாவல் முழுக்க விரவிக் கிடக்கின்றன. இந்த வாழ்வும், வலிகளும் ஓர் இனத்தின் வாழ்வுக்கான போராட்டம். அது முடியாதது தொடரும். மாற்றம், புதுமை மலரும் என்ற நம்பிக்கையை இப்படைப்பு முன்வைக்கிறது.

வாழ்க்கையைத் தேடிப் புறப்பட்ட பயணம், அன்றாடம் வாழ்வின் முடிவை அதன் விளிம்பைக் காட்டிக்கொண்டே நடைபிண மனநிலையை உருவாக்கி விடுகிறது. வயிற்றுப் பிழைப்புக்குமாக ஊசலாடும் மனித இருப்பை உயிர்ப்போடு இந்நெடுங்கதை காட்சிப் படுத்தி விடுகிறது.

பஞ்சமும் பரிதவிப்பும்

ஆண்டாண்டு காலமாக பிறந்து வளர்ந்து வாழ்ந்த மண்ணில் வாழ முடியாத நிலை ஏற்பட்டு பிழைப்புத்தேடி இளம் தலைமுறை செல்ல நேரிடுகிறது. "பஞ்சத்த இதுக்கு மேல தாங்கிக்க ஏலாது... பணக்காரங் கிட்ட நஞ்ச புஞ்ச இருந்தப்போ... கம்போ, குரக்கனோ, கேவரோ, சோளமோ, கஞ்சி காச்ச சரி கெடச்சிச்சி வெள்ளக்கார நாய்க நெலத்த பறிச்சிகிட்ட பொறகு, யாரால என்னா செய்ய முடியும்? இப்ப இந்த ஏரி கூட அவனுக்கு சொந்தமா போச்சி, தெரியும்ல? அவன்நெனச்சா தான் இனிமே நமக்கு தண்ணி கூட கெடைக்கும்" "எல்லா ஏரியும் வெள்ளைக்காரன் சர்க்காருக்கு சொந்தமாச்சு. தண்ணிக்கும், வயல் நெலத்துக்கும் காணிக்காரங்க வரி கட்டணும், சொந்த வயக்காட்டுல வெவசாயம் செய்ய முடியாது! தோட்டம் கொத்த முடியாது...! எல்லாமே சர்க்காருக்கு சொந்தமாம். அவனுங்க எறக்குமதி செய்ற ஜாமான்களை பணங்குடுத்து வாங்கித் திங்கணுமாம். பணத்துக்கு எங்க போறது...?" "ஊரவுட்டு மட்டுமில்லை. நாட்டவுட்டே போவ வேண்டியிருக்கும்" *(பக். 2-3)*.

இந்த நிலையைப் பயன்படுத்த காலனி அரசு முனைந்தது. தன் ஏஜென்ட்டுகள் வழியாகவும் தனியார் கங்காணிகள் வழியாகவும் மனிதக் கூலிகளை தங்களது காலனி நாடுகளில் உள்ள பணப்பயிர்த் தோட்டங்களுக்கு ஏற்றுமதி செய்தது. மக்கள் கூடும் கோயில் போன்ற இடங்களில் நோட்டீஸ் அறிவிப்பு ஒட்டப்பட்டது. கூலிகளாகச் செல்ல பெயர்பதிவு செய்வோருக்கு கடனாக முன்பணமும் தரப்பட்டது. பயணம் போகிறவர்கள். தங்கள் குடும்பத்துக்கு தேவையான உணவு, உடை, பண்ட பாத்திரங்கள் வாங்கவும் பயணக் கைச்செலவுக்கும் இப்பணம் பயன்பட்டது. அதோடு உறவினர்களோடு கறிவிருந்தும் நடந்தேறியது. "செல்லான் குடும்பத்துல மட்டுமில்ல மச்சினே... காத்தமுத்து, தொப்புலான், ஆண்டி, ராமசாமி குடும்பத்துக்கும் மூனுநாளா தீபாவளி நடக்குது! கெடா அறுத்து, சம்பா பொங்கி, கூத்தும் கும்மாளமும் நடத்துக்கிட்டு இருக்கு...!"

'என்ன விசேஷம்ல...?'

'கண்டி சீமைக்கு போறாஹலாம்...!'

"வீசக்கார சங்கிலிதான் ஆளுக்கட்டியாம். முன் பணம் குடுத்துட்டு போயிறாக்காய்ங்கலாம்! ஆறு நாளுல அக்கர கௌம்பணுமாம்...!" *(ப.2)*.

முன்பணம் பெறுவர்கள் கங்காணிகளால் கடுமையாக மிரட்டப் பட்டார்கள். சர்க்காரும், போலீசும் சும்மாவிடாது என்று எச்சரிக்கப் பட்டார்கள்.

கண்டிக்குத்தான் போறமுன்று
கறிசோறு தின்னுப்புட்டு...
தோணிஏற மாட்டோமுன்னு
தொங்கலியே ஒளிஞ்சிக்கிட்டா
தொலைச்சுடுவான் ஆளுகட்டி...! (ப. 9)

எனப் பாடும் அளவுக்கு நிலைமை இருந்தது. பயணத்தைப் பற்றியும், தோட்ட வேலையைப் பற்றியும், அங்கு பொருள் ஈட்டி அடையப் போகும் பலன்களைப் பற்றியும் ஆள்கட்டி கங்காணி விலாவாரியாகச் சொல்கிறான்.

"கெவனமா கேட்டுக்கோ சிலோன் போற பயணத்துல சமுசியம், பயம் இருந்தா, பயந்தாங் கொள்ளிக எல்லாரும் ஓரமா நில்லு...! துணிச்சலானவென் மட்டும் ஒழுங்கா கேட்டுக்கோ! காடு, மேடு ஏறன்னும்... நம்மூரு நீலகிரி மாதிரி இருக்கும். கூதல் ஜாஸ்தியா யிருக்கும். கடலு மேல போவணும். சொந்த ஊர்ல்லாயிருந்து தேவிபட்டணம், பாம்பன் ராமேஸ்வரம் போற வரைக்கும் நடராசா தான் புரியுதா..."? (ப.10)

"கண்டி சீம, இருவத்திரெண்டு கட்ட தூரம்லே! கடல் தண்ணியக் கடந்தா மன்னாரு! ஓங் குப்பத்துலவெட்ட வெளிக்கி போயிட்டு வர்றதூரம்...! அங்க வெளிக்குப்போனா சூத்து கழுவ தண்ணி கெடைக்கும்! அங்க திங்கப் போற தீனி, கொஞ்ச நாளையில் ஓங் குண்டியில கொழுப்ப வெச்சிரும்....! ஓங்கோயி நொப்பன தவுற எல்லாமே கெடைக்கும்! நீ விருப்பப்பட்டா பொண்டாட்டி! கூட கிடைக்கும்" (ப.10) சங்கிலி கங்காணி கிண்டலாய் பேசினாலும் எளிய மனிதர்கள் நடப்பு நலிந்த வாழ்வைக் கடக்கும் கனவை சுமந்து தானே பயணப்படுகிறார்கள். பயண வழிக் கொடுமைகள் ஒருபுறம் என்றால் 'நரபலி' போன்ற காட்டுமிராண்டி வழக்கங்களும் பயமுறுத்தின. கொழும்பு கண்டி நெடுஞ்சாலையில் பாலம் கட்டும் போது நடந்த 'நரபலி' குறித்த கதைகளும் உண்டு.

நரபலி

"அந்த மூன்று இளைஞர்களையும் பாலம் கட்டும் இடத்திற்கு அழைத்து வந்திருந்தார்கள். பாலம் நிர்மானிக்கும் ஓர் உயர்ந்த கட்டிடத்தின் அருகில் பூசையை ஆரம்பித்தார்கள். கருப்பன்

கங்காணியும், சீமைத்துரைகளும் வந்து விட்டார்கள். அந்த மூவரையும் சாம்பிராணி போடச் சொன்னார்கள். கண்களை இறுக மூடிக்கொண்டு பால் போல் எரிக்கும் அந்த பௌர்ணமி வெளிச்சத்தில் கிழக்குத் திசையைப் பார்த்துக் கும்பிடச் சொன்னார்கள்.

அவர்களும் அவ்வாறு செய்யவே, பூசை செய்பவன் உடனே அவர்களை அடித்தளம் வெட்டியிருக்கும் குழிக்குள் தள்ளி விட்டான்...! குழுமியிருந்த கூலியாட்கள் கற்களை வேகவேகமாக குழிக்குள் உருட்டிவிட்டார்கள். அவசரஅவசரமாக மணல், சிமிந்தி சாந்துகளைக் கொட்டினார்கள். வெள்ளைக்காரர்கள் கண்களை மூடிக்கொண்டார்கள். கங்காணி பலமாகச் சிரித்தான். "சீமத்தொரைமார்களே! நரபலி குடுத்துட்டோம். இதுக்கு மேல கட்டு ஒடையாம கட்டடம் ஏந்திரிக்கும் பாருங்கோ" என்று வீரதீரமாகப் பேசினான்" (ப.6).

புறப்பாடு

வேலாயுதம் பயணம் தொடங்கும் முன், அவனது அக்காள் மகள் அவனின் முறைப்பெண் பாப்பாத்தி அவனிடம் நடந்து கொண்ட முறை, ஏறக்குறைய திருமணம் ஆகி, ஆகாமல் அயலகம் செல்லும் பலரின் வாழ்வின் சிறுதுளிதான்.

"அவள் அவனிடம் வெட்கத்தைவிட்டு கேட்டாள். அவனை இழுத்துப் பிடித்து காதுக்குள் வாயை வைத்து சூடு தெரிக்க குசுகுசுத்தாள். 'மாமா, இந்த மூனு நாளைக்கும் நானும் நீயும் புருசன் பொண்டாட்டியா சேந்து இருக்கணும்!' "பாப்பு...! மடத்தனமா பேசுறியே, நா வெளித் தேசம் போயிவர்ற வரைக்கும் ஒன்னையத் தொடமாட்டேன்னு சொன்னது மறந்து போச்சு?" "மாமா...! நா ஆம்பள சோகத்துக்கு அலைலீயே மாமா! ஒனக்காக நான் புள்ள பெத்துக்கணும். நீ போன பொறகு நா முழுகாம இருக்கிற சங்கதி சேரிக்குள்ளேயும், ஊருக்குள்ளேயும் தெரிஞ்சிருக்கணும். நான் கெட்டுப் போவணும். அதுதான் எனக்கு பாதுகாப்பு. இல்லேன்னா எங்கப்பன் என்னையை கலியனுக்கு கட்டி வெச்சிடும்' அவள் தேம்பி தேம்பி அழுதாள்" (ப.25).

அப்படியே நடந்து பாப்பாத்தி கருவுற, வேலாயுதம் செத்துப் போனதாக வந்த வதந்தியில் கரு கலைய, தனக்கும், பெற்றோருக்கும் உதவிய கலியனை மணக்க நேர்கிறது. வேலாயுதமோ பல்லாண்டுகள் பாப்பாத்தியை நினைத்தே விரதம் இருப்பது போல தனிக் கட்டையாகக் காலம் கழிக்கிறான்.

தங்குமிடங்கள்

நடைப்பயணவழியில் 'திருச்சி-சிலோன் பயணிகள் தங்குமிடங்கள்' உருவாகியிருந்தன. காட்டு வழிப் பயணத்தில் இளைப்பாற, சமைத்து சாப்பிட ஆங்காங்கே தங்குமிடங்கள் ஏற்பாடு செய்யப்பட்டிருந்தன. கோயில்கள், மடங்கள் தவிர்த்து இதற்கெனவே செட்கள், தண்ணீர்த் தொட்டிகள் அமைத்திருந்தார்கள்.

பயண அவதி

பயணத்தில் மக்கள் பெரும் அவதிப்பட்டார்கள். நீண்ட தூரம் நடந்தறியாதவர்கள், வயோதியர்கள், நோயாளிகள், பெண்கள், கைக் குழந்தைகள்... வயிற்றுப்பாட்டிற்கான பெருவலியை அனுபவித்துச் சென்றார்கள். "மூச்சுக்குத்து, மாரடைப்பு, இடுப்புப்புடி, மண்டகுத்து, மொழங்காலு சுலுக்கு, ஆஸ்துமா, காச்சல்னு போனதுக... அப்புறம் சாட்டு சீவாத்து, சிறுத்த, புலி, விரியன், புடையன், வண்டு, கொளவின்னு போனதுக" (ப. 40) என இறப்புக் கணக்கு வந்து கொண்டே இருந்தது.

காலனிய நாடுகளுக்கு தென்னிந்தியர்கள் கூலித்தொழிலாளர்களாக செல்ல உடனடிக்காரணமாக அமைந்தது. உலகில் அடிமை முறை சட்டப்பூர்வமாக ஒழிக்கப்பட்டதுதான். அதுவரை அடிமைத் தொழிலில் உடலுழைப்பு நல்கிய ஆப்பிரிக்கர்கள் விடுதலை ஆனார்கள். 'உடல் உறுப்புகளாலும் இதயங்களாலும் நாங்கள் மனிதர்களாகி விட்டோம்' என்று அவர்கள் ஆர்ப்பரித்தார்கள்.

பணப்பயிர் சாகுபடியில் நுழைந்திருந்த வெள்ளை முதலாளிகள் மாற்றுகளைத் தேடத் தொடங்கினார்கள். உலகில் எப்பகுதி மக்களை விடவும் பொருத்தமானவர்களாகத் தமிழர்கள் இருந்தார்கள்.

"தென்னாப்பிரிக்க கறுப்பர்களைப் போலவே உடல் பலத்திலும், பணிவிலும், அப்பாவித் தன்மையிலும் அனைத்து குணாதிசயங்களிலும் ஆப்பிரிக்க அடிமைகளைப் போலவே எந்த துயரங்களையும் தாங்கிக் கொண்டு மிருகங்களைப் போன்று உழைத்துக் கொடுப்பதற்கு இந்தியாவின் தென்பகுதி தமிழர் எனும் இனத்தைக் கண்டுபிடித்து உள்ளோம்! அவர்கள் பட்டினியில் வாழ்ந்து கொண்டிருக்கிறார்கள். ரொட்டித் துண்டுகளைத் தேடி நகரத்துக்கு செல்வதற்கும் தயாராக விருக்கிறார்கள். அங்கே மழை என்ற சங்கதியே கிடையாது...! மண்ணெல்லாம் வெடித்து வாயைப் பிளந்து கிடக்கின்றன. ஊர் முழுக்க தூசி... காற்றடித்தால் தூசி மழைதான் பெய்யும்! தூசிப்புயல் வீசும்! "நீங்கள் வேண்டிய மட்டும் அவர்களைச் சொந்தமாக்கிக் கொள்ளலாம்" (ப.47) என மெட்ராஸ் ஆளுநர் தோட்ட முதலாளிகளிடம்

சொல்வார். இந்தியத் தமிழர்கள் தோட்டத் தொழிலாளர்களாக மாறியது இப்படித்தான்.

தப்பு அடித்தல்

பறை எனும் இசைக் கருவி தமிழர்களின் ஆதியிசைக்கருவி. காலப்போக்கில் தீண்டாமை நுழைந்து போர்ப்பறை சாப்பறையாகி விட்டது. பயணம் தொடங்கும் போதே 'தப்பு' செய்து கொண்டு ஆள்கட்டி வரச் சொல்லி இருந்தான். இரண்டு இடங்களில் அது பயன்படுகிறது. ஒன்று வழிநடையில் காட்டு மிருகங்களிடம் இருந்து காத்துக்கொள்ள. மற்றது தோட்டத்தில் ஆட்களைத் திரட்ட.

மன்னாரிலிருந்து மாத்தளை நோக்கிச் செல்லும் காட்டுப் பாதையில் சங்கிலி தப்படிக்க கட்டளையிட்டான். "காட்டுக்குள்ள நொழைஞ்சி போற நேரம் தப்படிச்சிக் கிட்டே போவணும்...! ஆன, சிறுத்த, பிலி, இன்னொம் காட்டுமுருகங்க இருந்தா பயந்து தூர ஓடிப் போகும்! நம்மகிட்ட எந்த சனியனும் வராது...! காட்டுப் பயணத்துல பாதுகாப்பு ஆயுதம் நமக்கு வேற ஏதும் கிடையாது" (ப.68). பயணவழி காடாக, கரடுமுரடாக இருந்தது. பாதை என்று ஒன்று இல்லை.

"பாதையும் வெட்டி
பயணம் சென்றோம்"

எனப் பாடும்படிக்கு வழிகளை ஏற்படுத்திக் கொண்டு சென்றார்கள்.

பயணக் கொடுமை

வழியில் நடந்த துயரங்கள். எழுத்தில் வார்க்க முடியாத சோகச் சித்திரம். நடைபயணத்தில் சிலரைக் காணவில்லை. சங்கிலியும் சில இளைஞர்களும் பின்னோக்கித் தேடி வருகிறார்கள். இதோ அந்தக் காட்சி.

"அங்கே இருவர் நின்று கொண்டிருந்தார்கள். இரண்டு பேர் தரையில் கிடந்தார்கள்! 'என்ன மசக்கமா?' என்று ஓடினான் மாறப்பன். நின்று கொண்டிருந்த வாலிபர்கள் அழுதபடி சொன்னார்கள் "ரெண்டு பேரையும் இத்தோ தண்டி பொடையன் பாம்பு கடிச்சிருச்சி... பாம்ப பாத்த நாங்க இந்தத் தடியால அடியோ அடின்னு அடிச்சோம்... அது ஒடம்ப உப்பி உப்பி காட்டிட்டு காட்டுக்குள்ள ஓடிப் போயிரிச்சி... இவுங்க ரெண்டு பேரும் கொஞ்ச நேரத்துள்ள மசக்கம் போட்டு விழுந்துட்டாங்க. பேச்சுமூச்சு கிடையாது. தொட்டுப் பாருங்கண்ணே! என்றான் ஒரு இளைஞன். இரண்டு பேரையும் புரட்டிப்புரட்டிப் பார்த்தான் மாறப்பன். அவனுடன் வந்தவர்களும் தூக்கிப் பார்த்தார்கள்.

நாடியைப் பிடித்துப் பார்த்தார்கள்... நெஞ்சில் காதை வைத்துக் கேட்டார்கள். இதயத் துடிப்பு நின்றிருந்தது. கைகால்கள் விறைந்து, கண்கள் அகலத்திறந்து கிடந்தன. விசம் ஏறி உடல்கள் நீலநிறமா யிருந்தன" (ப.77). அவர்களைக் காப்பாற்றத்தான் முடியவில்லை. அடக்கம் செய்யவாவது செய்யலாம் என்றால் அதற்கும் வாய்ப்பு இல்லை. அப்படியே விட்டுவிட்டு காட்டு மிருகங்கள் பார்த்துக் கொள்ளும் என்று பயணத்தைத் தொடர்கிறார்கள்.

பயணம் நெடியதும் கொடியதுமாகி விட்டது. "மன்னார் காட்டிலிருந்து மதவாச்சி வரும் வரை பாம்புக் கடியினால் இறந்து போனவர்களே அதிகமாகவிருந்தனர். பட்டப் பகலில் சிறுத்தைகள் மனிதரை கவ்வி இழுத்துக் கொண்டு போவதைக்கண்டு அலறி சத்தம் போடுவதைத் தவிர வேறொன்றும் அவர்களால் செய்ய முடியாதிருந்தனர்.

புதருக்குள் பதுங்கியிருக்கும் சிறுத்தைகளும், புல்லுக்குள் பதுங்கியிருக்கும் பாம்புகளும் அவர்களது மரணத்தை நிர்ணயித்துக் கொண்டிருந்தன. அந்தக் கானகப்பயணத்தில் தடுமாறித் தத்தளித்து நகர்ந்து கொண்டிருந்தன. அவர்களுக்குப் பின்னால் மரணம் பத்தடி தள்ளியே வந்து கொண்டிருந்தது.

ஓடையில் நீர் அள்ளி சமையல் செய்த பின்னர், நீராடி வந்து சாப்பிட்ட பின்னர். நீரோடையின் மேல் பகுதியில் காட்டெருமையின் அழுகிய சடலம் கிடப்பதைக் கண்டு வாந்தி எடுத்தவர்களும் வாந்தி பேதியால் இறந்தவர்களின் கதைகளும் இந்தப் பயணத்தில் மதவாச்சி காட்டில் நடந்ததை நினைத்து வருந்தினார்கள்" *(ப.90).*

வழியில் அருவி போன்ற அமைப்பும் ஆறும் குறுக்கிட்டன. மக்கள் அப்படியே நின்றார்கள். சங்கிலியனும் அவன் கூட்டாளிகளும் யோசித்தார்கள். அருகில் இருந்த வேடர் பாலத்தில் மக்களை நடக்கச் சொன்னார்கள். சிலர் சென்ற நிலையில் பாரம் தாங்காமல் பாலம் உடைந்து, இருபது பேர்களுக்கு மேல் நீரில் அடித்துச் செல்லப் பட்டார்கள். அவர்களை மீட்கவோ, காக்கவோ வழியின்றி வேறு மரப்பாலம் வழியாக சங்கிலியன் அழைத்துச் சென்றான். வேலாயுதமும் அவனது நண்பர்களும் ஆவேசம் கொண்டார்கள். என்ன செய்வது?

"மதவாச்சிக்கும், அநுராதபுத்துக்கும் இடைப்பட்ட காடுகளில் கிட்டகிட்ட மனித எலும்புக் கூடுகளும், மண்டையோடுகளும் கிடந்தன. "எலும்புக்கூடுக கெடக்குற தெசையிலத்தான் நாம நடக்கணும்... அதுகதான் நமக்கு பாத காட்டும்!" என்றான் சங்கிலியன்" *(ப.109).*

"மண்டை ஓடுகள் எல்லாமே நமது மக்களுடையது தான். மரணத்தைச் சுமந்து கொண்டு, காடுகளைக் கடந்து கொண்டிருப்பவர்களின் மூச்சு நின்று போகின்ற இடங்களிலெல்லாம் இந்த ஓடுகளும், கூடுகளும் குவிந்து விடுகின்றன. இவை சிலோன் பூர்வீக வாசிகளின் கூடுகளா யிருக்க முடியாது" (ப.109).

இச்சூழலில் துயரம் பெருக்கெடுக்க,

பாதையிலே வீடிருக்க
பழனிச்சம்மா சோறிருக்க...
எருமத் தயிரிருக்க
ஏண்டி வந்தோம் கண்டி சீமை (ப.110)

என மக்கள் பாடும் நிலை உருவானது.

வேலாயுதம், பழனி, சீரங்கன், காசி போன்ற இளைஞர்களுக்கு யோசனை சொல்லி வழி நடத்தும் பெரியவராக இருந்த 'சன்னாசி' காட்டில் நடக்க முடியாமல் பின் தங்கி விட்டார். அவரைத் தேடிச் சென்றால் உட்கார்ந்த அவரால் எழ முடியவில்லை. அவரது சிறிய வயது மகன் தூக்கிவர முயல்கிறான். முடியவில்லை. எல்லோரும் விசனப் படுகிறார்கள். மகனக்கூட விட்டு நடக்கலாம் என்றால் முன்பண முதல் போட்ட சங்கிலியன் மிரட்டி முடியாது எனச் சண்டை போடுகிறான். வேறு வழியின்றி சன்னாசி எனும் பெரியவரை நடுக்காட்டில் விட்டு விட்டு பயணத்தைத் தொடரும் பரிதாபநிலை.

"தங்களது வழிப்பயணத்தில் எத்தனையோ பேர்களின் உடல்களை காட்டுச் செடிகளுக்குள் மறைத்து வைத்து விட்டு வந்த வேலாயுதத்துக்கும் நண்பர்களுக்கும், சன்னாசி உயிரோடு மரத்தடியில் உட்கார வைத்து விட்டு வந்து கொடுமையிலும் கொடுமையாகவிருந்தது. எல்லோரும் மௌனமாக நடந்தார்கள். நடைச்சத்தமும், சன்னாசியின் மகனின் விசும்பலுமே வழி நெடுகிலும் கேட்டுக் கொண்டிருந்தது. பையனை இறுகப் பிடித்துக்கொண்டே நடந்தார்கள். அவன் எந்த சந்தர்ப்பத்திலும் திரும்பி ஓடும் மன நிலையிலேயே தயாராகவிருந்தான்" (ப.116). மன்னாரிலிருந்து மாத்தளையை அடையும் காலக்கணக்கெடுப்பு அதிர்ச்சி தந்தது.

"திருச்சி மாவட்டம் பெரம்பலூர் கிராமத்து, காளி கோவில் மைதானத்தில் ஆயிரம் பேர்கள் என்று சங்கிலியன் சொன்னான். பாம்பனுக்கு வந்ததும் தொள்ளாயிரம் பேர்கள் என்றான். மன்னார் கரை இறங்கியதும் நூற்றி ஐம்பது கடலோடு போக, எழுநூற்று ஐம்பது

என்று மன்னார் இறங்கு துறையில் சொன்னான். இப்போது... நாளந்தை தங்குமிடத்தில் ஐந்நூற்று ஐம்பது" *(ப. 132).*

கம்பளி

தோட்டத் தொழிலாளர்களின் தவிர்க்க முடியாத புழங்கு உடையாக கம்பளி திகழ்கிறது. நாவலில் கம்பளி பற்றிய பதிவு சிறப்பாக இடம் பெற்றுள்ளது.

"கம்பளி என்பது ஒன்பது அடி நீளமாகவும், மூன்றரை அடி அகலமாகவும் நெய்யப்பட்ட போர்வையாகும். அது பருத்தி போன்ற துணி என்று எவரும் நினைத்துவிடக்கூடாது. செம்மறியாட்டு மயிர்களை இங்கிலாந்திலிருந்து கொண்டு வந்து, இந்தியாவில் அதற்கென செய்யப்பட்ட நெசவுயந்திரத்தில் நெய்து எடுப்பார்கள். மயிர் ஒவ்வொன்றும் ஒட்டிக் கொள்வதற்காகப் புளியங்கொட்டையில் பசை செய்து பூசி இருப்பார்கள்.

அந்த நீண்டப் போர்வையை இரண்டாக மடித்து, 'கொங்காணி' செய்து தலையில் மாட்டிக்கொள்வார்கள். கம்பளிப் போர்வை கெண்டைக்கால் வரை தொங்கும் குளிரிலிருந்து காப்பாற்றிக் கொள்வதற்கு கதகதப்பான சுகத்தைத் தரும். நனைந்து விட்டால் ஐந்து, ஆறு இராத்தல் பாரமாகிவிடும். கம்பளி, மழையில் தொழிலாளர் நனையாமல் இருப்பதற்காகவும், குளிரிலிருந்து தங்களைக் காப்பாற்றிக் கொள்வதற்காகவுமே அறிமுகப்படுத்தப்பட்டது.

கம்பளி இன்னுமொரு முக்கிய தேவைக்கும் அவசியப்பட்டது. ஆரம்பக் காலத்தில் காடுகளை அழித்துக் கொண்டிருந்த போது உயிர் கொல்லும் குளவிப் பூச்சிகள், தேனிப்பூச்சிகள், இன்னும் பெயர் அறியாத விஷ வண்டுகள் காட்டுக்குள் முதன்முதலாக நுழையும் மனிதர்களைத் தாக்குவதற்கு படையெடுத்து வரும் அந்தத் தாக்குதலிலிருந்து தங்களைப் பாதுகாத்துக் கொள்ள கம்பளி மயிர்களில் சிக்கிக் கொண்ட பூச்சிகள், திமிற முடியாமல் மாட்டிக் கொள்ளும் போது ஏனைய பூச்சிகள் பயந்து பறந்து போய்விடும்! கம்பளியில் மாட்டிய பூச்சிகளைத் தரையில் அடித்து மிதித்துக் கொன்று விடுவார்கள். கம்பளிபோடாத வெய்யிற் காலங்களில் குளவிகளால் கொட்டப்பட்டு நூற்றுக்கணக்கான தொழிலாளர்கள் வேலைத் தளத்திலேயே இறந்து போனார்கள்" *(ப.137).*

தோட்ட மக்களுக்கு கம்பளி மிக அவசியப்பட்ட அன்றாட வாழ்க்கைத் தேவைகளுள் ஒன்றாகிவிட்டது. படுக்கை விரிப்பாகவும்,

விருந்தினர்களுக்கு ஜமக்காளமாவும், பந்திப் பாயாகவும் பயன்பட்டது. "கல்யாணத்துக்குப் போனாலும் கம்பிளியும் கையுமாய் போ" என்று பழமொழி உருவானது. மேலும் கங்காணிகள் பொய்க்கணக்கு எழுதவும் கம்பளிகள் பயன்பட்டதை நாட்டுப்பாடல்கள் பதிவு செய்து உள்ளன.

பாரம் கொடுத்தல்

கங்காணிகள் தாங்கள் கூட்டி வந்த கூலித் தொழிலாளர்கள் தோட்ட உரிமையாளர்களான ஆங்கிலத் துரைகளிடம் கையளிப்பது பாரம் கொடுத்தல் எனப்பட்டது. "இப்ப ஓங்க எல்லாரையும் சீமான் தொரகிட்ட பாரம் குடுக்கப் போறேன்...!" என்றான் சங்கிலியின். (ப.134)

மலையக வாழ்வு

மலையடிவாரங்களிலேயே கோப்பி தேயிலைத் தோட்டங்கள் அமைந்திருந்தன. அவற்றின் அருகிலேயே தொழிலாளர் தங்குமிடங்களும் அமைக்கப்பட்டன. அருகில் இருந்தால் அதிகம் உழைப்பைப் பெறலாம் என்பதுதான் நோக்கம். தோட்டங்களை முதலாளிகள் 'எஸ்டேட்' என்றார்கள். தங்களது விருப்பமான பெயர்களை ஆங்கிலத்தில் சூட்டிக் கொண்டார்கள். கங்காணிகள் தொழிலாளர்களிடம் கலந்து கொண்டு தமிழில் பெயர்கள் வைத்துக் கொண்டார்கள். "கல்மதுரை, தென்மதுரை, தங்க மலை, கல்லு மலை, மேமலை, புலிகண்டாமலை, ஆனைக்காடு, மந்திமலை, குரங்குமலை, பிசாசு மலை, உச்சிமலை, மல்லிகைப்பூ, சந்திர காந்தி, சூரிய காந்தி, குடமல்லி, கொத்தமல்லி, ராசா தோட்டம், ராணிதோட்டம், அந்தோனிமலை, மேகமலை, சாஞ்சமலை, பழுங்கு மலை, வழுக்குப்பாறை என்றெல்லாம் பெயர்கள் அமைந்தன. இவை பெரும்பாலும் காரணப் பெயர்களாகவே இருந்தன. ஆங்கிலத்தில் அல்பிய, பிரஸ்டன், டிரேட்டன், விக்டன், மேபீல்ட், பெயாபீல்ட், தோர்ன்பீல்ட், ப்ளக்வேட்டர், ப்ரெஸ் வோட்டர்.. எனப் பெயர்கள் இட்டார்கள் (ப.140).

கோப்பித் தோட்டப் பணிநிலைகள்

கோப்பித் தோட்டப் பல்வேறு பணிகள் பல நிலைகளில் நடை பெறும். தொழிலாளர்கள் காலநிலை, பயிர் பருவங்களுக்கு ஏற்ப பணிகளைச் செய்வர்.

பழம் பறிப்பது

"ரத்தச் சிவப்பு பழங்களையும், சிவப்பேறிய பழங்களையும் பறித்துக் கொண்டு போனார்கள். எந்தக் காரணத்தைக் கொண்டும், கை தவறியேனும் பச்சைக் காய்களைப் பறித்து விட்டால், தொலைந்து போய்விடும் அன்றைய நாள் சம்பளம்...! சம்பளம் மட்டுமல்ல, அடியும் உதையும் சரமாரியாகக் கிடைக்கும். பெண்களென்று கூட பார்க்காமல், தலை மயிரைப்பிடித்து குலுக்கி ஆட்டுவார்கள்.

குட்டிச் சாக்கு நிறையும்படி பழங்களைப் பறித்து பொட்டலுக்கு கொண்டு வர வேண்டும். பொட்டலில் குட்டிச்சாக்கு பழங்களை கோணிச்சாக்கில் கொட்டி நிறைப்பார்கள். சுமந்து செல்லும் அளவுக்கு பாரத்தை நிறைப்பார்கள்" *(ப. 147).*

"கோண கோண மலையேறி
கோப்பிபழம் பறிக்கையிலே
ஒருபழம் தப்பிச்சின்னு
ஓதைச்சானாம் சின்னத்தொரை!" (ப. 146)

என நாட்டார் பாடலில் இடம்பெறும் அளவுக்கு பழம்பறித்தல் முக்கியத்துவம் பெற்றதாகிறது.

பழங்களைக் கீழே எடுத்து வருதல்

மலையிலிருந்து சுமக்கும் அளவு பழங்களைச் சாக்குகளில் கட்டி மலையடிவாரத்துக்கு கொண்டு செல்ல வேண்டும். கர்ப்பிணிப் பெண்களும் கூட மிகக் கொடிய இப்பாதையில் நடந்தே தீர வேண்டும். "மலையுச்சியிலிருந்து அடிவாரம் வரைக்கும் ஐம்பது யார் தூரத்துக்கு ஒரு வேலையாள் நிற்பான். கோப்பி மூட்டை அப்படி அப்படியே ஒவ்வொருவரது தோள் பட்டைக்கும் மாறிக் கொண்டிருக்கும்.

மலையுச்சியிலிருந்து அடிவாரம் வரைக்கும் படிக்கட்டுகளோ, பாதையோ கிடையாது. நடையில் உண்டாகிய ஒத்தையடி பாதைகள் உருவாகியிருக்கும். பாதை வழுக்கும் தன்மை கொண்டது. எவரும் வழுக்கி விழுந்தால், உச்சியிலிருந்து உருண்டு அடிவாரத்தில் போய் தான் கிடப்பார்கள். மூட்டைச் சுமையோடு வழுக்கி விழுந்தவர்களில் எத்தனையோ வேலையாட்கள் கழுத்து முறிந்து செத்துப்போன சம்பவங்களும்" (ப.148).

அடுத்து, காபி கொட்டையை ஊரவைத்து இடிப்பது முக்கியமான பணி. "இடிச்ச கொட்டைகள தொட்டிக்குள்ள கொட்டி கழுவணும், தோல் நீக்கணும்... இடிபடாத கொட்டைகளை தனியா பொறுக்கி சேக்கணும்... வைக்கணும்" *(ப.155).*

நோய்கள்

தோட்டத் தொழிலாளர்களை புறநோய்கள் போலவே அகக் கொள்ளை நோய்களும் தாக்கி அழித்தன. காலரா, மலேரியா தாக்கி இறந்தவர்கள். வேலையை விட்டு விட்டுத் தாயகம் பயணப் பட்டவர்கள் ஏராளம். "கோப்பிச் செய்கையில் ஈடுபட்ட தொழிலாளர் களையும், தோட்ட உரிமையாளர்களையும் சொல்லி வைத்தாற் போல் கொலரா நோய் தாக்கியது. இந்த நோயை கொள்ளை நோய் என்றார்கள். தொழிலாளர்கள் சாரி சாரியாக மந்தைகளைப் போல இறந்து கிடந்தார்கள். புதைப்பதற்கு சக தொழிலாளர்கள் கிடைக்காததால், அந்தந்த இடங்களில் அழுகிய பிணங்கள் துர்நாற்றத்தை அள்ளி வீசிக் கொண்டிருந்தன. அந்த நாட்களில் வெள்ளைக்கார சீமைத்துரைமார்களும் பல பேர் கொள்ளைநோய்க்கு பலியானார்கள். முதலாவது கோப்பித் தோட்டத்தை உண்டாக்கிய ஜோர்ஜ்பேர்ட் துரையும், கொலரா நோயினாலே இறந்து போனார். தொழிலாளர்கள், நோய்வந்தால், வைத்தியசாலைக்குப் போகின்ற பழக்கம் அறவே கிடையாது. பக்கத்து கிராமங்களிலிருக்கும் சிங்களவரிடம் நாட்டு வைத்தியம் செய்வதும், பேய் விரட்டும் 'கட்டடி'யிடம் போவதுமாக இருந்தார்கள். அதனால் இவர்களிடையே நோய் கூடுதலாகப் பரவத் தொடங்கியது" (ப.161).

பாஸ் புத்தகம் – துண்டுமுறை

கோப்பிக் காலம் முடிந்து தேயிலைக் காலம் தொடங்கியதும் புதிய பணியிடத்தில், புதிய முதலாளியிடம் கையளிக்கப்பட்டனர். தொழிலாளர் வாழ்வில் பாஸ் புத்தகம், துண்டு முறை முதலியன முக்கியமானவை.

"கடனைக் காட்டி பயமுறுத்தும் கங்காணியின் கணக்குப் புத்தகத்தை பாஸ் புத்தகம் என்பார்கள். அந்தப் புத்தகத்தில் கூலித் தொழிலாளர்கள் தென்னிந்தியாவில் எந்த கிராமத்தில், எந்த ஜில்லாவில் எந்த தாலுக்காவில், எந்த ஜாதியில் என்ற விபரமும் அவர்கள் பாம்பனிலிருந்து புறப்பட்ட நாள்முதல் மாந்தனைக்கும், கண்டிமுகாமுக்கும் வந்த நாள் வரையிலான விபரங்கள் எழுதி வைக்கப்பட்டிருக்கும்.

"கடனைக்காட்டி பயமுறுத்தும் கங்காணியின் கணக்குப் புத்தகத்தை பாஸ் புத்தகம் என்பார். அந்தப் புத்தகத்தில் கூலித் தொழிலாளர்கள் தென்னிந்தியாவில் எந்த கிராமத்தில், எந்த ஜில்லாவில், எந்த தாலுக்காவில், எந்த ஜாதியில் என்ற விபரமும் அவர்கள் பாம்பனிலிருந்து புறப்பட்ட நாள்முதல் மாந்தளைக்கும் கண்டி முகாமுக்கும் வந்த நாள் வரை யிலான விபரங்கள் எழுதி வைக்கப்பட்டிருக்கும்.

தொழிலாளிக்கு வழங்கப்பட்ட ரேசன் அரிசி, பருப்பு, கொச்சிக்காய், உப்பு, புளி, மாசி, கருவாடு, எண்ணெய் என்ற உணவுப் பொருட்களின் விபரங்களெல்லாம் எழுதப்பட்டிருக்கும் அந்த புத்தகம் எந்தநேரமும் கங்காணியின் உடலில் ஒட்டியிருக்கும் கோட்டுப்பைக் குள்ளேயே வைத்திருப்பான்" *(ப.169).*

"ஒரு ஆளை இன்னொரு தோட்டத்துக்கு இடமாற்றம் செய்ய வேண்டுமானால், அந்த ஆள் தற்போது வேலை செய்த தோட்டத்துக்கு கொடுக்க வேண்டிய கடன் தொகை, ஒரு துண்டுச் சீட்டில் எழுதப் பட்டிருக்கும். அது கடன் அட்டையாக கருதப்படும். அந்தத் துண்டோடுதான் தொழிலாளர்கள் புதிய தோட்டத்துக்குப் போவார்கள். அதைத் துண்டுமுறை என்பார்கள்" *(ப.170).*

"கடன் துண்டு, கூப்பன் மாதிரி கடுதாசி அட்டையாகவிருக்கும் ஒரு தோட்டத்துக்குப் போகவிருக்கும் தொழிலாளருக்கு தனித்தனியே எழுதிக் கொண்டு வந்திருக்கும் கடந்துண்டுகளை கங்காணி வாசித்தான். கடனை கட்டிக் கட்டி, இன்னும் தீராதகடன் இருப்பதாக கங்காணி வாசிக்கும் போது, தொழிலாளர் கூக்குரலிட்டனர்" *(ப. 203).*

பெண் வதை

தோட்டத் தொழிலில் ஈடுபடும் பெண்கள் படும் இன்னல்கள் சொல்லிமாளாது. தனிப்பெண்கள் சகத் தொழிலாளர்களால் இன்னலுக்கு உள்ளாவது, துரைமார்கள் விரும்பும் பெண்களை கங்காணிகள் வற்புறுத்திக் கொண்டு செல்வது, கங்காணிகளும் வரம்பு மீறி பெண்களை பாலியல் வல்லுறவு செய்வது என அவை நீளும்.

"கோப்பிக் காட்டுல, தேயிலக் காட்டுல வேல செய்றப்போ அவனுங்களுக்கு புடிச்சிருந்தாதான் அந்திக்கு கங்காணி கிட்ட சொல்லி, அவனுங்க கூடாரத்துக்கு கூட்டிக்கிட்டு வரச்சொல்லுவானுங்க... கறுப்பா, காப்பி மாதிரி இருக்குற பொம்பளைகளதான் அவனுகளுக்கு புடிக்கும்.... கங்காணி வாச சவுக்காரம் குடுத்து, குளிச்சுப்புட்டு, சுத்தமா கூடாரத்துக்கு வரச் சொல்லுவான்.

அப்படி அவனுக ஆசப்பட்ட உருப்படிகள கூட்டிக்கிட்டு போர கங்காணி கிட்டேயும் அந்த அப்பராணி பொம்பள படுக்கணும்" *(ப.174).*

இப்படியான அக்கிரம வரிசையில்தான் பூபதியின் மனைவி சரஸ்வதி அம்மை கண்ட தருணத்தில் கங்காணியும் அடியாட்களும் துரையிடம் தூக்கிச் செல்ல, பிரச்சனை முற்றி பூபதி கொலையாகிறான்.

வேலாயுதமும் அவன் நண்பர்களும் கங்காணியையும் கூட்டாளி களையும் பலி தீர்த்து மூன்று கொலை விழுகிறது.

சங்கு ஊதுதல்

பறையடித்து மக்களைத் திரட்டியது போல அதிகாலை வேலைக்கு ஆயத்தப்படுத்த சங்கு ஊதுவது வழக்கத்தில் இருந்தது. தொழிற்சாலைகளில் வேலை தொடங்கும், முடியும், இடைவேளை நேரங்கள் சங்கூதி அறிவிப்பு ஆவது போல தோட்டங்களில் சங்கு ஊதுவர். கங்காணிக்கு வேண்டிய நபரே சங்கூதுவார். பின்னர் கங்காணிக்கு உதவியாளாகி, புதிய கங்காணி ஆகிவிடுவதும் உண்டு.

"கொப்பி தோட்டத்து சங்கை, சிங்கமலை அடிவாரத்தில் இருக்கும் சுரங்கத்துக்கு மேலே நின்றுதான் அம்மாசி ஊதுவான். சின்ன தரவளை, பெரிய தரவளை, மல்லிகைப்பூ, டம்பறை, மறுபக்கம் பளிங்குமலை, அந்தோணி மலை வரை கேட்கும். இந்த சங்கு சத்தத்தை தொடர்ந்து தான் மற்றைய தோட்டத்து சங்கு சத்தங்கள் கேட்கத் தொடங்கும்" *(ப.225)*.

சீட்டரிசி

உழைப்பாளிகள் தங்களின் சுக, துக்கங்களுக்குத் தேவையான பண்டம் பாத்திரங்களுக்காக சேமிப்பது வழக்கம். நாள், வாரம், மாதம் என்ற கணக்கில் 'சீட்டு' சேர்ந்து தேவையானவர்கள் அதனை எடுத்துப் பயன்படுத்துவர். இன்றைக்கும் சிறந்த சிறுசேமிப்பாக இது விளங்குகிறது. தோட்டத் தொழிலாளர்களின் 'சீட்டரிசி' நடைமுறையினை நாவல் பதிவு செய்துள்ளது.

"அருக்காணி, கல்யாணம்... மரணம்... போன்ற நிகழ்வுகளுக்கு இவர்கள் இவ்வாறே சீட்டரிசி சேகரித்துக் கொள்வார்கள். கிழமையில் ஒவ்வொரு சனிக்கிழமையும் ஒரு சுண்டு வீதம் 'சீட்டு' பிடிக்கும் வழமை ஒரு பாரம்பரியமாக வளர்ந்து வந்தது" *(ப. 235)*.

லயம்

லயம் என்பது தோட்டத்தொழிலாளர்களின் குடியிருப்பு. காலனி. லயத்து வீட்டு அறையை 'காம்பரா' என்றார்கள். இவை போர்த்துக்கீசச் சொற்கள். சிங்களவர்கள் இப்படி அழைத்ததால் தமிழ்த் தொழிலாளர்களும் அப்படியே அழைத்தனர்.

தண்டனையும் வெகுமதியும்

தவறு செய்யும் தொழிலாளர்களை - கங்காணியை எதிர்ப்பது, உரிமைகளைக் கேட்பது, பெண்களை மோசமாக நடத்துவதை எதிர்ப்பது... என எது செய்தாலும் கடுமையாக உயிர்ப்பறிப்பு தண்டனை தரப்பட்டது. அன்றாடம் வேலைக் காட்டில் அடிப்பது, உதைப்பது, அவமானப்படுத்துவது வாடிக்கை. அதே நேரத்தில் மேற்படி தண்டனை என்பது உயிரோடு மரத்தில் கட்டிவைத்து மிருகங்களுக்கு இரையாக்குவது. அல்லது சாகடித்து மிருகங்களிடம் போட்டுவிடுவது. இப்படிச் செய்யும் கங்காணிகள், அடியாட்கள் நிர்வாகத்தால் கூலி உயர்வு வெகுமதி தந்து பாராட்டப்பட்டார்கள்.

“அந்த தோட்டத்தில் புலிகண்டாமலை என்ற கொழுந்து காடு இருக்கிறது. சிறுத்தைகள் மேயும் அந்த மலையில், எதிர்த்துப் பேசும் தொழிலாளர்களைக் கொண்டு போய் மரங்களில் கட்டிவைத்து விட்டு வந்து விடுவார்கள். இரவில் சிறுத்தைகள் வந்து, அடித்து உடலை இழுத்துக் கொண்டு போய்விடும், இவ்வாறு கொலைகள் செய்யும் அடியாட்களுக்கு துரையும், கங்காணியும் மாறிமாறி இரட்டைக் கூலி கொடுப்பார்கள்” *(பக். 238 - 239).*

சுமைதாங்கி கல்

தோட்டத்தில் கர்ப்பிணிகளாக இருக்கிற பெண்களுக்கு தனிச் சலுகை இல்லை. தப்பித்தவறி இடறி விழுந்தால் மரணம் தான். இப்படி மரணங்கள் நேரும் போது அவர்கள் நினைவாக சுமை தாங்கி கல் நடுவது தோட்டத் தொழிலாளர் வழக்கம்.

“கர்ப்பஸ்திரி கந்தையா சம்சாரம் (பழனியம்மா) கற்பாறையில் வழுக்கி விழுந்து, அங்கேயே சீவன் போய், கம்பளியில் தொட்டில் கட்டி வீட்டுக்கு சுமந்து செல்கிறார்கள்...! பரட்டையன் தாயோழி...! கர்ப்பஸ்திரிகளுக்கு ரோட்டோரம் நெரகுடுக்க மாட்டான்... கர்ப்பஸ்திரி... பழனியம்மாவுக்கு நடந்து காவு இல்லை... கொல...! என்று அரப்புலி சத்தமிட்டான்” *(ப.271)* என்று சாவும் அதற்கு எதிரான மக்கள் எழுச்சியும் நாவலில் பதிவாகிறது. சுமைதாங்கி பற்றி மூத்தவர் வீரமலை வழி சொல்லப்படுகிறது.

“பழனியம்மா தூக்கிச்சொமந்த பாரத்த எறக்கி வைக்காம போயிட்டா... அவ ஞாவகமா சன நடமாட்டம் செய்ற பாதையில, மூனு ரோட்டு, நாலு நோட்டு பிரியிற சந்தியில ‘சொமதாங்கி கல்லு’ நாட்டி வைக்கணும்! என்றார். வாலிபர்களுக்கு ‘சொமதாங்கி கல்லு’

பற்றி புரியவில்லை... சுமைதாங்கி கல் நாட்டி வைக்கும் மரபு ரீதியிலான பழக்கம், தென்னிந்தியாவில் தமிழ்க் கிராமங்களிலிருந்து வந்தது. கர்ப்பவதிகள் பிரசவிக்காமல் இறந்து போனால் அவர்களுக்காக இப்படி ஞாபகார்த்தக் கல் நாட்டுவார்கள். அந்தப் பாதைகளில் சுமைகள் சுமந்து செல்லும் வழிப்போக்கர்கள் தங்களது சுமையை, அந்தக் கல்மேல் இறக்கி வைத்து விட்டு சிறிது நேரம் இளைப்பாறிச் செல்வார்கள். தனிக்கல்லில் ஐந்தடி உயரம் எட்டு இஞ்சி அகலம் தூண் செதுக்கி இரண்டு தூண்களை மூன்றடி இடைவெளியில் நாட்டி, அதன் மேல் இன்னொரு தூணை ஏற்றி வைத்திருப்பார்கள். அது சுமையை வைப்பதற்கும், தூக்குவதற்குமான உயரத்தில் நாட்டப் பட்டிருக்கும்" *(ப.273)* இந்த நினைவினை,

"சொந்தம் உறவு என்று
சுமைதாங்கி நின்னமாதா!
சுமைய இறக்காம நீ
சொர்க்க லோகம் போனதென்ன!
என்ன பெத்த மாதா உனக்கு
சுமைதாங்கி கல்லு வச்சோம்!"

என்கிறது நாட்டார் பாடல்.

நம்பிக்கைகள்

மனிதர்கள் எங்கு வாழ நேரிட்டாலும் அவர்களுடன் இருப்பது நம்பிக்கைகள். இப்புதினத்திலும் ஆங்காங்கே நம்பிக்கைகள் பற்றிய குறிப்புகள் இடம் பெறுகின்றன. இரவு தனியாகப் பயணம் செய்வர்களை எதுவும் அண்டாதிருக்க அவர்களுடன் சில பொருட்களை வைத்து அனுப்புவர்.

"காட்டு வழியாக வீட்டுக்குப் போகும் அவனுக்கு, பேய், பிசாசு அண்டாதிருக்க சோற்றுப் பொட்டலத்தில் கரிக்கட்டை, தகரத்துண்டு வைத்திருந்தாள்" *(ப. 195).*

புலம் பெயர்ந்து வருபவர்கள் தங்களுடன் தங்கள் சாமிகளையும், தல விருட்சங்களையும் கொண்டு வருவது மரபு. நாவலில் இந்த நம்பிக்கை இடம் பெறுகிறது.

"முனியாண்டி கோவிலுக்குச் சென்றான். ஒரு குத்துக்கல், ஒரு சூலாயுதம், வளர்ந்து வரும் ஒரு ஆலங்கன்று, பச்சைப் பந்தல், கூரையோ, கட்டிடமோ அமைந்த கோவில் அல்ல. அந்த காலத்தில், இவர்களுக்கு முன்பு இந்த தோட்டத்துக்கு வந்தவர்கள் தாங்கள்

கொண்டு வந்த ஆலம் பழத்து விதைகளைத் தூவி கன்று உண்டாக்கு வார்கள். தங்களது நண்பர்கள், உறவினர்கள் தோட்டங்களில் வேலை செய்யும் போது இறந்து போகும் இடங்களில் இவ்வாறு ஆலங் கன்றுகளை நாட்டுவார்கள். காடு மேடுகளில் தாங்கள் பயப்படும் இடங்களிலெல்லாம் ஆலங்கன்றுகளை நாட்டி, சூலாயுதம் நாட்டு வைப்பார்கள். அது ஏதாவது ஒரு காவல் தெய்வமாக மாறிவிடும். கருப்பு சாமியோ, காளியோ, மாடனோ, முனியாண்டியோ, வனத்து சின்னப்பரோ, ஏதாவதொரு காவல் தெய்வம் உண்டாக்கப் பட்டிருக்கும்" *(ப.212)*. நாட்டார் சாமிகள் அதன் பரவல் குறித்து இதன் மூலம் உணரலாம்.

உணவு

மக்கள் வாழ்வின் உயிர் நாடி உணவு. பயண வேளையிலும் ஊருக்கு ஊரு உணவு வேறுபாடுகள் காணப்படுவது நாவலில் பதிவு செய்யப்பட்டுள்ளது.

பயணம் புறப்படும் முன் கோழி அடித்து விருந்து வைப்பது வழி நெடுக தானிய உணவுகளைப் புசித்தும் காய் கனிகளைத் தின்றும் பசியாறுவது, வெள்ளைக்கார துரை ஆட்டுக்கறி, மாட்டுக்கறி தின்பவர்களுக்கு தனித்தனியே உணவு பரிமாறுவதும் சித்திரிக்கப் படுகிறது.

"லண்டன் தொரமார்களுக்கு விருப்பமான ஊரு... தேனுல ஊற வச்ச மான் இறைச்சி கெடைக்கும்... இந்த ஊரு சனங்களுக்கு சோளம், நெல்லரிசி எல்லாம் தாராளமா நம்ம சீமானுங்க குடுத்து வச்சிருக்காங்க... இவுங்க ஆக்கி வச்சிருப்பாங்க... நாம சாப்புட வேண்டியது... அம்புடுதான்" *(ப. 107)*.

சிங்களவர்களின் பிரதான உணவாக சோளம் விளங்குவது சுட்டப்பெறுகின்றது.

"அன்று இரவு சாப்பாடாக சோளக்கதிர்களை, உப்பு நீர் சேர்த்து அவித்து வைத்திருந்தார்கள். ஒருவர் எத்தனை கதிர்களை வேண்டு மானலும் கடித்துச் சாப்பிடலாம். சோளம் சிங்கள குடிவாசிகளின் பெருமதிமிக்க உணவாகும். கம்பு, கேவர், குரக்கன், மக்கா சோளம் யாவும் தென்னிந்தியர்களின் பிரதான உணவாக இருந்தது" *(ப.107)*.

"நாளத்தை தங்குமிடத்துக்கு நூறு றாத்தல் பெறுதியான மரை இறைச்சி கிடைத்திருந்தது. கட்டுவலையில் சிக்கிய மரை ஒன்றை கிராமத்தான் ஒருவன் வெட்டித் துப்பரவு செய்து. பெரிய காசுக்கு தங்கு

மடத்துக்கு விற்றிருந்தான். மரை இறைச்சி, மான் இறைச்சியைப் போலவே இருக்கும்" (ப.130).

அதே போல அடித்தள மக்களின் விருப்ப உணவான கருவாடு பல இடங்களில் இடம் பெறுகிறது. தோட்டத்தில் வழங்கப்படும் ரேஷன் பற்றிய பதிவு:

"ஒரு கூலியாளுக்கு உப்பு ஒன்னேகா ராத்து, மாசி அரறாத்த, நெத்திலி ஒரு றாத்த... பருப்பு ஒரு கொத்து... பயிறு ஒரு கொத்து... காய்ஞ்ச கொச்சிக்கா முக்கா றாத்த. அரிசி ஒரு பொச, (புசல்) புளி ஒன்னேகா றாத்த, ஈர வெங்காயம் (சின்னவெங்காயம்) ஒரு றாத்த, கொத்தமல்லிகா கொத்து" (ப.195).

கூலி

தோட்டத் தொழிலாளிகளுக்கு அவர்களின் உழைப்புக்கேற்ற கூலி எப்போதும் கிடைத்தது இல்லை. சொற்ப கூலியையும் பொய்க்கணக்குச் சொல்லி கங்காணிகள் எடுத்துக் கொண்டனர். பல ஆண்டுகள் உழைத்தும் கடனாளிகளாக ஊர்த்திரும்ப இயலாநிலை. உரையாடலில் அங்கு இருந்த கூலி நிலவரம் இடம் பெறுகிறது.

"மொத வருசம் முடியிற வரைக்கும் ஒரு ஆம்பளைக்கி 10 சிலிங்கு குடுக்குறாங்க. 18 வயசுக்கு மேல இந்த சம்பளம் கெடைக்குது 18 வயதுக்கு கீழ 8 சிலிங்கு குடுக்குறாங்க. பன்னெண்டு வயசு, பதினஞ்சி வயசு பக்கிகளுக்கு (பையன்கள்) 6 சிலிங்கும், பத்து பன்னெண்டு வயசு பக்கிகளுக்கு 5 சிலிங்கும் குடுக்குறாங்க"

"பொம்பளைக்கு, அதாவது 18 வயசுக்கு மேல 6 சிலங்கும், 15, 18 வயசு புள்ளைகளுக்கு 5 சிலிங்கும் 12, 15 வயசு புள்ளைகளுக்கு 4 சிலிங்கு, 10, 12 வயசு புள்ளைகளுக்கு 3 சிலிங்கும் குடுக்குறாங்க. இதுதான் தொரமாரு சங்கம் குடுக்கும் சட்டப்படி சம்பளம்" (பக்.188). (சிலிங்) ஸ்டெர்லிங் என்பது இலண்டன் நாணயம்.

திருமணம் - பெண் கேட்டல்

நாவலில் தொழிலாளர்கள் திருமணம் போன்ற வாழ்க்கை நிகழ்வுகள் மிக எளிமையாக நடைபெறுகின்றன. கோயிலில் மாலை மாற்றி, மஞ்சள் கயிறு கட்டிக்கொண்டால் அதுதான் திருமணம். அருக்காணி திருமணமும், வேலாயுதம் சரஸ்வதியை மறுமணம் செய்து கொள்வதும் சித்திரிக்கப்படுகின்றன. பெண் கேட்டு உறுதி செய்வதை இப்படி நடத்துகிறார்கள்.

“மூக்கன் வீட்டில் கம்பளியை விரித்துப்போட்டார்கள். பெரியவர், தனது சம்சாரத்தோடும், வேலாயுதத்தோடும் நான்கு கூட்டாளிகளையும் கூட்டிக்கொண்டு போனார் முறைப்படி ஒருவர் கேள்வி கேட்டார், “என்ன சங்கதியா வந்திருக்கீங்க?”

“ஒங்க வூட்ல ஒரு பூவு இருக்கிறதா கேள்விப்பட்டோம். அந்த பூவ எம் பேராண்டி காத்தானுக்கு கேட்டு வந்தோம்” என்றார் பெரியவர்.

அவ்வாறு சம்பிரதாயக் கதைகள் நான்கு வீடுகளிலும் நடந்தன. (நான்கு திருமணப்பெண்கள்) ஒரு புதன் கிழமை, பங்குனிமாதம், நான்கு மாப்பிள்ளைகளுக்கும் *4ம்* நம்பர் மலையிலிருக்கும் வழிப்பிள்ளையார் கோவிலில் கலியாணம் நடந்தேறியது” *(ப.213).*

நாட்டார் பாடல்கள்

நாவல் முழுக்க நாட்டார் வழக்காறுகள் விரவிக் கிடக்கக் காணலாம். மக்களின் துன்ப துயரங்களின் வடிகாலாக நாட்டார் பாடல்கள் திகழ்கின்றன. தோட்டத் தொழிலாளர் வாழ்வின் ஓர் அங்கமாக இப்பாடல்கள் விளங்குகின்றன. முழுப் பாடல்களும் தராமல் சூழலுக்கு ஏற்ப சில வரிகளில் நாவலில் ஆங்காங்கே இவை இடம் வெறுகின்றன.

தோட்டங்கள் இருக்கும் மலைதான் தொழிலாளர்க்கு எல்லாமும் ஆக விளங்குவதை,

கூனி அடிச்ச மலை
கோப்பி கன்னு நட்ட மலை
அண்ணனை தொலைச்ச மலை
அந்தோ தெரியுது பார்...! (ப. 138)

வாழ்வாதாரமாகவும் அதே நேரத்தில் உறவுகளைக் காவு கொடுத்த பலி பீடமாகவும் மலை அமைந்துவிடுகிறது. சொல்லொணா துயரங்கள் கொடுமைகள். உயிர் மட்டுமாவது மிஞ்சுமா என்ற கவலையை,

“கண்டி கருப்பாயி
கம்பளித்து மீனாட்சி
ஒத்தக்கட ராமாயி - ஒன்
உசுரு இருந்தா போதுமடி...!” (ப. 167)

எனப்பாடி தீர்க்கின்றனர். கூலிக் கணக்கு எப்படியும் தொழிலாளி வயிற்றில் அடிக்கும் பிணக்காகவே இருந்திருக்கிறது.

ஓடி ஓடி கொழுந்தெடுத்தேன்
ஒரு கூடை கொழுந்தெடுத்தேன்
பாவி கணக்கப்புள்ளை
பத்து ராத்தல் சொல்லுறானே...!   (ப. 184)

இது கணக்கப்புள்ளை காரியம் என்றால், கங்காணி கொடுமை இதோ.

தோட்டம் பெரளியில்லே
தொரை மேலே குத்தமில்லே...
கங்காணிமாராலே
கணபெரளியாகுதய்யா...!   (ப. 240)

வேலை நேரம் எப்படியெல்லாம் வதைக்கிறது என்பதை,

தண்ணி கருத்திருச்சி
தவளசத்தம் கேட்டிருச்சி
புள்ளையும் அழிதிரிச்சி
புண்ணியரே வேலை விடு...!   (ப. 257)

இவை தோட்டத் தொழிலாளர் வாழ்வின் விளைச்சல். நாட்டார் மரபில் பரவி உள்ளன. நவீன இலக்கியங்களிலும் இத்தகைய பதிவுகள் இடம் பெறுகின்றன.

"புழுதிப் படுக்கையில்
புதைந்த என் மக்களைப்
போற்றும் இரங்கற்
புகழ்மொழி இல்லை.
பழுதிலா அவர்க்கோர்
கல்லறை இல்லை
பதிந்தவர் நினைவு நாள்
பகருவார் இல்லை."

ஊணையும் உடலையும்
ஊட்டி இம் மண்ணை
உயிர்த்தவர் இங்கே
உளங்கசிந் தன்பும்
பூணுவாரில்லை அவர்
புதைமேட்டிலோர் - கானகப்
பூவைப் பறித்து
போடுவாரில்லையே   (மக்கள் கவிஞர் சி. வேலுப்பிள்ளை)

என்றெல்லாம் விசனத்தை வரலாற்றுக் கல்வெட்டாய் இலக்கியங்களில் காணமுடிகிறது.

மு. சிவலிங்கம் அறியப்படாத வரலாற்றை மலையகத் தமிழர்களின் வாழ்க்கை நெடும்பயணத்தின் இலக்கிய சாட்சியாக 'பஞ்சம் பிழைக்க வந்த சீமை' அமைகிறது.

- மு. சிவலிங்கம், பஞ்சம் பிழைக்க வந்த சீமை, குறிஞ்சித்தமிழ் இலக்கிய மன்றம், கொட்டகலை, இலங்கை, பதிப்பு: 2015.

16
அளம்: கரிக்கும் பெண் உடல்

சு. தமிழ்ச்செல்வியின் அளம்(2002) நாவல் உப்பளத்தை மையமாக வைத்து பெண்களின் வாழ்வியலைப் பேசுகிறது. தமிழ்ச் சமூகத்தில் உப்பு தவிர்க்க முடியாத பண்பாட்டுப் பொருள். 'உப்பு சப்பில்லாத வாழ்க்கை' 'உப்பு, போட்டு சோறு திங்கிறியா'? போன்றவை உப்பின் நிலைப்பைச் சுட்டும். 'சம்பளம்' என்பதே சம்பா, அளம் எனும் நெல், உப்பு ஆகியவற்றையே குறித்து நிற்கும். ஆதி வாழ்விலிருந்து உப்பு தவிர்க்க முடியாத ஒரு பயன்பாட்டு, பண்பாட்டுப் பொருள். நாவல் குறியீடாக அதை உணர்த்தி நிற்கிறது. அளம் ஒரு வகையில் வயல் போலத்தான். அளம் வாழ்வைத் தருகிறது. திக்கற்றப் பெண்களுக்கு திசைக் காட்டும் தெய்வமாகிறது. சு.தமிழ்ச்செல்வி இதனூடாக அப்பகுதி மக்கள் வாழ்வைப் பேசுகிறார். உப்பளத்தின் வெம்மை நாவலில் இல்லை. ஆனால் உப்பின் கரிப்பை உணர்த்திவிடுகிறார்.

நெய்தல் நிலத்தின் உரிப்பொருள் இரங்கல். நாவலிலும் இப்பொருள் இயல்பாக அமைந்துவிடுகிறது. பொருள் வயின் பிரிவு என்பதன் உளவியல், உடலியல், பாதிப்புகள் ஒருபுறம், ஓடிப் போனவர்கள், காணாமல் போனவர்கள் நிலை இன்னொருபுறம். கோபம் காரணமாகவோ, குற்றம் புரிந்தோ, மனநிலை பிறழ்ந்தோ, மானங்கெட்ட செயல்களில் ஈடுபட்டோ வீட்டைவிட்டு, ஊரைவிட்டுச் சென்ற ஆண்களுக்காகத் தான் சாகும்வரை மஞ்சள் கயிற்றுடன் காத்திருக்கும் பெண்கள் இருக்கத்தான் செய்கிறார்கள். அப்படி சிங்கப்பூருக்கு கப்பல் ஏறி இருபத்தி மூன்றாண்டுகள் கடந்தும் எவ்விதத் தகவலும் இல்லாத கணவன் சுப்பையாவுக்காகக் காத்திருக்கிறாள் சுந்தராம்பாள்.

சுந்தராம்பாளுக்கு மூன்று பெண்கள். வடிவாம்பாள் - பெரியங்கச்சி - பெரிய மொட்டை, ராசாம்பாள் - நடுக்கச்சி, அஞ்சம்மாள் - சின்னங்கச்சி. சுந்தரம்பாள் சுந்தரம் ஆகிவிடுகிறாள். ஆம் ஆணில்லாத குடும்பத்தின் ஆணின் பாத்திரம் அவள்தானே 'தங்கச்சி' என்பது உடன்பிறந்த இளையாளைக் குறிக்கும் தஞ்சை வழக்கு.

சம்பாதிக்க வெளிநாடு சென்ற கணவன் பல வருடங்களாகியும் ஊர்த் திரும்பாத நிலையில் மூன்று பெண் குழந்தைகளுடன் வறுமையில் போராடும் தாய், வயதானவரைத் திருமணம் செய்துகொள்ளும் இளம்பெண்ணின் மன உணர்வுகள், இரு குழந்தைகளுடன் கணவனால் கைவிடப்பட்ட பெண்ணின் தன்னம்பிக்கை, திருமணம் தள்ளிப் போனாலும் தாய், சகோதரிகளின் விருப்பத்துக்கு மாறாக நடக்க விரும்பாத பெண் ஆகிய பெண்களின் கதை இது. குடிசை வீடு. ஒருமுறை புயலில் அடிபடுகிறது. மறுமுறை வெள்ளத்தில் அடித்துச் செல்லப் படுகிறது. ஒவ்வொரு முறையும் வாழ்க்கை நெருக்கடிகளோடு இயற்கைச் சீற்றத்துக்கும் ஈடுகொடுக்க வேண்டிய நிலை.

பெண்கள் எல்லோரும் கருப்பு, மூத்தப்பெண் வடிவாம்பாளுக்கு தோஷம் வேறு. திருமணம் தள்ளிப்போகிறது. ஐம்பது வயது பொன்னை யனோடு அவளுக்குத் திருமணம் நடக்கிறது. மூன்று மாதத்திலேயே கணவனை இழந்து நிற்கிறாள். அவளுக்கு மறுமணமும் செய்விக் கிறார்கள். அவனோ காக்காய்வலிப்புக்காரன். குளத்தில் மாடு குளிப்பாட்டப் போய் செத்துப்போகிறான்.

இரண்டாவது மகள் ராசாம்பாளுக்கு வேதப்பனோடு திருமணம். இரண்டு பெண், ஒரு ஆண் பிள்ளைகள். நன்றாக வாழ்வு போகும் போது வேதப்பன் வேறு ஒரு பெண்ணோடு வாழத் தலைப்படுகிறான். ராசாம்மாள் இல்லற வாழ்வை முறித்துக் கொள்கிறாள்.

மூன்றாவது பெண் அஞ்சம்மாள் குடும்ப நிலை அறிந்து அளத்தில் உழைக்கிறாள். அங்கு வேலை செய்யும் பூச்சியை விரும்புகிறாள். பூச்சியின் தாயோ அஞ்சம்மாளின் குடும்பத்தை இழிவாகப்பேசி நிராகரிக்கிறாள்.

ஊரும் உறவுகளும் ஒதுக்கியபோதும் அந்த உப்பளம் அவர்களைக் காத்து நிற்கிறது. சுந்தரத்துக்கு கணவனைப்போல, மூன்று பெண் பிள்ளைகளுக்கு தந்தையைப் போல உப்பளம் துணை நிற்கிறது. அளத்தின் வெளிச்சம் அவர்களின் விழியாகிறது. உழைப்பாளிகளுக்கு உழைக்கும் இடமும் கருவிகளும் தானே உறவுகள்.

அந்தக் கிராமத்தில் இருப்பவர்கள் பிழைப்புத்தேடி வெளியூர் சென்றுவிட்ட பின்பும் சுந்தரம்பாள் மட்டும் கிராமத்தை விட்டுச் செல்லவில்லை. அதற்கு அவள் கூறும் காரணம் என்றாவது ஒரு நாள் கணவன் வந்து தேடிவிட்டு, என்னிடம் சொல்லாமல் ஏன் போனீர்கள் என்று கேட்டால் என்ன சொல்வது? என்பதுதான். இது பழைய மரபின் எச்சம். கணவன் இருக்கிறானா? இல்லையா? வருவானா? மாட்டானா? என நிச்சயமற்ற நிலையிலும் கட்டிய தாலிக்காகக் காத்திருக்கும்,

சார்ந்திருக்கும் மனநிலை. பெண்கள் தனித்து வாழ முடியாது, வாழக் கூடாது, கூனோ குருடோ, நல்லதோ, கெட்டதோ ஆண் துணை அவசியம் என்பது எழுதப்படாத விதி. இருபத்து மூன்று வயதான இளம்பெண் வடிவாம்பாளை ஐம்பது வயதான பொன்னையனுக்குத் திருமணம் செய்து வைக்கிறாள். "கன்னிகழியாம கிடந்து மங்குறதவிடக் கெழவனா இருந்தாலும் ஒருத்தனுக்குப் பொண்டாட்டியாயிருக்கட்டும். போற எடத்துலயாவது சோத்துக்கு தண்ணிக்கு செருமப்படாம நல்லா யிருக்கட்டும்".

நாவல் முப்பதாண்டுகள் கதைக்களனைக் கொண்டுள்ளது. கோயில்தாழ்வு எனும் ஊரில்தான் கதை நடக்கிறது. ஆதனூர், தகடூர், கயலம்பேட்டை, அகஸ்தியம்பள்ளி, கோடியக்காடு, அண்டர்காடு, கருப்பம்புலம், செம்பராவூர், தென்னம்புலம், வண்டுவாஞ்சேரி ஆகிய ஊர்கள் நாவலில் வருகின்றன.

வட்டார வழக்குச் சொற்கள்

அளம் நாவலில் கீழத்தஞ்சை வட்டார வழக்கு இடம்பெறுகிறது. இப்பகுதிக்கே உரிய பல சொற்கள் நாவல் முழுதும் விரவிக் கிடக்கின்றன. எட்டி, தெளுவுத் தண்ணி, சொரணகெட்ட செம்மம், ஊத்தியடித்தல், கொளத்தங்கர, மொர, வாலிவம், பயிஞ்சே, கரச்சயில்லாம, வெவுத்துப்புட்டு, கெரக்கம், கெப்புரு, கப்பகாரம், மேச்சட்ட, ஒரு எட்டு, அசங்குதல், ஆத்துமா, வைக்கப்போற, வைவோம், மல்லுக்கட்டிக்கிட்டு, சவுரியந்தான, கைமாத்து, இக்கர, அக்கர, கொடங்க, அசதி, பள்ளயம், எசவு, பரியாயம், வாசாப்பு, வசூரி, மலந்தா, வெற, போயில, மூனியர்.

இப்படி ஏராளம் பேச்சு வழக்குச் சொற்கள் அளம் நாவலில் இடம் பெறுகின்றன.

பருவம் எய்துதல்

பெண் பிள்ளைகள் பருவம் எய்துவது கொண்டாடப்படும். வசதி வாய்ப்புள்ளவர்கள் சீர்செனத்தி செய்து ஊர் கூட்டி 'பூப்பு நீராட்டு' நடத்துவார்கள். ஆனால் ஏழை எளியவர்கள், அதுவும் பல பெண் பிள்ளைகளை வைத்திருப்பவர்கள் நிலை துயரமானது. குழந்தைத் திருமணம் நடந்த சமூகத்தில் வயதுக்கு வந்தப் பெண் குழந்தைகளை வீட்டில் வைத்திருப்பதே 'அபசகுனம்'. இந்தப் பின்புலத்தில் அளம் நாவலில் பருவமடைந்து நான்காண்டுகள் ஆகியும் திருமணம் ஆகாத மூத்தப் பெண் இருக்க, அடுத்தமகள் இராசம்மாள் பூப்படைகிறாள்.

தாய் சுந்தரம்பாள் எதிர்கொள்வதை சு.தமிழ்ச்செல்வி நெகிழ்ச்சியுடன் பதிவு செய்கிறார். சுந்தரம்பாளும் மூத்த மகள் வடிவாம்பாளும் நிற்க, ‘அம்மா... அம்மா...’ என்று சத்தம் போட்டுக் கொண்டே ஓடிவந்தாள் சின்னமகள் அஞ்சம்மாள். இருவரும் ஒன்றும் புரியாமல் அப்படியே நின்றுவிட்டார்கள்,

‘வந்து என்ன சொல்லப் போகிறாளோ?’ என்று மனதிற்குள் கொஞ்சம் உதறலாக இருந்தது சுந்தரம்பாளுக்கு. ‘யாஞ் சின்னத்தங்கச்சி இப்படி வுடியாற?’

‘அம்மா... சின்னக்கா... வூட்டுக்கோடியில நின்னுக்கிட்டு அளுவுது’. தொடர்ச்சியாய் சொல்ல முடியாமல் மூச்சுவாங்கியது. ‘வூட்டுக்கோடியில நின்னுக்கிட்டு அளுவுதா?’

‘ஆங். ஒன்னக்கிட்ட சொல்லச் சொன்னிச்சி’! இருவருக்கும் விஷயம் புரிந்துவிட்டது. வடிவாம்பாள் சிரித்து விட்டாள்.

‘அளுதுக்கிட்டே... நா அளுவுறத்தப் போயி சொல்லுன்னு சொன்னாளா?’

‘ஆமாங்க்கா?’

சுந்தரம்பாளின் முகம் வாடிவிட்டது. வேலை செய்த களைப்போடு இந்தச் செய்தியைக் கேட்டதால் ஏற்பட்ட வருத்தமும் அவளது முகத்தில் தெரிந்தது.

‘யாம்மா ஓம்மூஞ்சி செத்துப்போச்சி?’

‘ம்... ம் ஒன்னுமில்ல’ என்று இழுத்தாள்.

“மூத்தமவ நா வயசிக்கி வந்துட்டங்குறத கேட்டுருந்தாலும், நம்ம மவ வயசிக்கு வந்துட்டா. இனிமே சட பின்னித் தொங்கப்போட முடியாது. பூப்போட்ட சீல கட்டமுடியாதுன்னு நீ கவலப்படலாங். அதயெல்லாம் தாண்டி இப்ப நடுமவதான் வந்துருக்கிறா. அதுக்கு யாம் இப்ப கவலபடுற?”

“எனக்கு மினுக்கவும் சினுக்கவும் கொறஞ்சிப் போச்சேன்னு தாங் கவலப்படறனா? நீ வயசிக்கு வந்தே நாலு வருசமாவுது. இன்னமும் ஒன்ன ஒரு எடத்துல புடிச்சிக்குடுக்க முடியாம மங்கவச்சி மருவுறங். இதுல அதுவேற வந்துட்டாளேன்னு நெனச்சா யாங் ஆவியே அடங்கிடும் போலருக்கு பெரியங்கச்சி.”

சொல்லும்போதே அழுதுவிட்டாள் சுந்தராம்பாள். அம்மா அழுவதைப் பார்த்த வடிவாம்பாளுக்கு அழுகை வந்தது.

"அழுவாதம்மா. அழுது என்ன செய்யப்போறோம்?"

"ஒங்கப்பாரு இப்படிப் பண்ணிப்புட்டுப் பொயிட்டாவொளே. பொம்பளயா இருந்துக்கிட்டு என்னால ஒழைக்க முடிஞ்சிச்சி. செருமப்பட முடிஞ்சிச்சி. ஒங்கள வளத்து ஆளாக்க முடிஞ்சிச்சி. ஊருசனம் ஒரு சொல்ல சொல்லுறதுக்குள்ள ஒன்ன கரையேத்த முடியலையே."

"என்னக்கிம் தீராத எடயங் கவலதாம்மா ஒங்கவல. அது ஒன்னோடய வச்சிக்க. பாவம் நடுத்தங்கச்சி. அதுக்கு நேரா அழுதுகிட்டே போனியன்னா அதுக்கும் மூஞ்சி செத்துப்பெயிடும்மா" *(பக்.59-60).*

ஊர்ப்புற வழக்கங்கள்

"திருமணம் உள்ளிட்ட வாழ்க்கைச் சடங்குகளில் ஊர்ப்புற நம்பிக்கைகள் மரபுகளாகப் பார்க்கப்படுகின்றன. பின்பற்றவும் படுகின்றன. பூச்சி அஞ்சம்மாளை விரும்புகிறான். அவளுக்கும் பிரியம்தான். ஒரே ஊர், வசதி வாய்ப்பும் ஏற்றத்தாழ்வு இல்லை. தடையாக இருப்பது அஞ்சம்மாளின் வீட்டில் இருக்கும் அக்காள்களின் நிலை. பூச்சியின் அம்மா, சுந்தரம்பாளின் குடும்பமே வாழாவெட்டிக் குடும்பம் என்றும், அந்தக் குடும்பத்தோடு சம்பந்தம் வைத்துக் கொண்டால் தனது மகன் வாழ்க்கை விளங்காமல் வீணாகப்போகும் என்கிறாள்" *(ப.266).*

அதே போல பருவம் எய்தியவுடன் பெண்களுக்குத் திருமணம் ஏற்பாடு நடக்கும். ஆண்டுக் கணக்கில் வீட்டில் தங்கி விடுவது சிக்கல் தரும். அதுவும் வரிசையாகப் பெண்பிள்ளைகள் உள்ள வீட்டில் எல்லோரையும் பாதிக்கும். மூத்தவர்களை ஒதுக்கிவிட்டு இளையவர் களுக்கு திருமணம் நடத்த முடியாது. இதெல்லாம் எழுதாதச் சட்டங்கள். "இந்த ஊருல வயசிக்கு வந்து ஒரு வருசங்கூட எந்தப் பெண்ணும் தங்குறதில்ல. காலாகாலத்துல வாழ்க்கைப்பட்டு புருசன் வீட்டுக்குப் போயிடுதுவ. நம்ம மவள மூனுவருசமாக் கட்டிக் கொடுக்காம உழச்சிப்போட வச்சிக்கிட்டுருக்குறமே" *(ப.41)* என சுந்தரம்பாள் கவலையடைகிறாள்.

திருமணத்துக்கு அடிப்படையாக பலகூறுகள் விளங்குகின்றன. முதலில் சாதி, அப்புறம் பொருளாதாரம், பெண்ணின் நிறம், ஜாதகப் பொருத்தம் இப்படி எல்லாம் பொருந்த வேண்டும். முதல் மகள் வடிவாம்பாள் கருப்பு நிறம் என்பதாலேயே திருமணம் தள்ளிப் போவதை நாவல் சுட்டுகிறது.

“நடுமவளுக்கும் பதினாறு வயசாவப் போவுது. காலாகாலத்துல அதைக்கட்டிக் கொடுத்துருந்தாக்கூட ரெண்டு பிள்ளைகளுக்குத் தாயாயிருக்கும். மொத்திய வச்சுகிட்டு இளையள எப்படிக் கட்டிக் கொடுக்கற? அதை மட்டும் ஏந்திக்கிட்டுப் போறேன்னு தாம்பளத்தோட வாசலுல வந்து நிக்கறானுவொளா? அதோட குறுப்பப் பார்த்தாத்தான் தெரியும். இன்னும் என்ன சனியனெல்லாம் வந்து இதுகளைப் பிடிச்சிருக்கோ. யாரு கண்டா? சின்னமவ இன்னிக்கோ, நாளைக்கோன்னு நாளு பார்த்துக்கிட்டு நிக்கிது, வயசிக்கி வாரதுக்கு. மூனு சின்னஞ் சிறுசுகளை வச்சுக்கிட்டு என்ன செய்யப்போறேனோ?” *(ப.143)*

இரண்டாம் தாரம்

உழைக்கும் மக்கள் கற்பு, திருமணம், மணவிலக்கு ஆகியவற்றில் மிக யதார்த்தமாக நடந்து கொள்வர். ஆண்கள் இரண்டாம் தாரம் செய்து கொள்வது போலவே. ஆண்களை இழந்த, கைவிடப்பட்டப் பெண்களும் மறுதாரம் செய்து கொள்கின்றனர். அளம் நாவலில் ஒரு பதிவு காணப்படுகிறது.

“கால்கைவலிப்புக்காரன் முத்துசாமி. இவனுக்கு முதல் திருமணம் இருபத்திரண்டு வயதில் நடக்கிறது. ஐந்து வருடங்கள் கடந்தும் குழந்தைகள் இல்லை. வேறிடத்தில் கட்டிக் கொடுக்க முடிவு செய்கின்றனர். ஊர் பஞ்சாயத்தைக்கூட்டி முத்துசாமி கட்டிய தாலியை வாங்கிக் கொண்டு இருவருக்குமிடையேயான உறவை அறுத்துவிடு கின்றனர். இப்படி ‘தீர்த்துவிடுதல்’ அல்லது ‘அறுத்துவிடுதல்’ தான் கிராமப்புற விவாகரத்து ஆகும். பிறகு அந்தப் பெண்ணின் மாமன்காரன் அவளை இரண்டாம்தாரமாக ஆக்கிக் கொள்கிறான்” *(பக். 237-238)*.

பொருந்தா மணம்

மாப்பிள்ளை அமையாமல் உள்ள பெண்கள், ஏழை எளிய பெண்கள், இளம் விதவைகள், கைவிடப்பட்டப் பெண்கள் ஆகியோருக்கு அவர்களை வயதில் மூத்த, குறைபாடுடைய உடல் கொண்ட ஆண்களை மணம் முடிப்பது நடக்கிறது.

இருபத்தி மூன்றே வயதான வடிவாம்பாளுக்கு ஐம்பது வயதான வரை மணம் செய்ய முடிவு செய்கிறார்கள். வேறு வழியில்லாமல் ஒப்புக்கொள்கிறாள். ஆனால் வருத்தம் கொள்கிறாள். இதனை உணர்ந்த அவள் தங்கை இராசாம்பாதா அக்காவை சமாதானம் செய்கிறாள். அம்மனிதரை, ‘அத்தான்’ என்றழைத்து உறவு கொண்டாடியதோடு அவர் நல்லவராக இருப்பார் எனச் சொல்கிறாள். வடிவாம்பாளோ எரிச்சலடைகிறாள்:

"அத்தான் அத்தான்னு வார்த்தைக்கு வார்த்தை சொல்லாத நடுத்தங்கச்சி, நம்ம பெரியப்பாவுக்கு மூப்பாருப்பாரு போலருக்கு. நம்மளுக்குத் தாத்தாமேரி" (ப.191).

கிழவருக்கு வாக்கப்பட்ட தன் அவலநிலையை இப்படி பகடி செய்கிறாள்.

இப்படி கீழைத்தஞ்சை வட்டாரத்தின் வாழ்வியல் கூறுகள் சு.தமிழ்ச்செல்வியின் 'அளம்' நாவலில் பதிவாகிறது. ஸ்ரீதர கணேசனின் 'உப்புவயல்', இராஜம் கிருஷ்ணனின் 'கரிப்பு மணிகள்' போல அமையாவிட்டாலும் 'உப்பளம்' என்பதைக் களமாகக் கொண்டு பெண்களின் இருப்புக்கானப் போராட்டத்தை சு.தமிழ்ச் செல்வி படைத்துள்ளது குறிப்பிடத்தக்கது.

- தமிழ்ச்செல்வி. சு, அளம், நியூ செஞ்சுரி புக் ஹவுஸ் (பி)லிட், அம்பத்தூர், சென்னை - 600 098, பதிப்பு: 2014.

17

கடல்சார் நிலவியல் பண்பாடு

பரதவர்கள் தமிழ் ஆதிக் குடிகள். நெய்தல் நிலக் கடலோடிகள். வேட்டைச் சமூகச் சக பயணிகள். சங்க இலக்கிய நாயகர்கள். கடற்கரைப் பட்டினங்கள், கடல் வணிகம், எல்லைக் காவல், போர் வீரர்கள் என்றெல்லாம் அடையாளப்பட்டவர்கள். சமவெளியை உடைமையாக்கிக் கொண்டார்கள் பெருந்தனக்காரரர்கள். பரதவர் களுக்கோ கடல்தான் அன்னை தெய்வம். கடலின் பிள்ளைகள் உயிரைப் பணயம் வைத்து வயிற்றுப்பாட்டைப் பார்க்கும் நிலை. மரபு தொழில்நுட்ப அறிவும், மனித ஆளுமையும், ஈரமும், வீரமும் மிக்க மக்கள் கல்வியறிவற்றவர்களாக, அன்றாடங்காய்ச்சிகளாக, குப்பவாசிகளாக, தேர்தலுக்குத் தேர்தல் ஓட்டுப்போடும் மந்தைக் கூட்டமாக மாறிப்போனது துயர்மிகு வரலாறு.

படைப்பிலக்கியங்களில் இவர்களைப் பற்றி யாரும் அக்கறை காட்டவில்லை. ப.சிங்காரம், வலம்புரிஜான், இராஜம் கிருஷ்ணன், தோப்பில் முகமது மீரான், வண்ணநிலவன், பொன்னீலன் என்று எழுதிய ஒரு சிலரும் கரையிலிருந்து கடலைப் பார்த்தார்கள். இத்தருணத்தில்தான் எழுத்தாளர் 'ஜோ டி குரூஸ்' கடலிலிருந்தே தன் மக்களை எழுத வருகிறார். இவர் காட்டும் நெய்தல் வாழ்வு இதுவரை அறியப்படாதது.

'ஆழி சூழ் உலகு', 'கொற்கை' எனும் இரு பெரிய நாவல்களும் பரதவ மக்களின் நாடித் துடிப்பைப் பொதுச் சமூகத்துக்குக் காட்டுகின்றன. பேச்சுமொழி, தொன்மங்கள், குலக்குறிகள், வழிபாடு, சடங்குகள், நம்பிக்கைகள், புழங்கு பொருள்கள், கடல்படு உயிரினங்கள், பொருள்கள், உணவு, உடை, இருப்பிடம், அகப்புற உறவுகள்ஞ் என்று பரதவமக்களின் இனவரைவு எழுதுகையாக குரூஸின் படைப்புகள் அமைந்துவிடுகின்றன.

ஆழி சூழ் உலகு

நாவலின் களமாக அமைவது ஆமந்துறை எனும் கடலோரக் கிராமம். இது தூத்துக்குடிக்கும் கன்னியாகுமரிக்கும் இடையில் உள்ளது. இந்த ஊரின் மூன்று தலைமுறை வாழ்வை விவரிக்கிறது

நாவல். கோத்ராப்பிள்ளை, சூசை, சிலுவை ஆகிய மூன்று தலைமுறை மனிதர்கள் சுறா வேட்டைக்குப் புறப்படுகிறார்கள். போகும் வழியில் கட்டுமரம் உடைகிறது. இவர்கள் கடலில் தத்தளிக்கும் காட்சியில் நாவல் தொடங்குகிறது. ஒரு வார கால அளவு இது நீடிக்கிறது. இந்தப் பின்னணியில் ஆமந்துறைக் கிராமத்தின் வாழ்வும் கடந்தகால வரலாறும் சித்தரிக்கப்படுகிறது. சுறாப்பாறு எனப்படும் சுறா வேட்டைக்கு தொம்மந்திரை, கோத்ரா, கோஸ்கா ஆகியோர் செல்வதோடு நாவலின் மற்றொரு பகுதி தொடங்குகிறது. ஒளிவுமறைவின்றி, விருப்பு வெறுப்பின்றி பரதவ மக்களின் வாழ்வியலை இந்நாவல் பேசுகிறது. கோத்ராவையும் காகு சாமியாரையும் எழுதும் அதே சமநிலையுடன், தன் தாய் போன்ற ரோசம்மாவுடன் உறவு வைத்திருக்கும் வருவேலையும் எழுதுகிறார்.

மூன்று தலைமுறை வாழ்வு

ஆமந்துறையின் வெவ்வேறு நிலைப்பட்ட குடும்பங்களின் கதையை அவற்றின் இயல்புகளோடு 'ஆழிசூழ் உலகு' பதிவு செய்கிறது. தொம்மந்திரை, கோத்ரா, தோக்களத்தா, அன்னம்மா... என முதல் தலைமுறை, சூசை, கில்பர்ட், மேரி, ஜஸ்டின், வசந்தா... என்று அடுத்தத் தலைமுறை, சிலுவை, சேகர், அமல்டா, எலிசா, வருவேல்... என மூன்றாம் தலைமுறை மனித வாழ்வு இந்நாவலாகி உள்ளது. இப்பெயர்கள், கதாப்பாத்திரங்களுக்குள் நிலவும் உறவுகள், வழக்குச் சொற்கள் வாசகனை மிரட்டத்தான் செய்கின்றன. நாவலில் நிகழும் சம்பவங்களும் வெளிச் சமூகத்தவரை அச்சம் கொள்ள வைப்பவை. அதிர்ச்சி தருபவை. எண்ணற்ற மரணங்கள் கடலிலும் கரையிலும் நடக்கின்றன. கொலையா, தற்கொலையா, இயற்கையா என அறியமுடியா நிலை.

அண்ணன் இறந்துவிட காகுசாமியின் வேண்டுகோளுக்கு இணங்கி, தன் அண்ணன் மனைவியை மணக்கிறான் தொம்மந்திரை. திருவிழாவிற்கு அழைத்துச் செல்லப்பட்ட மகன் இறந்து முப்பது நாட்களில் சொல்லிவைத்ததுபோல செத்துப்போகிறாள் அமலோற்பவம். அதிர்ச்சி தரும் காட்சி இது.

குண்டடிப்பட்டு நெஞ்சு பிளந்து, குடல் சரிந்து மல்லாக்கக் கிடக்கிறான் ஜஸ்டின். அவனை நோக்கி ஓடி வருகிறாள், அவனின் முன்னாள் காதலி வசந்தா. அவனால் ஏமாற்றப்பட்டவள்-சீரழிக்கப் பட்டவள் - கைவிடப்பட்டவள். ஆயினும், அவன் ஆழ்மனம் நினைக்கிறது, 'வசந்தா அவனை மடியில் எடுத்து வைத்து அழப்போகிறாள்' என்று. வசந்தா என்ன செய்கிறாள்? இரு கைகளாலும் மண்ணை அள்ளி

அவனுடைய பிளந்த மார்பில் போட்டு, நெஞ்சில் ஏறி வெறியுடன் மிதிக்கிறாள். மறுகணம் அவளின் ஈர உள்ளம் கசிகிறது, "என்னைய இப்படிப்பண்ண வச்சிட்டியடா!" என ஓங்கி அலறுகிறாள். யதார்த்தம் மீறாத அதே வேளை நெஞ்சில் பதியும் எழுத்து.

பரதவர் இனவரைவு

இந்த நாவல் சாதி, மதம், மதமாற்றம் ஆகியன குறித்தும் வரலாற்று ரீதியானப் பார்வையை முன்வைக்கிறது. கடல்வாழ் மக்களான பரதவரின் ஆதித் தெய்வமான குமரி ஆத்தாளையும், இன்றைய தெய்வமான மேரி ஆத்தாளையும், நாவல் முழுக்கச் சமநிலையில் எழுதுவது நாவலாசிரியரின் நல்லிணக்கப் பார்வைக்குச் சான்று. பரதவர்கள், நாடார்கள், கிறித்தவர்கள், இசுலாமியர்கள் பற்றியும் மிகச் சரியாகவே பதிவு செய்கிறார். கடற்கரை மீனவர்களுக்கும் அருகில் உள்ள நாடார்களுக்குமான கொடுக்கல், வாங்கல் உறவுகளும் சீர்மையுடன் சுட்டப்படுகின்றன.

கட்டுமரங்களில் மீன்பிடித்தல் அருகி, எந்திரப்படகுகள் அதிகரிப்பதும், புதிதாக வந்து சேர்ந்த இறால் பண்ணைகளும் நாவலில் சமூக மாற்றத்துக்குச் சான்று பகர்கின்றன. "இந்த மீனுவள்ளாம் குசும்பு பண்ண ஆரம்பிச்சா நாமெல்லாம் தொழில் செய்ய முடியுமா"? என வரும் பருதி மீன்கள் பற்றிய காட்சிச் சித்திரம்.'

"பூதாவும் கருப்பு கருப்பாத்தாம் தெரியுது"

என்றான் சிலுவை.

"பெரியாளு தெரம் ரெம்ப தப்பி போகுது."

"ஆமு, சூச வல போட்டு கிடக்கும் போது வா நீவாடு நல்ல பொறுத்து நின்னுச்சி பாத்தியா... அதாம்ல மரம் நல்ல வழிஞ்சிருக்கு."

"மாமா, கொஞ்சம் வாட வெலங்க ஓடி பிந்தி தட்டி வச்சி வருவமா?"

"சூசை சிலுவ சொல்றது சரிதாம்யா. நான் தாமனையும், மறுகையும் எளக்குறம். பாய தட்டிருங்க. சிலுவ, பருமல தோள்ல போட்டு, பாய மாற போடு. கோடாவையும் ரட்டையில் போடு."

நாவலின் இந்தத் தொடக்கப் பகுதியைப் புரிந்து உள் நுழைவது அத்தனை எளிதல்ல. இது பரதவ மக்களின் வாய்மொழி.

தேவாலயங்களுக்கும் கடற்கரை கிராமங்களுக்கும் இடையே நடைபெறும் மோதல்களையும் நாவல் சுட்டுகிறது. ஒரு காலத்தில்

‘ரட்சிக்கும்’ தன்மையில் வந்த கிறித்தவம், தனிமனித ஆசாபாசங்களில் வணிகமயமாகி, ‘ராட்சத’த் தன்மைக்கு மாறுவதை நாவலாசிரியர் துல்லியமாகப் பதிவு செய்கிறார்.

காகுச் சாமியார் நல்லவர். மக்களின் குரலாக நிற்கிறார். சமூகம் வளர மெழுகுவர்த்தி ஆகிறார். பின்னால் வரும் சாமியார்கள், “துபாய்க்கு வேலைக்குப் போவது போலச் சாமியார் வேலைக்கு வருகிறார்கள்.” கத்தேலிக்கப் பரதவர்களின் வாழ்வைத் தீர்மானிப்பவர்களாக மாறிப்போன கத்தோலிக்கத் துறவியர்கள் குறித்து அதிக விமரிசனங்களை நாவல் முன்வைக்கிறது. அந்தோணியார் கோயில் திருவிழா முடிந்ததும் உண்டியல் பணத்தைப் பங்கு போடுவதை ஆசிரியர் எழுதுவது எள்ளல்.

“ஞாயிற்றுக்கிழமை ஆகிவிட்டால் இந்தச் சாமியார்கள் மைக்கை கையில் பிடித்துக் கொள்வார்கள். பிரசங்கம் என்ற பெயரில் சுய புராணம். இதையெல்லாம் பொறுமையாகக் கேட்டுக் கொண்டிருக்கும் பங்கு மக்கள்.’ ‘குரு நிந்தை குல நாசம்’ என்று யாரோ யாருக்காகவோ சொல்லி வைத்ததை மனதில் கொண்டு இவர்களின் அட்டூழியங்களைச் சகித்துக்கொள்கிறார்கள்.”

காகுசாமியை அவரின் தொண்டுள்ளத்தை சிலாகித்துப் பேசும் குரூஸ், அதே நேரத்தில் சில்லறைத் தனமானத் துறவிகளை அவர்களின் போலிமையைச் சுட்டவும் தவறவில்லை.

‘கடலும் கிழவனும்’ நாவல் போல இந்நாவல் மனித இருத்தலை உயர்த்திப் பிடிக்கிறது. பரதவச் சமூகம் மூடுண்ட சமூகமாக, வளர்ச்சியற்ற சமூகமாகத் தேங்கிக் கிடப்பதை சுயத் துக்கத்தோடு ஆசிரியர் நாவலாக வடித்துள்ளார். ஏனெனில், மின்சாரம், கூட்டுறவு, எந்திரப் படகு, இதர நவீன வசதிகள் யாவும் இவர்களின் முயற்சியில் வந்ததாகக் காட்டப்படவில்லை. மாறாக, சூம்பிப் போன, சுயவிரக்கம் கோரி நிற்கும் நிலை என்பது இம்மக்களின் இன்றைய அவலம் என்பதை அகத்தாருக்கும், புறத்தாருக்கும் செய்தியாக்குகிறார் ஆசிரியர்.

அமைப்பாதல், தன்னையுணர்தல், போராடுதல் போன்ற ‘நம்பிக்கைகள்’ ஏதுமற்று நிற்கும் பரதவ மக்களை அவர்களின் நிச்சயமற்ற எதிர்காலத்தை வாசகர் மனதில் பதியச் செய்வதில் நாவல் வெற்றி பெறுகிறது.

இருத்தல் எனும் பேருணர்வு

மரணத்துக்கும் வாழ்வுக்குமான தொடர்புறவின் அச்சில் சுழல்கிறது நாவல். வரிபுலியன் வேட்டை, ரயிலை அடித்துச் செல்லும்

தனுஷ்கோடி புயல், உடையும் படகு மரிக்கும் மரங்கள் 'கடல் உட்புகுவதால் அழியும் பெர்னாந்தின் பாழடைந்த பங்களா' எல்லாமே இருத்தலுக்கானப் போராட்டத்தைக் குறியீடாக்குகின்றன.

கோத்ராவும் போஸ்கோவும், தொம்மந்திரையும் நடத்திய சுறா வேட்டையில் வரும் இறுதிப் பகுதி உருக்கமானது. பிடிபட்ட சுறாவின் ஜோடி இவர்களைப் பின் தொடர்ந்து வருகிறது. தொம்மந்திரை சொல்கிறான்:

"ஆமா, ஈவு இரக்கம் இல்லாம ஜோடியா இருந்ததுவள பிரிச்சி கொண்டு போறோம். அதுவளுக்கும் ஆத்மா இருக்கமில்ல. பாரு கோத்ரா, எவ்வளவு பாசம் இருந்தா அந்த ஜோடி மீனு பின்னாலயே வரும்! ஒரு ராத்திரி முழுசும் கடந்தாச்சி. இன்னும் வந்துகிட்டு இருக்கு. நம்ம என்ன நெனக்கிறோமுன்னா மனுசனுக்குத்தாம் பந்தம் பாசம் எல்லாம் இருக்குமுன்னு. அப்புடியின்னா கீழே வாழ் கறுப்புக்கு பாசம் இல்லாமலா தொடர்ந்து வருது?"

இந்த உயிர் பற்றிய பார்வை, தமிழனின் ஆதி நோக்கு.

பிள்ளைகள் பெற்றுக் கொள்ளாமல் உறவினர்களின் பிள்ளைகளை வளர்த்து ஆளாக்கும் கோத்தாவிடம், காகு சாமியார் தன் மூச்சைவிடும் முன் சொல்வது, 'கோத்தா, இந்த உலகத்துல எல்லாத்தயும்விட மிஞ்சின சக்தி தியாகத்துக்குத்தான் உண்டு' இதுதான் மனித சமூக சாரம். 'உண்டால் அம்ம இவ்வுலகம்' என்ற ஆதித் தமிழனின் தொடர்ச்சி. ஜோ டி குரூஸ் கடல்சார் நிலவியல் பண்பாட்டை 'ஆழிசூழ் உலகு' எனும் எழுத்தோவியமாகப் படைத்துவிடுகிறார். 'இரங்கல்' என்பது நெய்தலின் உரிப்பொருள். மக்களும் கடலும் தத்தமக்குள் இரங்கி நிற்பது சூழல் பொருத்தம்.

தனுஷ்கோடியின் அழிவு, இலங்கைக்குப் புலம் பெயர்ந்த தமிழர்கள் இனச் சிக்கலால் திரும்பி வருதல், இந்திய விடுதலை போன்ற வரலாற்று நிகழ்வுகள் நாவலில் இடம் பெறுகின்றன.

நாவலின் தொடக்கத்தில், கடலரசன் கைத்தான் வில்லவராயர் மிகப் பெரும் கடல் வணிகராக அறிமுகம் ஆகிறார். நாவலின் இறுதியில், பாண்டியப் பதியின் பல்லக்குக்கு இணையானப் படகுக்காரில் வரும் ரத்தினசுவாமி நாடார் காட்டப்படுகிறார். இவர் மீனவ மக்களின் ஏகபோக வியாபாரியாகிவிடுகிறார். இந்த மாற்றம் தமிழ்ச் சமூக, அரசியல் பின்புலத்தில் முக்கியமான ஒன்று.

• ஜோ.டி.குரூஸ், ஆழிசூழ் உலகு, தமிழினி வெளியிடு: 2004.

18

மீன்சட்டியில் மிதக்கும் வாழ்வு

குறும்பனை சி.பெர்லின் எழுதிய அண்மைப் படைப்பு 'தலைச்சுமடுகாரி'. இது சிறுநாவல். கடலில் கிடைக்கும் மீன்களை தலையில் சுமந்து மக்களுக்கு விற்கும் பெண்கள் 'தலைச்சுமடுகாரிகள்' எனப்படுகின்றனர்.

மீன் சருவம், மீன் பெட்டி, மீன்சட்டி என்றெல்லாம் பல பெயர்களில் அழைக்கப்பெறும் தலைச் சுமடு சுமந்து செல்லும் பெண்களின் வாழ்வாதாரம் இந்தத் தலைச்சுமை. இது பற்றி அரிய பதிவாக இச்சிறுபடைப்பு அமைகின்றது.

மீனவக் குடும்பத்தைச் சேர்ந்த செசிலி, ஜார்ஜ் எனும் வசதியும் நற்பண்பும் மிக்க சக மீனவரை மணக்கிறாள். செல்வச் செழிப்புமிக்க வாழ்க்கை, ஜார்ஜ் தன் உழைப்பில் தன் உடன்பிறந்தார்களை உருவாக்கி விடுகிறார். திருமணத்திற்குப் பின் தனித்து விடப்படுகிறார். அழகும் கம்பீரமிக்க அவர் தன் தொழில் வழி பொருள் ஈட்டி வாழ்கிறார். அன்றோ, எழிலரசி, வளன், புஷ்பா என்று இரண்டு ஆண, இரண்டு பெண குழந்தைகள். அன்பும் பாசமும் இழையோட வாழ்வு நடக்கிறது.

நெய்தல் நிலத்தில் காலூன்றிவிட்ட மணல் கம்பெனிகள் உருவாக்கிய கதிரியக்க அலைவீச்சு இயற்கை வாழ்வை நச்சாக்கி விடுகிறது. இப்பகுதியில் புற்றுநோய் போன்ற பெருநோய்கள் அதிகரிக்கின்றன.

இச்சூழலில் ஜார்ஜ்க்கு பல்வலி ஏற்படுகிறது. அருகில் மருத்துவ மனைக்குச் சென்றால் அது பெரும் செலவில் சென்று முடிகிறது. அறுவை சிகிச்சை, தாடை மாற்று என்றெல்லாம் முற்றி இறுதியில் வாய்ப்புற்று என உறுதி செய்யப்படுகிறது. நாகர்கோவில் மருத்துவ மனையில் பெரும் பணம் செலவாகிறது. தொடர்ந்து திருவனந்தபுரம் புற்றுநோய் மருத்துவமனையில் சிகிச்சை நடக்கிறது. சேமிப்பு, சொத்துக்கள் எல்லாம் கரைந்து போகிறது. ஜார்ஜ் உடம்பும் கரைந்து போகிறது. முப்பத்தோறாவது வயதில் மூச்சு நின்று போகிறது.

வீட்டைத் தவிர எல்லாம் இழந்து, உறவினர்களும் கைவிட்ட நிலையில் செசீலியின் தலையில் குடும்பப்பாரம் விழுகிறது. சின்னஞ்சிறு மழலைகள். என்ன செய்வது. எப்படி வாழ்வது என்ற நெருக்கடியில் கணவன் இறந்த முப்பதாம் நாள் கழிந்து வேறு வழியின்றி தலையில் மீன்சருவத்தை சுமக்கத் தொடங்குகிறார்.

பார்ப்பதற்கு எளிமையாகத் தோன்றினாலும் இந்த தலைச் சுமடுகாரிகளின் வாழ்வும் பணியும் மிகவும் சிக்கலானது. கடற்கரைக்குச் சென்று மீன்களை ஏலம் எடுத்து வாகனங்களில் ஏற்றி சந்தைகளுக்குச் சென்று விற்பது. இதில் பழைய ஆள், புதிய ஆள் என்ற நிலைகள், தொழில் கூட்டாளிகள், வரிசை முறை, போக்குவரத்துச் சிக்கல்கள், சந்தையில் இடம் பிடிப்பது. விலை கூறி வாடிக்கையாளர்களை திருப்திப்படுத்தி விற்பனை செய்வது... என்று இந்தத் தொழிலின் அனைத்து நுட்பங்களையும் இச்சிறு படைப்பில் பெர்லின் பதிவு செய்வது அருமை.

மீன்பிடி, மீன்கள் நுட்பங்கள் வரிசைகட்டிச் சொல்லப்படுகின்றன.

ஜார்ஜின் 'தொழில் தேர்ச்சி' குறித்தப் பதிவில் அவர்கள் வாழ்வின் வளமை சுட்டப்படுகின்றது.

"ஜார்ஜின் கரைமடிதான் அமுதசுரபி, மடி வளச்சாலே கறிக்கு மீனும் கள்ளுக்குப் பணமும், சாப்பாடு, வெத்தல பாக்கு, சுருட்டு, பீடி என்று எல்லா தேவைகளையும் நிறைவு செய்தது கரைமடி. சாள்வலை, கச்சாவலை, தாத்துவலை, தரத்துவலை, கட்டுமரம், பலவமரம், தூண்டமட்டு, தட்டிமடி, வள்ளம் என்று அத்தனை யாத்தினங்களும் உண்டாக்கிப் போட்டு நிர்வகித்தான் ஜார்ஜ்" (ப.47).

'புத்தங்கச்சோடக்காரி' - புதிதாகத் தொழிலுக்கு வருபவள். செசீலியின் முதல் நாள் அனுபவத்தை, "அலுமினியத்தால் செய்யப்பட்ட மீன் சருவம், அதை மூட அலுமினியத் தட்டால் ஆன ஒரு மூடி, தலையில் சும்மாடு வைப்பதற்கு பாதியாக் கீறிய அவளின் காட்டன் சாரி... இதுதான் அவள் தொழில் கருவி. சருவத்தை இடுப்பில் வைத்து தண்ணீர்க்குடம் தூக்குவதுபோல் தூக்குவதா? அல்லது தலையில் வைத்து சுமப்பதா என்று எதுவும் தெரியாததால்... அவள் கணவன் யாத்தினம் அடைந்து வரும்போது வலை, மீன் பாத்திரம் எல்லா வற்றையும் ஒரு கோட்டுமாலில் கட்டி தடியில் வரிசை வைத்து இரண்டு பேர் தோளில் வைத்து தூக்கிக் கொண்டு வருவதைப் பார்த்திருக்கிறாள். அதுபோலவே புத்தன் சருவத்தையும் தோளில் தூக்கி வைத்து ஒரு

கையால் அதன் பின்பகுதியைத் தாங்கிக் கொண்டு தயங்கித் தயங்கி சுற்றும் முற்றும் பார்த்துக் கொண்டே நடந்தாள்" (ப.91).

செல்வச் செழிப்போடு வாழ்ந்த வாழ்க்கை பறிபோன பின்னர் செசீலி வேலைக்குச் செல்ல அந்தப் பிள்ளைகள் தாமே குளித்து தாமே கிளம்பி வாழத் தலைப்படுகிறார்கள். உணவு கூட, "வீட்டில் பெரியம்மா ஜாஸ்மின் மூன்று பேருக்கும் சாப்பாடு கொண்டு வந்திருந்தார்கள். பழங்கஞ்சி, கிழங்கு கூட்டு, நேற்று வைத்த கிளாத்தி கறி. இதுதான் காலை சாப்பாடு. ஆளுகொரு கோப்பையில் கஞ்சி ஊற்றி ஒரு பீரிசில் கிழங்கு கூட்டை வைத்து அதில் கறியையும், மீனையும் சேர்த்து சாப்பிட்டனர்" (ப.26).

மீனைக் கூவி வியாபாரம் செய்யும் போது ஒருவித ராகமாகப் பாடலாக ஆகி விடுகின்றது.

"நல்ல மொளவும் கொல்ல மொளவும்
மணமுள்ள கொத்தமல்லியும் சீரகமும்
ஈரோளியும் வெசமுறிக்கும் மஞ்சத்துண்டும்
சேத்து வச்சு மசால் அரச்சு
பச்ச மண்ணுல செஞ்சு சுட்டுவச்ச வறிச்சட்டியில்
கூட்டடுப்பில் தீமூட்டி கறிகாச்சா
நாலு ஊருக்கு மணத்திண்டு கெடக்கும்
குளச்சல் துறை குத்த வந்திருக்கு...
ஓடிவாங்கோ.... ஓடி வாங்கோ...
போனா வராது பொழுது சாஞ்சா எத்தாது" (ப. 104)

செசீலி தன் குடும்பப் பாரம் சுமக்க தலையில் மீன்சட்டி சுமக்கத் தயாரானாலும், அத்தொழிலில் ஈடுபட, பழக யாருமற்று தவித்த போது பழைய, மூத்த தலைச்சுமடுகாரியான பொர்த்தாசியா கை கொடுக்கிறார். இத்தொழிலில் அவர் முன்னோடி, பலருக்கும் உதவியவர். செசீலியை தன் சகக் கூட்டாளியாக்கிக் கொள்கிறார். பெண்ணுக்கு பெண்ணே உதவும் நிலை மெய்யாகிறது. செசீலி சொந்தக் காலில் நிற்பதை இக்கதை அழகாகச் சொல்லிவிடுகிறது.

'பொன்னொரு தட்டம் பூடுவொரு தட்டம்'

'பல்லி பலதும் சொல்லும் கொப்பன பனயேற் போகசொல்லு'

'வச்சா வலிசையும் வையகத்தார் சீரும்'

'சாவக்குடுத்தாலும் போவக்குடுக்க மாட்டோம்'

என்றெல்லாம் நெய்தல் வழக்காறுகள் பல இடம் பெறுகின்றன. நெய்தல் நிலத்தைச் சீரழிக்கும் மணல் தொழில் கதிர்வீச்சுக் குறித்த எச்சரிக்கையையும் இது முன் வைக்கிறது.

மருத்துவம் - பெரு வணிகமாக மாறி ஏழை, எளிய, நடுத்தர மக்களைச் சின்னமாக்குவதையும் இந்நாவல் பேசுகிறது.

தமிழ்ப் படைப்புலகில் தலைச்சுமடுப் பெண்கள் குறித்த பதிவு என்கிற அடிப்படையில் நிச்சயம் பாராட்டலாம்.

நூலின் இறுதியில் கடலோர கலைச் சொற்களுக்கு விளக்கம் தந்திருப்பது சிறப்பு. உரையாடலும், ஆசிரியர் நடையும் வேறு பட்டிருந்தால் நல்லது. எழுத்து, அச்சுப் பிழைகள் கவனமாகக் களையப்படல் வேண்டும். வட்டார வழக்குப் படைப்புகளில் இது மிகமிக முக்கியமானது.

- பெர்லின். குறும்பனை சி, தலைச்சுமடுகாரி, வாசகசாலை பதிப்பகம், சென்னை - 600 073, பதிப்பு: 2021.

19
நாகம்மாள்:
தமிழின் முதல் கிராமியப் படையல்

ஆர். சண்முகசுந்தரம் (1917 - 1977) மணிக்கொடி எழுத்தாளர். அவர் தன் இருபத்து நான்காம் வயதில் படைத்த நாவல் நாகம்மாள் (1942). மணிக்கொடி எழுத்தாளர்களில் முதலில் நாவல் எழுதியவர். இந்நாவலை ஒரு மாதத்தில் எழுதியதாகச் சொல்வார். தமிழ் நாவல் வரலாற்றில் முதல் மூன்று நாவல்களுக்கு அடுத்த நிலையில் அவற்றின் வளர்ச்சித் திசையில் புதுத்தடம் அமைத்தது நாகம்மாள். தமிழில் மட்டுமல்ல இந்திய நாவல் வரலாற்றிலும் கிராமிய வாழ்வியலை படைப்பு வெளியில் பதிவு செய்த முதல் முயற்சி. எனவேதான், "குடியான வாழ்க்கையையே ஆதாரமாகக் கொண்டு தமிழில் எழுதப்பட்ட முதல் நவீனம் இதுதான்" என முன்னுரையில் கு.ப.ராஜகோபாலன் குறிப்பிடுவார். க.நா.சு. 'முதல் வட்டார நாவல்' என வகைப்படுத்துவார்.

கொங்கு பூமியான ஒன்றிணைந்த கோவை மாவட்டமே கதைக் களம். வெங்கமேடு புதன் வாரச் சந்தையில் கதை தொடங்குகிறது. சிவியார் பாளையம் எனும் மேற்குத் தமிழ்நாட்டின் சிற்றூரில் நிலைகொள்கிறது. குளமும், ஏரியும், வயல்வெளியும், ஆறும், ஓடையும், பொட்டலும், புஞ்சையும் ஆடுமாடுகளும் சூழ்ந்த கிராமம். நிலவுடைமை உறவுகளும் அது உருவாக்கிய பாசமும், வேசமும், பகையும், நாட்டாண்மை, பஞ்சாயத்துகளும் மனித வாழ்வை, மரபை, குடும்ப அமைப்பை, குதூகலப் பிணைப்பை குத்திக் குதறி சிதிலமடையச் செய்வதின் சாரமே நாகம்மாள்.

'நாகம்மாள்' இளம் விதவை. ஊர்த் திருவிழாவில் வாண வேடிக்கையின்போது வாணவெடி பாய்ந்து அவள் கணவன் மாய்ந்து போகிறான். அவனின் தம்பி சின்னப்பன். சின்னப்பனின் மனைவி இராமாயி.

நாகம்மாளுக்கு 'முத்தாயா' எனும் நான்கு வயதுப் பெண் குழந்தை. கொழுந்தன் குடும்பத்தோடு நாகம்மாள் வாழ்கிறாள். நடையில்,

உடையில், ஆளுமையில் தனித்து நிற்கிறாள். இராமாயி நேர் எதிர் வாயில்லா பூச்சி. நாகம்மாள் ஓர்பிடியாள் ஆனாலும் மாமியார் போலவே ஆட்டிப் படைக்கிறாள். சின்னப்பன் தன் அண்ணி மீது மரியாதையும் அன்பும் கொண்டு நடத்துகிறான். நாகம்மாளின் குழந்தை முத்தாயா சின்னப்பனை சின்னய்யனாக்கி அவனோடும் சின்னம்மை இராமாயியோடும் ஒன்றிப் போகிறது.

இளமையும் வனப்பும் துடிப்பும் மிக்க நாகம்மாள் ஊரின் 'தாதா' போல வலம்வரும் கெட்டிப்பன் எனும் இளந்தாரியைச் சந்திப்பதும் அவனுக்கு வாய்க்குத்தக்கனத் தருவதுமாக 'பழக்கம்' கொள்கிறாள். வீட்டில் நாகம்மாளின் செயலாதிக்கம் இராமாயியிடம் மன வேற்றுமையை உருவாக்குகிறது. அவளின் தாய் காளியம்மாள் அடிக்கடி வந்து 'நல்' ஆலோசனைகள் வழங்கி தூபமிடுகிறாள். ஊரில் இரண்டு கட்சிகள், சின்னப்பனும் அவனது உறவுகளும் ஒரு பக்கம். ஊர் மணியக்காரரும் பிறரும் மறுபக்கம். அவ்வூரில் சின்னப்பன் தந்தையார் தான் செல்வாக்கோடு இருந்தவர். அவர் இருந்தவரை நாட்டாண்மை, பஞ்சாயத்து எல்லாம் அவர்தான். அவர் மறைந்ததும் அந்த இடத்தை மணியக்காரரர் ராமசாமிக் கவுண்டர் எடுத்துக் கொள்கிறார். சின்னப்பனின் தமையன் இறந்ததும் இன்னும் கூடுதலாகிறது. இப்படி ஊர் இரண்டுபட்டு, பகை முற்றிக் கிடப்பதைத் தன் மருமகனிடம் சொல்லி இங்குள்ள சொத்துப் பத்துக்களை விற்று விட்டு தன் ஊருக்கு அழைத்துப்போக காளியம்மாள் திட்டமிடுகிறாள்.

இதை அறிந்த நாகம்மாள் தன் எதிர்காலம் குறித்துக் கவலை கொள்கிறாள். தான் சவகாசம் கொண்டுள்ள கெட்டியப்பனிடம் பல முறை சந்தித்து நிலைமையைச் சொல்கிறாள். அவன் மணியக்காரரிடம் இட்டுச் செல்கிறான். இடையே ஊரில் நாகம்மாள் கெட்டியப்பன் உறவு அலராகிறது. சின்னப்பன் சங்கடமடைகிறான், கெட்டியப்பன், மணியக்காரர் ராமசாமிக் கவுண்டரும், அவரின் கைத்தடி நாராயணசாமி முதலியும் நாகம்மாளைப் 'பாகப் பிரிவினை' நோக்கி உந்தித் தள்ளுகின்றனர். நாகம்மாள் வீட்டில் தன் கணவனுக்கு உள்ள சொத்தைத் தரும்படி கோருகிறாள். சின்னப்பன் 'உன்னை இப்படி கேட்கச் சொன்னவர்களை வரச்சொல்' எனச் சீறி மறுக்கிறான். மன வேற்றுமை முற்றுகிறது. இந்நிலையில், சின்னப்பனின் ஒரே மைத்துனன் செத்துப் போகிறான். துக்கத்திற்குச் சென்றவன் அங்கேயே சில நாட்கள் தங்குகிறான். அவன் மாமியார் காளியம்மாள் சொத்தையெல்லாம் விற்றுவிட்டு தன்னோடு வந்துவிடும்படி சம்மதிக்க வைக்கிறாள். இந்தச் சூழலில் தனியாக இருந்த நாகம்மாளை கெட்டியப்பனும்,

மணியக்காரக் கூட்டமும் நஞ்சை விதைத்து உசுப்பேற்றுகிறது. சின்னப்பன் வீடு வந்ததும் சொத்தைப் பிரிக்கச் சொல்லி, சண்டையிட்டு வீட்டை விட்டு வெளியேறி அவனின் எதிரிகளான கெட்டியப்பன் வகையறாவில் தஞ்சமடைகிறாள். மறுநாள் அதிகாலையில் ஏர்பிடிக்க வரும் சின்னப்பனை தடுத்து நிறுத்தி நியாயம் கேட்கத் திட்டமிடு கிறார்கள்.

அதேபோல அதிகாலை நேரத்தில் ஏரோட்டி வந்த சின்னப்பனை நாகம்மாள் தடுத்து நிறுத்துகிறாள். விவாதம் முற்றி வாய்ச் சண்டையாக மாறுகிறது. அப்பொழுது தன் சகா செங்காளியுடன் இரவுப் போதை கழியாமல் தடிக்கம்புடன் கெட்டியப்பன் வருகிறான். நாகம்மாள் அதிர்ச்சியடைகிறாள். சின்னப்பன் அவர்கள் இருவரையும் நோக்கிப் பேசுகிறான். எதிர்பாரா நிலையில் கெட்டியப்பனின் கைத்தடி சின்னப்பனைப் பதம் பார்க்கிறது. இரத்தம் பீறிட கீழே சாய்ந்து சாகிறான். இதுதான் கதை.

சண்முகசுந்தரம் தனிப்பட்ட முறையில் கொள்கைகள், அபிப்ராயங்கள் இல்லாதவர். இயல்பு நெறியில் இதனை உருவாக்கி உள்ளார். ஒரு கதை சொல்லி கதை கூறுவதுபோல அமைத்துள்ளார். இந்நாவலின் மையம் பெண் என்பதில் மாற்றுக் கருத்து இருக்க முடியாது. கொங்கு வட்டாரக் குடும்ப அமைப்பில் பெண்கள் முக்கிய மானவர்கள். இதில் நாகம்மாள் தன் தற்சார்பை நிலை நிறுத்த முனைகிறாள். அவளின் ஒட்டுமொத்த நடத்தையும் சுதந்திரவெளியை உருவாக்கிக் கொள்வதில்தான் முனைப்பாகிறது. கணவனை இழந்த விதவைக் கோலம் அவளுக்கு உடன்பாடில்லை. கெட்டியப்பனின் உறவு குறித்த ஊர் - உறவுப் பார்வையை அவள் பொருட்படுத்த வில்லை. அவள் தன் கணவனின் சொத்து தனக்கு வர வேண்டும் எனத் தீவிரமாக விரும்புகிறாள். இந்தச் சொத்துரிமை கோரல்தான் இந்த நாவலின் மையம் எனலாம். ஆனால் இது குறித்த விரிவான விவாதங்கள் இல்லை. வெங்கமேட்டார் எனும் அயலூர்க்காரர், "அண்ணன் தோன்றி கஷ்டப்பட்டுச் சம்பாதித்தான். அவன் குடுத்து வைக்காமல் போய்விட்டான். ஏதோ கால், அரை அவளுக்கு ஒதுக்கிடச் சொல்லிடலாம்" என்கிறார்.

"அவளுக்கென்ன வந்துட்டுது? இருந்தா வீட்டைக் காத்துகிட்டு இங்கிருக்கிறா, இல்லாதபோனா அங்கதா வாறா? இனி அவளுக்கென்ன சாகிற வரைக்கும் சோறும் சீலையும் தானே. கொழந்தை பெரிசானா சித்தபெ இருக்கிறாங்க. கண்ணாலம் காட்சி எல்லாம் பார்த்துக்கறாங்க,

இங்கென்னா பத்துக் கொழந்தெயா இருக்குது?" என்கிறாள் சின்னப்பனின் மாமியார் காளியம்மாள்.

இப்படி தன்னைப் பிறரை அண்டிப்பிழைக்க வைத்து விடுவார்கள் என்ற அச்சமே நாகம்மாளின் உள்மனதைத் தூண்டுகிறது. கெட்டி யப்பனிடம் தன் உடல் இச்சையைவிட தனக்கானப் பாதுகாப்பை, உரிமையை நிலைநாட்டவே இணக்கம் ஆகிறாள். அவளின் இந்த நிலையை சின்னப்பனின் எதிரிகளான ஊர் மணியக்காரர் போன்றோர் பயன்படுத்துகின்றனர். முதலில் பாகம் பிரிக்க வைப்பது. சின்னப்பன் தன் பங்கை விற்று மாமியார் ஊர் சென்றுவிடுவான். பின்னர் நாகம்மாள் பங்கையும் அபகரித்து, அவர்களின் குடும்பம் மீதான தங்கள் பகையைத் தீர்க்க அவளைப் பயன்படுத்துகிறார்கள்.

நிலவுடைமை உறவுகளின் சிதைவு இங்கு சுட்டப்பெறுகின்றது. கூட்டுக் குடும்ப அமைப்பின் உடைவும் பதிவாகின்றது. அக்காலத் தமிழகத்தின் நிலம் சார் உறவை அதன் சிக்கலை நாவலாசிரியர் ஓரிடத்தில் சுட்டுவார். "இந்தக் கட்சியிலதாண்டா நம்பவங்க அழிஞ்சு போனது. கச்சேரிக்கும் ஊட்டுக்கும், ஊட்டுக்கும் கச்சேரிக்கும் நடந்துக்கிட்டிருந்தா காட்டு சங்கதி என்ன ஆகுமின்னு பாருங்கடா! இதிலே 'ஹோட்டல்' சோத்துக்கு பொய் சாட்சி சொல்லப் போறவங்க எத்தனைபேர்! நானும் எத்தனையோ பட்டு மாஞ்சிருக்கிறே. அடடா... என்ன பாவம்! ஹோட்டல் சாப்பாட்டை எண்ணிப் பொய்ச் சொல்றதா? அட உங்களுக்கு ஏழேழு சென்மங்களுக்குத்தா சொர்க்கம் கிடைக்குமா?" என மணியக்காரரின் பெரியப்பா சொல்வதன் வழி வம்பு, வழக்கு, வாய்தாக்களில் கிராமப்புற மக்கள் சீரழிந்ததை நாவலாசிரியர் சுட்டுகின்றார்.

இந்நாவல் வெளியுலகில் பேசப்பட்டதுபோல, வட்டார வாழ்வு என்பது மிக இயல்பாகப் பதிவாகி உள்ளது. ஊர்த்திருவிழா, பொங்கல், ஆட்டம் பாட்டம், குடி, கூத்து, விருந்து எல்லாம் வருகின்றது. மரம், செடி, கொடிகள் அவற்றின் பருவ காலங்கள் சுட்டப்படுகின்றன. சடங்குகள், நம்பிக்கைகள், உறவுப் பிணைப்புகள் நாவலில் இடம் பெறுகின்றன. ஏற்றம் இறைத்தல், உழவு வோட்டுதல், சாலடித்தல், எள் விதைப்பு, பால் கறத்தல், களையெடுத்தல், பருத்தி எடுத்தல், வீட்டுக்கு முன் கால்நடைகளைக் கட்ட முளைக்குச்சி அடித்தல், சாணியிட்டு மெழுகுதல்... எனப் பலவும் இச்சிறு நாவலுக்குள் வாழ்வில் தெறிப்புகளாகப் புனையப்பட்டுள்ளன.

திருவிழாவை இப்படிக் காட்சிப்படுத்துவார்:

"பத்து வருஷமாக் கொண்டாடாதிருந்த மாரியம்மன் உற்சவம் இவ்வருடம் கொண்டாடப்படுகிறது. கற்கள் கீழே விழுந்தும், வங்கு பறித்தும் ஹீணதசை அமைந்திருந்த கோவிலின் சுவர்கள் மண்ணும் சுண்ணாம்பும் அடிக்கப்பட்டு பளிச்சென்றிருந்தன. நாலு பக்கத்தின் உச்சியிலும் வேப்பிலைக் கொத்துக்கள் செருகப்பட்டிருந்தன. கோவிலுக்கு முன்பாக தென்னோலையிலே வேயப்பட்ட பசும் பந்தல் மிக அழகாயிருந்தது. பந்தல் கூரையின் அடிப்புறத்தில் வண்ணான் மாத்து கட்டப்பட்டிருந்தது. சுவாமியின் சன்னிதானத்திற்கு நேர் எதிராக வெளிப்புறத்தில் பூவோட வைக்கும் முக்கோணப் பாச்சா மரக்கம்பம் நடப்பட்டிருந்து. கம்பத்து உச்சியில் மஞ்சள் துணியில் நவதானியங் களுடன் ஒரு செம்புக்காசும் வைத்துக் கட்டியிருந்தார்கள். ஊர்க் கிணற்றுப் பாதை, சருகு சத்தைகள் ஒதுக்கிச் சுத்தமாக்கப்பட்டிருந்தது. பாதை பூராவுமே தண்ணீர் தெளித்து குளுகுளுவெனச் செய்திருந்தார்கள்."

உழைப்பு மனிதகுல அடையாளம். அது மனகுதூகலம் தரும் பருத்தி எடுக்கும் பெண்கள் குறித்தப் பதிவு.

"அந்தப் பெண்களில் முக்கால்வாசிக்குமேல் இளவயதுடையவர்கள் தான். அவர்கள் புடவைத் தலைப்பை எடுத்து இடுப்பைச் சுற்றி மடி கூட்டியிருந்தார்கள். கெண்டைக்காலுக்கு மேல் தூக்கிக் கட்டிய கொசுவம் வைத்திருந்த கொரநாட்டுச் சேலையுடன் நடு நெற்றியில் வாகு எடுத்துச் சிலர் கொண்டை போட்டிருந்தார்கள். இன்னும் சிலர் ஈரக் கூந்தலை உலர்த்துவதற்காக கோடலி முடிச்சுப் போட்டிருந்தார்கள். அவர்களது மினுமினுப்பான உடம்பும் கரங்களின் உறுதியும் பார்க்கப் பார்க்க இன்னும் பார்த்துக்கொண்டே இருக்கலாம் எனத் தோன்றும். இளமை பூத்து நிற்கும் அங்க வனப்பை, அள்ளி எறிவதைப்போல, நிமிர்ந்து அவர்கள் கலகல என்று பேசும்போதும், சிரிக்கும் போதும் கால் மிஞ்சிகள் ஒலிக்கும் போதும், செடிகளை ஒதுக்கிட்டு அவர்கள் முன்னோக்கிச் செல்லும்போதும் அவர்களுடைய ஒவ்வொரு அசைவிலும் மனத்தை மகிழ்விக்கும் மாயம் ததும்பி நின்றது!"

சண்முகசுந்தரம் மனிதமன ஓட்டங்களை நுட்பமாகப் பார்த்து எழுத்தில் வார்த்து விடுகிறார். நாகம்மாளுக்கும் சின்னப்பனுக்கும் சிடுக்கு வந்து எதிர், எதிர் ஆனபோதும் ஒருவருக்கொருவர் கரிசனப் படுவதை உணர்ச்சியோடு தீட்டிக் காட்டுகிறார். தன் அண்ணிக்கு இரக்கப்படும் கொழுந்தனாக சின்னப்பன், மனைவி இராமாயியிடம் அவளைச் சாப்பிடச் சொல்லித் தூதாக்குகிறான். நாகம்மாளோ தான்

கணவனை இழந்து, பிறந்த இடத்துக் கோடி பெற்று தாலி அகற்றுகையில் கூக்குரல் இட்டு, கதறி அழுத சின்னப்பனை நினைத்து உருகுகிறாள். இப்படியான நடைச்சித்திரம் நாவலாசிரியரின் பரந்துபட்ட நேயத்தையே இனம் காட்டுகிறது.

"காலம் மகத்தான மாறுதலைச் செய்துவிடுகிறது. இந்தக் கர்வம், அதட்டல், அகங்காரம் எல்லாம் ஒரு நாளைக்கு மண்ணில் தலை சாய்ந்து விடும். ஒளியின் வேகத்திற்கும் ஒரு எல்லையுண்டு." என்பதில் அவரின் மனவிசாலம் தெரிகிறது.

"பாத்திரங்கள் ஆயாசம் எதுவுமின்றித் தம் போக்கில் எழும்பி வருகிறார்கள். வாழ்வுமீது ஆசிரியர் கொண்டுள்ள ஈடுபாட்டின் வெற்றி என இந்த நாவலைச் சொல்லலாம். நாகம்மாள் எவ்வித ஒப்பனையும் செய்யப்படாமல் உயிர்ப்புடன் இயங்குகிறாள்" என்ற சுந்தர ராமசாமியின் மதிப்பீடு சரியானது.

சமூக மரபுகள், வழக்கங்கள், கட்டுப்பாடுகளை மீறும் சுதந்திர மனதை நாவல் சித்திரப்படுத்துகிறது. காதல், உறவு முறை, கெட்டிக்காரத் தனம், மனிதப் பண்பு, போலி உணர்வுகள், உழைப்பின் மகிழ்ச்சி, நயவஞ்சகம், நேர்மை கோரல்... என வாழ்வின் பல்வேறு ஓட்டங்களும் இதில் இடம் பெறுகின்றன.

இது குறுநாவல்தான் என்ற விமர்சனமும், நீண்ட சிறுகதைதான் நாவலாக மலர்ச்சிப் பெறவில்லை என்ற மதிப்பீடும் கூட உண்டு.

மறுவாசிப்பில் நோக்க, நாகம்மாளின் உடல் சார்ந்த உணர்வுகள் மொன்னையாக்கப்பட்டுள்ளன. கெட்டியப்பனுடன் நடைபெறும் சந்திப்புகள் யாவும் நிலம் சார்ந்த உரிமை பெறல் சார்ந்தே சுட்டப் பெறுகின்றன. 1856லேயே விதவை மறுமணச் சட்டம் வந்த பின்னரும் கூட, நாகம்மாளை மறுமணம் பற்றி யோசிக்கக்கூட செய்யாதது ஏன்? என்ற வினா எழுகிறது. அவ்வட்டாரம் மறுமணம் ஏற்பில்லாததுதானே?

எல்லாவற்றையும் கடந்து மின்சாரம் கூட எட்டிப்பார்க்காத கொங்கு நாட்டின் கிராம வாழ்வை நவீன இலக்கியத்தில் பதிவு செய்ததும், ஆண்களைச் சார்ந்தே வாழ்ந்து பழகியப் பெண்ணினத்தைத் தற்சார்புமிக்க ஆளுமைகொண்ட விடுதலை வேண்டி நிற்கும் இடத்திற்கு நகர்த்தியதும் ஆர். சண்முகசுந்தரம் என்ற எழுத்துக்கலைஞனின் வெற்றி எனலாம்.

- ஷண்முகசுந்தரம். ஆர், நாகம்மாள், தென்றல் பப்ளிகேஷன், கொழும்பு - 6, பதிப்பு: 2002.

20

அஞ்சலை: பெண் இருப்பின் நியதி

"என்னைப் போலவே, என் கதைகளும் எளிமையானவை. முந்திரிக்காட்டு கிராமத்து மக்களின், யதார்த்த வாழ்க்கையை, முருங்கை மரக்கிளையை வெட்டி நடுவதுபோல, பாசாங்கு இல்லாமல், இயல்பான மொழிநடையில் கதைகளை எழுதுகிறேன். கிராமம்தான் என் கதை உலகம். அம்மக்கள்தான் என் கதை மாந்தர்கள். மூளையைக் கசக்கிப் பிழிந்து ஆய்வு நோக்கில், கோட்பாட்டு அடிப்படையில் எதையும் எழுத வேண்டும் என்ற எண்ணம் எனக்கில்லை. இந்த மண்ணுக்கும் மொழிக்கும் உண்மையான படைப்பாளியாக இருக்க வேண்டும் என்பதே என் நோக்கம்" என்று சொல்லும் கண்மணி குணசேகரன் வடதமிழ் நாட்டின் - நடு நாட்டின் மக்கள் வாழ்வியலை தன் படைப்புகள் வழி தொடர்ந்து பதிவு செய்து வருகிறார்.

அவரின் "அஞ்சலை" *(1999)* பெண்களின் வலிமிகுந்த வாழ்வையும் அவர்களின் வலிமைமிக்கப் பேராற்றலையும் பேசும் நாவல். விருத்தாசலத்துக்கு அருகில் உள்ள கார்குடல், மணக்கொல்லை, தொளுர் ஆகிய ஊர்கள் நாவலின் இயங்கு களமாக அமைகிறது.

கார்குடல் ஊரில் பறைகுடியில் கணவனை இழந்தவர் பாக்கியம். அவருக்கு மூன்று மகள்கள். கடைசியாக ஒரு மகன். மூன்றாவது மகள் "அஞ்சலை" தான் நாவலின் நாயகி. துணிவும் ஆற்றலும் தினவும் மிக்கப் பெண். வேளாண் பணியில் அவளுக்கு ஈடு அவளே. "கதிர் வயலுக்குள் கீரிபுகுந்தது மாதிரி" என அவளின் அறுவடை வேகத்தை ஆசிரியர் சுட்டுவார். ஆணுக்கு இணையாக தாளடிக்கவும் செய்வாள்.

இளம் வயதுக்கே உரிய துடுக்கினால் படையாச்சி மகனுடன் வாயாடுகிறாள். ஊரில் அலர் தொடங்கிவிடுகிறது. அஞ்சலையின் துறுதுறுப்பும், இளமை வசீகரமும், பார்ப்பவரை தூண்டில் போட வைக்கிறது. பயந்து போகிறாள் அம்மா பாக்கியம். ஊருக்குப் பயந்து மாப்பிளைத் தேடத் தொடங்குகிறாள். தன் ஒன்றுவிட்டத் தம்பியை வரன் பார்க்க வேண்டுகிறாள். அவனோ அஞ்சலையை ரெண்டாம் தாரமாக்கிக்கொள்ள முயல்கிறான். அது நடக்கவில்லை. பாக்கியமும் அஞ்சலையும் மசியவில்லை.

இந்த வெறுப்பில், மணக்கொல்லை எனும் ஊரில் மாப்பிள்ளைப் பார்த்துக்கொண்டு வருகிறான். அது ஒரு ஏமாற்று. ஆள்மாறாட்டம். எடுப்பான அண்ணன்காரனை மாப்பிள்ளையாகக் காட்டிவிட்டு நோஞ்சான் தம்பியை கல்யாணம் செய்து வைத்துவிடுகிறான். இப்படி வஞ்சம் தீர்த்ததில் அஞ்சலை அதிர்ச்சி ஆகிறாள்.

அஞ்சலை எனும் பெண்ணின் பிறப்பு, வளர்ப்பு, வேலை, திருமணம், குழந்தை என ஒரு பெண்ணின் வாழ்வைச் சொன்னாலும் எதுவுமற்ற உழைப்பாளிப் பெண்களின் வகைமாதிரிதான் அஞ்சலை. பிறந்த இடத்தில் விவசாய வேலை. புகுந்த இடத்தில் முந்திரிக்காட்டு வேலை. முந்திரிக் கொட்டை எடுத்தல். பின்னர் போகும் இடத்தில் பீங்கான் தொழில். இப்படி இடம் மாறினாலும் உழைப்பு நிரந்தரம்.

அஞ்சலையின் அம்மா பாக்கியம், அக்காக்கள் கல்யாணி, தங்கமணி, தோழி வள்ளி, மகள் நிலா என எல்லாப் பெண்களும் அவரவர் தளத்தில் தனித்துவமிக்கவர்கள். ஆண்களோ அடங்கி நடப்பவர்கள், நயவஞ்சகர்கள், பெண் உழைப்பில் வாழ்பவர்கள், வேடதாரிகள், நன்றியில்லாதவர்கள் எனச் சித்தரிக்கப்படுகிறார்கள்.

அஞ்சலையின் திருமணம்தான் திருப்பு முனை. மணமகனை முதன் முதலாகப் பார்க்கும் அஞ்சலையின் மன வெளிப்பாடு;

"சுருள் முடி வைத்துக்கொண்டு முகத்தில் கருப்பாய் அடர்த்தியாய் மீசை வைத்துக்கொண்டு கன்னத்தில் ஒரு கையை வைத்துச் சாய்ந்த மாதிரி குந்தியிருந்தான். இன்னங் கொஞ்சம் பார்த்தால் தேவலாம் என்று பார்த்துக்கொண்டு இருக்கும்போதே முன்னால் குந்தியிருந்த சோப்ளாங்கி சாய்ந்து உட்கார்ந்து மறைத்து விட்டான். அஞ்சலைக்கு வெறுத்துவிட்டது. "இவன் யாருன்னு தெரியல அவன் மூக்கையும் முழியையும் பாரேன் வேதாளமாட்டம் சப்ப மூஞ்சியை வச்சுக்கிட்டு!" (ப.45)

இந்தச் சோப்ளாங்கியைத்தான் திருமணம் செய்து வைக்கிறார்கள். அஞ்சலை அவனை ஏற்காமல் உறவு கொள்ளாமலே இருக்கிறாள். அவர்கள் இருவரையும் பற்றி ஊர் இப்படிப் பேசுகிறது;

"இந்த புள்ள யாரு"

"மண்ணாங்கட்டி பொண்டாட்டி"

"யாரு நசுக்கான் மறுமொவளா"

“ஆமா, அவன் மொவன் சின்னவன் இல்ல, கருப்பா ஒல்லியா இருக்க மாட்டான் அவன் பொண்டாட்டி”

“ஆங், கணேசனா, அவனுக்கா இந்த மாதிரி புள்ள!”

“குடுத்து வைச்சவந்தான் அவன். சும்மாவா கத இருக்கு, வத்தலுக்கு ஒரு தொத்தலு, தொத்தலுக்கு ஒரு வத்தலுன்னு!”

“கணேசன்தான் பேரு. மண்ணாங்கட்டிதான் கூப்புடுறது!”

“இருந்தாலும், பொண்ணு எப்படி அவனக் கட்டிக்கச் சம்மந்தப் பட்டது. அவனுக்கும் இதுக்கும் ஏணி வச்சாலும் எட்டாத போலருக்கு. ஏதாவது ஒன்னுக்கும் வக்கு இல்லாதவன் ஊட்டுப் புள்ளையா. இவனுக்குப் போயி இதக் குடுத்துருக்கானுவோ” (ப.68).

ஏமாற்றமாய் அமைந்து விட்டத் திருமணம், ஆண் எனும் ஆசையைத் தவிர்த்து எவ்வித ஆளுமையுமற்ற மண்ணாங்கட்டியோடு தன்னைப் பகிர்ந்துகொள்ள அஞ்சலைக்கு விருப்பமில்லை. அவனின் அண்ணனை நினைத்து ஏங்கிக் காமம் சுமக்கிறாள். ஓப்பிடியாக்காரியான அவனின் மனைவி அஞ்சலையுடன் மல்லுக்கு நிற்கிறாள். வள்ளி மட்டும் ஆறுதலாக தோழி ஆகிறாள். ஒரு நிலையில் ஓப்பிடியாருக்கும் அஞ்சலைக்கும் அடிதடியாகி, மனம் நொந்து அம்மா வீட்டுக்கு வருகிறாள். மண்ணாங்கட்டி அஞ்சலைமீது வாஞ்சையாகத்தான் இருந்தான். மரியாதையும் கொடுத்தான், அவளால் அவனோடு ஒன்ற முடியாமல் போகிறது.

தாய் வீட்டுக்கு வரும் வழியில் விருத்தாசலம் பேருந்து நிலையத்தில் மூத்த அக்காவைச் சந்திக்கிறாள். கார்குடலுக்குச் செல்ல வந்த அஞ்சலையை அக்கா தான் வாழும் தொளூருக்கு அழைத்துச் செல்கிறாள். அங்கே தன் கொழுந்தனுக்கு அஞ்சலையை இரண்டாவது திருமணம் செய்து வைக்கிறாள். பின்னர்தான் அக்காவுக்கும் தன் கணவனுக்கும் தகாத உறவு இருப்பது தெரிய வருகிறது. சக்களத்தி ஆகிவிட்ட அக்காவுடன் மன வேறுபாடு, புகைச்சல், கஷ்டமான வாழ்வு, போராடிக் கடக்க முயல்கிறாள். யார் துணையுமின்றி மகள் வெண்ணிலாவை பெற்றெடுக்கிறாள். குடும்ப நிலை, உறவுகள் மோசமாகிவிட வேறு வழியின்றி கார்குடலுக்குப் போகிறாள். அங்கே தாய் பாக்கியத்திடம் வெண்ணிலாவை விட்டு விட்டு வேலைக்குப் போகிறாள். கொஞ்சம் நிம்மதி பிறக்கிறது. மீண்டும் வழக்கம் போல் அலர், அஞ்சலை மீது பாயும் ஆண் கண்கள், அவள் உடல், உழைப்பு

சார்ந்த பொறாமை அவளை இம்சிக்கிறது. ஊர் ஆண்களுடன் நடு அக்காவின் கணவனும்... அவஸ்தை பொறுக்காமல் தோழி வள்ளியைப் பார்த்து மனசை ஆற்றலாம் என மணக்கொல்லைக்கு வருகிறாள்.

வள்ளி மண்ணாங்கட்டியின் நல்ல மனதை எடுத்துச் சொல்லி அவனோடு பஞ்சாயத்து செய்து வாழலாம் என யோசனை கூறி, ஏற்பாடும் செய்கிறாள். கார்குடலில் இருந்து தப்பித்தால் போதும் எனற நிலையில் அஞ்சலையும் உடன்படுகிறாள்.

அங்கு மண்ணாங்கட்டியுடன் வாழ்ந்து ரெண்டு பெண் குழந்தைகள் பிறக்கின்றன. உழைப்பில் வாழ்க்கை ஓடுகிறது. வாயில்லாப் பூச்சியான மண்ணாங்கட்டியும் அஞ்சலையை ஏசத் தொடங்குகிறான். 'நாடுமாறி', 'தேவடியா'... என ஊரும் சுற்றமும் சதா குத்திக்காட்டல்கள். அம்மா பாக்கியத்திடம் வளரும் வெண்ணிலாவை தன் தம்பி திருமணம் செய்து கொள்வான் என எதிர்பார்க்கிறாள். அவனிடம் மடிப்பிச்சைக் கேட்பதுபோல மன்றாடுகிறாள். ஆனால் மூத்த அக்கா தன் மகளை அவனுடன் பழகவிட்டு, சீர் செனத்தி அதிகம் செய்து மருமகனாக்கிக் கொள்கிறாள். மகள் வாழ்வு பற்றிய கனவும் சிதைந்து போகிறது. ஊரில் தன் வீட்டில் சொத்துப் பிரச்சனையும் ஏற்பட்டு விடுகிறது. ஒப்பிடியாவின் குடும்பம் அவளை தெருவில் போட்டு அடித்து துவைக்கிறது. மண்ணாங்கட்டி கணேசனாக நிமிர்ந்து அவன் வாயாலேயே அஞ்சலையை 'நாடுமாறி, தேவடியா' எனத் திட்ட அஞ்சலை மண்ணில் விழுகிறாள். கூனிக் குறுகி இனி தான் வாழ லாயக்கில்லை என்ற முடிவுக்கு வருகிறாள். தூக்கு மாட்டிக் கொள்கிறாள். மகள் வெண்ணிலா ஓடி வந்து காப்பாற்றுகிறாள். நிலாவின் கைத்தாங்கலில் அஞ்சலை மீண்டும் எழுவதுடன் நாவல் முடிகிறது.

ஒரு பெண்ணுக்கு இத்தனைத் துயரமா? எனும் அளவுக்கு தொடர் அவலங்கள். ஒவ்வொரு நிலையிலும் வாழ்வின் மீதான ஆர்வமும், துடிப்பும் ஒன்று சேர எழுந்து நிற்கிறாள். அஞ்சலை இனி தாங்க முடியாது எனும் நிலை ஏற்பட்ட போது மகள் நிலா தாங்கிப் பிடிக்கிறாள். ஆண்-பெண் உறவு, பாலியல் வக்கிரம், காமம் என்றெல்லாம் யோசித்தாலும் உழைக்கும் மக்கள் மிக இயல்பாக இவற்றை அணுகும் விதம்தான் நாவலின் உயிர்ச்சரடு.

வடதமிழ் நாட்டின் பேச்சுவழக்கும், புழங்கு பொருள்களும், உணவும், பண்பாடும் நாவல் முழுக்கப் பதிவாகி உள்ளன.

ஊர்விட்டு ஊர்மாறி, தொழில்மாறி, உறவு மாறி இடப்பெயர்ச்சி அடைந்தும் வாழ்க்கை இடம்பெயர மறுக்கிறது.

செம்மண்ணின் மனிதர்களை அவர்களின் ஆழ் மனங்களுக்குள் பயணித்து கண்மணி குணசேகரன் படைத்துக் காட்டுகிறார்.

'கம்னேட்டி' (கம்னாட்டி) எனும் வசவு வழக்கு நாவல் முழுக்க பயணிக்கிறது. நாவலின் இயல்பில் பல உடைப்புகளைப் போகிற போக்கில் கண்மணி செய்து விடுகிறார்.

தன்னைப் பெண்பார்க்க வந்து ஏமாற்றி, நோஞ்சான் தம்பிக்குக் கட்டிவைத்தவனை அஞ்சலை அணுகும் விதம் அலாதி.

"எனக்கு என்னடா வழி சொல்ற? நீதான் மாப்ளன்னு வந்தன். ஒன்னப் பார்த்துதான் சம்மதிச்சன். நீனும் ஏமாத்திட்ட, ஒப்பன் ஊருசனம் எல்லாம் ஏமாத்திட்டுது, எனக்கு அவங்கூட படுக்க சம்மதமில்ல. எனக்கு என்னடா வழி சொல்ற? ஓம்பொண்டாட்டி வுடுவாளா, கொழந்தானாருக்குப் பொண்ணுபாக்க அனுப்புனாள, இப்ப வுடுவாளா, ஏங்கிட்ட என்ன? சொல்றா? வுடுவாளா? எப்பிடிடா நாங்க இருந்தம், என்ன இந்த மாதிரி நாசம் பண்ணிட்டிங்கள" (ப.87).

அஞ்சலையை மீண்டும் மண்ணாங்கட்டியிடம் சேர்ந்து வாழ ஆற்றுப்படுத்தும் தோழி வள்ளியின் வாயிலாக யதார்த்த உலகைப் படம்பிடித்துக் காட்டிவிடுகிறார்.

"இங்க பாரு அண்ணி, நாஞ்சொல்லி ஒன்ன வுட்டுடுவான். அதலாம் ஒண்ணும் தடங்கலும் இல்ல. ஆனா நம்ப சனம் சும்மா இருக்காது. ஒரு எடம் வேணாமுன்னு வேற எடத்துக்குப் போயி கையில ஒரு புள்ளையும் ஆயி, திரும்ப பழைய எடத்துக்கு வந்து வாழ்க்கை நடத்தறது அம்மாஞ் சாமானியம் இல்ல. சப்பாத்தி முள்ளு மேல மொடங்கற மாதிரிதான். பாக்கறவங்களுக்கு கேவலமாதான் தெரியும். நொடிக்கு நூத்தி எட்ட சாட வைச்சிதான் பேசும். நாமதான் மனந்தாங்கிப் போவுணும். காலம்பூரா ஓட்டப் பந்தியத்துல ஓடறமாதிரி ஓடிக்கிட்டே இருக்க முடியாது. பாத்து நடந்துக்க" (ப.197).

அஞ்சலையின் வீராந்த குணத்தை, மொழியை பல இடங்களில் சுட்டும் ஆசிரியர் அவளின் தாழ்வை, தான் பெற்ற மகளை எப்படியாவது கரையேற்ற வேண்டும் என்ற தவிப்பைச் சுட்டுவது கல்லும் கரையும் விதத்தில் அமைகிறது.

தம் தம்பியிடம்,

"ஏஞ்சாமி, ஒன்னத் தவுர வேற எங்க குடுத்தாலும் என்ன காரணங்காட்டி எம் புள்ளய கொத்திபுடுங்குவானுவோ சாமி. காலம் பூரா ஒங்கட்டு தெருவுல சாணியள்ளிகிட்டு கெடக்கறன். எம் புள்ளய வுட்டுடாதப்பா...

ஏங்கிட்ட கட்டியிருக்கிற துணிதாம்பா இருக்கு. இல்லன்னா நீ கேக்றத வாங்கி குடும்பஞ்சாமி. காசு பணத்தப் பாக்கதப்பா, ஏம்புள்ள நின்னு தெவைச்சிடும் சாமி" என அஞ்சலை கெஞ்சுவது இயல்பு வாழ்வின் பேரவலம்.

அஞ்சலை நாவல் முழுக்க யதார்த்த வாழ்வை விவரித்த வண்ணமே விரிகிறது. அஞ்சலை தன் மீதான ஊர் - உறவுப் பார்வையைக் கேள்விக்குள்ளாக்குகிறாள்.

"ஒரு ஆம்பளைய ஏறெடுத்துப் பார்த்தாலே எல்லாம் கெட்டுப் போவுதுன்னா, இங்க எவ ஆம்பளைய பாக்காம இருக்கறா? அப்பிடிப் பாத்தா இங்க இருக்கற பொம்பளைவோ எல்லாம் அவுசாரிவுளா, எவளுமே பத்தினியில்லையா? இதெல்லாம் வெறும் கத. இப்பபடிலாம் பாத்தா எப்பிடி வாழ முடியும்?"

"நாம பத்தினியோ, தேவுடியாளோ, ஆனா நாம வவுறு எறிஞ்சி உடற வாசாக்கு, சாபம் எப்படி இருந்தாலும் கேக்காம வுடாது" *(ப.149).*

கடைசி கடைசியாக தற்கொலைக்கு முயலும் போது மகள் வெண்ணிலா ஓடிவந்து, வெறிகொண்டு தன் தாய் அஞ்சலை மயிரைப் பிடித்து, வளைத்துப்போட்டு அடிக்கிறாள். குத்துகிறாள். உதைக்கிறாள். காளி மாதிரி ஓங்காரமாய் உறுமுகிறாள். அப்போது அவள் உதிர்க்கும் வார்த்தைகள் தான் நாவலின் உயிர்ப்பு. ஒட்டுமொத்த சமூகத்தையும் ஆண்கள் உலகத்தையும் செவியில் அறைகிற கூக்குரல்.

"நாடுமாறி, நீ ஏண்டி சாவப் போற? நீபண்ணனதுக்கு நாந்தாண்டி சாவனும்".

"அவனுவ பண்ணானுவளோ, நீனா போனியோ, போனதுன்னு ஆயிப்போச்சி. ஒரு தடவ சொன்னாலும் அதான். ஓராயிரம் தடவை சொன்னாலும் அதான். செத்துட்டா மட்டும் அழிஞ்சிடவா போகுது. பொறந்தது பொறந்தாச்சி. என்னா ஆயிடுங்கிற? இதுவுமில்லாம இப்ப, நானும் வேற வந்திருக்கன். இன்னும் பத்துப்பொழுது, இந்த சனங்ககிட்ட இருந்து, என்னா ஏதுன்னு வாழ்ந்து பாக்காம,

செத்துப்போறதுதான பெரிசு? ஏந்திரு.... சாவப் போறாளாம் சாவ...."
(ப.319)

இந்த நம்பிக்கைக் குரல்தான் அஞ்சலைக்கு மட்டுமல்ல பெண்கள் அனைவருக்குமான நன்நம்பிக்கைக் குரல் இது.

இவ்வட்டாரத்தில் வன்னியர், பறையர் முரண் அனைவரும் அறிந்த ஒன்று. ஓரிரு இடங்களில் சாதி (குடிச்ச தண்ணிய தீட்டுக் கழிப்பது) ஒடுக்கம் சுட்டப்படுகிறது. மற்றபடி பறைக்குடி மக்கள் தங்களுக்குள் சொந்த உறவுகளுக்குள் மனித பலகீனங்களால் ஒருவரையொருவர் கெடுத்துக் கெட்டுச் சீரழிவதை நாவல் பேசுகிறது. என்னதான் பெண் அவலம், பாலியல் வக்கிரம், குடும்பச் சிதைவுகள் என்றெல்லாம் பேசினாலும் தலித்திய பார்வையில் இந்நாவலின் போக்கினை மறுவாசிப்பு செய்ய வேண்டியிருக்கும்.

அஞ்சலை வகை மாதிரி பாத்திரப் படைப்பு என்றால் ஒட்டுமொத்த பெண்ணின் முகமாக, அடையாளமாக அஞ்சலையை முன் நிறுத்தவும் இயலும் என்பதே இப்படைப்பின் தனித்துவம்! இதில் வரும் ஆண்களுக்கு முகம் இல்லை. சுயம் இல்லை. சுயநலத் துய்ப்பின் பிண்டங்களாகவே வலம் வருகிறார்கள். பாக்கியம், அஞ்சலை, வள்ளி, வெண்ணிலா ஆகிய பெண்கள்தான் முகம் கூடியவர்கள். பெண் இருப்பின் நியதியை வலியுறுத்தி நிற்கிறார்கள். கண்மணி குணசேகரனின் கலையியல் வெற்றிபெறுகிறது.

- *கண்மணி குணசேகரன், அஞ்சலை, தமிழினி பதிப்பகம், சென்னை - 600014, பதிப்பு: 1999.*

21
சக்கை: யதார்த்த வாழ்வின் விளைச்சல்

உலகம் மாறிக்கொண்டிருக்கின்றது. மனிதர்களிடத்தும் ஏற்ற இறக்கங்கள். வாழ்க்கையை உள்ளும் புறமுமாக சிக்கலாகிக் கொண்டிருக்கிறது. அறமும் விழுமியங்களும் நேர் எதிர் திசைகளில் பயணிக்கின்றன. மனிதன் பண்டமாகிப் போனான். வாழ்க்கை வணிகமாகிப் போனது. மனித உறவுகள் சிதிலமடைந்துவிட்டன. மனித உணர்வுகள் மரத்துப் போய்விட்டன. காலம் விழுங்கிவிட்ட வாழ்வை எப்படி மீட்பது?

கால்களிலும் மனசிலும் இறக்கைக் கட்டிப் பறக்கும் மனிதர்களை நின்று நிதானப்படுத்த கலை இலக்கியங்களாலேயே சாத்தியமாகும். தனது மற்றும் சமூக அனுபவங்களை எழுத்தில் வடிப்பது ஒருவகை எழுத்து முறைமை. வாழ்க்கைக் கோலங்களை வண்ணமயமாக்க எழுத்தால் இயலும். ஆசையும், மகிழ்ச்சியும், ஏக்கமும், கழிவிரக்கமும், கையாலாகாத்தனமும், துரோகமும், ஏமாற்றமும், துன்பமும், கண்ணீரும், பெருமூச்சும், விடுதலை உணர்ச்சியும் எழுத்தாகும் போது மனித வாழ்வின் அற்புத பெருங்கனவாய் எழுத்து மாறும். "பேசாப் பொருளைப் பேச நான் முனைந்தேன்" என்பது போல இதுவரை வாழ்வின் நடுவில் கண்டுகொள்ளப்படாதவை கண்டுணரப்படும் காலம் இது. இன்று முகமற்ற, குரலற்ற, விழியற்றவர்களுக்கு வழியாய் அமையும் எழுத்துக்கள் வருவது மகிழ்ச்சி தருகிறது.

கலைச்செல்வியின் 'சக்கை' என்னும் இந்நாவல் தமிழ்ச் சமூகத்தின் புதியதொரு உழைப்புப்பிரிவை நமக்கு அறிமுகப்படுத்துகிறது. மனிதர்கள் நடப்பதற்கு கிராமச்சாலைகள் தொடங்கி, வசிப்பதற்கு வீடுகள், கட்டிடங்கள், தங்கநாற்கரச் சாலைகள் வரை நீக்கமற நிறைந்து நிற்கும் கால், அரை, முக்கால், ஒண்ணரைக் கப்பிகள் (சல்லிகள்) உருவாகும் கல்குவாரிகளை மையமிட்டு நாவல் இயங்குகிறது. நாட்டின் மிக முக்கிய பொருளாதாரமாக சாலை, கட்டுமானத் தொழில் விளங்கு கின்றது. இன்று பெரும்பகுதி இயந்திரமயமாகிவிட்ட கல்லுடைக்கும் தொழிலின் கடந்த ஐம்பதாண்டுகளை நாவல் சித்தரிக்கிறது.

சொந்த நிலத்தில் உழைத்து வாழ்ந்துவந்த மக்கள் மழை இல்லாமல் வறட்சி பெருகி வாழ வழியற்று நிற்கின்றனர். இதனைப் பயன்படுத்தி புதிதாகத் தொழில் தொடங்கும் நடுத்தர ஆட்கள் இருவர் மலைக் குன்றுகளில் கல்லுடைக்க அழைக்கின்றனர். முன்பணம் தருகின்றனர். வாரம் தோறும் உணவுத் தேவைகளுக்கு கொஞ்சம் பணமும் தருகின்றனர். இந்த சொற்பத் தொகைக்கு குடும்பமே காலமெல்லாம் உழைக்கத் தளைப்படுகின்றன. வேகாத வெயிலில் கல்லுடைப்பது, சைஸ் வாரியாகப் பிரிப்பது வெடிவைப்பது, லாரிகளில் கொட்டுவது, கிரஷர் இயந்திரத்தோடு போராடுவது எல்லாம் விரிவாக நாவலில் பதிவாகின்றன. குழந்தைகளுக்கு கல்வி மறுக்கப்படுகிறது. கைகள் புண்ணாகி இரணமாகிறது. பலருக்கும் நோய்த்தொற்று ஏற்படுகிறது. மூச்சுக்கோளாறு போன்றவை நேர் கின்றன. உடலும் மனமும் சின்னாபின்னமானலும் வாழ்வாதாரமாக வந்து சேர்ந்த தொழிலை விடாமல் தொடர வேண்டியிருக்கிறது.

குவாரிக்குச் சொந்தக்காரர், குவாரியை வாடகைக்கு எடுத்து ஆட்களை குழுக்களாக (செட்) வைத்து நிர்வகிக்கும் கொத்துக்காரன், உடைத்த சல்லிகளை வாங்குபவர் எனப் பலர் இத்தொழிலில் மேலாண்மை செய்கின்றார். கொத்துக்காரந்தான் வேலைக்கு அமர்த்தியவன். கூலி தருபவன். அவனின் கண்டிப்பும், அடாவடித்தனமும் சொல்லி மாளாதவை. பெண் லோலன் வேறு, பாம்பின் கண்களையொத்து காமம் பீச்சும் அவனின் செயல்கள் எல்லையற்றுப் போகின்றன. வளமும் வனப்பும் மிக்க உழைப்பாளிப் பெண் மரகதத்தை அடைய மாணிக்கம் செய்யும் தகிடுதத்தங்கள் மோசமானவை.

ஐம்பது, அறுவது ஆண்டுகளுக்கு முன்னால் ஊரைவிட்டு வந்து கல்குவாரி அருகிலேயே குடியிருப்பு அமைத்து அப்பகுதி முழுக்க சல்லி சப்ளை செய்யக் காரணமாக இருந்தவர்களின் வாழ்வில் புது தொழில்நுட்பம் என்பது எமனாய் வந்து நிற்கிறது. சல்லியின் தேவை அதிகரிப்பு. கூலியைத் தவிர்க்கும் எண்ணம் ஆகியவற்றால் புதிய மிஷின் வாங்கத் திட்டமிடுகிறார்கள். பேசியே குவாரியிலிருந்து மக்களை வெளியேற்றவும் செய்கிறார்கள். திருவிழாக் கூட்டத்தில் தொலைந்த குழந்தைகளாய் சொந்த ஊரை, உறவைத் தேடிப் பயணப்படுகிறார்கள் அந்த பாவப்பட்ட மக்கள் வாழ்வில் விடியல் வரும் என்று எண்ணி.

உழைக்கும் மக்களின் உழைப்புப் பண்பாடு நாவல் முழுக்க அற்புதமாகப் பதிவாகி உள்ளது. கறிச்சோற்றுக்கும், புதுச் சொக்காவுக்கும், கடலை உருண்டைக்கும் ஏங்கும் குழந்தைகள், நெல்லரிசிச்சோறு

கிடைக்கும் நாட்களை அசைபோடும் பெண்கள், மூலநோய்க்கு நத்தைக்கறி வைத்தியம், அன்பின் இழையில் உள்ளங்கள் ஒன்று கூடும் இயல்பான காதல், வஞ்சனையற்றுப் பாசத்தைப் பொழியும் மனித உறவுப் பிணைப்பு வார்த்தையாடல்களில் தெறிக்கும் சொலவடைகள், நாட்டுப்புறப் பாடல்கள் என நாவலில் யதார்த்த வாழ்வின் வீரிய விளைச்சலாகின்றது. கல்லுடைப்புத் தொழிலின் கடினமும், அதன் தொழில்நுட்பமும் நாவலுக்குப் பலமாய் அமைகின்றன. கல்வியறிவற்ற உழைப்பாளிகள் மிக இயல்பாக அறிவை, ஆற்றலைப் பெறுவதும் வளர்த்துக் கொள்வதும் பதிவாவது அருமை. இவை நமது மரபார்ந்த அறிவுவளம், கற்றல் பாங்கு தொடர்பானவை.

“வெடி போட்டு சிதைத்த பாறைகள் கல் உடைக்கும் சனங்களுக்கு களிமண்மாதிரிதான். அனுபவசாலிகள் கையிலிருக்கும் சம்மட்டிக்கு *8* இஞ்சோ, *16* இஞ்சோ, *32* இஞ்சோ தேவைக்கேற்ப சோலிங்காக உடைப்பட்டு நிற்கும். அனுபவ குறையுள்ளவர்கள் கையில் சிக்கும் கற்கள் கொஞ்சம் பெரிய சைஸ் சோலிங்காக உடைந்துவிடும். அந்த சோலிங்குகளை கிரசரில் இருக்கும் பங்கர் தொட்டிக்குள் கொட்டும் போது பெரிய கற்கள் அடைத்துக்கொண்டு மிஷினுக்குள் இறங்காது. மூச்சு முட்டி கிரஷர் நின்றுவிடும்.”

“பங்கரின் மேல் சமதரையில் லாரியை நிறுத்தி ஹைடிராலிக் விசையைத் தூக்கி சோலிங்கு கற்களை டிப்பரிலிருந்து சரித்து பங்கருக்குள் கொட்டுவான். எக்குத்தப்பாக உடைந்த கற்களை அங்கேயே வைத்து உடைத்து பங்கருக்குள் போடுவான். இப்படிப்பட்ட நுட்பமான காட்சி சித்திரங்கள் நாவல் முழுக்க இருக்கின்றன.

“நாங்கல்லாம் சேந்து ஒரு நாளைக்கு இத்தனை யூனிட்டு சோலிங் தர்றோம்னு நாப்பது அம்பது பேரு கூடிக்குவாங்க. அத ஒரு செட்டுன்னு சொல்லுவோம். ஒரு நாளைக்கு ஒரு செட்டுக்காரங்க இத்தன யூனிட்டு சோலிங்க ஒடைச்சு தரணும்னு பேசிக்குவோம். அதுக்கு தகுந்தாப்பல தை மாசம் பொங்கல் சமயத்துல அட்வான்ஸ் குடுப்போம். வாரம் ஒருக்கா கணக்கு பாத்து ஒடைச்ச லோடுக்கான காச குடுத்த அட்வான்சுலேர்ந்து கழிச்சுக்குவோம். சந்தை கூடுற வியாழக்கெழமை சந்தை செலவுக்குன்னு கொஞ்சம் பணம் கேப்பாவோ. அத அட்வான்சு பணத்துல கூட்டிக்குவோம்... மொத்தத்துல அடுத்த தை மாசத்துல கணக்கு பாத்து வாங்க வேண்டியது குடுக்க வேண்டியத பைசல் பண்ணிட்டு புது கணக்கு தொடங்குவோம்...” நவீனக் கொத்தடிமைத்தனத்தின் வெளிப்பாடுதான் இது. பொறியில் சிக்கிய எலியாக வாழ்க்கை சிக்கிச் சீரழிகிறது.

விடுதலைக்குப் பின்னான இந்தியாவின் சமூக, பொருளாதாரச் சீரழிவுகளை இந்நாவல் பேசுகிறது. பாரம்பரிய விவசாயத் தொழிலில் இருந்து பெயர்த்து எறியப்பட்ட மக்கள், கூலி உழைப்பாளிகளாக 'புதிய தொழிலுக்கு' இடம் பெயர்கிறார்கள். நவீனக் கருவிகளின் வருகையால் அத்தொழிலிலிருந்து எவ்விதப் பாதுகாப்புமின்றி துரத்தப்படுகிறார்கள். குடியிருக்க இடம் கூட இல்லாத நிலையில் ஏதோ ஒரு நம்பிக்கையில் சொந்த மண்ணில் ஏதிலிகளாக நிற்கிறார்கள். இது ஒரு வகையில் இந்திய யதார்த்தம். வணிக நோக்கும், தரகு அரசியலும், சுரண்டல் வன்முறையும் சின்னாபின்னமாக்கும் பல கோடி மக்களின் எளிய முணுமுணுப்பு இது.

எழுத்தாளர் கலைச்செல்விக்கு முதல் நாவல் இது. மனசு முழுக்க மாந்த நேயத்துடன், தாயுக்கே உரிய ஈர நெஞ்சுடன், ஒருவிதப் பரிதவிப்போடு நாவலைப் படைத்துள்ளார். எந்நிலையிலும் படைப்பாளியின் குரலோ, தொனியோ உயரவில்லை. கதைமாந்தர்கள் மிக இயல்பாக தங்களின் வாழ்வை எழுதிச் செல்கின்றனர். பொது வெளியில் இதுவரை இடம்பெறாத கல்குவாரி உழைப்பாளிகளை, அவர்களின் வியர்வையை கண்ணீரை எழுத்தில் வடித்ததற்காகவே இவரைப் பாராட்ட வேண்டும். தனக்கென ஒரு படைப்பு மொழியை, படைப்புப் பார்வையை உருவாக்கிக் கொள்ளும் திறன்படைத்த கலைச்செல்வி தமிழ் எழுத்துலகில் சாதனைகள் நிகழ்த்துவார் என்பதற்கு இந்நாவல் கட்டியங்கூறுகிறது.

- கலைச்செல்வி, சக்கை, நியூ செஞ்சுரி புக் ஹவுஸ்(பி)லிட், அம்பத்தூர், சென்னை - 600098, பதிப்பு: 2010.

22

நிலவுடைமைப் பண்பாட்டின் நிழல்

எழுத்தாளர் பெருமாள் முருகன் தமிழின் சிறந்த எழுத்தாளர். கவிதை, சிறுகதை, நாவல், அகராதி, திறனாய்வு, தொகுப்புப் பணிகள் என்று ஏராளம் எழுதியவர். மண்ணின் மனம் கமழ எழுதக்கூடியவர். கொங்கு வட்டாரச் சொல்லகராதியை உருவாக்கியவர். கொங்கு வட்டாரப் படைப்பாளிகளின் சிறுகதைகளைத் தொகுத்தவர். கொங்கு நாடு குறித்த வரலாற்று நூலைப் (தி.அ.முத்துசாமிக் கோனார் எழுதியது) பதிப்பித்தவர். அவரது சிறுகதைகளிலும் நாவல்களிலும் கொங்கு வாழ் அனைத்துப் பகுதி மக்களையும் நடமாடச் செய்தவர். பல்லாண்டுகளாக இப்பகுதியில் அரசுக் கல்லூரி பேராசிரியராக இருந்து மிகவும் சிரத்தையோடு வகுப்புகளுக்குச் சென்று, ஒழுங்காகப் பாடங்கள் நடத்தி, பல்லாயிரக்கணக்கான மாணவ மாணவிகளுக்கு தமிழறிவைப் புகட்டியவர். பல ஆசிரியர்களை உருவாக்கிய ஆசிரியர். இவரைத்தான் திருச்செங்கோடு என்ற ஊரையும், அர்த்த நாரீஸ்வரர் என்ற தெய்வத்தையும், கொங்கு மக்களையும் தன் படைப்பான 'மாதொருபாகன்' மூலம் இழிவு படுத்திவிட்டார் என்கிறார்கள்.

மாதொருபாகன் நாவல்

காளியண்ணன் (காளி) பொன்னாள் ஆகிய இருவரும் காதல் மிகு தம்பதிகள். விவசாயக் குடும்பம். உழைப்பில் களித்திருக்கிறார்கள். ஒருவரையொருவர் விஞ்சும் அன்பும் பாசப்பிணைப்பும் கொண்டு வாழ்கிறார்கள். நாட்கள், மாதங்கள், வருடங்கள் ஓடுகின்றன. பிள்ளைப் பேறு வாய்க்கவில்லை. ஊரும் உறவும் ஏளனங்களால் கணம் தோறும் இம்சிக்கிறது. மனநெருக்கடி, நாட்டுமருந்து, கசாயம், ஜோசியம்... வேண்டுதல்கள் என மாறிமாறி முயற்சிகள். திருச்செங்கோடு மலைக்கோவிலில் வறடிக்கல்லையும் சுற்றியாயிற்று. பன்னிரண்டு வருடங்கள். இறுதியாக மாதொருபாகன் கோவில் திருவிழாவில் பதினான்காம் நாள் விழாவில் இரவு ஆணும் பெண்ணும் மனமொத்து உறவாடலாம் என்ற வாய்ப்பை நோக்கிச் செல்கிறது / தள்ளப்படுகிறது - பொன்னாளின் மனசு. இதுதான் மிகச்சுருக்கமான நாவல் அறிமுகம்.

கதை நடப்பது நூறு வருடங்களுக்கு முன்னால். வெள்ளையர் ஆட்சி, கிராமங்களுக்கும் நகரங்களுக்கும் மின்சாரம் வராத நிலை. குடுமி, கோவணம் போன்ற குறியீடுகள் வழி காலம் தெளிவாகப் பதிவாகிறது. திருவிழா வழக்கம் அதற்கும் பல நூறு ஆண்டுகளுக்கு முன் உள்ள நம்பிக்கை. தொல்குடி வாழ்வின் எச்சம். இது குறித்து எஸ்தர் தஸ்டர்ன், ஆ.சிவசுப்பிரமணியன், தியோடர் பாஸ்கரன், அ.கா.பெருமாள் முதலிய ஆய்வாளர்கள் பலரும் ஆய்வு செய்து எழுதி உள்ளனர்.

பிள்ளைப் பேறு இன்று பெருவணிகம். கார்ப்பரேட் மருத்துவ மனைகள், விந்து வங்கிகள், வாடகைத் தாய்மார்கள், சோதனைக் குழாய்க் குழந்தைகள். இவை நவீன மருத்துவக் கண்டுபிடிப்புகள். சத்தமில்லாமல் காதும் காதும் வைத்த மாதிரி உடலும், மனமும், பணமும் தீர்மானிக்க எல்லாம் சுலபமாக நடக்கின்றன.

ஆங்கில மருத்துவம், மருத்துவ மனைகள் இல்லாத காலத்தில் கல்வியறிவற்ற, பூர்வகுடி மக்கள் தங்களின் சிக்கலுக்கானத் தீர்வை கடவுளை முன்னிட்டு நிறைவேற்றிக் கொண்டதை நினைவூட்டியதைத் தான் மாதொருபாகன் நாவல் செய்திருக்கிறது. இது யாரை, எங்கு புண்படுத்துகிறது?

இது பெண்களுக்கு எதிரான நாவல். பெண்களை இழிவுபடுத்துகிறது என்கிறார்கள். நாவலை மிக மேலோட்டமாக வாசித்தால் கூட, இது இன்றைய பெண் நோக்கு நிலையில் எழுதப்பட்டிருப்பது தெரியும். சொத்துடைமைச் சமூகத்தில் ஒரு பெண்ணின் இருப்பு வெறும் பிள்ளைப் பேறாகச் சுருங்கி விடுவதைத்தான் நாவல் பேசுகிறது. மலடி, வறடி என்ற பெயர்கள் மட்டுமல்ல, பிள்ளைப் பேற்றுக்கு அடிப்படையாக உள்ள ஆண் எல்லா இடத்திலும் தப்பித்துவிடப் படுகிறான். அனைத்து மனநெருக்கடிகளும், உடல் நெருக்கடிகளும் பெண்ணுக்குத்தான். இதில் வரும் பொன்னாளின் புலம்பல், ஆற்றாமை, சீற்றம்... எல்லாம் பெண்ணியப் பதிவுகள் தான்.

அடுத்து கடவுளையும், மதத்தையும் புண்படுத்திவிட்டது என்பது. பெருமாள் முருகன் நாத்திகரோ, மத மறுப்பாளரோ அல்ல. ஒரு அர்த்தத்தில் மாதொருபாகனின் பெருமைகளையும் நாவல் பேசுகிறது. ஒரு காலத்தில் ஒரு சமூகத்தில் நிலவிய ஒன்றை ஓர் இலக்கியப் படைப்பில் பதிவு செய்தல் படைப்புச் சுதந்திரம்.

படைப்பு என்பது வரலாறோ, உண்மை ஆய்வோ அல்ல அது கற்பனை கலந்தப் புனைவு. இவற்றைக் கருத்தில் கொள்ளாமல்

வம்புக்கிழுப்பது அறியாமை மட்டுமல்ல, வெகுஜன அராஜகமும் கூட.

சரி, உண்மையில் இந்து மனம் புண்பட வேண்டிய விசயங்கள் நிறையவே இருக்கின்றன. இதே கொங்கு பகுதியில்தான் திண்ணியத்தில் சாதித்திமிர், ஒடுக்கப்பட்டவர்கள் வாயில் மலத்தையும், சிறுநீரையும் திணித்தது. அப்போது இந்து மதம் எங்கே போனது? இதே தமிழ்நாட்டில் தான் நாள்தோறும் பெண்களுக்கு எதிரான பாலியல் வன்கொடுமைகள் பெருகி வருகின்றன. அப்போதெல்லாம் இந்து மனம் புண்படவில்லையா? ஆபாசம், இழிவு என்றால் அன்றைய இதிகாசப் புராணக்குப்பைகள் தொடங்கி இன்றையத் தொலைக்காட்சித் தொடர்கள் வரை ஏராளமானவற்றைத் தடை செய்ய வேண்டி வரும்.

நாவல் நாட்டுப்புறப் பண்பாட்டியல் கூறுகளின் தொகுப்பாக அமைந்துள்ளது. பொன்னாளும் காளியும் செய்யும் பரிகாரங்கள் அச்சமூக நம்பிக்கைகளை வெளிப்படுத்துகின்றன. அடர்வனமாக இருந்த அப்பகுதியில் குடியேறும் அவர்கள் மூதாதையர்கள் காடழித்து வேளாண்மை செய்யத் தலைப்படுகிறார்கள். அதற்கு முன் மேய்ச்சல் வாழ்வில் ஈடுபடுகிறார்கள். சில இடையர் குல இளைஞர்கள் காட்டுக்குள் ஒரு இளம் பெண்ணை பாலியல் வல்லுறவு செய்கிறார்கள். அவள் கொலைப்படுகிறாள். அநீதி இழைக்கப்பட்ட அப்பெண் தெய்வம் ஆக்கப்படுகிறாள். அந்தப் பெண்ணின் சாபம் அவ்விளைஞர்களை இம்சிக்கிறது. காட்டுத்தெய்வமான பாவாத்தாவிற்கு பொங்கல் வைத்து படையல் போட்டு பரிகாரம் செய்கிறார்கள். இது உண்மையின் மீது எழுப்பப்பட்ட சடங்கு, நம்பிக்கைகளாக விரிகிறது.

அத்தெய்வத் தோற்றம், "தெய்வத்தின் காலடியில் போய் நின்றபோது இந்தப் பெருநிலம் முழுவதும் தனது படுக்கைதான் என்று கருதிப் பள்ளி கொண்டிருக்கும் பிரமாண்ட உருவத்தை தரிசித்தான். கைகளும் கால்களும் திரண்ட அடிமரமாய் தோன்றின" எனச் சுட்டப் படுகிறது. நாவல் காட்டும் வாழ்வியல் தன்னியல்பானது. சொத்துடைமைச் சமூகத்தில் குடும்பம் என்பது குழந்தைப்பேறு எனும் வாரிசு உருவாக்கத்தோடு தொடர்புடையது என்பதும் அதுவே வாழ்வின் அர்த்தப்பாடு என்பதும் எளிய மக்களின் முடிந்த முடிபாய் இருப்பது நாவலில் காணக்கிடைக்கும் தலைச்செய்தி.

நம்பிக்கைகள்

"வறடி கல் சுற்றினால் குழந்தை பிறக்கும் என்றும், அப்படிச் சுற்றித்தான் தனக்கும் குழந்தை பிறந்தது என்றும் கடலைக்காடு

களைவெட்ட வந்த குள்ளப்பாட்டி சொல்ல விவரமாகக் கேட்டுக் கொண்டாள் பொன்னா. பொங்கல் வைக்கும் பொருட்களோடு கட்டாயமாகக் கிளம்பிவிட்டாள். காளி என்ன சொல்லியும் கேட்க வில்லை...” *(ப.51)*

“பாண்டீஸ்வரர் கோயிலுக்கு முன் பொங்கல் வைக்கும் வேலையை அவள் தொடங்கினாள். பாண்டீஸ்வரருக்குப் பூசை செய்வோர் பண்டார சாதி. அமாவாசை மாதிரி கூட்டம் இருக்கும் நாட்களில் மட்டுமே வருவார்கள். மற்ற நாட்களில் யாராவது வந்து அழைத்தால்தான். காளி வேகமாகக் கீழிறங்கிப்போனான். அவள் பொங்கல்வைத்து முடிப்பதற்குள் மலையேறி வந்து விட்டான். என்ன வேகம் என்று அசந்து போனாள். மனம் உற்சாகத்தோடு இருக்கும் போது உடல் பறக்கத் தொடங்கிவிடுகிறது. பண்டாரம் வந்து சேர்ந்து பூசை முடித்துக் கீழிறங்கும் போது லேசாக இருள் சூழத் தொடங்கி விட்டது...” *(ப.56)*

குழந்தையின்மை எனும் பேரவலம்.

நாட்டுப்புற மக்களிடம் குழந்தைப்பேறு குறித்தும், வாரிசு குறித்தும் இருக்கும் மரபான வழக்கங்கள் நூலில் பல இடங்களில் சுட்டப்பெறுகின்றன.

“பணத்தச் சேத்து வெச்சு என்ன செய்யப்போறீங்க நல்லாச் சாப்பிட்டுத் துணிமணி வாங்கி உடுத்திச் சந்தோசமா இருங்க”

“இப்ப நாங்க என்ன பட்டினியாவா கெடக்கறோம். அம்மனமா உன்னூட்டு வாசல்ல வந்து நிக்கறமா?” என்று பொன்னா வெடுக்கென்று கேட்டுவிட்டாள்.

“என்னமோ ஒரு பேச்சுக்குச் சொன்னனாயா” என்று முகம் சிறுத்தாள் நங்கை.

‘என்ன பேச்சுக்கு? பீ திங்கற பேச்சு’ என்று பொன்னாவுக்கு வார்த்தை வந்துவிட்டது” *(ப.57)*.

‘பிள்ளைப் பெத்திருந்தான்னா அரும தெரியும். பையன் மண்ட ஒடஞ்சு ரத்தம் கொட்டற அளவுக்கு உட்ருக்கறா. பிள்ளப் பெத்த எந்தப் பொம்பளயாச்சும் இப்பிடி உடுவாளா?’

....

‘பிள்ளப்பெத்த அரும தெரிஞ்சவ வெச்சுப் பாக்க வேண்டியது தான் என்னூட்டுக்கு ஏன் உடற?’

....

‘ஆத்தக் கண்டுதான் சூத்தக் கழுவறமா நாங்க. என்னமோ அத்தயூட்டுக்குப் போறமின்னு சொன்னான்னு அனுப்பி வெச்சன். இவதான் ஏழெட்டுப் பிள்ள வளத்தவ. எனக்கு வளக்குறது எப்பிடீன்னு சொல்லித்தர்றா’ *(ப.59).*

‘அவள் வாயை அடக்கக் கிழவிக்குக் கிடைத்த அஸ்திரம் ஒன்றே ஒன்று. ‘அடப்போ பிள்ளை இல்லாத சொத்துக்கு இந்த ஆட்டம் ஆடற’ என்று அதைப் பிரயோகித்துவிட்டாள். அதிர்ந்து நின்று விட்டாள் பொன்னா.

சுதாரித்துக் கொண்டு ‘பிள்ள இல்லாத சொத்தத் திங்கறதுக்கு நீதான் பிள்ளயாப் பொறந்திருக்கறயா’ என்று பேசினாள். என்றாலும் கிழவியின் சொற்கள் ஆறாக் காயமாய் நெஞ்சில் பட ஆவேசமாய்த் தொண்டுப்பட்டிக்கு வந்தாள். “மாமா நீ என்ன செய்வியோ ஏது செய்வியோ எனக்குத் தெரியாது. இப்பவே எனக்கு ஒரு கொழந்த வேணும் என்று ஆரம்பித்துவிட்டாள்” *(ப.184).*

‘கவுண்டரே உங்களுக்கு இன்னம் கொழந்த இல்லியா’

‘அந்தக் கொறய ஏண்டா கேக்கற போகாத எடமில்ல. வேண்டாத சாமியில்ல. இன்னம் ஒன்னும் நடக்கல மண்டையா... அதான் உங்கொழந்தயக் கேக்கறன்’.

‘அவ்வளவுதான். இப்பப் பொறக்கப் போற கொழந்தய உனக்குக் கொடுத்தர்றன். வெச்சுக் காப்பாத்திக்க கவுண்டரே...

“குடிசைக்குள்ளிருந்து காத்தாயி விருட்டென்று வெளியே வந்தாள். புருசனைப் பார்த்துக் கோபமாகப் பேசினாள். ‘குடிச்சிப்புட்டாப் பிய்யவா தின்னுருவ? போதையில கவுண்டருகிட்டச் சொல்லீர்ற. நாளைக்கு வந்து கேட்டார்னா என்ன சொல்லுவ? பெத்த கொழந்தய அப்பிடித் தூக்கிக் குடுத்தர முடியுமா? குடுத்தாலுந்தான் கவுண்டரூட்ட சானாப் பிள்ள வளர முடியுமா? நெனச்சுப் பேசு ஆமா... அவிய சொந்தக்காரங்க நம்மூடேறிக்கிட்டு ஒதைக்க வந்துருவாங்க. சொந்த பந்தத்துல பாத்து ஒன்ன எடுத்து வளத்துக்கட்டும் கவுண்டரு” *(பக்.60-61).*

‘ஏமாத்திட்டா ஏமாத்திட்டா’ என்று வாய் முணுமுணுத்தது. கதவில் தலையை ஓங்கி ஓங்கி முட்டிக் கொண்டான். குடுமி அவிழ்ந்து முதுகில் புரண்டது! கண்டாரோலி போயிட்டயாடி. எம் பேச்ச மீறிப் போயிட்டயாடி என்று கத்தினான். அவன் கத்தலுக்கு எதிரொலியாய் நாய் மட்டும் ஒரு குரல் கொடுத்தது.

ஏறியிருந்த கோழிகள் இறக்கையடித்து லேசான சலசலப்புக் காட்டின. ‘எல்லாஞ் சேர்ந்து என்னய ஏமாத்திட்டீங்களேடி’ என்று சொல்லிக் கொண்டே அழுதான். பெரிய கேவல் மெல்ல அடங்கியது.

“.................................”

‘தேவிடியா முண்ட... ஏமாத்திட்டயேடி’

‘நீ தவிச்சுக் கெடக்கோனும்டி. ஏமாத்திட்டயேடி தேவடியா முண்ட...’

அப்படியே கீழே சாய்ந்தான்” *(பக்.189-190).*

இவை அனைத்தும் நிலவுடைமைச் சமூகத்தில் ஆண் - பெண் உறவு, குடும்பம், பிள்ளைப் பேறு, வாரிசு... ஆகியன பற்றிய ஆணாதிக்கக் கருத்தியலின் சான்றுகள்.

மாதொரு பாகன் மக்கள் நம்பிக்கையின் சாட்சி. இதைப் போற்றவோ, இழிவு செய்யவோ எழுத்தாளர் முயலவில்லை. இப்படியும் ஒரு வாழ்க்கைமுறை இருந்திருக்கிறது எனப் பதிவு செய்யும் வேலைதான் இது. கற்பு, பேராண்மை பற்றிய கற்பிதங்களுடன் இவற்றை சீர்தூக்கிப் பார்த்தால், ‘பெண்’ எனும் மனுஷியின் இருப்பை அறியும் ஒரு முயற்சி அவ்வளவுதான்.

- பெருமாள் முருகன், மாதொருபாகன், காலச்சுவடு பதிப்பகம் (பி) லிட், நாகர்கோவில் - 629001, இரண்டாம் பதிப்பு ஆகஸ்ட் 2011.

23
படுகளம்: மரபும் மீறலும்

ப.க.பொன்னுசாமி புகழ் பெற்ற கல்வியாளர். அறிவியலாளர். நேர்மையும் ஆற்றலும் ஒருங்கிணைந்த ஆளுமை. மனித நேயர். அறிவியலும் கலையும் ஒத்திசைவானவை என்பதன் சான்றாக அவரின் இலக்கியப் படைப்புகள் அமைகின்றன.

ப.க.பொ. வின் முதல் புதினம் 'படுகளம்' 'திருமூர்த்திமலை மண்ணு நின்னு சொல்லும் மண்ணு' என்பதை எழுத்தில் வடித்துள்ளார் ஆசிரியர். இது கொங்கு வட்டார ஊர்ப் புற நாவலாக அமைந்து விடுகிறது. பல ஆண்டுகளுக்கு முன் நிகழ்ந்த ஒரு காதலை மையமிட்டு சமூக வாழ்வைப் பதிவு செய்கிறது நாவல். பெரும்பான்மை கொங்கு வேளாளர் கவுண்டர்களின் வாழ்க்கையும், நம்பிக்கைகளும், சடங்குகளும், ஆசைகளும், நிராசைகளும் இடம் பெறுகின்றன. 'தாயா பிள்ளையா' ஒரே சாதியாக இருந்தாலும் அதில் இரு குலங்கள். ஒழுக்கன் குலம், முழுக்காதன் குலம். இவற்றின் மரபுகள், கொடுக்கல் வாங்கல், ஊரில் உள்ள பிற சாதிகள், அடித்தட்டு மக்கள். சாதி மீறிய பாலியல், காதல், அதுபற்றிய சமூகக் கரிசனம் இவையெல்லாம் நாவலாக விவரிகிறது.

கூட்டுக் குடும்பச் சிதைவு, தனிக் குடும்ப உருவாக்கம், விவசாயத்திலிருந்து ஆலைத் தொழில் மாற்றம், சாதி ஆதிக்கம், சாதி உணர்வு, சாதி விடுதலை குறித்த புதிய கருத்து நிலைகள் என விடுதலைக்குச் சற்றுமுந்தைய காலத்தில் நாவல் தொடங்கி சுமார் அரை நூற்றாண்டு சமூக, அரசியல் வாழ்வைப் பேசுகிறது.

பள்ளிபுரத்தில் கூத்தம்பூண்டி ஆத்தாள் கூட்டுக் குடும்பத் தலைவி. நல்லசாமிக் கவுண்டர், கண்ணுசாமிக் கவுண்டர், செல்லசாமிக் கவுண்டர் என்று மூன்று சகோதரர்கள். கூட்டுக்குடும்பங்கள் சிதைகின்றன. பங்காளிகளான பன்னீர்க் கவுண்டரும், பொங்கியண்ண கவுண்டரும் ஆத்தாள் குடும்பத்தின் எதிரிகளாகி விடுகின்றனர். என்றாலும் அவளது முயற்சியில் ஒற்றுமை செய்கிறாள். முழுக்காத குலத்தைச் சேர்ந்த பள்ளிக் கவுண்டர் சீர்விழாவில் 'வில், அம்பு' எடுத்து ஆடும் 'படுகளம்' இரவு முழுக்க நடக்கிறது.

இதில் செல்லச்சாமி கவுண்டரும் வந்து ஆடுகிறார். படுகளத்தில் அவர் மர்மமாகப் பலியாகிவிடுகிறார். கண்ணுச்சாமிக் கவுண்டரின் கரும்புக்காட்டில் தீப்பற்றி எரிகிறது. அவருடைய காளைகள் எரிந்து சாகின்றன. பன்னீர்க் கவுண்டர் நல்லசாமிக் கவுண்டரை கொடுவாளால் தாக்குகிறார். பரம்பரைப் பணக்காரனானப் பன்னீர், ஆடம்பரத்தால் ஏழையாகிறார். பொங்கியண்ணன் போன்ற புதுப்பணக்காரர்கள் உருவாகிறார்கள். கவுண்டரின் பையனும் தலித் பெண் மாராத்தாளும் காதல் கொள்கின்றனர். ஊருக்குத் தெரிய மாராத்தாள் அவனைக் காக்கிறாள். கண்ணுசாமிக் கவுண்டர் மகன் நல்லதம்பி, ஆலை உரிமையாளர் சோமுத்தேவரின் பேத்தி ராஜேஸ்வரியைக் காதலிக்கிறான். சாதிகளின் முன்னுரிமைச் சிக்கலில் உச்சி மாகாளி - திருவிழா நின்று போகிறது.

இப்படி இந்நாவல் நிலவுடைமைச் சமூகத்தின் சிதைவையும், முதலாளியச் சமூகத்தின் போக்கையும் இனம் சுட்டுகிறது. சாதி, உட்சாதி, சாதி சமரசம், சாதிப் பூசல், சாதி ஆதிக்கம் ஆகிய எல்லா நிலைகளிலும் சாதியை அணுகுகிறது.

கூத்தம்பூண்டி ஆத்தாள், மாரியம்மாள், மாராத்தாள்... என்று பெண்கள் ஆளுமை மிக்கவர்களாக மிளிர்கிறார்கள். தன்னாசிக் கவுண்டர், கோயில் கவுண்டர், ராமு பண்டாரம்... எனப் பலரும் சமூக நாடித்துடிப்பாய் வலம் வருகிறார்கள்.

"சாதிச்சனியனோ, ஊருச்சனியனோ, நம்மையெல்லாம் தொரத்திக்கிட்டே இருக்கு."

என்ற குரல் ஊர்ப்புறத்தின் குரல். இந்நாவல் கொங்கு மண்ணை, மக்களை, அவர்களின் பண்பாட்டைப் பதிவு செய்கிறது. ரேக்ளா ரேசும், விதவிதக் காளைகளும் வாசக மனதில் ஓடிக்கொண்டி இருக்கின்றன.

தமிழ்ச் சமூகம் குடியில் குடைசாய்ந்த நிலையின் தொடக்கம் இந்நாவலில் பதிவாகிறது. குடிக்கு அடிமையாகிவிட்ட தன் கடைசிமகன் செல்லச்சாமியிடம் சாகக்கிடக்கும் தாய் கூத்தம்பூண்டி ஆத்தா சொல்கிறாள்:

"சனியம் புடிச்ச அந்த சாராயத்தை வாங்கிகிட்டு வா. நீயும் குடி. நானும் குடிக்கிறேன். ரெண்டு பேரும் குடிச்சே செத்துருவோம்."

படுகளம் - சமூக வாழ்வை அதன் வளங்களை, வசவுகளை, வலிகளைச் சொல்லும் படைப்புக் களம்! ப. க. பொன்னுசாமி தன் அனுபவத திலிருந்து சித்திரப்படுத்துகிறார்.

களவு - காதல் - சாதி

'ரத்தனம் நல்ல பயன். தினோம் வயில்ல பாக்கறம். மாராத்தா கூட பேசறாரு. நமக்கு அதுல விகல்பமா ஒண்ணும் தெரீல. நமக்கு தெரியாமீம் பாத்துப் பேசிக்குவாங்களோ? அப்படீன்னா மாராத்தாள் கூட்டத்தில சொல்லீயிருப்பாளே!' 'ஆறுமுகத்துக்குத்தாம் மாராத்தாளக் கட்டிக் குடுக்கப்போற'ன்னு ரத்தனத்துகட்டச் சொல்லீமிருக்கற. எந்தப் புத்துல எந்தப் பாம்பிருக்குமுன்னு நமக்கு நெனைக்கத் தெரீலயோ?' பலவாறாக பரமசிவம் சிந்தனையை ஓட்டிக்கொண்டு குழம்பிய நிலையில் புரண்டு புரண்டு படுத்தான். திடீரென்று எழுந்து உட்கார்ந்து கொண்டு, 'ஓ'வென்று கதறி அழுதான் திடுக்கிட்டு அவனைத் திரும்பிப் பார்த்தாள் மாராத்தாள். எப்போதும் அவன் இப்படி அழுததை அவள் பார்த்ததில்லை.

'செல்லமா வளத்தீட்ட என்னயத் திட்டவும் முடியாம, என்ன நடந்துதூன்னுந் தெரியாம அய்யா அழுகுது' நினைத்துக் கொண்டு ஒன்றும் பேசாமல் மீண்டும் சுருண்டு படுத்தாள். அவளால் படுத்திருக்க முடியவில்லை மெல்ல எழுந்து வந்து பரமசிவத்தின் தலையை தடவிக்கொண்டே, 'அய்யா' என்று சாந்தமாக கூப்பிட்டாள்.

அவன் திரும்பி பார்க்காமல் அதிகமாகக் கேவிக்கேவி அழுதான்.

'என்ன மன்னிச்சிடுய்யா!' தளதளக்கச் சொன்னான் மாராத்தாள்.

'தப்பு நடந்திருச்சம்மா?'

'உங்கள ஏமாத்திப் போட்டன்யா!'

'அவ உன்னக் கெடுத்துப் போட்டானாம்மா?'

'இல்லீய்யா, நாந்தாங் கெடுத்துக்கிட்ட! அவுருகிட்ட அஞ்சாறு மாசமாப் பழகீட்டிருந்திட்ட. எதயோ எப்படியோ அவுருகூடப் பேசப்போயி ஒரு நா எங்கள மறந்துட்டம். பெறகு அடிக்கொருக்கா பாத்துட்டம்.'

'அத நேத்துக் கரும்புக்காட்டில ஆறுமுகத்துகட்டச் சொல்லீருக்க வேண்டீதுதானே?, சாவிடீல சொல்லீருக்க வேண்டியதுதான?

'கரும்புக் காட்ல ஆறுமுகத்துக்கிருந்த கோபத்தப் பார்த்து பயந்து போயி ஓடீட்ட. சொல்லீர்லாமுன்னுதா சாவிடீல முன்னுக்கு வந்த. கூட்டத்துல நம்ம வளவு மானம் போயிருமுன்னு பயந்திட்ட. அப்பறம் 'அந்த கவண்டப் பயனே கட்டிக்க வேணும்'னு நம்ம வளவுக்காரங்க கேப்பாங்கன்னும் பயந்து போயிட்ட.'

இப்படி மாராத்தாள் சொன்னதும் விருட்டென்று எழுந்த பரமசிவன் கோபத்துடன், 'வேறென்ன கேக்கோணும்கறது? நா இப்பவே போற. அவங் கழுத்துல துண்டப் போட்டு இழுத்தாந்து உங்கழுத்துல தாலியக் கட்ட வெக்கிற.' சொல்லிவிட்டு வேகமாகப் புறப்பட்டான்.

'இருங்கய்யா' பரமசிவத்தின் கையைப் பிடித்து நிறுத்தினாள் மாராத்தாள்.

'அமுந்துபோன இந்த விசயத்த நாமளே பெரிசுபடுத்தீறக் குடாதுய்யா.' 'கெஞ்சும் தொனியில் சொன்னாள்.

'உன்ன அவ ஏமாத்திருக்கறான் ஆத்தா. அவம் மேல் ஜாதிக்கார. அவ உன்னி உன்ன சும்மா கட்டிக்குவானா? கழுத்துல கொடுவாள வெச்சுத்தாந் தாலியக் கட்ட வெக்கோணும்!'

'அப்படி கட்டி வெச்சு அப்பறம் என்னத் தொரத்தீட்டா எங்கதி என்ய்யா ஆகறது?

'இந்த நெனப்பல்லா உனக்கு எப்பவோ வந்திருக்கோணும் புள்ள! நீ இப்பிடித் தொண்டுப் புள்ளயாப் போறதுக்கா அவ போனதுக்குப் பெறகு பத்து வருசம் பொத்தி வளத்த? நீ எக்கேடோ கெட்டுப்போ! அதப் பார்த்துகிட்டு நா உயிரோட இருக்கப் போறதில்ல,' கோபமாகச் சொல்லி விட்டு வெளியே திண்ணைக்குப் போய்ப் படுக்க எத்தனித்தான் பரமசிவன்.

அவன் பின்னாலேயே வந்த மாராத்தாள், 'தப்புச் செஞ்சது நானுய்யா. கொஞ்ச நாப் பொறுங்க. அப்பிடி நா தொண்டாப் போறப்ப நீ செத்துப்போ. அப்பிடியொரு காலம் வந்தா உங்களுக்கு முன்ன நா உயிர விட்றுவ.' தீர்க்கமா சொன்னாள்.சாதிமீறின காதல். இருவரும் உடன்பட்டக்களவு வாழ்க்கை. அதைக் காக்கும் பெண்ணியல்பு. சுய உணர்வை தன் கூட்டத்தின் தன்னுணர்வோடு கலக்காத வீரியம் இதில் வெளிப்படுகிறது.

சட்டென்று எழுந்த பரமசிவன், மாராத்தாளை கட்டிப்பிடித்துக் கொண்டு 'ஆத்தா' என்று கத்தி அழுதான்.

'ரத்தனம் நல்லவருதாம்மா! ஒண்ணு சொன்னாக் கேட்பாரா? நீயும் நாஞ் சொல்லறதக் கேப்பியா?'

'சொல்லுங்கய்யா'.

‘உன்ன அவுரு கெடுக்கலீன்னுதா... சாவிடீல முடிவாயிருச்சே? ஆனால், நீ சொன்னத ஊருக்குள்ள ஆரும் நம்புல. ஆரும் சந்தேகப்பட்டு என்ன ஆகப்போகுது? நாம பொழச்சுக்க வேணும். உன்னி அந்த பயன நீ பார்க்கக் குடாது, பேசக் குடாது. அப்பிடிப் பாக்கோணும் பேசோணும்னா தாலியக் கட்டச்சொல்லு. முடியாதுன்னா சொன்னா அத்தோட உன்ன விட்றச் சொல்லீறு. நா உன்ன ஆறுமுகத்துக்குக் கட்டி வெச்சர்ற. அவுனுக்கு உம்மேல அவ்வளவு பிரியம்.’

‘ரத்தனம் என்னக் கட்டிக்குவியா’ன்னு இதுவெரக்கிம் கேக்க வேயில்லீய்யா. உன்னீம் போயிக் கேக்கமாட்ட. தப்பு நடந்து போச்சுங் கறதுக்காக அவர கட்டிக்கிட்டு அவுங்க வளவுக்கு நாம் போனாப் பொழச்சுக்க முடீமா? இல்ல நம்ம வளவுக்கு அவுரு வந்துட்டாச் சந்தோசமா இருக்க முடிமா?’ அவர நீ கட்டிக்கறதில எனக்கும் இஷ்டமில்ல.’

‘ஆறுமுகத்தக் கட்டிக்க இஷ்டந்தானா?’

‘எனக்கு வரப்போற நாலு ஏக்கருக்காக அது இப்ப என்ன கட்டிக்கும். அப்பறம் தினம் என்னச் சந்தேகப்பட்டுக்கிட்டு சித்திரவத செய்யிம். நா வயலுக்குப் போகாம இருக்கமுடீமா இல்ல, அந்த ரத்தனந்தா வயிலுக்கு வராம இருக்கமுடீமா? கொஞ்ச நாளக்கி எங்கலியாண நாயமே வேண்டாம்யா!’

கிராமத்துப் பெண்ணின் இந்தத் தெளிவும் துணிவும் அசலானவை. வாழ்வை அதன்போக்கில் எதிர் கொள்ளும் பக்குவம். ஊர்ப்புற மனிதர்களின் வெள்ளந்திக் குணம் மட்டுமல்ல, சமயோகிதமும் பளிச்சென்று தெரிகின்றன.

நாட்டுப்புற வழக்காறுகள்

படுகளம் நாவலில் நாட்டுப்புற வழக்காறுகள், சடங்குகள், நம்பிக்கைகள் பல இடம் பெறுகின்றன. புழங்கு பொருட்கள் பலவும் பதிவாகின்றன. அவ்வகையில் பழமொழிகள், பாடல்கள் சிலவும் இடம்பெறுகின்றன.

ஓர் பாடல்:

தலையில கரும்புக் கட்டு
தடிப்பயல் வெக்கையில
தள்ளிப் போச்சு சும்மாடு!
கொமுரி கொமுரியின்னு - கட்டுல

கூட நாலு கரும்பு!
கொள்ளையில போகுலயின்னா
வெந்து விழுவாங்
குந்துக்காலு மொண்டி! (சுமையுடன் வேகமாக நடக்கிறாள்)

மல்லி: ஏண்டி மாரா ஓடற?

இரு நானும் வார!

மாராள்: போடி போடி உன்னாட்டம்
பண்ணாடிக பாக்குட்டும்னு
பாசாங்கு பண்ண
என்னால முடியாது!

உயிர் நேயமும் வட்டார வழக்கும்

*'ஏப்பா இப்பிடி சும்மா சும்மா பொலம்பிகிட்டே இருக்கற? வெதெகள ஒண்ணொன்னாப் பாத்து எடுத்துப் போட்டவன் நீ! அதுக மொளச்சு வளந்து கரும்பானப்ப நீயேவா தீய வெப்ப? அஞ்சு மணிகு முன்னால போயி அவுத்துக்கட்டி, மேவு போட்டு, பத்து வருசமாப் புள்ளீகளாட்ட குட்டயனயிங் கொம்பனயிம் வளத்தவன் நீ. வண்டீல உக்காந்து கவுத்தப் புடிச்சு, அதுக துமுலுகளும் வாலுகளும் போடற கொணச்சல நீ அன்னாடும் பாத்து அனுபவிச்சவ! சாட்டவார நீ, ஓங்குனின்னா அதுக என்னிக்கிப் பயந்து ஓடுச்சுக? நாக்க ஓரத்துல அமுக்கி 'க்கே க்கே'ன்னு சத்தங் குடுப்ப! செல்லமா வாலுகளப் புடிச்சு' சந்தோசமா கொழந்தீயத் தடவர மாதிரி நீ அதுகளத் தடவிக் குடுப்ப! அப்பத்தான அதுக வால நட்டத்திக்கித் தூக்கீட்டுப் பாயுங்க! அதுக கட்டுல சிக்கி, வெந்து துடிச்சு, உயிரு போகச்செஞ்ச தீய நீ வெச்சிருப்பயா? வீணா மனசபோட்டுக் கொழப்பிப் பொலம்பாத,*என நாவலில் வட்டார வழக்கும் குடியானவனின் உயிர் நேயமும் பதிவாகிறது.

கொஞ்சம் கொஞ்சமாக அங்கலாய்த்துக் கொண்டே கூட்டம் கலைந்து கொண்டிருந்தது. கண்ணுச்சாமியும் இன்னும் சிலரும் மட்டும் கிணற்று மேட்டில் வந்து சோகமாக உட்கார்ந்திருந்தார்கள். அப்போது தான் திடீரென்று நினைவு வர, கூறைச் சாளையைத் திரும்பிப் பார்த்த கண்ணுசாமி, கதி கலங்கிப் போனான். சாளை முழுவதுமாகத் தீக்கு இரையாகிவிட்டிருந்தது. 'அய்யோ!' என்று அலறிக்கொண்டு ஓடிய அவனுடன் மற்றவர்களும் சேர்ந்து கொண்டார்கள். சாளையில் கட்டப்பட்டிருந்த குட்டைக்காளையும் கொம்புக் காளையும் எரிந்து கொண்டு மேலே விழுந்த கூரை மரங்களின் தணலில் தப்பிக்க

முடியாமல் உயிரைவிட்டு - கருகிய வெள்ளரிப் பழங்கள் போலக் கிடந்தன!

'ஆயிரந் தடவ என்னை ஏத்திக்கிட்டு எம் புண்ணுக்கு மருந்து போடப் போனீங்க - இப்ப நீங்க வெந்து புண்ணாகிக் கருகிக் கெடக்கிறீங்கஙளே! என்னால ஒண்ணுஞ் செய்ய முடிலயே!' உட்கார்ந்தபடியே கதறி அழுதான் கண்ணுச்சாமி. நல்லதம்பியும் பாலுசாமியும் இன்னும் அதிகமாக சத்தம் போட்டு அழுதார்கள்.

பயிரையும் உயிரையும் தன் உறவாக வரித்துக் கொள்ளும் நாட்டுப்புறப் பண்பாட்டின் எச்சம் இது. பழங்குடி வாழ்வின் மரபுத் தொடர்ச்சி இது. மனிதர்களுக்குள் பேதம் வளர்க்கும் இன்றைய நாளில், மனிதம் உணர்த்தும் பழம் பண்பாட்டை நினைவூட்டுகிறது 'படுகளம்'.

- பொன்னுசாமி. ப.க., படுகளம், நியூ செஞ்சுரி புக் ஹவுஸ் (பி)லிட், அம்பத்தூர், சென்னை - *600098.* பதிப்பு: *2021.*

24

ஆண்மையத் தகர்வும் பெண்வெளியும்

ஓர் எளிய குடும்பத்தின் ஊடாக வாழ்வை எழுதும் முயற்சி 'லிங்கம்'. ஆசிரியர் ஜெயந்தி கார்த்திக், இது விண்ணனு மின்னியல் யுகம். அறிவியல் தொழில்நுட்பமும், வசதி வாய்ப்புகளும், கார்ப்பரேட் அரசியல் பொருளியலும், நுகர்வியமும் வாழ்க்கையைச் சந்தையாக்கிக் காட்சிப்படுத்தும் சூழல். எண்களில், அட்டைகளில், கண்ணுக்குத் தெரியாதக் கம்பி அலைகளில் மனித ஊனும் உயிரும் உறவுகளும் தம்மை ஒட்டவைத்துக் கொள்ளும் காலம். பருமஅளவில் இவை சிறிதுதான். உலகின் முகமாகிப் போனது விந்தை. காரணம் பொருளே வாழ்வு. பொருளிலார்க்கு இவ்வுலகு இல்லை. இரைதேடிச் செல்லும் பறவைகள்போல் அன்றாடங் காய்ச்சிகளாக இம் மண்ணில் அலைவுறும் மனிதர்கள் பெருங்கூட்டம். அவர்கள் குரல்களும், முகங்களும் பொதுச் சமூக வெளியில் மௌனமாக்கப்பட்டு விடுகின்றன. அப்படியான ஒரு வாழ்வின் பிழிவு இந்நாவல்.

தஞ்சாவூருக்கும் திருவையாறுக்கும் இடையில் உள்ள திருக்கண்டியூர் தான் கதைக்களம். தாயின் வளர்ப்பில் மூன்று சகோதரிகளுடன் போராடி, ஒரு பழைய தையல் இயந்திரத்துடன் வாழ்க்கை நடத்துபவர் லிங்கன். திருக்காட்டுப் பள்ளியில் சற்று வசதியான குடும்பத்தில் ஒரு அண்ணன், இரண்டு தங்கைகளுடன் பிறந்தவள் வேணி. இருவருக்கும் திருமணம் நடக்கிறது. ஒரு துண்டு நிலத்தில் இருக்கும் குடிசை வீடு தான் சொத்து. லிங்கத்தின் தாயும் சகோதரிகளும் விலகிக் கொள் கிறார்கள். கையை ஊன்றி கரணம் போடும் வாழ்வு. கண்டியூர் கடைத் தெருவில் நவீனமாய் தையல்கடைகள் இருந்தன. லிங்கம் ஒரு பழைய இத்துப்போன தையல் மிஷினுடன் வீட்டில் வேலை செய்தார். பெரும்பாலும் பழைய துணிகள். கிழிசல்களைத் தைக்கும் வாழ்வு. பெண்கள் 'ஜாக்கெட்' தைப்பதில் கை தேர்ந்தவர். மிஷின் மிதிக்கும் கால்களுக்கும் நூல் பிடிக்கும் கைகளுக்குமிடையே ஊசலாடிக் கொண்டிருந்தது வறுமை வாழ்வு. பக்கத்து ஊர்களுக்கு ஒரு பழைய சைக்கிளில் சென்று துணிகளை வாங்கி வந்து தைத்துக் கொடுப்பார். கடைகளில் கொடுக்கும் கூலியைவிட இவருக்குக் குறைத்துதான்

கொடுப்பார்கள். ஆனால் லிங்கத்தின் உயர்குணத்தால் 'மாஸ்டர்' என்றே மரியாதை தந்தார்கள்.

வெளி வாழ்வு கரடுமுரடுதான் என்றாலும் உள் வாழ்வு கனிரசமாய். லிங்கமும் வேணியும் பொங்கிப் பூரித்தார்கள். இரண்டு ஆண்கள். ஐந்து பெண்கள். எட்டாவது பிரசவம் சிக்கலாகி உயிர் பிழைத்தால் போதும் என்று மீண்டு வெட்கத்துக்கும் மரியாதைக்கும் கட்டுப்பட்டு நிறுத்திக் கொள்கிறார்கள். குமார், ஆனந்த், கலை, ராணி, சுந்தரி, லதா, ராதி, கடைசி தனம். குமார் குடியில் விழுந்து தெண்டச்சோறாகி குடும்பச் சுமையாகி விடுகிறான். ஒரு நிலையில் வீட்டை விட்டும் வெளியேறுகிறான். அவனைத் தேடிச் சென்ற அப்பா லிங்கமும் வீடு திரும்பவில்லை. துணி தைக்கக் கொடுத்தவர்கள், கடன் கொடுத்தவர்கள் வீட்டை மொய்கின்றார்கள். வீட்டில் உலை எரிய வழியற்றுப் போகிறது.

வேணி, அதுவரை வீட்டுக்குள்ளேயே லிங்கத்துக்கு 'பாப்பா'வாக வலம் வந்தவள் நெருக்கடிக்கு உள்ளாகிறாள். இரண்டாவது மகன் ஆனந்த், படிப்பு வராமல் எதிலும் ஈடுபாடு இல்லாமல் இருந்தவன் குடும்ப நிலையை உணரும் தருணம். அப்பாவின் தையல் மிஷினை கையில் எடுக்கிறான். தேங்கிய துணிகளைத் தைத்துக் கொடுக்கிறான். கடைத் தெருவில் உள்ள தையல் கடை நண்பர்களிடம் நுட்பம் கற்று இன்னொரு மிஷின் வாங்கி தொழில் செய்யத் தொடங்குகிறான். வேணி தெருப் பெண்களுடன் சேர்ந்து கூலிவேலைக்குச் செல்கிறாள். முதலில் கதிர் அடிப்பு - பின்னர் கயிறு தொழிற்சாலையில் கயிறு திரிக்க. பிள்ளைகள் பெருத்தக் குடும்பம். உணவுக்கும், அன்றாடத் தேவைகளுக்குமே அல்லாடல். தெருப்பிள்ளைகளுடன் வேப்பங்கொட்டைப் பொறுக்கப் போகும் 'லதா' ஒரு நாள் காலில் ஏதோ தீண்ட வீட்டில் படுக்கை யாகிறாள். வேணி வேலை விட்டு வந்து ஆஸ்பத்திரிக்கு கொண்டு செல்லும் வழியில் செத்துப் போகிறது குழந்தை. கலை படிப்பை நிறுத்தி அம்மாவுடன் வேலைக்குச் செல்கிறாள். தொடர்ந்து ராணியும், சுந்தரியும் கூட கூலி வேலைக்குச் செல்கிறார்கள்.

ஒரு அதிகாலை இருட்டில் லிங்கம் வீட்டுக்கு வருகிறார். தான் செய்ததற்கு கூனிக்குறுகி வீட்டோடு ஒன்ற முடியாமல் தவிக்கிறார். என்றாலும் நான்கு வருட பசியில் லிங்கமும் வேணியும் தின்று தீர்க்கிறார்கள். லிங்கம் இயல்புக்கு வர முயற்சிக்கிறார். ஆனந்த் தொழில் செய்வது, வேணியும் பிள்ளைகளும் வேலைக்குச் செல்வது சந்தோஷமாகவும், துக்கமாகவும் இருக்கிறது. தன்னை நம்பி யாரும்

இல்லை என்ற நிலையில் தவிக்கிறார். வெளியே சென்று தங்கை சந்திராவைப் பார்க்கிறார். அவள் வேணியைப் பற்றி பொறாமையால் வத்தி வைக்கிறாள். லிங்கம் தடுமாறுகிறார். பின்னர் தன் மகள் லதா இறந்தது, குடும்பத்தைக் கடன்காரர்கள் இழிவுபடுத்தியது, தனது தாயும் சகோதரிகளும் கண்டு கொள்ளாதது, வேணியைச் சிறுமைப் படுத்தியது எல்லாம் அறிந்து நெகிழ்ந்து, வேணியிடம் மன்னிப்புக் கோருகிறார்.

இன்னொரு அதிகாலையில் மூத்த மகன் குமார் வீட்டுக்கு வருகிறான். காய்ச்சலும் அம்மை நோயும் உள்ளது. வேணியும் பிள்ளைகளும் பணிவிடை செய்து காக்கிறார்கள். உடம்பு சரியாகிறது. ஆனால் அவன் சரியாகவில்லை.

தெருவிலுள்ள பேச்சியம்மாள் வழி மன்னார்குடியிலிருந்து கலைக்கு ஒரு மாப்பிள்ளை வருகிறது. செய்வினை வேண்டாம். பெண் கொடுத்தால் போதும் என்கிறார்கள். நல்ல வசதி. விவசாயம். இரண்டு மகன்கள். மத்த பிள்ளைகள் சூழல் கருதியும் பெண், மாப்பிள்ளை பிடித்தம் கருதியும் திருமணம் உறுதியாகிறது. இடையில் மாப்பிள்ளையின் உறவினர் என்று ஒருவர் வந்து ‘சிறுவயதில் விபத்து பெரும் பாதிப்பு, விசாரித்துச் செய்யுங்கள்’ எனச் சூசகமாகச் சொல்கிறார். என்றாலும் குடும்பம், பிள்ளைகள், கொடுத்த வாக்கு கருதி திருமணம் நடக்கிறது.

வேலையற்றுத் திரிந்த மூத்த மகன் குமார், இத்தனைப் பெண்களைக் கரையேற்றித்தான் திருமணம் என்றால் நான் கிழவனாகி விடுவேன் என்று கூறி வீட்டை விட்டு வெளியேறுகிறான். ஊரில் ஒரு பெண்ணை அழைத்துச் சென்று திருமணம் செய்து கொள்ளுகிறான்.

கலையின் திருமண வாழ்வு பொய்த்துப் போகிறது. அம்மா வேணியும் தந்தை ராணியும் பார்க்கச் செல்கிறார்கள். வசதியான வாழ்க்கை. குழந்தைதான் இல்லை. வரும் அவளாவது நல்லா இருக்கட்டும் என வருகிறார்கள். ஆனால் அங்கு நிலைமையோ வேறு. கலையின் கணவன் இளம் வயதில் ஏற்பட்ட விபத்தில் பாலுறவில் ஈடுபட முடியாதவனாக இருக்கிறான். இதை மறைத்தே திருமணம் செய்திருக்கிறர்கள். கணவனின் தம்பி இராஜலிங்கம் தினவெடுத்து திரிபவன் கலையை அடைய முயல்வதுடன் அவள் தங்கை ராணியைத் திருமணம் செய்யவும் துடிக்கிறான்.

இந்நிலையில் மூத்த மகன் குமார் அழைத்துச் சென்று திருமணம் செய்துகொண்ட பெண் வீட்டார் சாதி காரணமாக லிங்கத்தையும், இரண்டாவது மகன் ஆனந்தையும் அடித்துப் போடுகின்றனர். லிங்கம்

படுகாயமடைகிறார். மருத்துவமனையில் அரசு டாக்டர்களின் முயற்சியால் காப்பாற்றப்படுகிறார். இத்தகவல் அறிந்து அப்பாவைப் பார்க்க வரும் கலை ஒரு வாரம் தங்கிவிட்டுப் பின் கணவன் வீடு செல்கிறாள். அங்கு மாமியாரும் கணவனும் வெளியூர் சென்று இருப்பதை அறிந்து அதிர்ச்சி ஆகிறாள். கொழுந்தன் இராஜலிங்கம் எனும் மிருகம் நினைவில் அச்சம் கொள்கிறாள். யாருமற்ற இரவில் தூங்கும்போது அவள் நினைத்த மாதிரியே ராஜலிங்கம் அவளை அடக்கி ஆட்கொள்கிறான். ஒரு நிலையில் தன்னிலை பெற்று கலை அவனை உயிர்த்தலத்தில் உதைத்து உதறித் தள்ளுகிறாள். குடி போதையில் இருந்த அவன் அடிபட்டு வீழ்கிறான் த்தூ... எனக் காறித் துப்பிவிட்டு கண்டியூர் வந்துவிடுகிறாள் கலை. இதுதான் கதை.

'நான் பார்த்த மனிதர்களை வைத்தே பாத்திரங்களை லிங்கம் நாவலில் படைத்து உயிரூட்டியிருக்கிறேன்' என்கிறார் என்னுரையில் ஜெயந்தி கார்த்திக். மொழி நடையும்கூட தஞ்சை வட்டாரத்தை வெளிப்படுத்தி நிற்கிறது. பெரும்பாலும் பொது மொழியோடு ஒன்று படும் கிளைமொழி அது. காவிரி தீரத்தின் புதிய படைப்பூக்கங்களாக ஜெயந்தியை உணரமுடிகிறது. பாசாங்கற்ற மொழிதலும் வாழ்வை அதன் மூச்சுக்காற்றுப் படும் அளவில் அறிதலும் இந்த எழுத்தின் இயல்பை சாத்தியப்படுத்துகின்றன. எந்த இடத்திலும் குரல் உயராமல் அதே நேரத்தில் மௌனித்தும் விடாமல் எச்சரிக்கையாக எழுதிச் செல்கிறார்.

வாழ்வைப் போலவே இந்நாவலிலும் பெண்கள் தான் மையம். வேணி, கலை, சந்திரா, அமுதா, பானு, பேச்சியம்மா, பாக்கியம், கலிப்பா என்று விதவிதமாய் பெண்கள், ஆண்களில் லிங்கம், குமார் ஆனந்த், மரியதாஸ், பட்டாமணியார், ராஜலிங்கம் என்றெல்லாம் இருந்தாலும் லிங்கம் மட்டுமே முழுமையாய் மென்மையாகவும் அதே நேரம் உறுதியாகவும் பெண் தன்னை உணர்த்தும் தருணங்கள் அநேகம். லிங்கம் வேணியைத் திருமணம் செய்வதற்கு முன் திருப்பூந்துருத்தி எனும் ஊரில் ஒரு பெண்ணை மணமுடிக்க உறுதி செய்தார்கள். அவள் தந்தை பெரிய நோயாளி எனச் சொல்லி அதை முறித்து வேணியைத் திருமணம் செய்கிறார்கள். திருமணத்தன்று மாலை லிங்கம் ஊரான கண்டியூருக்கு வேணியை அழைத்துச்செல்லும்போது திருப்பூந்துருத்தி வந்ததும் அவள் தலையை காருக்குள் அமுக்கி விடுகிறார்கள். வேணிக்கு ஒன்றும் புரியவில்லை. பின்னர் ஒரு நாள் லிங்கத்திடம் கேட்க, அவர் அப்பெண் அன்று தற்கொலை செய்துகொண்டதாகக் கூறுகிறார். வேணி மனதுக்குள் குமுறுகிறாள். "கணவன் என்று கூடப்

பார்க்காமல் எட்டி உதைக்க வேண்டும் போலிருந்தது வேணிக்கு. பாவி மவனே ஒரு புள்ளய காவு வாங்கிபுட்டு எங்கழுத்துல தாலி கட்டிருக்கியா நீயி... ஒன்னையெல்லாம் வெசம் வச்சுக் கொல்லனும்யா" *(ப.22).*

ஆண் துணை இன்றி பெண் வாழ்ந்து விடமுடியாது என்பதை மரபும் சூழலும் மீண்டும் மீண்டும் வலியுறுத்திக்கொண்டே உள்ளது. ஊர்ப் புறங்களில் இன்றும் இதுதான் நியதி. லிங்கம் போன பின்பு வேணிக்கு நேர்ந்தவற்றை பானு சொல்கிறாள்: 'ஒரு நாளு பக்கத்து வூட்டுக்கு திருடவந்த பய, தப்பிச்சி ஓடும்போது ஓங்க வூட்டு சுவரேறி குதிச்சிருப்பான்போல. வரிசையா பொம்பள புள்ளைவுக படுத்திருக்கும் போது நைட்டு நேரத்துல ஏறி குதிச்சா என்னாவும்? எல்லாம் சேந்து கத்த ராவு நேரத்துல தெருவே ஒன்னுகூடி நின்னடுச்சி. பக்கத்து வூட்டுக்காரி, அவ வூட்டுக்கு திருட வந்தத சொல்லாம, ஆம்பள இல்லாத வூடுனு வரச்சொல்லிட்டா போலன்னு ஜாடைபேச, அந்த நேரத்துல தெரு சனங்களும் அவ புரியாம சொல்றத வேதவாக்கா எடுத்துக்கிட்டு கொஞ்சம் நஞ்சம் பேச்சில்ல, அண்ணிய பேசிப் புட்டாளுவ.' வயசுக்கு வந்த புள்ளைவுக இருக்கறப்ப இப்படியான ராவுல ஆம்புள தொணகேக்குது. புருசன் என்னா செத்தா போயிட்டான்... ஒருத்தர் கூட என்ன நடந்துச்சுன்ன ஓம் பொண்டாட்டியை கேட்கல, அவ்வளவு ஏ, ஓந் தங்கச்சியும்தான் போறவக வரவக கிட்ட எல்லாம் கட்டு கதைய கட்டிவுட்டா...' *(பக்.-111-112).*

காதலித்து திருமணம் செய்து கொண்ட அமுதா எனும் பெண் கைவிடப்பட்டு தீவைத்து தற்கொலை செய்து கொள்கிறாள். அப்போது வேணி மனதுக்குள்: "பெத்தவுக பாத்தாலும் தானா தேடிக்கிட்டாலும் கண்ணாலத்துக்கு பெறவு குடும்பத்த நடத்துறதுக்குள்ள இவனுங்கிட்ட செத்து சுண்ணாம்பா ஆயிடனும். எதுத்து கேட்டா பொட்டச்சிக்கு என்ன துணிச்சல்னு சாகடிக்குறானுவுக. அமுதாவுக்கும் இன்னைக்கு அதுதான் நடந்திருக்கு. புளுவு புளுத்த பயலுவுகளா இந்த ஒடம்ப நீங்க மட்டும் எத்தன வருசத்துக்குடா காப்பாத்தபோறீக நாசமா போனவனுகளா. ஆயி அப்பனுக்கு பொறவு ஒங்கல நம்பி வந்தா இப்படி எங்களை சமாதிகட்டி அனுப்புரீங்களா" *(ப.130)* இக் கூக்குரல் ஆதிப் பெண்ணிணத்தின் குரலாக வியாபிக்கிறது. "ஏ வாள்கையிலே இருட்டு என்ன புதுசா" *(ப.120)* என்கிறாள் வேணி.

சிலுவையில அறையப்பட்டிருக்கும் ஏசுநாதரைப் பார்க்கும் போதெல்லாம் கலைக்கு தன் அம்மாவின் ஞாபகம்தான் வரும்.

அப்போதெல்லாம் "பொம்பளைங்க பாதிபேரு இன்னைக்கு இதுபோலத்தானே இருக்காவுக" என நினைப்பாள்.

இப்படியான பெண்களின் இருப்பையும் வெளியையும் பேசுகிறது நாவல்.

கலையின் சூழலைக் கொழுந்தன் ராஜலிங்கம் பயன்படுத்த முனைகிறான். அவன்கூட கலையை 'வைத்துக்' கொள்வதாகவும், அவள் தங்கை ராணியைக் கட்டிக் கொள்வதாகவும்தான் கூறுகிறான். இது வழி வழி நடப்பது. ராஜலிங்கத்தின் கோரம்: "என்னடி எப்பப் பார்த்தாலும் பசப்புற. இன்னைக்கு ஒன்னைய ஒக்காம வுடமாட்டேன். ஒந் தங்கச்சிய கட்டி கொடுன்னு கேட்டா அதயும் செய்யமாட்டங்குற. நீயும் பெரிய பத்தினி மாதிரி நடக்குற. நீயும் சங்கர கட்டிக்கிட்டு வந்த நாளா கன்னி கழியாமதான இருக்க. அவனுக்கு குடும்பம் நடத்த துப்பு கிடையாதுன்னு எனக்கு தெரியாதா இல்ல எங்காத்தாவுக்குதா தெரியாதா? ஏ இந்த ஊருக்கே தெரியுமே. எங்களுக்கு இருக்கிற வசதிக்கு ஒன்ன மாதிரி அன்னாடங்காய்ச்சியவா கட்டுவோம். இதெல்லாம் ஒனக்கு புரியல. பேசாம என்னைய அனுசரிச்சு போனா ஒன்ன மகாராணி மாதிரி வச்சுப்பன். ஒந்தங்கச்சி ராணிய ராணி மாதிரி வச்சுப்பன்" *(ப.198)* இது ஆனாதிக்கத்தின், அராஜகத்தின் உச்சம். ஆயிரமாயிர ஆண்டுகளின் மரபின் வீச்சம். தன்னியல்பில் ஒரு பெண் எப்படி இதை எதிர்கொள்வாள்?

"நீ ஒரு நல்ல அப்பனுக்கு பொறந்திருந்தா எம்மேல கைய வச்சிருப்பியா நாயே. நீங்க எல்லாம் கூட்டு களவாணிகதானே. ஒங்க ஆத்தாக்காரியும் ஒங்க அண்ணனும் ஏ வாள்க்கைய பாளாக்குனது பத்தாதுண்ணு, நீ வேற எங்குடிய கெடுக்க பாக்குறியடா நாயே. ஒங்கண்ணந்தான் பொட்டப்பய. அதுக்காவ நானும் ஊரு மேய்வேன்னு நெனச்சியாடா? த்தூ.. சத்தேரி. இந்தா ஒங்கண்ணன் கட்டுன தாலி" *(ப.199)* வீறிட்டெழுகிறது பெண்ணின் சுயம்.

"ஒங்காத்தாக்காரியும் அண்ணனும் வந்தா நடந்தத சொல்லு. அண்ணங்கார பேடி தம்பிக்காரன் பொறிக்கிப்பய. ஆத்தாக்காரியோ மாமாக்காரி. த்தூ... சுத்த மானங்கெட்ட குடும்பம்..." ஆவேசமாய் கத்திய கலை மறுபடியும் அவன் அருகில் சென்ற தன் பலங்கொண்ட மட்டும் வலது காலை உயர்த்தி அவனுடைய உயிர்த்தலத்தில் உதைத்தாள். பிறகு அவன் முகத்தில் காரி உமிழ்ந்துவிட்டு வெளியேறினாள்". *(ப.199)*

கலை பத்ரகாளியாகிவிடுகிறாள். எல்லாவற்றையும் பெண், குடும்பம், வறுமை, வழியில்லை என்று சகித்துக் கொண்டவள்தான். அடக்கி ஒடுக்கப்படுகின்ற ஏதொன்றும் பீறிட்டு வெளியேறத்தானே தருணம் பார்க்கும்? இங்குதான் எழுத்தாளர் ஜெயந்தி கார்த்திக் வெற்றி பெறுகிறார். பெண்ணுரிமை, பெண்ணியம் எதுவும் அறியாத கலை மிக இயல்பாக தன்னையும் தன்வழியே பெண்ணின் இருப்பையும் அடையாளம் காணுகிறாள்.

'மலட்டுத்தன்மை' இன்றையச் சமூகத்தின் பெரும் சிக்கல். நவீன வாழ்முறையின் கொடுங்கொடை. கருத்தரிப்பு மையங்கள் கார்ப்பரேட் கொள்ளைகள் நூறு திருமணங்களில் இருபத்தைந்து இப்படி இது தனியே விவாதிக்க வேண்டியது.

இணைவிழைச்சு - பாலின்பம் உயிர் அடிப்படை. குடும்பம் என்கிற மரபுக்குள் இறுகமூடி மூச்சுமுட்டச் செய்து விடுகிறோம். இயற்கையாகவோ, செயற்கைநோய், விபத்து காரணமாகவோ ஆண்/பெண் இயலாநிலை ஏற்படுவது தவிர்க்கமுடியாதது. இது நிச்சயம் அந்த நபர்கள், குடும்பம், உறவுகள் அறியாமல் சாத்தியம் இல்லை. இதை மூடி மறைத்து திருமணம் செய்து வைப்பது, அதனால் ஏற்படும் சிக்கல்கள் சொல்லி மாளாது. இது இன்று வசதிபடைத்த, படித்த பிரிவினரிடையேயே அதிகம் நடக்கிறது. ஊர்ப் புறங்களில் சொல்லவே வேண்டாம். இது வகை மாதிரிதான் இந்நாவலில் 'கலை' எழுத்தின் ஊடாக சமகால வாழ்வை ஊடுருவி அதன் மீதான 'இடைமறிப்பை' ஜெயந்தி சத்தமில்லாமல் செய்துவிடுகிறார்.

நாவலின் தலைப்பு 'லிங்கம்.' ஆண்குறி. ஆண்மையம். கதை நாயகன் பெயர் 'லிங்கம்'. எட்டுப் பிள்ளைகளின் தந்தை, லிங்கமும் வேணியும் ததும்பத் ததும்பத் தாம்பத்தியம் நடத்துகிறார்கள். ஏழை பாழைகளின் துய்ப்பு (enjoy) இந்த இணையின்பமும், உணவும்தானே? போகட்டும். வேணியும் இதர பெண்களும் படும்பாடுகள் கால காலமாகப் பெண்களின் கண்ணீர்த் தொடர்ச்சி. எட்டுப் பிள்ளை களுடன் பிறந்த கலை 'மலடி' ஆக்கப்படுகிறாள். அவள் கணவன் சங்கர் தன்னை வெளியே தெரியாமல் மறைத்துக்கொள்கிறான். அவள் கொழுந்தன் முரடன், வெறியன். அவளை பெண்டாளத் துடிப்பவன். அவன் பெயர் ராஜலிங்கம். கலை கடைசி கடைசியாக 'ராஜலிங்கத்தைப்' பதம் பார்த்து விடுகிறாள். ஆண்மையம் தகர்கிறது. வீழ்கிறது. அடடா.. பெண்மை வாழ்கவென்று கூத்தாடத் தோன்றுகிறது. ஆண்மையச் சமூகம் மீதான எளிய கல்லெறிதல், கனல்பொறி. த்தூ... என்ற கலகவீச்சு, எழுத்துக் கலையின் சாதிப்பு.

தஞ்சை வட்டார வாழ்வு ஓரிரு இடங்களில் துலக்கமாகப் பதிவாகின்றது. சிறுவர்கள் புளியங்கொட்டைப் பொறுக்கி எடைக்குப் போட்டு பலகாரம் வாங்கிச் சாப்பிடும் வழக்கம். கல்யாண முருங்கை இலையை அரைத்து அரிசி மாவுடன் அடைசுடுதல், பிள்ளைப் பெற்றப் பெண்ணுக்குப் பூண்டு, கருவாட்டுக் குழம்பு கொடுத்தால் பாலூறும் எனும் நம்பிக்கை போன்றவை போகிற போக்கில் சுட்டப்பெறுகின்றன.

பெரும்பகுதி பிள்ளைப்பேறு வீடுகளில்தான். ஊர்ப்புறங்களில் மருத்துவம் பார்க்கும் கைராசி மகராசிகள் உண்டு. இந்நாவலிலும் பேச்சியம்மாள் "வெறுந் தரையில மல்லாக்கப்படுத்துக் கொண்டிருந்த வேணியின் அருகில் சென்றவள் அங்கிருந்தவர்களை வெளியேறச் சொன்னாள். வேணியின் கையைப் பிடித்துப் பார்த்தாள். அவளின் வயிற்றைப் பார்த்தாள் வயிறு இறங்கியிருந்தது. பாவாடையை விலக்கி பிறப்புறுப்பை சோதித்தாள். பனிகுடம் உடைந்திருக்கவில்லை. கையை உள்ளே நுழைத்து விரல்களால் துலாவிப் பார்த்தாள். குழந்தையின் தலை சரியாக திரும்பியிருந்ததை உணர்ந்து கொண்டாள்... பேச்சியம்மாள் பக்குவமாக பனிக்குடத்தை உடைப்பதற்கு விளக்கெண்ணையைத் தடவி விரல்களால் கர்ப்பப் பையின் முகத்துவாரத்தை நசுக்கினாள். பனிக்குடம் உடைந்தது. சிறிது நேரத்தில் வேணிக்கு எட்டாவதாக பெண்குழந்தை பிறந்தது" (ப.26).

இப்படியான மருத்துவம் நம்பிக்கையாக மட்டுமல்ல எளிய மக்களுக்கான வாய்ப்பும் இதுதான். அதே நேரத்தில் ஏழைகளின், ஊர்மக்களின் துயர் போக்குபவையாக அரசு மருத்துவமனைகளும், அரசு மருத்துவர்களும் திகழ்வதை, ஜன்னி கொண்ட வேணியின், படுகாயமுற்ற லிங்கத்தின் மருத்துவ சிகிச்சை வழி உணர்த்துவது சிறப்பு. அதேபோல மஞ்சள் காமாலை நோய்வந்த மகள் ராதியை, கீழாநெல்லி கொடுத்து சரிசெய்யும் கண்டியூர் நாட்டு வைத்தியர் பஞ்சநாதன் வழியாக நாட்டு மருத்துவம் சுட்டப்படுகின்றது.

ஊர்ப்புறங்களைக் கெடுக்கும் குடி, ஏமாற்று அரசியல் செய்யும் எத்தர்கள், வழமையான மாமியார், நாத்தனார் பகைமைகள் நாவலில் இடம்பெறுகின்றன. வறுமையும் ஏழ்மையும் இதைத்தாண்டி வாழத் துடிக்கும் நம்பிக்கையும் நாவலின் நற்செய்தி. ஊருக்கெல்லாம் துணி தைத்துக் கொடுக்கும் தீவாவளி இரவில் விடியவிடியக் கூட லிங்கம் தன் பிள்ளைகளுக்கு புதுத்துணி தைக்க முடியாத நிலை. ஊரே பொங்கல் கொண்டாட, இன்றைக்காவது ரேஷன் அரிசி நாற்றமில்லா

சோறுக்கு ஏங்கும் வேணியின் பிள்ளைகள்... இது விடுதலை இந்தியாவின் இலட்சணம்.

குடும்பமே ஒரே நேரத்தில் உட்கார்ந்து அம்மா சோற்று உருண்டைகளை உருட்டித்தர எல்லோரும் வாங்கிச் சாப்பிடும் வாஞ்சை, நலிந்தோருக்கு உதவும் பாயம்மாக்கள், வேணிக்கும் பிள்ளைகளுக்கும் அரணாக சதா உதவிடும் தெரு மனுஷிகள், முன் கடன் தரும் கயிறு முதலாளி, லிங்கத்தையும் வேணியையும் காப்பாற்றும் அரசு மருத்துவமனை... இப்படி நல்லியல்புகள், மனிதமாகப் பொழிகிறது நாவல் நெடுகிலும்.

தஞ்சை வட்டாரத்தின் ஒரு பகுதி மக்களின் வாழ்க்கை இது. உதிரி உழைப்பாளிகளின், அன்றாடங் காய்ச்சிகளின் வாழ்க்கை. இந்திராகாந்தி சுடப்படுவது சுட்டப்படுகிறது. அது 1985. ஆக, 1960 தொடக்கம் 1990 வரையான முப்பது ஆண்டுகளில் நாவல் தொழில் படுகிறது. நாவல் தொடங்கும் அதிகாலையில் இரத்தச் சிவப்பில் ரோஜா மலர் மலர்ந்திருக்கும். நாவலின் முடிவில் மஞ்சள் வண்ண ரோஜா பூத்திருக்கும். இது குறியீடுதான். நம் நிலத்தில் பூக்கள் பூத்துக் கொண்டே இருக்கின்றன. பல வண்ணங்களில், வடிவங்களில். பட்டாம் பூச்சிகள் வந்தமரும் என்றோ, யாரின் கூந்தலிலாவது சென்றமர்வோம் என்றோ பூக்கள் அறிந்திருக்க வாய்ப்பில்லைதானே?

* ஜெயந்தி கார்த்திக், லிங்கம், உயிர் எழுத்து பதிப்பகம், 9, முதல் தளம், தீபம் வணிக வளாகம், கருமண்டபம், திருச்சி - 1.

25

ஓடத்தொடங்கிவிட்ட பச்சைக்குதிரைகள்

ஒரே கல்லூரியில் பயின்ற நான்கு பெண்கள். சாமா என்கிற சமாதானமேரி. செந்தா என்கிற செந்தாமரை. சதா என்கிற சங்கீதா. கமா என்கிற கண்மணி. இந்த நான்கு தோழிகளின் வாழ்வும் வசந்தமும் வலியும் நாவலாக உருவாகிறது. கல்லூரி படிப்பு விடுதி வாழ்க்கை. காதல், கற்பு, திருமணம், நட்பு, சமூகம், சாதி, சமயம், நாடு ஆகியன குறித்த உரையாடல்கள் யதார்த்தத் தளத்தில் நடைபெறுகின்றன. பொது நியாயம் என்ற ஒன்று இல்லை. அவரவர் நியாயம் அவரவர்க்கு என்ற புதியமாதவியின், பச்சைக் குதிரை நாவல் பார்வை படைப்பாளியின் கரிசனமாக அமைகின்றது.

சாமா கல்லூரியில் படிக்கும்போது சாது, எளிய கிராமியப் பின்னணியில் வந்தவள் விடுதி வாழ்வே மிரட்சி தந்தது. அவளும் வில்சன் என்பவனைக் காதலிக்கிறாள். கடைசியில் சாதியைச் சொல்லி அவன் விலகிவிடுகிறான். இவள் தற்கொலைக்கு முயல்கிறாள். தோழிகள் காப்பாற்றிவிடுகின்றனர். முனைவர் பட்டம் வரை படித்து. அதே கல்லூரியில் பேராசிரியராகவும், அதே விடுதியில் வார்டனாகவும் ஆகிவிடுகிறாள். திருமணத்தைத் தவிர்த்துவிடுகிறாள். அம்மா, அக்கா, அக்காவின் மோசமான கணவன், குழந்தைகள். அவர்களுக்கான உழைப்பு என்று காலம் ஓடுகிறது. மனமொடுங்கி தன்னைச் சுருக்கியே வாழ்கிறாள்.

செந்தா பட்டப்படிப்போடு திருமணம் செய்து வைக்கப் படுகிறாள். அவள் தந்தை அரசியல் தொடர்பு உள்ளவர். அவரின் செல்வாக்கை உயர்த்திக் கொள்ள, அப்பகுதி ரௌடியும், கள்ளச்சாரய வியாபாரியுமான ஒருவனை மகளுக்குக் கட்டி வைக்கிறார். கைக் குழந்தை இருக்கும் நிலையில் அவன் கொலை படுகிறான். செந்தாமரை அரசியலில் குதிக்கிறாள். எம்.எல்.ஏ ஆகிறாள். பல ஆண்களின் நட்புறவு, அரசியல் அதிகாரம், சமூகச் செல்வாக்கோடு இருக்கிறாள். சவால்களை ஏற்று வென்று தன்னை நிலை நிறுத்துகிறாள்.

சதா பட்டப்படிப்பிற்குப் பின் மருத்துவம் படிக்கிறாள். இதற்கு உதவும் அத்தை, தன் மகனையே கட்டி வைக்கிறாள். மாமனாரும்

டாக்டர், மருத்துவத் தொழில் பார்க்கிறாள். எதையும் அதன் போக்கில் எதிர்கொள்ளும் இயல்புமிக்கவள். தோழிகளை இணைக்கும் கண்ணி.

கமா பட்டப்படிப்பு முடிந்ததும் தன் தந்தை இருக்கும் மும்பைக்குச் செல்கிறாள் அவள் சாதாரண நிலையில் இருக்கும் (சாராயம் விற்கும்) ஒரு தாய்க்கும், சிறைத்தண்டனை அனுபவிக்கும் தந்தைக்கும் பிறந்தவள். கணவன் சிறை செல்ல இளமையுடனும் கைக்குழந்தையுடன் இருந்த இவளது தாயை மும்பை நகரின் பெருந்தனக்காரர் அடைக்கலம் தந்து மனைவியாக ஏற்கிறார். இவளை சொந்த மகளாகவே வளர்க்கிறார். காலப்போக்கில் சிறையிலிருந்து மீண்ட கணவனும், மனைவியும் சந்திக்க. ஒரு கட்டத்தில் இவர்கள் வீட்டுக்கே வேலையாளாக வர. மீண்டும் கணவன் மனைவி ஒன்றிணைகிறார்கள். இதனைக் கண்ட பெரியவர். அவர்களைச் சதா தன் கண்முன் உடலுறவுச் செய்ய வலியுறுத்துகிறார். பெரியவரைக் கொலை செய்து விடுவேன் எனக் கணவன் கூற செஞ்சோற்றுக் கடனுணர்ந்து மனைவி, அவனை அழைத்துக் கொண்டு புலம் பெயர்கிறார். கண்மணிக்கு இவையெல்லாம் பின்னரே தெரியவருகிறது. வளர்ப்புத் தந்தை பெரியவர் அவளை மகளாகவே பாவித்தாலும் செல்வச் செழிப்பு இருந்தாலும், அவரின் கோர ஆண் முகம் அவளை அலைக்கழிக்கிறது. தந்தையோடு பேசாதிருக்கிறாள்.

இச்சூழலில் கண்மணி ரஃபீக் என்ற இஸ்லாமிய இளைஞனைக் காதலிக்கிறாள். அவன் வசதிபடைத்தவன். ஏற்கனவே திருமணமானவன். ஒரு வியாபார விசயமாக அவன் இவளது அலைபேசியைப் பயன்படுத்துகிறான். அது சிக்கலாக உருவெடுக்கிறது. மும்பை குண்டு வெடிப்பில் தொடர்புடையவன் என்று கைதுசெய்யப்படுகிறான். கண்மணியும் உடந்தையாக இருந்ததாக கைது செய்யப்படுகிறாள். இந்நிலையில் தோழிகள் களத்தில் இறங்குகிறார்கள். செந்தாமரை, சங்கீதா வழிகாட்டலில் சமாதானமேரி மும்பை வருகிறாள். கண்மணி அப்பாவை சந்தித்து செந்தாமரையின் பரிந்துரை பற்றிக் கூறுகிறாள். இறுதியில் கண்மணி நிரபராதி என விடுவிக்கப்படுகிறாள். இப்படி இச்சிறு நாவலை சொல்லிப் பார்க்கலாம்.

நாவலில் கூடவே சில கிளைக்கதைகளும். கல்லூரியில் வாட்ச்மேனாக இருந்தவர் முகம்மது கனி. எம்.ஜி.ஆர். பனியன், எம்.ஜி.ஆர்.படம். எம்.ஜி.ஆர். பேச்சு என வாழ்ந்த கம்பீரமான முகமது கனி, நோய்வாய்ப்பட்டு இறந்து அதே வளாகத்தில் அநாதை போல கிடக்கிறான். சமாதான மேரியும், தோழி டாக்டர் சங்கீதாவும் அவனை வெளியே கொண்டு சென்று நல்ல விதத்தில் அடக்கம் செய்கிறார்கள்.

சமாதான மேரியின் முன்னாள் காதலன் வில்சன் ஏதேச்சையாக அவளைக் குடும்பத்துடன் சந்திக்கிறான். அவனது மூத்தமகள், அவள் பெயரும் சமாதான மேரி (காதலி நினைவாக!)க்கு B.Ed-ல் படிக்க இடம் வேண்டுகிறான். அது இயல்பாக கிடைத்துவிடுகிறது. மீண்டும் நன்றி சொல்ல வருகிறான். சமாதானம் அவ்வளைப் புறக்கணித்து விடுகிறாள்.

சமாதானம், விடுதலையான கண்மணியை மீண்டும் பார்க்க மும்பை செல்ல ரயிலில் இருக்கும் போது. ஒரு இளம் தம்பதி அவசரமாக வண்டியில் ஏறி இவளருகில் உட்காருகிறார்கள். அவள் வில்சனின் மகள் சமாதானம், வண்டிக்கு வெளியே கைகூப்பியபடி வில்சன் நிற்க வண்டி புறப்படுகிறது. தாங்கள் காதலித்தாகவும், பையன் தாழ்ந்த சாதி என்று எதிர்ப்பு இருந்ததாவும். தன் தந்தை திருமணத்தை முடித்து, இப்படி வெளியூருக்கு அனுப்பி வைப்பதாகவும் கூறுகிறாள். சமாதான மேரிக்கு சுருக் என்கிறது. தன்னை சாதியால் விலக்கியதற்கு இதன் மூலம் நேர் செய்கிறானோ என நெகிழ்கிறாள்.

மும்பை வந்து இறங்கியதும் நாளிதழில் சாதி மாறி திருமணம். மனமுடைந்த அப்பா தற்கொலை என்பது போல வில்சன் படத்துடன் செய்தி வருகிறது. நிச்சயமாக வில்சன் தற்கொலை செய்து கொண்டிருக்க மாட்டார் என அனைவரும் நம்புகின்றனர். உடன் ஊர் திரும்ப முயலும் பிள்ளைகளைத் தடுத்து கண்மணி உதவியுடன் அவள் தோழியின் மாற்றுப்பள்ளியில் பணிக்கு சேர்த்துவிடுகிறாள் சாமா.

கூடவே மும்பைத்தமிழர்கள், செல்வநாயகம் (கண்மணி அப்பா) வரதாராஜீலு முதலியார். சண்முகராஜன் (தமிழ்ச்சங்கம்) பாலாசாகிப் (பால்தாக்கரே) சந்திப்பு... பழைய நிகழ்வு நினைவுகளும் பதிவாகின்றன.

காதல் பற்றி நாவல் விவாதிக்கிறது.

சாமா காதல் தோல்வியில் தற்கொலைக்கு முயன்றபோது, கண்மணி. "காதல் தோல்வி அடைந்தால் உடனே செத்துப் போயிடனுமா? வாழ்க்கைத்தாண்டீ பெரிசு. வாழறதுக்கத்தான் காதல் வேணும்னு சொல்லலாமே தவிர காதலிக்கிறதுக்காக - காதலுக்காகவே வாழனும்னு சொல்லறதெல்லாம் பைத்தியக்காரத்தனம்டீ. காதலாம் பெரிய காதல்... மண்ணாங்கட்டி என்ன ஆச்சுன்னு சொல்லித் தொலையேன்". முடியாதாம் நாங்க வேற சாதி அவன் வேர சாதிங்கறான் தெரிஞ்சா பெரிய கலவரம் வருமாம். சொல்லிட்டான்.

"அடப்பாவி... இந்த சாதி எல்லாம் சர்ச்சில வைத்து சைட் அடிக்கும் போது மட்டும் மறந்து போச்சாக்கும்? பாருடி ஒரே சர்ச். ஒரே ஜீசஸ்.

ஒரே மாதா. ஒரே பைபிள்.. எல்லாம் ஒன்னா இருந்தாலும் இந்தச் சாதி மட்டும் தனித்தனியா எங்கப் போனாலும் விடாம ஒட்டிக்கிட்டே இருக்குதாக்கும்? கருமம்டி விட்டுத்தொலையேண்டீ" (பக்.16).

விடுதி வாழ்க்கை. குறிப்பாக வார்டன்களின் வாழ்வு சங்கடமானது. விடுதிகள் பலரின் இரகசியங்களின் கல்லறைகள். கல்லூரி காலத்தில் ஒரு பெண் வார்டன் தற்கொலை செய்து கொண்டு இறந்து போகிறாள். பலரும் பல கதைகள் சொல்கிறார்கள். சங்கீதா விடுதியில் பணியில் இருந்த நேபாளி வாட்ச்மேனைப் பார்த்து திட்டுகிறாள்.

"தாயோளி, நீ தூக்குமாட்டிக்கிட்டு செத்திருக்கணும். இல்ல உன்னைக் கொலை செய்திட்டு அந்தப் பொம்பள செத்துப் போயிருக்கனும். உன்ன எல்லாம் உயிரோட விட்டு வச்சிருக்கரதே பாவம்டா" என்று கத்திக் கொண்டே (பக்.31) இவ்வளவு தான். இச்சிறு பொறி நடந்ததைச் சுட்டிக் காட்டிவிடுகிறது.

திருமணம். அதில் உள்ள நெருக்கடிகளை நாவல் அலசுகிறது.

"இவர்கள் எல்லோரும் ஏன் திருமணம் செய்து கொண்டார்கள் என்று பார்த்தால் காதலும் இல்லை. கத்திரிக்காயும் இல்லை. திருமணம் என்ற ஒரு சடங்கு, கட்டாயமில்லை என்ற நிலை இருந்தால் இவர்களில் யாராவது திருமணம் செய்து கொண்டிருப்பார்களா" என்று யோசித்துப் பார்த்தாள்.

கணவன் மனைவி இருவரும் ஒருவருக்கொருவர் உண்மையாக இருக்க வேண்டும். ஒளிவு மறைவின்றி தங்கள் கருத்துக்களைப் பரிமாறிக்கொள்ள வேண்டும். இப்படியாக வண்டியாக சொல்லப்படும். புளுகு மூட்டைகளின் கனத்தில் கணவன், மனைவி இருவருமே ஒருவரை ஒருவர் ஏமாற்றிக் கொண்டு வாழ்ந்து கொண்டிருக்கும் வாழ்கை எவ்வளவு போலித்தனமானது..."(பக். 36)

பெண்களுக்குத்தான் எத்தனையெத்தனை சங்கடங்கள்? மாதவிலக்கு காலத்தில் கேர்ஃப்ரீ பயன்படுத்துவது கூட இன்றும் எத்தனைப் பெண்களுக்குச் சாத்தியம்? சாமா தன் முதல் மாதச் சம்பளத்தில் ஆசையுடன் வாங்கியது கேர்ஃப்ரீ பாக்கெட்தான். ஏனெனில். "அவளுக்குத் தெரிந்ததெல்லாம் கிழிந்த புடவை அல்லது கிழிந்த பாவாடைத் துணியை நீளமாகக் கிழித்து உருட்டி சுருட்டி வைத்துக் கொள்வதுதான்.

அதிலும் மாசாமாசம் அக்காவுக்கும் தங்கைக்கும் கிழிந்த புடவையைக் கொடுக்கிற அளவுக்கு அவர்கள் அம்மாவிடம் என்ன

பெட்டி நிறைய புடவைகள் இருந்ததா என்ன? அம்மாவோ கிருஸ்துமசுக்கோ, தவறினால் வருஷப்பிறப்புக்கோ புதுசு எடுப்பாள். உள்பாவாடை கிழிய கிழிய உருட்டி உருட்டி தைத்து தைத்து உடுத்திக் கொள்வாள். புடவை எடுக்கும் போதெல்லாம் மேட்சிங்காக உள்பாவாடை எடுக்கும் வசதியோ அப்படி ஒரு பழக்கமோ அன்று கிடையாது.

மாதவிலக்கின் போது பயன்படுத்தும் துணியை அப்படியே எடுத்து தூரப்போட முடியாது. யாரு கண்ணிலும் படாமல். பல்லி பூச்சு அண்டாமல் பத்திரமாக வைத்திருக்க வேண்டும். அதன் பின் கருக்கலில் யாரு கண்ணிலும் படாமல் அதை எடுத்து தண்ணீர் ஊற்ற காலை வைத்து மிதித்து நல்லக்கல்மீது வைத்து கசக்கி அதன் பின் சோப் போட வேண்டும்...

இப்படியே பயன்படுத்தும் துணியிலிருந்து ஒரு வித நெடி அடிக்கும். துணியும் மொறமொறன்னு விரைப்பாயிடும். அப்புறம் அந்தத் துணியை மடக்கிச் சுருட்டி இரண்டு தொடைகளுக்கும் நடுவில் வைத்துக் கொண்டு நடந்தால் அரிவாள்மனையில் தேங்காய்த் துருவுற மாதிரி இரண்டு தொடைகளுக்கும் சரக்சரக் என்று கீறல் போடும் சொல்ல முடியாத வேதனை.

மாதவிலக்கு நாட்கள் முடிந்த பிறகும் ஒரு பத்து நாட்கள் இரண்டு தொடைப்பகுதியும் சொரசொரவென இருக்கும். அரிப்பு ஏற்படும். சொறிய வேண்டும் போலிருக்கும். நகம்பட்டுவிட்டால் அவ்வளவு தான் சில சமயங்களில் அதிலிருந்தும் ரத்தம் வந்துவிடும். ஒரே காந்தல் எடுக்கும், தாங்கமுடியாமல் தண்ணீர் ஊற்ற வேண்டி வரும். தண்ணீர் பட்டவுடன் எரிச்சலுக்கு கொஞ்சம் சுகமாக இருந்தாலும், தண்ணீர் ஊற்றுவதை நிறுத்தியவுடன் முன்பைவிட அதிகமாக காந்த ஆரம்பிக்கும். சில மாதங்களில் கை கூட வைக்க முடியாது. தடித்துப் போயிருக்கும் தொடையின் இரண்டு பக்கமும் அதைவைத்துக் கொண்டு நடக்கும் போது நடைகூட மாறிவிடும். அதை வெளியில் காட்டிக் கொள்ளாமல் நடக்க வேண்டும்" (பக். 58 - 59).

முதல் சம்பளத்தில் வாங்கிய கேர்ஃப்ரீயை எப்படிப் பயன் படுத்துவது எனத் தெரியாமல் தோழிகளின் பரிகாசத்திற்கு ஆளாகிறாள் சாமா.

"எது சரி. எது தப்புன்னு தீர்மானிக்க மூன்றாம் மனுசங்களான நீயும் நானும் யாரு? அவரவர் வாழ்க்கை... அவர்களுக்கான சூழல், அவர்கள் பிரச்சனை... இதெல்லாம் தெரிஞ்சிக்காம வெளியில்

நின்றுகொண்டு பேசுவது ரொம்ப எளிது... ஒவ்வொருவருக்கும் வாழ்க்கை ஒவ்வொரு விதமான அனுபவங்களைக் கொடுத்திருக்கு. அவரவர் அனுபவத்தில் தனக்கு அந்த நேரத்தில் சரி என்று தோன்றுவதைத்தான் செய்து கொண்டிருக்கிறோம். அதிலும் பிரச்சனைகள் வரலாம். ஆனால் வாழ்க்கையில் நாம் எடுகிற எந்த முடிவில் தான் பிரச்சனைகளே இல்லை என்று சொல்ல முடியும்...?

இப்ப பாரு இது நான்காவது தடவை அவளுக்கு (செந்தாமரை). எந்த குற்ற உணர்வும் இல்லை. எனக்கு ஒரு பக்கம் அவளைப் பார்த்தால் பாவமாகத்தான் இருக்கு. இந்தக் கட்சி அரசியல் எல்லாத்தையும் விட்டுட்டு பிடித்தமானவனைக் கல்யாணம் பண்ணிக்கோயேன்னு சொன்னேன். என்ன சொன்னா தெரியுமா?... பிடித்தமானவனா? எனக்கா? என்று சொல்லிவிட்டு சத்தமா சிரிக்கிறா. அப்புறம் அமைதியா தெளிவா சொல்றா... 'எனக்கு இதுப் பிடிச்சிருக்கு. அவன் கூடப் படுக்கறதனாலேயே நான் அவன் பெண்டாட்டி ஆகிவிட முடியாதுன்னு எனக்குத் தெரியும். அவனுக்கும் தெரியும், இந்தக் கூட்டணியில் அவனுக்கும் லாபம். எனக்கும் எதையும் இழக்காமல் என் இமைஜை பாதுகாத்துக்க முடியறதுனு' சொல்றா (பக். 70-71).

சரி பெண்கள் நிலை இது என்றால் ஆண்கள் நிலை? கண்மணியின் அப்பா செல்வநாயகம்.

"கண்மணியும் என்னைப் புரிஞ்சுக்கலை. அவ அம்மாவும் என்னைப் புரிஞ்சுக்கலை. தலைக்கு மேலே வெள்ளம் போனாலும் கலங்காத பாறை மாதிரி இருந்தவன்மா நா. இப்போ எவன் கிட்டை யெல்லாமோ போய்க் காத்துக்கிடக்கேன். ஆத்துமேல கோவிச்சுக்கிட்டு ஆனை சகதிலே போயி முங்கி எந்திரிச்சு 'குளிச்சிட்டேன் பார்த்தீகளானு ஊர்வலம் போச்சாம்' அதுதான் இப்போ கண்மணியோட கதை'... (பக்.77)

ஆண்களும் பெண்களும் பற்றி...

"மனிதர்கள் எப்போதும் இப்படித்தான் நல்ல அப்பாக்களாக இருப்பவர்கள் எல்லாருமே நல்ல கணவர்களாக இருக்கிறார்களா என்ன? நல்ல அம்மாவாக இருக்கும் பெண்களும் நல்ல மனைவியாக இருக்கிறார்கள் என்று சொல்லிவிட முடியுமா? வெளிச்சத்தில் தெரியும் முகம் இருட்டில் அப்படியே தெரியும் தெரிய வேண்டும் என்று எதிர்பார்ப்பது சரியா? தவறா?" (பக். 91)

மனிதர்களின் செயல்களை சூழ்நிலைகள் தீர்மானிக்கின்றன. ஒரு வகையில் சூழலின் கைதிகள். அவரவர் அறிவு. அனுபவம், ஆசைகள், உணர்ச்சிகள் அவரவர் செயல்களாக வெளிவருகின்றன.

ஆண்களின் சின்னபுத்தியை பல இடங்களில் சுட்டுகிறது நாவல். நேபாள வாட்ச்மேனை முன்பு சுட்டியது போல, சாமாவின் அக்கா கணவர் வெற்று அதிகாரம் செய்பவர். வேலையை எல்லாம் எடுத்து தன் சொந்தங்களுக்கு தந்தவர். வேலையின்றி வாளாதிருப்பவர். ஆனால் செயல்கள் அட்டுழியம் காரணம், தான் ஆண் என்ற திமிர்த்தனம்.

நான்கு பிள்ளைகள் பெற்று, நாற்பது வயதுக்கும் மேலானவளைச் சந்தேகிக்கிறான்.

“என் கூட ஸ்கூல்லே ஒன்னா படிச்ச ஆறுமுகக்கோனாரு மவன ஞாபகமிருக்க? அப்போல்லாம் நம்ம ஸ்கூலுக்கு போறப்போ நம்ம பின்னாலயே சைக்கிள்ள வருமே. அந்தப்பையன்தான் இப்போ நம்ம வீட்டுக்கு பண்ணைக்கு விடற பாலை எடுக்க வருது.

பால் ஊத்தறப்போ நான் சிரிச்சி சிரிச்சி பேசறேனாம். இந்த மனுஷன் சந்தேகப்பட்டு கத்துது. அப்போ இந்த மனுஷனைப் பத்தி இதை எல்லா சொல்லி அழுதப்போ நம்ம அம்மா சொன்னதைத்தான் நினைச்சுப்பேன்.

‘பொண்டாட்டி மேல சந்தேகப்படாத புருஷன் யாரு இருக்கா சொல்லு?’னு கேட்டிச்சி. ராமன் கதையைச் சொல்லி சீதையும் ராமன் சந்தேகத்துக்கு தப்பலைன்னு’ அம்மா சொன்னதைத்தான் நினைச்சுப்பேன். சமாதானமாயிடும்.

ஆனா என்னையும் ஒரு மனுஷியா மதிக்கிற ஆளு முன்னால அவரையும் என்னையும் சேர்த்து வச்சி சந்தேகப்படுகிற மாதிரி திட்டினா... எவ்வளவு அசிங்கமா போயிடுச்சி. இனிமே எந்த முகத்தை வச்சிக்கிட்டு பால் எடுக்க வர்றவர் முகத்தில முழிப்பேன் சொல்லு?” *(பக். 111 - 112)*

சங்கீதா தன் கணவனைப் பற்றிச் சொல்கிறாள்.

“ஒரு நாளு விட்டுட்டுப் போனாலே ஊர் மேஞ்சுடும்... இதிலே நாலைஞ்சு நாளு விட்டுட்டுக் கிளம்பினா அவ்வளவுதான்... ஒரு அபார்ஷன் செண்டரே ஆரம்பிச்சிட வேண்டியதுதான்” *(பக். 68)*.

சங்கீதாவின் அக்கா மகனுக்கு திருமணம் உறுதி செய்யப்பட்ட மணப்பெண் சர்மிளா. சாமாவின் கல்லூரியில் படித்தவள். விடுதியில் இருந்தவள், காதலில், காமத்தில் பலியானவள். இதனைச் சங்கீதாவிடம் சொல்வதா வேண்டாமா என்ற மனக் குழப்பம் சாமாவுக்கு. ஆனால் முன்பே தெரிந்திருக்கறது, இப்போது சங்கீதாதான் பேசுகிறாள்.

"அந்தப் பொண்ணு கொஞ்சம் அப்படி இப்படின்னு கேள்விப் பட்டோம்'னு சொல்லி இருக்காங்க. அவ்வளவுதான் எங்க அக்கா கல்யாணத்தை நிறுத்தற அளவுக்கு வந்திட்டா. எங்கிட்ட வந்து கேட்டா. நான் அவளை நல்லா கேள்வி கேட்டேன். உன் பிள்ளை என்ன ரொம்ப யோக்கியமானவனா? இல்ல உன் புருஷன் தான் ஒழுங்கா? பெருசா பேச வந்திட்டா. கல்யாணத்துக்கு முந்தி காதலிக்காத பொண்ணு யாரிருக்கா இந்தக் காலத்திலே! பொண்ணுக்கூட காதலிக்கிறவனைத் தான் கல்யாணம் செய்துக்கணும்னு தப்பு தப்பா நம்மள மாதிரி நினைக்கிறதில்லை. கல்யாணத்துக்கு அப்புறம் எல்லாம் சரியாப் போயிடும்'னு சொன்னேன். அதுக்கப்பறம் எங்க அக்காவும் உட்காந்து யோசிச்சிருப்பா... *(பக். 121)*

சாமா, தன் முன்னாள் காதலன் வில்சன் இறப்புக்குப்பின் காதல் மணம் புரிந்து கொண்ட அவனது மகளுக்கும் மருமகனுக்குமா அடைக்கலமாகி கண்மணியின் தோழியிடம் சேர்க்கிறாள். அப்போது எண்ணுகிறாள் மீண்டும் தன்னிடம் பேச முயன்ற வில்சனை ஏன் தவிர்த்தோம் என்று.

"நான் அவனைச் சந்தித்திருந்தால் என்ன குடிமுழுகிப் போயிருக்கும்? ஒரு முறை அவனுடன் ஒரு காபி ஸ்டாலில் எதிர் எதிர் உட்கார்ந்து டீ சாப்பிட்டிருக்கலாம். அப்போது எதுவும் பேச முடியாமல் கூட போயிருக்கும். ஆனால் இருவருக்கும் இடையில் இருந்த கனத்த மவுனம் நிறைய பேசி இருக்கும் தானே *(பக். 144)*.

அதே போல ரஃபிக் கண்மணி கைது. ரஃபிக் குற்றவாளியா? அவனது பிறப்பு அடையாளம் (மதம்) கூட அவனை இப்படி நிறுத்தி இருக்கும் என்ற கரிசனம் நாவலில் பதிவாவது சிறப்பு.

"இன்னிக்கி யாரு குற்றவாளி, யாரு தீவிரவாதி இதை எல்லாம் யாரும் சொல்றதை வச்சிக்கிட்டு நாமளும் அதையே நம்பிடக் கூடாதுன்னு சொல்றா...

அதிலேயும் பாரு கண்மணியின் ஆளு பேரு ரஃபீக். இந்த மத அடையாளம் அவுங்களுக்கு ரொம்ப ஈசியா இருக்கு... இப்படி

எல்லாம் குற்றம் சுமத்றத அவங்க சொல்றதை நம்பாதவங்க எல்லோரும் தேசத்துரோகி மாதிரி நினைக்கிற ஒரு மனப்பான்மை வந்திடுச்சி... இப்போ பாரு... நம்ம கண்மணி இந்த லிஸ்டில் எப்படி வந்தா... நமக்குத்தான் தெரியும். அவளுக்கும் இக்குற்றங்களுக்கும் எந்த வகையிலும் தொடர்பில்லைனு. ஆனா பொது ஜனம் என்ன நினைக்கும்... ரஃபீக்கோட கேர்ள் பிரண்ட்... இதற்கெல்லாம் உடந்தையா இருந்தவ இப்படித்தானே பார்க்குது" (பக். 129).

ஆக சாதி, சமயம், குடும்பம், பால் சார்ந்த மனித உறவுகளில், மனித உணர்வுகளின் யதார்த்த உரையாடலை நாவல் நிகழ்த்துகிறது. பக்கச் சார்பின்றி சூழல், செயல் ஆகியவற்றினூடாக விவாதிப்பது சனநாயக நெறியாகப்படுகிறது. இது பெண்களின் கண்களால் சமூகத்தைப் பார்க்கும் படைப்புதான். ஆணாதிக்கச் சமூக அலசல்தான். அதே பெண் தரப்பு சுய விமரிசனமும், உரிய விதத்தில் ஆண்களை அங்கீகரிப்பதும், ஆண்கள், பெண்கள் என்ற அடையாளங்களை மீறி மனித விசாரணையாக மாறி விடுகிறது. ஆணுக்கும், பெண்ணுக்குமான சமத்துவமும், உரையாடலும் தேவை. சாதி, சமயம், பொருளாதாரம் போன்றவையும் மனித உறவுகளைத் தீர்மானிக்கும் என்ற புரிதலை இந்த நாவல் முன்வைக்கிறது. பிசிறற்ற, பிதுக்கலற்ற படைப்பு, பச்சைக்குதிரை ஆணா? பெண்ணா? பல இடங்களில் பெண்கள் சில இடங்களில் ஆண்கள் என யோசிக்க இடமுண்டு.

எழுத்தாளர் புதிய மாதவி, கவிதைகள், சிறுகதைகள், கட்டுரை எழுதியுள்ளார். நாவல் புதிய முயற்சி, நுட்பமும், கலைத்திறனும் கைவரப் பெற்றுள்ளது. பெண்ணுலகைப் படைத்துக் காட்டியிருப்பது அருமை. பெண் நாவலாசிரியர்களின் பற்றாக்குறையினை ஈடுசெய்வார் என நம்பலாம்.

- *புதியமாதவி, பச்சைக் குதிரை, அன்னை ராஜேஸ்வரி பதிப்பகம்,41, கல்யாண சுந்தரம் தெரு பெரம்பூர், சென்னை - 11, பதிப்பு: 2019.*

26

ஆனந்தவல்லி: பெண்வலியின் கலைக்குரல்

'ஆனந்தவல்லி' இருநூற்று ஐம்பது ஆண்டுகளுக்கு முன்னான தஞ்சாவூரை மையமிட்டக் கதை. இஸ்லாமியரும், நாயக்கரும், மராட்டியரும் மாறி மாறி சுயநலத்துடன் பங்குபோட்டுக் கொண்டனர் தஞ்சை நிலப்பகுதியை. முதலாம் சரபோஜிக்குப்பின் ஆட்சிப் பொறுப்பேற்ற பிரதாபசிங்கரின் பதினோறு ஆண்டுகால அரசு, இரண்டாம் சரபோஜியின் அரியணை ஏறலோடு நிறைவுக்கு வருகிறது. ஆட்சி, வாரிசுரிமைச் சச்சரவுகளை 'வந்து சேர்ந்த' ஆங்கிலேயர் எளிதில் கையாளத் தலைப்பட்டபோது மராட்டியருக்கு எஞ்சியது தஞ்சையும் வல்லமும். மழைராஜா என்று மக்களால் அழைக்கப்பட்ட அமரசிம்மராஜா மன்னர் மான்யம் பெற்று முன்னாள் ராஜாவாகி விடுகிறார். ஆங்கிலக் கல்வி கற்று நவீன வாழ்வை உணர்ந்த சரபோஜி 'சுவடிகளுக்குள்' தன்னை ஒப்புவிக்கிறார். இச்சூழலில் நிகழ்கிறது இப்புதினம். ஆனந்தவல்லி இதை லஷ்மி பாலகிருஷ்ணன் படைத்துள்ளார்.

மராட்டியரின் தஞ்சை அரண்மனையில் விற்கப்பட்ட ஒரு பெண்ணைப் பற்றிய கதைதான் இது. சிறுமியாக இருந்தபோது மணம் முடிக்கப்பட்டு, பருவம் எய்த வேண்டும் என்ற நோக்கோடு தன் வீட்டில் இருந்த மகளை அவள் கணவனுக்குத் தெரியாமல் ஏன் சொந்தத் தாயுக்கே தெரியாமல் ஐம்பது வராகனுக்கு அரண்மனைக்கு பத்திரப்பதிவு செய்து விற்றுவிடுகிறான் பெற்ற அப்பன். மனைவியைத் தேடிவரும் கணவன் விற்கப்பட்ட மனைவியை மீட்க அரண்மனையிலும், ஆங்கில அலுவலர்களிடமும் முறையிடுகிறான். மதராஸ் மாகாணத்தின் கவர்னருக்கு அவன் தன் மனைவி குறித்து முறையீட்டுக் கடிதம் ஒன்றை எழுதுகிறான். இந்தக் கடித ஆவணத்தைக் கொண்டு இப்புதினத்தைக் கட்டமைத்திருக்கிறார் ஆசிரியர்.

உலகின் பல நாடுகளிலும் மனிதர்களை விற்கும் முறை இருந்துள்ளது. தமிழகத்திலும் அடிமை முறை பற்றி பல ஆய்வுகள் வெளிவந்துள்ளன. இந்நிலையில் இரு நூறாண்டுகளுக்கு முன் தஞ்சை அரண்மனையில் நிகழ்ந்ததாகக் கருதப்பெறும் இந்தப் 'பெண் விற்பனை' அதிர்ச்சி தருகிறது.

ஆங்கிலேயரின் வருகையினால் சிதிலமடைந்த சிறு மன்னர்கள், அவர்களின் சம்பிரதாயங்கள், அக்கால மக்களின் வாழ்க்கை நிலை ஆகிய கூறுகளை நாவல் முன்வைக்கிறது.

பெண்ணை விற்கும் நிலை மட்டுமல்ல மராட்டிய மன்னர்கள், முன்னாள் மன்னர்கள் அவர்களின் மனைவியர், அந்தப்புர மகளிர், கணவன் இறந்ததும் உடன்கட்டை ஏறுதல், அதற்கு அளிக்கப்படும் உயர் மரியாதை, கற்பு எனும் கற்பிதம் ஆகியன குறித்தும் நாவல் விசனப்படுகிறது.

வாழ்வாங்கு வாழ்ந்த குடும்பத்தில் பிறந்து கெட்டவாழ்வைத் துணைக்கொண்டு உறவுகளை உதறி பணம், மோசடி, பெண் மோகத்தில் பெற்றப் பெண்ணை ஏமாற்றி சிறுவயதில் திருமணம் செய்து, அவள் கணவன் அறியாமல் 'வறுமை' எனப் பொய் சொல்லி அரண்மனையில் விற்றுவிடுகிறான் பெரியநாயக் கொத்தன். அவனின் எல்லாக் கொடுமைகளையும் சகித்து சக தர்மினியாகி மகளுக்கு நேர்ந்ததைத் தாங்காமல் தன்னை முடித்துக் கொள்கிறாள் பரிமளத்தம்மாள். நோயாளி மனைவியைக் காத்து அவள் இறந்ததும் மகன் சபாபதியை வளர்த்து ஆளாக்கி ஆங்கிலக் கம்பெனிப்படையில் தன்னைப் போலவே வேலையிலும் சேர்த்து தானும் மகனும் இனியாவது மகிழ்ந்து வாழலாம் என்று நினைத்து மகனுக்குத் திருமணத்துக்கு ஏற்பாடு செய்கிறார் சோலையாப் பிள்ளை. மைத்துனரின் பேச்சை நம்பி திருவாதி சம்பந்தத்துக்கு இசைகிறார். கள்ளர் சாதியைச் சேர்ந்த பெரிய நாயக்கொத்தன் பணத்துக்காக, சாதியை மறைத்து வெள்ளாளர் சாதி சபாபதியை மருமகனாக்கிக் கொள்கிறான். பின்னர்தான் தெரிகிறது மணமகள் பருவம் எய்தா சிறுமி என்பது. சில ஆண்டுகள் பொறுத்திருக்கிறார்கள். சோலையா பிள்ளை மருமகளை அழைத்து வர மகனை அனுப்பி வைக்கிறார். இங்கு வந்ததும் மனைவி மீனாட்சி விற்கப்பட்ட விவரம் தெரியவருகிறது.

மீனாட்சியின் பெரியப்பா நற்குணமும், சபாபதியும் மராட்டிய அரண்மனைக்குச் சென்று முறையிடுகிறார்கள். பின்னர் ஆங்கில அதிகாரி மக்லோட்டிடம் விண்ணப்பிக்கிறார்கள். எங்கும் கை விரிப்பு. சபாபதி மீண்டும் வேலூர் செல்கிறான். அவன் தந்தை சோலையாபிள்ளை ஏமாற்றமடைகிறார். சரி இனி எதுவும் செய்ய வேண்டாம். அப்படியே விட்டு விட்டு வேறு திருமணம் செய்யலாம் என்கிறார். சபாபதி மறுத்து விட்டு சென்னை கவர்னருக்கு முறையீட்டுக் கடிதத்துடன் செல்கிறான். அங்கே உரிய தீர்வு கிடைக்காமல், கவர்னருடன் வாக்குவாதம் செய்வதால் காவல் படையினரால் தாக்கப்பட்டு மாண்டு

போகிறான். தந்தை மகனை நினைத்துக் காத்திருப்பதோடு கதை முடிகிறது.

சிறுமியாக இருந்தபொழுது மணந்த ஒரு பெண், முகமறிந்தது ஒழிய வேறில்லை என்ற நிலை. பருவம் எய்தி விற்கப்பட்டு, அரண்மனை வாழ்வில் அலங்கோலமாகியிருப்பாள் என்று தெரிந்தும் அவள் - தன் மனைவி தன் நேசத்துக்குரியவள் என்ற நிலையில் தேடி அலைந்து தன் வாழ்வையே முடித்துக்கொள்ளும் சபாபதி வழியாக ஆசிரியர் சொல்லும் செய்தி வழக்கமான கற்பு குறித்த பார்வையை கிழித்துத் தொங்கவிடுகிறது.

அரண்மனை – சுகபோகம்

மன்னர்கள் மக்களை, நாட்டை ஆட்சி செய்வது என்பது பொருளாதார வருவாயை எடுப்பது. வந்த வருவாயை சுகபோகமாக செலவு செய்வது. உணவு, உடை, அணிகள், அலங்காரம், அந்தப்புரம் என்று ஒருபகுதி, இன்னொரு பகுதி இஷ்ட தெய்வங்களுக்குப் பக்தி என்ற பெயரில் செய்வது.

"தஞ்சையிலே ராஜா சவாரி புறப்படுவதென்றால் தீவட்டிகளென்ன, வாண வேடிக்கைகளென்ன, வாத்திய கோஷ்டி என்ன என்று அமர்க்களமாக இருக்கும். அதற்காகவே இரவில் நகர்வலம் வருவதுண்டு" (ப.18).

"கும்பினிக்காரர்கள் கொடுக்கிற வருஷாந்திரம் இருபத்தி ஐந்தாயிரம் வராகனில் கட்டு செட்டாகத்தான் வாழ்ந்தாக வேண்டும். இருக்கிற ஏவலர்கள், ஏவல் பெண்டுகள், பாதசார துருப்புக்காரர்கள், அக்காமார்கள் எல்லோருக்கும் மானியங்களை நிறுத்தாமல் தர வேண்டும். மகாலிங்கசுவாமிக்கும், சிவயோக நாதருக்கும், வைத்தியநாத சுவாமிக்கும் கட்டளைகள் உண்டு" (ப.18).

இன்னொரு புறம் அரண்மனை, அரசு நெருக்கடி, பொருளாதார நிலை அமரசிம்மராஜா அவர்தம் மனைவியர், ஆசைக்கிழத்தியர் வாழ்வு பற்றி நாவலில் பதிவு செய்யப்படுகிறது. அமரசிம்மரின் மறைவுக்குப் பின் ஆங்கில அதிகாரிகள் நேரடியாக சரபோஜியிடம் வந்து பேசுவதுடன், சதி எனும் உடன்கட்டை ஏறும் வழக்கத்தைத் தடுத்து நிறுத்த முற்படுவதும், எல்லாத் தடைகளையும் மீறி இருவர் 'சககமனம்' அடைவதும் நாவலில் இணையாக எடுத்துச் சொல்லப்படுகிறது.

மன்னர் ஆட்சியின் இறுதியும், ஆங்கிலக் காலனியத்தின் தொடக்கமுமான பொழுதுகளை, அக்காலச் சிக்கலை நாவல் சுட்டி நிற்கிறது.

சமகாலத்துக்கு சற்று முந்தைய கால வரலாற்றைப் பேசும் நாவல் என்றாலும் இதன் இயங்கு தளம் ஆசிரியரின் பார்வையினால் சமூகம் சார்ந்ததாக அமைந்துவிடுகிறது.

மராட்டிய அரச வாழ்வும், மராட்டியர் காலத் தஞ்சையும் மக்கள் வாழ்வும் நாவலில் துலக்கமாகத் தீட்டிக் காட்டப்படுகின்றன.

கல்யாண மஹால்

"தஞ்சை மன்னர் இரண்டாம் சரபோஜியின் போகஸ்திரீகளுக்கு மட்டுமான அந்தப்புரத்திற்கு கல்யாண மஹால் என்று பெயர். பூத்துக் குலுங்கும் நந்தவனம் போல விதவிதமான பெண்கள் நடமாடித் திரியும் அந்த அழகிய கட்டிடத்திற்குள் நுழையக்கூடிய ஆண்களின் எண்ணிக்கை மிகவும் சொற்பம்" (ப.61).

மன்னர் முறைப்படி மணந்த மனைவியர் அரண்மனையின் கோஷா பகுதியில் தங்கியிருப்பர். அரசரே நேரடியாக மணமகளுக்கு திருமாங்கல்யம் அணிவித்து செய்து கொள்ளும் மணமே அங்கீகரிக்கப் பட்டது. கல்யாண மஹால் வாசிகளோ 'கத்திக் கல்யாணம்' செய்து கொள்ளப்பட்டவர்கள்.

கத்திக் கல்யாணம்

"அரசர் தன் மனைவியர் அல்லாத தான் விரும்பும் பெண்களை இம்முறைப்படி தன்னுடைமை ஆக்கிக்கொள்வார். 'அரசர் இருக்க மாட்டார். அவருக்கு பதில் அரசரின் உடைவாள் மேடையில் வீற்றிருக்கும். அவ்வாளின் மீது வைத்து எடுத்த திருமாங்கல்யத்தை யாரேனும் ஒரு பிராமண சுமங்கலிப் பெண் எடுத்துச் சென்று மணமகளுக்கு அணிவிப்பாள். இதுதான் கத்திக் கல்யாணம். இந்தத் திருமணங்கள் ஒரு படி குறைவானவைதான்" (ப.61).

இப்படியான பாயிமார்கள் அரசனின் மனைவியர் போலவே விசுவாசமாக இருக்க வேண்டும். அரசர் இறந்தால் விதவைக்கோலம் பூணல் வேண்டும். இவர்களின் பிள்ளைகளுக்கு எல்லா சலுகைகளும் உண்டு. வாரிசு உரிமை கிடையாது. விதி விலக்காக பிரதாபசிம்மர், அமரசிம்மர் இருவருக்கும் அரச பதவி கிடைத்தது.

கண்டகி பாயி, திரிவேணி பாயி என இருவர் மட்டுமே இருந்த கல்யாணமகாலில் பெருகிவிட்ட எண்ணிக்கையை,

"சரஸ்வதி பாயி, நர்மதாபாயி, கோதாவரிபாயி, சுப்பாயிபாயி, காமாட்சி பாயி, சிரிபாயி, பவானிபாயி, சாவித்திரிபாயி, சோணபத்ராபாயி,

சுவர்ணரேகாபாயி, அருந்ததிபாயி என இப்போது வரை பதிமூன்று பாயிமார்களும்" (ப.62) என நாவல் சுட்டுகிறது.

அக்கா

பாயிமார்களுக்கு சேவைபுரிவோர் அக்கா என அழைக்கப்பட்டனர்.

"மராத்திய அந்தப்புரங்களில் 'அக்கா' என்பது ஒரு பதவியின் பெயர். பணிப்பெண்ணும் தாசியும் கலந்த கலவையான பதவி அது. அரசரது போக ஸ்திரீகளான பாயிமார்களுக்கு அந்தரங்கத் தோழியாக இருப்பதுதான் அவர்களின் முதன்மைப்பணி. அரசரோ அரச குடும்பத்து பிற ஆண்களோ மட்டும்தான் விரும்பும் அக்காக்களோடு உறவு கொள்ள முடியும்" (ப.62).

ஏவல் பெண்டுகள் அடிமட்டப் பணிகளைச் செய்யக் கூடியவர்கள். வெளியில் இருந்து வந்து செல்வதும் உண்டு. பணம் கொடுத்து அடிமையாக வாங்கப்பட்டப் பெண்களும் இப்பணியில் இருப்பர்.

மஹால் மத்தியஸ்தம் (மேலாண்மை) செய்ய, மேற்பார்வை பார்க்க வேலைக்குத் தகுந்த மாதிரி உத்தியோகஸ்தர்களும் இருந்தார்கள்.

பெண்களை அரசர் தொடங்கி அலுவலர்கள் வரை மிக மோசமாகக் கையாள்வதை நாவல் துல்லியமாக தொடர்ந்து பதிவு செய்கிறது. அரசர்களுக்கும், அரச குடும்பத்தினருக்கும் இரையான நிலை கடந்து, பொதுவில் பணத்துக்கு அனுப்பிவைக்கும் நிலையை,

"மஹால் மத்தியஸ்தம் பார்க்கும் மானோஜிராவ் மிகக் கபடானவன்... இவனோ காசுள்ளவர்கள் யார் வந்து கேட்டாலும் அடிமட்டத்து ஏவல் பெண்டுகளையும் அனுப்பி வைத்து பணம் பன்னுவதை ஒரு உபதொழிலாகவே வைத்திருக்கிறான். இங்கே இருக்கும் சில அக்காமார்களும் இதில் உடந்தை" (ப.216).

பெண் உடல் வியாபாரப் பண்டமாக்கப்பட்டுள்ளதை உணரலாம்.

முக்தாம்பாள் சத்திரம்

சரபோஜி மன்னர் அமைத்ததாகச் சொல்லப்படும் முக்தாம்பாள் சத்திரம் குறித்தும் நாவல் பதிவு செய்கிறது.

"மகாராஜாவுக்கு திருமணத்திற்கு முன்பே முக்தாம்பாள் எனும் நாயுடு ஸ்திரியோடு சம்பந்தம் உண்டானது. அப்பெண்ணுக்கு இரண்டு பிரசவங்கள் ஆனபோதும் குழந்தைகள் தங்கவில்லை. மேலும் இரண்டாம் பிரசவத்தில் அப்பெண்மணியே சொர்க்கவாசியானாள்.

ஆனால் இறக்கும் முன்னர் அம்மகராசி தன் பெயரால் ஒரு அன்ன சத்திரம் கட்டவேண்டுமென்று மகாராஜாவிடம் கோரிக்கை வைத்தாள். அதனை நிறைவேற்றும் பொருட்டு ராமேஸ்வர யாத்திரை போகும் பாதையில் ஒரத்தநாடு அருகே முக்தாம்பாள் சத்திரம் ஸ்தாபிக்கப் பட்டது. அது சத்திரம் மட்டுமல்ல பெரியதொரு பாடசாலையாகவும் இயங்கிவருகிறது. அருகிலேயே சிவாலயம், விஷ்ணுஸ்தலம், அக்கிரஹாரம் ஆகியவையும் உருவாக்கப்பட்டு அமோகமாக நடந்துவருகிறது" (ப.61).

தாசியர்

அரண்மனை, அந்தப்புரம், கல்யாணமஹால் என ஆளுவோர் இருக்க, பொதுமக்கள் தாசியரை நாடும் நிலையை நாவல் கூறிச் செல்கிறது.

"யமுனாம்பாள்புரம் என்ற பெயர் கொண்ட நீடாமங்கலத்தில் உள்ள சந்தான ராமசாமி கோவிலுக்குப் பொட்டுக்கட்டிக் கொண்டவள் தாசி அன்னம். அன்னத்தின் அழகும் ஒயிலும் சுற்றுவட்டாரங்களில் மிகவும் பிரசித்தி. மற்ற மற்ற தேவரடியாள் பெண்களைப் போல ஆடலிலோ பாடலிலோ பெரிய நிபுணத்துவம் உள்ளவள் அல்ல என்றாலும் மனிதர்களின் மகோத்துவத்தைப் புரிந்து நடந்து கொள்வதில் அவளுக்கு நிகரே கிடையாது. அதனால்தான் சுற்று வட்டாரத்து ஊர்களின் மிராசுதார்கள், செட்டியார்கள், ஏன் தஞ்சை நகரத்து அரசப்பிரதானிகள் வரை எல்லோரும் மலர் நாடி வரும் வண்டுபோல அன்னத்தைச் சுற்றி வருகிறார்கள் (ப.14)."

பிராமணோ போஜனப் பிரிய

மராட்டியர் ஆட்சியில் பிராமணர்கள், வேத மந்திரங்கள் போற்றி வணங்கப்பட்டன. பிராமணர்கள் நல்ல நிலையில் இருந்தனர். ஓரிடத்தில் அவர்களின் உணவு இப்படிப் பதிவாகிறது:

"அப்பாதீஷிதர் விரிவாக சாப்பிடும் பழக்கமுள்ளவர். இலையின் நுனியில் உப்பு வைத்துவிட்டு, பீர்க்கங்காய் கூட்டு, பரங்கிக்காய் பால் கூட்டு, கத்தரிக்காய் பிரட்டல், வாழைக்காய் பொடித்தூவல் ஆகிய வற்றை ஒவ்வொரு கரண்டி வைத்தாள். இஞ்சித் துவையலையும், கருவேப்பிலைத் துவையலையும் சிறுகரண்டிகளால் அள்ளி வைத்தாள். பொரித்த அப்பளங்களை சம்புடத்தோடு கொண்டு வந்து அருகில் வைத்துவிட்டு, அதிலிருந்து ஒன்றை மட்டும் இலையில் வைத்தாள். தீஷிதர் பாயசத்தையும், சாற்றமுதையும் தனியாக தொன்னையில்தான்

குடிப்பார். அதற்காக வாழை இலைத் துண்டுகளால் செய்த அழகிய தொன்னைகள் இரண்டைக் கொண்டு வந்தாள். அன்னத்தை சிப்பல் தட்டில் எடுத்து வைத்துவிட்டு தீஷிதரின் வருகைக்காகக் காத்திருந்தாள்" (ப.34).

எளிய மக்களின் உணவினையும் நாவல் காட்டுகிறது. சபாபதி, தன் மாமியார் வீட்டில் இருந்த பொழுது சாப்பிடும் தருணம்:

"பரிமளத்தம்மாள் மண் கலயத்தில் நீராகாரத்தைக் கொண்டு வந்து வைத்தாள். அக்கலயத்தை மூடியிருந்த சின்ன மடக்கில் வாழையிலைத் துண்டைப் பரத்தி, அதில் அனலில் வாட்டிப் பிசைந்த கத்திரிக்காய்த் துவையலையும், எண்ணெய்யில் பொறித்த மோர் மிளகாயையும் வைத்திருந்தாள்... அது படுகை நிலமென்பதால் வீட்டுத் தோட்டத்திலேயே காய்கறிகளும், பூக்களும் பூரிப்பாக விளையும் அப்படித் தோட்டத்தில் விளைந்த நெய்மணம் கொண்ட கத்தரிக்காயை குமுட்டி அடுப்பில் வாட்டி, தோலை உரித்துவிட்டு, கையால் நன்கு பிசைந்து கொண்டு, உளுத்தம் பருப்பு, காயம், மிளகாய் வகையறாக்களை எண்ணெய்யில் வறுத்து, அம்மியில் ஒன்றிரண்டாக அரைத்து அந்தக் கலவையை பிசைந்த கத்தரிக்காய் சதையோடு சேர்த்துக் கலந்து குழைத்த காரசாரமான துவையல் அது" (ப.52).

அரண்மனை உணவு

அரண்மனைவாசிகளின் உணவுமுறை, தயாரிப்பு முறை பிரத்யேகமானது. அந்தப்புர மகளிர் - கல்யாண மஹால் வாசிகளுக்கு அவரவர் விருப்பப்பட்ட உணவு - சைவம், அசைவம் தயாரித்து வழங்கத் தனி ஏற்பாடுகள் இருந்தன. பாயிமார்கள் தங்களுடைய வெள்ளித் தட்டுக்கள், கிண்ணங்கள், கரண்டிகளில் பெயர்பொறித்து வைத்திருந்தனர். மாறிவிடக்கூடாது என்பதற்காக.

பாயிகள், அக்காக்கள் உணவுண்ட பின்னர் பணிப் பெண்கள் உண்பது வழக்கம். சிரிப்பும் கும்மாளமுமாக நடக்கும். மீனாட்சி தன் உணவை மெச்சிக் கூறும் பகுதி:

"கோழியோ மீனோ இல்லாத சாப்பாடே மகாலில் அபூர்வம். புடலங்காயினுள் இறைச்சியைச் திணித்து செய்யும் கறி, வெந்தயக்கீரை சேர்த்த கறி, கருவாடும் கத்திரிக்காயும் போட்ட குழம்பு, கீரைத் தண்டும் கருவாடும் போட்ட குழம்பு என்று காய்கறிகளையும் புலாலையும் ஒட்டுப்போட்டுச் செய்த பதார்த்தங்கள் வேறு மீனாளை வியக்கடித்தன. வடை போல எண்ணெய்யில் பொரித்தெடுக்கும் பதார்த்தங்களை

"கபாப்" என்கிறார்கள். அதிலும் கூட இறைச்சி உண்டு. கெட்டித் தயிரை துணியில் மூட்டையாகக் கட்டி தொங்கவிட்டு, அதிலுள்ள நீர் முழுமையும் சொட்டிய பின் அந்த சக்கையோடு வாதுமைப்பருப்பு, பாலாடை, வெண்ணெய், குங்குமப்பூ எல்லாம் குழைத்து அதில் மிளகாய் மசாலையை சேர்த்து, கொத்திவைத்த ஆட்டுக்கறியோடு கலந்து, அக்கலவையை வில்லை வில்லையாகத் தட்டி எண்ணெயில் போட்டு பொரித்தெடுத்து அதற்கு "கதாயீகபாப்" என்று பெயர் சொல்கிறார்கள்" (ப.140).

விரத நாட்களில் சாப்பிடும் மரக்கறி உணவும் குறைவானது அல்ல. "இருக்கிற பருப்பு வகை அத்தனையும், கிடைக்கின்ற காய், கீரை வகை அத்தனையும் போட்டு, தேங்காய், மிளகாய், எள்ளு எல்லாவற்றையும் நெய்யிலே பொரித்து அரைத்த மசாலாவோடு வெல்லம் சேர்த்து, திரும்பவும் நெய்யிலே பொரித்து அரைத்து மசாலாவோடு வெல்லம் சேர்த்து, திரும்பவும் நெய்யிலே தாளிதம் செய்வார்கள். ஸாண்டகே என்றொரு வடகம் போட்ட குழம்பு, முருங்கைக்காயும் பலாக்கொட்டையும் போட்ட கூட்டு, பலாப் பிஞ்சுக்கறி, ஆம வடையைப் போட்டு வைக்கும் கடி எனும் மோர்க் குழம்பு என்று சைவத்திலும் பெரிய பட்டியல் உண்டு. அரிசி, துவரம் பருப்பு, கடலைப்பருப்பு, எள்ளு, மிளகாய், மிளகு, கறிவேப்பிலை என சில சாமான்களை நன்றாகப் பொன்னிறமாக வறுத்து அரைத்து ஹுரிட் என்றொரு மாவு தயாரித்து வைத்துக் கொள்வார்களாம். எல்லா கூட்டு, குழம்புகளிலும் அதைத் தூவுவதில்தான் அரண்மனைச் சாப்பாட்டுக்கு இத்தனை ருசி கிடைக்கிறதாம்" (ப.141).

மக்கள் நிலை

மன்னர்களும், அதிகார வர்க்கமும் சுகபோகிகளாக இருக்க, மக்கள் பஞ்சம், பசி, வறுமை, துயரங்களிலிலேயே இருந்தார்கள் என்பதையும் நாவல் சுட்டத் தவறவில்லை.

"அன்றாடங்காய்ச்சிகளுக்கோ வயிற்றுப்பாடு மட்டும்தான் கவலை. மருதன் போன்ற இரண்டும் கெட்ட குடித்தனக்காரர்களின் கவலையோ வெள்ளாமையின் ஒவ்வொரு கட்டத்திலும் ஒவ்வொன்றாக இருக்கும். மழை பெய்யாவிட்டால் பயிர்கள் வாடிவிடுமே என்று கவலை. அதிகமாகப் பெய்து கொண்டே இருந்தாலோ பயிர்கள் அழுகிவிடுமே என்று கவலை; பூச்சிவெட்டு, எலி என்றெல்லாம் சில்லறைக் கவலைகள்; கடைசியில் மேல்வாரமாக அரசுக்கு எவ்வளவு கொடுத்துத் தீர வேண்டியிருக்குமோ என்பது வரை ஆயிரத்தெட்டு கவலைகளை தினம் சுமக்க வேண்டியிருக்கிறது" (ப.32).

பெற்ற பிள்ளையை அதுவும் பெண்ணை விலைகூறி விற்கும் நிலைமை இருந்த இழிநிலை அதிர்ச்சி தருகிறது.

"காவிரி அம்மையின் செல்லப்பிள்ளைகள் சோழமண்டல வாசிகள், கவேரராஜனின் புத்ரி இந்த நிலத்தைத் தன் செல்லக் கடைக்குட்டிக் குழந்தையைப் போல பேணுகிறாள். அப்பேற்பட்ட மண்டலத்திலே இப்படி அரிச்சந்திர ராஜாவைப் போலே தன் பெண்டு பிள்ளைகளைத் தானே விலை கூறி விற்கும் நிலை" (ப.66).

சதி எனும் உடன்கட்டை ஏறுதல்

அரசன் இறந்தால் உடன் அரசனின் மனைவியர் தீப்புகுந்து தங்களை மாய்த்துக்கொள்ளும் கொடிய வழக்கம் இந்து வைதீக மரபில் புனிதமானதாகக் கருதப்பட்டது. அப்படி உடன் கட்டை ஏறும் பெண்கள் "சதிமாதாவாக" தெய்வநிலை ஏறியவர்களாகக் கொண்டாடப் பட்டார்கள். தீப்புகும் பெண்களின் புதல்வர்களும் புகழுடையவர்களாக எண்ணப்பட்டனர். அந்தப்புர வாசமும், ஆடை அணிகலன்களும் அலங்காரமுமாக தங்களை "அரசிகளாக" கருதிக் கொண்டவர்கள் இப்படித் தங்களை அழித்துக்கொள்வதையும், ஏற்கும், கொண்டாடும் மனநிலைக்கு ஆளானார்கள். ஒரு வேளை இதை விரும்பாவிட்டாலும் வலுக்கட்டாயமாக பெண்களைத் தீயினுக்கு இரையாக்கவும் செய்தார்கள். தெய்வ பக்தி, குலமரபு, அரச மரியாதை, வாரிசுக்கு உயர்வு எனும் காரணங்களைத் தாண்டி, அக்காலத்தில் இருந்த விதவைமை நிலையின் பயங்கரமும் அப்படி இருப்பதைவிட - துன்பத்தில் உழல்வதைவிட சாவதே மேல் எனும் முடிவுக்கு பெண்கள் வரக் காரணமாகியது.

எல்லா சடங்கு, பழக்க வழக்கங்களில் உள்ளது போலவே கண்ணுக்குத் தெரியாத இன்னொரு கூறு உடன்கட்டை ஏறும் பெண்கள் முழு அணிகளையும் அணிந்துதான் தீப்புக வேண்டும். அந்த விலை மதிப்புமிக்க அணிகள் அங்கு 'புரோகிதம்' செய்வோருக்கு உரியவை என்பது,

இப்பின்னணியில் தஞ்சை மராட்டிய அரச வம்சத்திலும் 'சககமனம்' நிகழ்ந்ததென்பது வரலாறு. முதலாம் சரபோஜி *1710* முதல் *1728* வரை ஆட்சி புரிந்தவர். அவர் கைலாஸவாஸி ஆனபொழுது அவருடைய மூன்று மனைவிகளில் சுலகூடினாபாயி சாகேயும், ராஜஸ்பாயி சாகேயும் உடன்கட்டை ஏறினர். கி.பி. *1739* முதல் *1763* வரை ஆட்சி செய்தவர் பிரதாபசிங்கர். அவருக்கு மனைவியர் ஐவர். அவர் சகம் *1763* இல் இறந்தார். அவருடைய மூன்றாவது மனைவியான சக்வார்பாயிசாகேயும் உடன்கட்டை ஏறினார் என்கிறார்

கே.எம்.வேங்கடராமையா (தஞ்சை மராட்டிய மன்னர் கால அரசியலும் சமுதாய வாழ்க்கையும்) இது போன்ஸ்லே வம்ச சரித்திரத்திலும் காணப்படுகிறது.

இந்த வரலாற்றுச் சரடை நாவலுக்குள் மிக லாவகமாக ஆசிரியர் லஷ்மி பாலகிருஷ்ணன் பதிவு செய்கிறார். அமரசிம்ம ராஜா கைலாசவாசி ஆனதும் சதி ஏறுவதற்கான அறிகுறிகள் தென்படுகின்றன. பிரதாபசிம்மரின் தாயும் அமரசிம்மரின் மூன்றாவது மனைவியுமான பவானிபாயி சாஹேப், தீப்புகுவதைத் தடுக்கும் தன் மகனிடம் வலியுறுத்திக் கூறுகிறாள்.

"என் கடமையை நான் செய்யக்கூடாது என்று சொல்வதுதான் நீ அரசனானவுடன் இடும் முதல் கட்டளையா பிரதாபா?"

"பெண்ணின் கையிலும் ஒரு பிரம்மாஸ்திரம் உண்டு. கற்புக்கு களங்கம் வந்தாலும் சரி, பர்த்தாவின் மரணத்திலும் சரி, அக்னிப் பிரவேசம் செய்துவிடுவது என்ற ஒன்றில்தான் பெண்ணுக்கும் குடிப் பெருமை கிடைக்கும். அப்பெண்ணின் மைந்தனுக்கு அதன் மூலம் கிடைக்கும் அதிகாரம் ஈடிணையற்றது" *(ப.101)*.

அப்பொழுதுதான் தொடங்கியிருந்த ஆங்கிலேயர் ஆட்சி "சதி" எனும் உடன்கட்டை ஏறும் வழக்கத்தை ஒப்புக் கொள்ளவில்லை. ஆங்கில அதிகாரி மக்லோட், தஞ்சை மராட்டிய அரண்மனைக்கு வந்து சரபோஜியிடமும், பின் கணவனை இழந்த அரசியரிடமும் உடன்கட்டை ஏறக்கூடாது எனக் கட்டளையிடுகிறார்.

"வெளிநாட்டவரான நாங்கள் உங்களது மதாச்சாரங்களில் கூடுமானவரை தலையிடுவதில்லை என்ற கொள்கை உடையவர்கள் தான். ஆனாலும் மனிதாபிமான அடிப்படையில் உங்களது பழக்க வழக்கங்களில் சிலவற்றை எங்களால் அங்கீகரிக்கவும் முடிவதில்லை.

அதில் முக்கியமானது கணவர் இறந்தால் மனைவியும் அதே நெருப்பில் விழுந்து தற்கொலை செய்துகொள்ளுவது... மாட்சிமை பொருந்திய ராணியின் தலைமையில் இயங்கும் எங்களது பிரிட்டிஷ் அரசாங்கத்தின் பிரதிநிதியாக அச்செயலை நாங்கள் அனுமதிக்க இயலாது" *(பக்.144-145)*.

இப்படிக் கூறியதுடன் நிற்காமல் காவல் படைகளையும் அழைத்துக் கொண்டு மயானத்துக்குச் சென்று காவல் காக்கிறார். ஆனால் முறையான மனைவியருள் ஒருவராகிய பவானிபாயியும் ஆசைக் கிழத்தியரில் ஒருவரான ருக்மணிபாயியும் தீப்புகுந்து விடும்

சாகசம் நடக்கிறது. நாவலின் காட்சிப்படுத்தம் திரைக்காட்சி போல அமைந்துவிடுகிறது. உரிமை மனைவியர் மட்டுமே உடன்கட்டை ஏறும் மரபும் இதில் மீறப்பட்டுவிடுகிறது.

"மயானத்தில் இருந்த சிதை மேடைபோல அருகில் இருந்த தென்னந்தோப்பில் அரச சிதை மாதிரியே உருவாக்கியிருந்தனர். ஜனாச்சாரியாரின் சிஷ்யரான அப்பாச்சாரி இங்கு அமர்ந்து சடங்குகளைச் செய்தார்."

"கரையேறிய அரசியர் இருவரும் ஒருவர் கையை ஒருவர் பற்றிக்கொண்டு மெல்ல நடந்து தோப்பின் முனைக்கு வந்தனர். அங்கே அப்பாச்சாரி தனிவான குரலில் மந்திரங்களைச் சொல்லிக் கொண்டிருந்தார். இரு பெண்மணியரும் குளித்துவிட்டு வந்திருப்பதை பார்த்ததும் அவர்களுக்குரிய எலுமிச்சம் பழங்களினாலான மாலை களையும், செவ்வரளி மாலைகளையும் எடுத்து நீட்டினார். அவற்றை அணிந்தவராய் பாயிமார் இருவரும் சககமனத்துக்கு தயாராயினர். அவரது கைகளும், வாயும் அடுத்தடுத்து சடங்குகளில் ஈடுபட்டாலும் மனதின் ஒரு மூலை இருவரின் உடலிலும் இருக்கும் நகைகளைக் கணக்கெடுப்பதைத் தவிர்க்க முடியவில்லை. மற்ற நாட்களிலெல்லாம் இந்த அரச குடும்பத்துப் பெண்கள் வெளிக்கிளம்புகையில் உடலில் அவர்களின் எடைக்கு சமமாகவே நகைளும் இருக்கும். சதிக்கென்று கிளம்பி வருகையில் மட்டும் அங்கத்திற்கொன்று என்று கணக்காகத் தான் பொறுக்கியெடுத்து அணிந்து கொள்கிறார்கள் என்ற உள்மனதின் பொருமலை மந்திரங்களை ஓங்கி உச்சரிப்பதன் மூலம் அடக்கிக் கொண்டனர்" (ப.177).

சதிக்குப் பின் நிற்கும் "சதியை" இது உணர்த்தும்.

தோப்புக்குள்ளிருந்து "ஹர ஹர மகா தேவா..." என்ற கோஷமும், "சதி மாதாவுக்கு ஜே!" என்ற கோஷமும் ஒலிக்க ஆரம்பித்த போதுதான் நடப்பதன் தீவிரத்தை மக்லோடால் உணரமுடிந்தது. முதல் அம்பு பிரதாபன் கையிலிருந்துவந்து சிதை மேடையில் தைத்து, நெருப்புப் பொறிகிளம்பியதுமே பவானி பாயியும், ருக்மணியும் சிதை மேடையை வலம் வர ஆரம்பித்திருந்தனர். மும்முறை வலம் வந்து தெற்குப் புறத்திலிருந்து சிதைக்குள் முதலில் பவானிபாயி பாய, பின்னாலேயே ருக்மணியும் சிதைக்குள் பாய்ந்தாள் (ப.179).

நாவலில் ருக்மணி எனும் ஆசைக்கிழத்தி அரசிகளைவிட கலை ஞானமிக்கவளாக, அறிவுச் சுடரொளியாக, தீரமிக்கவளாக மிளிர்கிறாள். சுயநலமற்றத் தன்மையாலும் ஆளுகைத் திறத்தாலும் மன்னரின்

உள்ளங் கவர்ந்தவளாக இறுதியில் அரசிக்கே இணையாக "சககமனம்" புரிபவளாகப் படைக்கப்பட்டிருக்கிறாள். அதேபோல பச்சிளம் குழந்தையாக அரண்மனைக்கு விற்கப்பட்ட மீனாட்சி, சூழலை அறிந்து உணர்ந்து தன் வாழ்வு எல்லைகளை அமைத்துக்கொண்டு "ஆனந்தவல்லி" ஆகிறாள். வாயில்லாப் பூச்சியான பரிமளம் தன் கணவனைக் காலம் கடந்து வெறுத்து ஒதுக்கி ஒதுங்கிப்போகிறாள். இப்படி பெண்கள் 'தன்னிலை' உணரத் தலைப்படுதல் நாவலின் சிறப்பு. சதி எனும் உடன்கட்டை ஏறுதல் மரபுக்கும் நவீனத்துக்குமானப் போராட்டமாகச் சித்தரிக்கப்படுகிறது. மேலும் அடிமைத்தனத்தை மரபு, பக்தி, கற்பு போன்றவை மூலம் உறுதிப்படுத்தும் சமூக இருப்பையும் சுட்டி நிற்கிறது.

அதேநேரத்தில் சபாபதிக்கும், அவனது அப்பா சோலையா பிள்ளைக்கும் நடக்கும் உரையாடல்தான் ஒளிக்கீற்று.

"அரண்மனைக்குள்ள போற பொண்ணுங்க எல்லாரும் அங்க இருக்கிறவங்களுக்கு பொதுவானவங்கதான். தாசிங்க மாதிரின்னு வச்சுக்கவேன். அதனால அவ வெளிய வந்தாலும் ஒம்பொண்டாட்டியா இருக்கறதுக்கு தகுதியானவளா இருக்க முடியாது சபாபதி..."

"அப்பா... இதயெல்லாம் நானும் யோசன பண்ணாம இல்ல. ஆனா அவள மீறி நடந்த எந்தவிஷயத்துக்கும் அவள பொறுப்பாக்க முடியாதில்லை? அவங்கப்பன் பண்ணின தப்பால, அரண்மனைக்குள்ள போயி மாட்டிக்கிட்டா. அங்க என்ன நடந்திருந்தாலும் அதெல்லாம் கெட்ட கனவுமாதிரி நெனச்சுக்க வேண்டியதுதான். அதுக்காகவெல்லாம் அவள கைவிட்ற முடியாது" *(பக்.239-240).*

இந்தத் தெளிவும் தீர்மானமும், அவளைத் தேடி அலையும் பேரன்பும் சபாபதி எனும் ஆணைக் கீழிறக்கம் செய்து மனிதனாக்குகிறது.

அதேபோல 'கற்பு' எனும் காலங்கடந்த கற்பிதத்தை, ஆனந்தவல்லியின் குரல் சுக்குநூறாக்குகிறது:

"அடிப்போடி அறிவு கெட்டவளே... நாம வாழறதுக்கான மொத்த அர்த்தமும் காலுக்கு நடுவால இருக்ற ஒத்த ஓட்டைக்குள்ளாரதான் ஒளிஞ்சிருக்கா என்ன?" *(ப.216)*

வரலாற்றில் நேர்ந்த பெண்ணுக்கு எதிரானப் பெரும்பிழையைக் கேள்விக்குள்ளாக்குகிறது நாவல். அரச முறையிலிருந்து காலனியத்துக்கு மாறும் சமூகத்தைப் படம்பிடித்து நிற்கிறது. அரபும், தெலுங்கும்,

மராட்டியும், வடமொழியும் கலந்த தமிழ் ஆங்காங்கே தென் படுகிறது. அதே நேரத்தில் தஞ்சையின் வட்டார வாழ்வும் மொழியும் நாவல் முழுக்க வலம்வருகின்றன.

மஹால், முகாசா, காபந்து, சால்ஜாப்பு, பங்கா, ரஜஸ்வலை, ராஜாயி, கோசாலை, சயனகிரஹம், சாரட் மெயின் தொகை, சகபத்னி, கோஷா, மானியம், கைலாசவாசி, துபாஷி, பாடசாலை, சககமனம்.... இப்படி பல சொற்கள் வந்து சேர்கின்றன.

அடுக்களை, பந்தி, தார்ப்பாய்ச்சிக் கட்டிய வேட்டி, வாசல் குறடு, இடங்கை, வலங்கை, துணிவேடாக, கீரைப்பாத்தி, சிறுவாடு, பதறாத, வாக்கப்பட்ட, நீராகாரம், அகடுதகடு, திருவாழத்தான்.... இப்படிப் பல தஞ்சை வட்டாரச் சொற்கள் லஷ்மி பாலகிருஷ்ணன் நாவலின் சுவையைக் கூட்டுகின்றன.

- லஷ்மி பாலகிருஷ்ணன், ஆனந்தவல்லி, பாரதி புத்தகாலயம், தேனாம்பேட்டை, சென்னை - *600 081*, பதிப்பு: *2022*.

284 / தமிழ் நாவல்கள்: பண்பாட்டு எழுத்து

27
ஆதிக்கத் தன்மைக்கும் விடுதலை வேட்கைக்கும் ஊடே சிறகு விரிக்கும் கூகை

'கூகை' சமூகப் பெருவெளியில் உழைப்பை மட்டுமே வாழ்வாகக் கொண்ட பெருமக்கள் வியர்வைத்துளிகள் போல புறமொதுக்கப்பட்ட நிலைமையை உணர்த்தும் கலைப்படைப்பு. கூகை எனப்படும் கோட்டான் ஓர் இரவுப் பறவை. பகலில் பார்வை கிடையாது. முடங்கிக் கிடக்கும். மிகுந்த வலிமையிருந்தும் வாளாவிருக்கும் தன்மைகொண்டது. குரல் கோரமானது. தோற்றமும்தான். "கூகைகளை நான் இன்றும் பார்க்கிறேன். பொந்துக்குள் பதுங்கியபடி, மரக்கிளைகளில் ஒளிந்தபடி, மற்றப் பறவைகளிடம் கொத்துப்பட்டப்படி, நாற்பது வருடங்களுக்கு முன் நான் எப்படிப் பார்த்தேனோ அப்படியே" என முன்னுரையில் சோ. தர்மன் குறிப்பிடுகிறார். தமிழ்நாட்டின் தென் மாவட்டக் கிராமத்தை முன் நிறுத்தி ஒடுக்கப்பட்ட தலித் மக்களை கூகை எனும் குறியீடாக்கி அற்புதமானதொரு நாவலாக சோ. தர்மன் படைத்துள்ளார்.

வாழ்க்கை நதியைப் போல் ஓடிக்கொண்டிருக்கிறது. விதிக்கப் பட்டது போல உழலும் வாழ்விலிருந்து பெருமூச்சு விட்டபடி ஒவ்வொருக் கணமும் ஒரு யுகமாய் கடக்கிறது. வாழ்வின் எளிய தருணங்கள் உண்பது, உடுப்பது, களிப்பது... எல்லாமே சாதி எனும் சதிவலையில் சிக்கிக்கிடக்கிறது. மறக்க முடியாதபடியும் மறுக்க முடியாதபடிக்கும் மீள மீளத் திணிக்கப்படும் அத்து மீறல்களும் மீறத் துடிக்கும் தவிப்புகளும் தன்னை உணர்தலில் எழும் தகிப்புகளும் கவித்துவமாக உருப்பெருகின்றது.

துஷ்டி சொல்லப் போன முத்துக்கருப்பனும், மகனும் பலநாள் கனவான கோவில்பட்டி நாச்சியாரம்மா களப்புக் கடையில் முக்கால் ரூபா சாப்பாடு, பந்தயம் போட்டு சாப்பிடுவதுபோல, கடையே காலியாகும் அளவுக்கு காய்கறியும் கூட்டும் பொறியலும், சாம்பார், ரசம், மோருமாக இலைபோட்டு பெஞ்சில் உட்கார்ந்து சாப்பிட்டுத் திரும்பும் வழியில் ஆலமரத்தடியில் தூங்கி விடுகிறார்கள். "குறட்டை தான் இடியா? பெருமூச்சுதான் புயலா? கிளைகளில் கூடு கட்டி வாழும் பறவைகளுக்குத் தெரியுமா? விழுதுகளின் மௌனம் பொய் என்று

பறவைகளின் சங்கீத ஒலிகளைப் பூமியதிரக் கடத்தும் கடத்திகள் தானே தொங்கும் விழுதுகள்..." (ப.22) காவல்கார முத்தையா பாண்டியன் தூங்கியவர்களை உதைத்து எழுப்பி அடியோ அடி என்று துவைத்து எடுக்கிறான். "மத்தவர்களுக்குச் சமமா பெஞ்சுமேல ஒக்காந்து களப்புக் கடச் சோறு தின்னீங்களாக்கும்" (ப.23) 'நம்ம காசு, நம்ம வயிறு... என்று அடிக்கிறான்' பொறுமல் நீள்கிறது. உழைக்கும் மக்களுக்கு உணவு கூட ஒரு துய்ப்புத்தான் (enjoy) என்பதை சாப்பிடப் போகும் முன் கருப்பனும் மூக்கனும் ஆசையாசையாய் பேசிக்கொள்வதில் அறிய முடிகிறது. "காலம் இப்படியேவா போயிரும். மேடுனு ஒன்னு இருந்தா தாவுனு ஒன்னு இருக்குமில்லை, மேட்டுல ஏறுனவன் தாவுக்கு எறங்காமலேயேவா இருந்திருவான். ஆனைக்கு ஒரு காலம் வந்தா பூனைக்கும் ஒரு காலம் வராதா?" (ப.26) இந்த ஏக்கமும் எதிர்பார்ப்பும்தான் நாவலாக விரிகிறது.

இந்திய சாதி அமைப்பு ஏணிப்படி நிலைத்தன்மை கொண்டது என்பார் அறிஞர் அம்பேத்கர். பள்ளர்கள், பறையர்கள், சக்கிலியர்கள் ஆகிய மூன்று ஒடுக்கப்பட்ட சாதி மக்களின் வாழ்க்கையும், இவர்கள் தங்கள் ஒடுக்கு முறைகளை உணரத் தொடங்குவதால் ஏற்படும் எழுச்சிகளும் நாவலில் நுட்பமாகச் சித்திரிக்கப்படுகின்றன. குடியிருப்பின் நிலவியல் தன்மை, வீடுகளின் அமைப்பு, உணவு, உடை, நம்பிக்கைகள், சாமிகள்... எல்லாவற்றிலும் மனுதர்ம நெடியும் தீண்டத்தகாதத் தன்மையும் நீக்கமற இருப்பதைக் காட்சிச் சித்திரங்களாய் நாவலில் காண முடிகிறது.

சித்திரம்பட்டி எனும் சின்னஞ்சிறு கிராமத்தில் ஜமீன்தாரும், பிற நிலவுடைமை மேட்டிமைச் சாதியினரும், ஒடுக்கப்பட்ட மக்கள் மீது நிகழ்த்தும் உரிமை மீறல்கள் நாவல் முழுக்க இடம்பெறுகின்றது. சாதிக்கு ஊர் எல்லையெல்லாம் கிடையாது. எங்கு போனாலும் முதலில் எதிர்கொள்ளும் கேள்வி 'நீ என்ன ஆளு' என்பதுதான்.

மேட்டிமைச் சாதியினர் செத்துப்போனால் துட்டி சொல்வது (துக்கம் சொல்வது). தப்படிப்பது, தேர்கட்டுவது, தீச்சட்டித் தூக்குவது, பிணம் எரிப்பது... எல்லாம் ஒடுக்கப்பட்டச் சாதிகளைச் சேர்ந்தவர்கள் தான். காலில் செருப்பணிவது, துண்டு அணிவது, நேர் நின்றுப் பேசுவது... எல்லாம் இவர்களுக்கு எட்டாக் கனிகள்.

இழிவான வேலைகளைச் செய்வதோடு இழிவுகளையும் சுமக்க வேண்டிய நிலை. 'துட்டி சொல்லி வாரப் பள்ளத்தாயோளிக்கு ஒய்யாரம் கேக்கோல?' (ப.37) வசையும் அடி உதைகளும் வழக்கமானவை.

நிலத்துக்கும், உழைக்கும் மக்களுக்குமானத் தொடர்பு என்பது உழைப்பின் அடிப்படையில் மட்டும் இருப்பதுதான் எல்லா அடிமைத் தனங்களுக்கும் அடிப்படை. நிலப் பகிர்வும், நில உரிமையும் சாதிய இழிவுகளைத் துடைத்தெறியும் என்பதை 'கூகை' நாவல் முழுவதும் சோ. தர்மன் சொல்லிச் செல்கிறார்.

நடராஜய்யர் தன் பூர்வீகச் சொத்து முழுவதையும் பள்ளக்குடி ஜனங்களுக்கு இலவசமாகப் பகிர்ந்து கொடுக்கிறார். பாக்டரி கட்ட விலைக்கு கேட்டவர்களையும், ஜமீன் உள்ளிட்ட இதர உள்ளூர் நிலவுடைமையாளர்களையும் மீறி இதனைச் செய்கிறார் நிலம் வழங்கியதைத் தொடர்ந்து உள்ளூர் மேல்சாதிக்காரரர்களால் நிகழ்த்தப்படும் தொல்லைகளுக்கு எதிராகவும் இம்மக்களுக்கு இவர் துணை நிற்கிறார்.

நிலம் வந்ததும் காலம் காலமாகக் கூலிக்கு உழைத்தவர்கள், பதிலாளாய் உழைப்பதைத் தானம் தந்தவர்கள் கால்களும், கைகளும் மண்ணைப் பொன்னாக்குகின்றன. விளைச்சல் குவிகிறது. சித்தரப்பட்டி பள்ளத்தெருவுக்கு ஆட்டு உரலு வருகிறது, காளைமாடுகள் வருகின்றன, படிப்பு வருகிறது, துணிச்சலும் சேர்ந்தே வருகிறது. சாதி இழிவு வேலைகள் ஒதுங்கிக் கொள்கின்றன. இதனால் ஆதிக்க நாக்குகள் தீக்கங்குளைக் கக்குகின்றன.

"ஒரு காயிதம் எழுதனும்னா கயத்தார் போயி ஆஸ்பத்திரியில கால் கடுக்க நின்னு, கம்பவுண்டர் அய்யரப் பார்த்துத்தான் எழுத வேண்டியிருக்கு. அங்க போனா ஒரு நாள் மெனக்கெட்டுப் போகுது. இங்ஙனக்குள்ள படிச்ச பய ஒரு பய கிடையாது" (ப.80) என்றிருந்த நிலைமாறி கோவில்பட்டிக்குப் பிள்ளைகள் படிக்கப் போகிறார்கள்.

"சாமி, முந்தி ஒரு துட்டி விழுந்தா, ஆளுக்கு அஞ்சோ, பத்தோ கெடைக்கும்னு நாயா அலஞ்சோம். எல்லா வேலையும் செஞ்சோம். இப்ப எங்க வேலையைப் பார்க்கவே சரியா இருக்கு. போய்ப் பாருங்க தெருவுல ஒரு பய கெடையாது. எல்லாப் பயலுகளும் வயக்காட்டல நிப்பான்" (ப.89).

நிலம் கைக்கு வந்து உழைப்புப் பெருகியதும் இழி தொழில்கள் தலைதெறிக்க ஓடுகின்றன. இந்த விடுதலை மூச்சுக் காலம் காலமாக அடக்கி வந்தவர்களுக்கு அதிர்ச்சியாகிறது. "முதல் முறையாக மேலகத்தார் பிணம் எரித்தார்கள்; தேர் கட்டினார்கள்; தீச்சட்டித் தூக்கினார்கள்; துட்டிச் சொல்லிப் போனார்கள்" (ப.92) மோதல் முற்றுகிறது. பொது இடத்தில் நல்ல தண்ணி எடுக்கவும், சாமான் வாங்கவும் தடை

போடுகிறார்கள் ஆதிக்கத்தார். நடராஜய்யர் வீட்டுத் தாழ்வாரத்தில் அப்புச்சுப்பன் மகன் அய்யனார் சின்னக்கடை வைக்கிறார். நிலம் வந்து பல வசதிகள் வந்தது போல இதுவும் முக்கியமானதாகிறது.

ஊர்க்காவக்கார செந்தூர்ப்பாண்டி, கடையில் தொடர்ந்து பல பொருட்களையும், பணமும் கொடுக்காமல் வாங்கி, வம்பு வளர்க்கிறார். மோதல் முற்றி அப்புச்சுப்பனும், அய்யனாரும் செந்தூரப்பாண்டியை துவம்சம் செய்கிறார்கள். தொடர்ந்து தீ வைப்பு, வன்கொடுமைகள், போலீஸ் அராஜகம் அரங்கேறுகின்றன. தொடர் நிகழ்வில் அப்புச்சுப்பனும், அய்யனாரும் வீட்டில் தேடுதல் படலத்தில் அப்புச்சுப்பனின் மனைவியும், அய்யனாரின் தாயுமான பேரிளம் பெண்ணை நிர்வாணமாக்கி கொடுமைக்குட்படுத்தும் போலீஸ் ஏட்டையாவைப் போட்டுத் தள்ளி விடுகிறார்கள். மீண்டும் குடிசைகள் சாம்பல். போலீஸ் மாமுல் வேலைகள், தப்பிச் சென்ற அப்புச்சுப்பன், பேச்சி எனும் பள்ளக்குடிப் பிறந்தவளும், காளித்தேவரை மணந்து இரணப்பட்டவளுமான பெண் போராளி என மெச்சத் தக்கவளுமான பெண் சந்திப்பால் வக்கீல், வாய்தா, ஜாமீன், வழக்கு என மீள முயல்கிறான்.

ஊரின் சக்கிலிக்குடிகள் நிலைமையோ மோசம். பகடைகளின் பெண் மக்கள் மேல்சாதிக்காரர்களால் சீரழிகிறார்கள். சண்முகம் பகடையின் மனைவி கருப்பி காவலக்கார முத்தையாப் பாண்டியனால் தொடர்ந்து வன்கொடுமைக்குள்ளாகிறாள். சண்முகம் பகடைக்கு தெரிந்தே, அவனைக் காவல் வைத்தே சாராயத்தோடும், மாமிசத்தோடும் முத்தையாபாண்டி கருப்பியை உண்கிறான்.

"என்னமா செய்ய, பள்ளக்குடி, பறக்குடி, சக்கிலியக் குடியில அந்தச் சண்டாளங்களோட அர்ணாக்கயிறு படாத பொம்பளையே இருக்க மாட்டா"(ப.28) என்பதுதான் இயல்பாக இருக்கிறது.

கருப்பியின் மகள் வெள்ளையம்மாள் பருவம் எய்தியதும் அவளையும் அடையத் திட்டமிட்டு, முத்தையாபாண்டியன் சதி செய்கிறான். சோம்பேறியும், கையாளாகாதவனுமான மதுக்கன் என்கிற ஒருவனை மாப்பிள்ளையாக்கி, விளையாட்டுக் கல்யாணம் நிகழ்த்தி இரவிலே வெள்ளையம்மாளை அடைய முற்படுகிறான். கருப்பியும் சண்முகம் பகடையும் போராடுகிறார்கள்.

'சாமி, அது ஒங்களுக்குப் பொறந்த புள்ளசாமி'

'ஒங்க ரத்தத்தையே நீங்க குடிக்கப் போறீகளா சாமி' (ப.69)

கருப்பி எவ்வளவோ கெஞ்சிக் கதறியும் முத்தையாப் பாண்டியன் மசியவில்லை. சண்முகம் பகடை சாது மிரள்கிறான். சுமறுகாய் எறிந்தான். சக்கிலியக்குடி தீப்பற்றி எரிந்தது.

பறைக்குடிகள், பள்ளக்குடிகள் நிலம் சார்ந்து முன்னேறுவதைப் பார்க்கிறார்கள். அதே வேளை துணிச்சல் குறைவாக உள்ள இவர்கள் மாற்றத்துக்கான வழிமுறைகளில் மெல்லவே இறங்குகிறார்கள். கிட்ணச் சாம்பான் எனும் இக்குடிகளின் மூத்தோன் 'பேதுரு' எனப் பெயர் மாற்றி கிறித்தவத்துக்கு மாறுகிறான். வேதக் கோயிலும், சாமியார்களும் வருகிறார்கள்.

நாவலில் பெண்கள், சாதி மோதலில் முதலில் பாதிக்கப்படுகிறவர் களாக, உடலைப் பறிகொடுப்பவர்களாகப் பல இடங்களில் வருகிறார்கள். இடது கால்பாதம் சூம்பிய ஆனால் தேகக்கட்டும் பொலியும் நெஞ்சுரமும் மிக்க பேச்சி எனும் பாத்திரம் ஆண்களுக்கு இணையாக ஏன் கூடுதலாக எதையும் எதிர்கொள்ளும் விதத்தில் படைக்கப்பட்டுள்ளது.

காளவாசல்காரன், பூசாரி, குதிரை வண்டிக்காரன், தோட்டக்கார நாயக்கர்... எனப் பலரின் காமவேட்டைச் செய்கைகளை பன்னாரி கத்தியைக் காட்டி எதிர்கொள்கிறார்.

'அறுதலினா ஆரும் படுக்கலாம்னு அலையறாங்க ஆம்பளப்பயக' (ப.156) எனச் சரியாக மதிப்பிடுவார். அப்புச்சுப்பன், அய்யனார், சித்திரப்பட்டி சனங்கள், சுப்பிரமணியபுரம் சனங்கள் என... பாதிக்கப்பட்ட மக்களோடு நின்று அவர்களுக்கு உதவியாகச் சமர் புரிவது என பரிணமிக்கிறார்.

பேச்சி "ஓம் வெவகாரத்துலையாவது போலீச ஜெயிச்சுக் காட்டணும். அன்னிக்குத்தான் நான் குடிக்கிறது கஞ்சி" (ப.199) என அதிகாரவர்க்க அடையாளமாக நிற்கும் காவல் துறைக்கு எதிராக முழங்குவது அறச்சீற்றமாகவே அமைகிறது.

நாவலில் நிகழும் கொலைகள் கவனிக்கத்தக்கன. ஒடுக்கப்பட்ட மக்கள் சண்முகம் பகடை, அப்புச்சுப்பன், அய்யனார், சீனிக்கிழவன்... போன்றோர் தங்களைக் காத்துக்கொள்ளவும், தம் ஜனங்களின் மானத்தைக் காக்கவும் வேறு வழியே இல்லாத நிலையில மோதலில் இறங்கி கொலை செய்து விடுகிறார்கள். ஜமீனும், மற்ற உடைமை யாளர்களும், போலீசும் செய்யும் கொலைகள், அச்சப்படுத்தவும், ஆதிக்கத்தை நிலைநாட்டவும், பொய் வழக்கு போடுவதற்காகவும் நடத்தப்படுகின்றன. இவற்றையொட்டியே கலவரங்கள் வெடிக்கின்றன.

உடனிகழ்வாகப் பெண்கள் சீரழிக்கப்படுவதும், குடிசைகள் கொளுத்தப்படுவதும் நிகழ்த்தப்படுகின்றன. இவை இன்றைக்கும் யதார்த்தமாக உள்ளது கவனிக்கத்தக்கது.

சித்திரம்பட்டி பறைக்குடிகள் சிதறவும், பள்ளக் குடிகள் இடம்பெயரவும், சக்கிலிக் குடிகள் இடம் மாறவும் தொடர்ந்துச் சிக்கல்கள், நிலமும் வசதியும் பள்ளக்குடிகளுக்கு மாற்றத்தைக் கொண்டுவருகிறது. முதலாளிய வளர்ச்சியில் தாராளமயம், தனியார் மயம், உலகமயத்தின் விளைவால் நிலமும், வேளாண்மையும் மலடாகின்றன. ஜமீன்தாரும், உடைமையாளர்களும் நகரங்களை நோக்கி நகர்கிறார்கள்.

தீப்பெட்டித் தொழிற்சாலை, ஜின்னிங் பேக்டரி, காண்ட்ரக்டர் வேலை, ஆட்டு மந்தை, கல்குவாரி... என தொழில்கள் மாறுகின்றன. சித்தரப்பட்டி ஜனங்கள் இடம் பெயர்ந்தவர்கள்... சுப்பிரமணியபுரம் எனும் புதிய குடியிருப்பில் சங்கமிக்கிறார்கள். அங்கும் போராட்டம் தொடர்கிறது.

"பட்டிக்காட்ல நாங்க இருந்தப்போ எங்க கையில மம்பட்டியும் களை வெட்டியும், கோடாலியும், பண்ணருவாளும், கடகாப்பெடியும் இருந்துச்சு. ஒங்க கையில காடு, தோட்டம், வயக்காடு அம்புட்டும் இருந்துச்சி. நாங்க ஓழச்சு ஓடாப்போனதுதான் மிச்சம். டவுனுக்குப் போயி பொழச்சுக்கிறலாம்னு ஊரவிட்டு வெளியேறிப்போனா எங்க கையில சாந்துச் சட்டியும், தார்ச்சட்டியும், ஜல்லி ஒடைக்க சுத்தியலும், சம்மட்டியும், மூட தூக்குற கொக்கியும் கெடச்சது; ஒங்க கையில தீப்பெட்டிக் கம்பெனி, ஜின்னங் பாக்டரி, காண்ராக்டு, மெடிக்கல், ஆஸ்பத்திரி, பைனான்ஸ், கல்குவாரி, மணல்குவாரி, ஆட்டுச்சந்தை, மாட்டுச்சந்தை, பஸ்டாண்டு எல்லாம் இருந்துச்சி; இதை எல்லாத்தையும் விட்டுட்டு சீரழுஞ்சது போதும்னு தெகச்சு நிக்கும்போது ஒவ்வொருத்தன் கிட்டேயும் ஒரு கையில கட்சிக் கொடியவும், இன்னொரு கையில பிராந்திப் பாட்லயும் திணுச்சுட்டீங்க; இனிமே அதிகாரமே ஒங்க கையில, நாங்க கூகையைப் போல மறைந்து, பயந்து, ஒளிஞ்சு, பதுங்கி.. அடக் கடவுளே ஒனக்குக் கண்ணு இல்லையா? இந்த வேகாரிப் பயலுக்கு நல்ல புத்தி குடுக்க மாட்டீயா? காலம் பூராவும் இப்பிடியா சீரழியனும்" (ப.318).

சீனிக்கிழவன், பேச்சி, அப்புச்சுப்பன், அய்யனார், கிட்ணசாம்பான், அருணாசலம்... எனப் பல மனிதர்கள் முகமுள்ளவர்களாக நாவலில் வலம் வருகிறார்கள்.

சாதி, சமயம், ஒடுக்குமுறை சார்ந்த தரவுகள் பக்கச் சார்பின்றி யதார்த்தம் பேசுவது நாவலின் சிறப்பு.

கூகைக் கோயில் இடிபடுவதும், ஆலமரம் வெட்டப்படுவதும் இவற்றினிடத்தில் காளியும், வேம்பும் இடப்பெயர்ச்சி கொள்வதும் ஒடுக்கப்பட்ட மக்களின், குறிப்பாக பள்ளர்குடி மக்களின் வாழ்நிலை மாற்றத்தையும், அதனுடானப் பண்பாட்டு மாற்றத்தையும் சுட்டுகின்றன.

பறைக்குடிகள், வேதசமயத்தில் சேர்வதும், தங்கள் பெயர்களும் சாமியின் பெயரும் மாறியாவது விமோச்சனம் கிடைக்குமா? என ஏங்குவதும் மாற்றத்தை நோக்கிய நகர்வுதான். இறுதியில் சுப்பிரமணிய புரத்தில் பறை, பள்ளு, சக்கிலிகள் ஒன்றிணைவது இன்றைக்கும், நாளைக்கும் தேவையான நுண் அரசியல்.

நாவல் யதார்த்தக் களத்திலும், தளத்திலும் இயங்குகின்றது என்றாலும், கலையம்சத்தில் கவித்துவமிக்கச் சித்திரிப்புகளும், தொன்மங்களைக் கொத்துக் கொத்தாய் உலவ விடுவதும் அவற்றை மாய யதார்த்தமாக உருவாக்கிக் காட்டுவதும் சோ. தர்மனின் படைப்பு வெற்றி. முதல் பாகம் விடுதலைக்குப் பின்னான தமிழகத்தின் சாதி, சமூக யதார்த்தத்தையும், இரண்டாம் பாகம் பிழைப்பு அரசியலின், சுயநல அரசியலின் கோரத்தையும், இதில் சீரழியும் ஒடுக்கப்பட்ட மக்களையும், சித்திரித்துக் காட்டுகின்றது.

நாவல் எனும் கலைப்படைப்பு தன் அரசியல் கடமையை மிகச் சரியாகவே செய்திருக்கிறது. "மொட்டப் பனையின் பொந்துக்குள்ளிருந்து எட்டிப் பார்த்தது தாய்க்கிளி. கிட்டத்திலமர்ந்து உற்றுப்பார்க்கும் வல்லூறு. கிளி நடுங்கியது; அழுதது; கதறியது. குஞ்சுகள் தலை நடுங்கிக் கிடந்தன. உடல் பொந்தடைந்து நிற்க, தலைநீட்டி வாசல் காத்தது கிளி, வல்லூறும் பறவை. நானும் பறவை, இரண்டுக்கும் வாழ்வு காற்றின் தர்மம்..." *(ப.61)* எனக் காட்சிப்படுத்துதலில் குறியீட்டுத் தன்மையைக் கையாள்வது நாவல் முழுக்கத் தொடர்கிறது.

எந்தவொரு அரசியல், சமூக இயக்கங்கள், தலைவர்கள், தளபதிகள் வழிகாட்டுதலும் இன்றித் தன்னியல்பில் துளிர்விடும் விடுதலை உணர்வு நாவலின் கதாநாயகத்தன்மைப் பெறுகிறது. காட்டாற்று அலைக் சுழிப்பில் திரண்டு வரும் இலைத் தளிர்களைப் போல, அலைக்கழிப்பும், அவமானமும், ஆதிக்கமும், அடிமை வாழ்வும் சேர்ந்து ராட்சச மிருகமாய் மாறி கூனிக் குறுகிக் கிடக்கும் கூகையை விடுதலைக் குயிலாக மாற்றம்கொள்ளச் செய்கின்றது.

"எத்தன ஜாதி இருந்தாலும் அத்தன ஜாதியையும் இணைக்கிற ஒரு மெல்லிய வலை இருக்கு. அந்த வலைய நம்ம கிழிச்சிரக்கூடாது. அந்த வலையில் இருக்கிற சிக்கல மட்டும்தான் நம்ம எடுக்கனும்" (ப.130) என்று மிகச்சரியாகவே சாதிகளுக்கிடையேயான சமத்துவம் காண முயலும், நாவலாசிரியர் சோ. தர்மன் தனது எண்ணத்தை கூகை மூலம் நிறைவேற்றி விடுகிறார்.

* தர்மன். சோ, கூகை, அடையாளம், 1205/1,கருப்பூர் சாலை, புத்தாநந்தம் - 621 310, திருச்சி, பதிப்பு: 2017.

28

தலித் அழகியல், அரசியல்: சடையன்குளம்

இலக்கியப் படைப்பின் இறுதி இலக்கு மானுடவிடுதலை. காலம்தோறும் விடுதலைக்கான குரல்கள் இலக்கியப் பதிவுகளாகி வருகின்றன. வர்க்கச் / சாதிச் சமூக அமைப்பில் பக்கச் சார்புகள் தவிர்க்க முடியாதவை. பொது வெளி மையங்களில் கால் பாவ முடியாத விளிம்பு நிலைச் சமூகங்கள் தங்களுக்கான குரலை, அடையாளத்தை மீட்டுருவாக்கம் செய்யும் காலமிது.

எழுத்தாளர் ஸ்ரீதரகணேசன் ஒடுக்கப்பட்ட தன்மைக்கு எதிராக தன் எழுத்தாயுதத்தை தீவிரமாக முன்நிறுத்துபவர். அவரின் அண்மைப் படைப்பு சடையன்குளம். தென் தமிழகத்தின் மிக உக்கிரமாக நிகழ்ந்த சங்கரலிங்கபுரம் பகுதி நிகழ்வுகளில் ஒரு சிலவற்றை எடுத்துக் கொண்டு விடுதலைக்கு முன்னும் பின்னுமான தமிழகத்தின் சுமார் ஐம்பதாண்டு சமூகச் சூழலை விவாதிக்கிறது நாவல்.

சாதி இழிவையும், ஒதுக்கத்தையும் இடைநிலைச் சாதியினர் மிகக் கொடூரமாக நிலைநாட்டத் துடிக்கிறார்கள். தங்களுக்குள்ளான சாதிப் பிரிவுகளையெல்லாம் ஒதுக்கி வைத்து விட்டு சாதி ஆதிக்கத்தில் ஒன்றிணைகிறார்கள்.

“பறக் கூதிவுள்ளகளா ஒங்களுக்கு ரேடியாவா கேட்கு ரேடியா? இது இல்லாம இவிய கலியாணம் நடக்காதோ? இவன்கள இந்தாலவுடக் கூடாது. தாயளிகத் தலைக்கு மேல் ஏறி மோளுவானுக! (ப. 17)”.

நல்லையாவின் திருமணத்திற்கு வீட்டில் ரேடியா செட் கட்டியுள்ளார்கள். பறையன் திருமணத்தில் மைக்செட்டா? எனப் பொறுக்காத தேவர்சாதி வெறியர்கள் வம்பளந்து வீட்டையும், மைக்செட்டையும், விளக்குகளையும் அடித்து நொறுக்கிவிடுகிறார்கள். பொருள்களும் சூறையாடப்படுகின்றன. திருமணம் தடைபடுகிறது. போலீஸ் ஓரளவு நேர்மையாகவும் நடந்து கொள்கிறது. ஆனால் ஆதிக்கச் சாதி பெரும்பான்மையிடம் பின் வாங்குகிறது. இத்தனைக்கும் மைக்செட் உரிமையாளர் பக்கத்து ஊரைச் சேர்ந்த நாகேந்திரதேவர்.

பிறகு எளிமையாகத் திருமணம் நடைபெறுகிறது. மணமகளாக வருகிற தொடிச்சி துடிப்பும், கூர்மையும் ஆவேசமும், விடுதலை யுணர்வும் மிக்கவராக உள்ளார்.

"இது என்ன ஊரு, நம்ம ஊட்ல, நம்மக் கல்யாணம். அதுக்கு ரேடியோ போடக் கூடாதுன்னு சொல்ல அவுங்க யாரு? தடுக்க என்ன உரிமை இருக்கு? அடிதடி, ரத்தக்காயம், சேதம், இப்ப போலீஸ் கேஸ் வேற. எல்லாரும் பாத்துக்கிட்டுதான் இருக்கப் போறீங்களா? இப்படியே இருந்தா என்ன அர்த்தம்? இந்நேரம் எங்கவூர் மட்டும் இருக்கட்டும் பதிலுக்கு ரெண்டு தலைக உருண்டிருக்கும்!" *(ப. 17)*

தொடர்ந்து தொடிச்சியை ஒட்டியே சிக்கல்கள் உருவாக்கப் படுகின்றன. தொடிச்சி எல்லாப் பெண்களைப் போலவும் சீவி முடித்தாள். சுருக்கம் வைத்து சேலை கட்டினாள். இரவிக்கை அணிந்தாள். காதில் பாம்படம் போட்டிருந்தாள். இது பிற சாதிப் பெண்களுக்கு எரிச்சலைத் தருகிறது.

ஊர்ப் பொது கிணற்றில் எல்லோரும் தண்ணீர் இறைக்கிறார்கள். ஆதிக்கச் சாதியினர் தண்ணீர் எடுக்கும் போது தொடிச்சியும் அவளது தெருவைச் சேர்ந்தவர்களும் சென்று விடுகிறார்கள். "கழிசடப்பய புள்ளைங்கயெல்லாம் கிணத்துக்கு வருதுக, சொல்லி வைக்கணும். நம்ம வருற நேரத்துல இவிய வரக்கூடாதுன்னு" *(ப.31)* என்கிறாள் ஒரு நாயக்கர்காரப் பெண். தொடிச்சியை அமைதியாக இருக்கச் சொல்கிறார்கள் உடன் வந்தவர்கள். தொடிச்சி தண்ணீர் இறைக்கத் தொடங்கினாள்.

முதலில் வாளியில் இருந்து தண்ணீரை இறைத்து குடத்தில் ஊற்றிக் கழுவி, அதை மீண்டும் வாளியைக் கழுவிக் கீழே ஊற்றி விட்டு மீண்டும் இறைக்கத் தொடங்கினாள். இது மேல்சாதிப் பெண்கள் செய்வது. இதையே தொடிச்சியும் செய்தாள். ஒரு நாயக்கப் பொம்பள பேசுகிறாள். "நீ என்ன செய்கிற? என்னத்துக்கு வாளியக் கழுவிப் பிடிக்க? நாங்க இறைச்ச வாளிய நீங்கப் புடிக்கமாட்டீங்களோ? ஊர் பறச்சிகளுக்கு நல்ல ஏத்தம் ஏறிபோச்சு. இல்லாட்டா இந்த நொட்டு நொட்டுவாளுவளா?" *(ப. 32)*

நாட்டாமை ராமசாமி நாயக்கரிடம் புகார் போகிறது. நாயக்கர்கள் கூடினார்கள், நல்லையாவையும் ஊர் காத்தானையும் அழைத்து வந்து விசாரிக்கிறார்கள். பறையர்களை அவர்களின் சொந்தப் பெயரைச் சொல்லிக் கூப்பிடுவதைக்கூட இளக்காரமாக நினைத்தார்கள். "ஊர்க்காத்தானை 'ஊத்து'ன்னு ஒரு நாயக்கன் கூப்பிட்டான். இன்னொரு நாயக்கன்

'பீத்து'ன்னு சொல்லச் சொன்னான். நாட்டாம ராமசாமி நாயக்கர் ரெண்டையும் சேர்த்து வைச்சுக் கூப்பிட்டார். அந்த ஊத்து பீத்து' வந்துட்டானா அவனக் கூப்பீடு" (ப. 34) தொடிச்சி செய்ததில் தப்பில்லை என வாதிடுகிறான். நாயக்கர்கள் சேர்ந்து நல்லையாவை அடித்து விடுகிறார்கள். மீண்டும் போலீஸ் கேஸாகிறது. முன்பு உள்ள வழக்கும் இதுவும் சேர்ந்து தேவர்கள், ரெட்டியார்கள் பலருக்குக் காவலும், பொருள் சேத இழப்பீட்டுக்குத் தண்டத் தொகையும் கட்ட நேரிடுகிறது.

ஊர்ப் பஞ்சாயத்து கூடி பொதுக்கிணறை தாழ்த்தப்பட்டவர் களுக்கு தந்துவிடவும் ஊரில் புதிதாக இரண்டு கிணறு வெட்டவும் முடிவு செய்கிறார்கள். பழைய கிணறு கிடைத்ததில் தொடிச்சிக்கும் மகிழ்ச்சி, இனி அவர்களைப் பார்க்க வேண்டி வராது. சண்டை வம்பு வராது என்று தொடிச்சி தண்ணீர் எடுக்க கிணற்றுக்கு வருகிறாள். கிணற்றைச் சுற்றி ஒரே கூட்டம். எதுக்க வந்த பொம்பளைங்ககிட்ட விசாரிக்கிறாள். ஒனக்கு விசயம் தெரியதா? எந்தத் தேவுடியாவுள்ளயோ, பேண்டுட்டுப் பீய அள்ளிக் கிணத்துல போட்டிருக்கு தண்ணி பூரா நாத்தம். பீயாய் மிதக்கு" (ப.47) என்கிறார்கள். முகத்தில் பீயால் அடித்த மாதிரி அதிர்ச்சியாகிறாள். எதிர்த்து நிக்கணும் என உறுதி ஏற்கிறாள்.

தாழ்த்தப்பட்டவர்களின் தலையெடுப்பு ஊரில் கொந்தளிப்பாகிறது. இனி ஊரில் வேலை இல்லை என்கிறார்கள். எல்லாருமே பிற சாதி முதலாளிகளிடம் பணம் பெற்று வேலை செய்து கூலியையும் வட்டியையும் அடைக்கிறவர்கள்தான். ஊர்காத்தானுக்குதான் முதலில் ஆள் வருகிறது. தொடிச்சி தன் காதில் போட்டுள்ள பாம்படத்தைக் கழற்றிவிற்று கடன் அடைக்கச் சொல்கிறாள். தான் காதில் கம்மல் போட்டுக் கொள்வதாகச் சொல்கிறாள்.

பாம்படம் நீக்கி, காதை வெட்டி, கம்மல் போடுவது என்பதே ஒடுக்கப்பட்ட சாதிக்கு கூடாதது. ஊர்க்காத்தான் மிரள்கிறார். தொடிச்சி கேட்கிறாள். "என்ன மாமா நீங்க பேசுறது, பொம்பளைங்க காதுல கம்மல் போடக்கூடாது. பாம்படத்தோடதான் இருக்கணும்னு சட்டம் எதுவும் இருக்கா, அப்படி எதுவுமிருந்தாச் சொல்லுங்க. அதவுட்டுப்புட்டு ரவுக்கப் போடக்கூடாது, சேல கட்டக்கூடாது, கம்மல் போடக்கூடாதுன்னா எப்படி நம்ம என்ன அடிமையா? அல்லன்னா மிருகம்மா? என்ன மாமா நீங்க பேசுறது, நீங்க ஏன் பயப்புடுறீய!" (ப. 52)

இருவிதக் கருத்துக்கள் மோதுகின்றன. ஊரை அனுசரித்து, ஐயாமார்களை அணுகி கெஞ்சி, மன்னிப்பு கேட்டு மீண்டும்

வேலைக்குச் செல்வது என ஒரு தரப்பும் வேறு ஊர்களுக்கு வேறு வேலைகளுக்குச் செல்வது என்று ஒரு தரப்பும் கூறி விவாதிக்கிறார்கள். பெரும்பான்மையினர் வெளியேறவே விரும்புகிறார்கள்.

நல்லையாவும், ஊர்காத்தானும் பக்கத்து ஊருக்கு செங்கல் சூளை வேலைக்குச் செல்கிறார்கள். சூளை முதலாளியிடம் பணம் பெற்று கடனை அடைக்க முயல்கிறார்கள். பணம் கொடுத்து அடிமை போல வைத்திருந்து, இப்பொழுது கழற்றி விட்டு பணம் திரும்பிக் கேட்டவர்கள் வாங்க மறுக்கிறார்கள். தொடிச்சி சீறுகிறாள்.

"நீங்க எதுக்கு அல்லல் படுகிய பணத்த வாங்காட்டா போறான் மயிறு அதுக்கு நம்ம ஏன் பயப்புடனும்?" (ப. 61)

ஊரில் எல்லோரும் செங்கல் சூளை வேலைக்குச் செல்லத் தொடங்கிவிட்டனர். *"ஓங்கச் சங்காத்தமே வாண்டாம். ஓங்கத்துட்டு மயிரும் தேவையில்லை, ஆள விட்டா போதும் சாமிங்கிற மாதிரி சாம்பாக்கமாருங்க சன சனமாக் கிளம்புனாங்க. குச்சில் காலியாகக் கெடந்துச்சு. காடுகரை வச்சுருந்தவியளுக்குப் பொசு பொசுன்னு வந்துச்சு. சின்னராஜாதேவர் கையப் பிசைஞ்சார். 'சிறுக்கி விள்ளைங்க ஏமாத்துட்டுப் போயிட்டேன்னு புலம்பினார்" (ப. 71).*

நல்லையாவின் தம்பி குன்னி மரியானுக்கு மந்திரத் தேவர் மகள் செண்பகத்துக்கும் காதல் முற்றி ஊரைவிட்டு வெளியேறுகிறார்கள். தொடிச்சி வீட்டுக்குச் செல்கிறார்கள். தொடிச்சியின் அப்பா காத்த முத்துவுவோ சட்டரீதியாக அணுக எண்ணி இருவரையும் போலீஸில் ஒப்படைக்கிறார். போலீஸ் இருதரப்பையும் விசாரித்து மந்திரத்தேவர் திருமணம் செய்து வைக்கிறேன் எனக் கூறியதை நம்பி அவர் மகளை அவருடன் அனுப்பி வைக்கிறது. அன்றே அவள் தொங்கிவிட்டதாகச் சொல்லி, கழுத்தை நெரித்துக் கொன்று எரித்து விடுகிறார்கள். கூடவே காத்தானின் வீட்டையும் கொளுத்தி விடுகிறார்கள். தம்மாக் காரச் சாம்பாத்தி அலறி அடித்து ஓடுகிறாள், மகளிடம் சொல்கிறாள். *"நீ ஊட்ட வந்து பாரு நா ஏன் ஓடியாந்திருக்கேன்னு தெரியும். ஊட்ல ஒன்னும் கெடையாது, துப்புக் கெட்ட பயவ, தூமயக் குடிச்ச பயவுள்ளய, தீ வச்சுக் கொழுத்திட்டானுவ. எல்லாம் போச்சு இதெல்லாம் பாக்கணும்னு எந்தலயில எழுதி வச்சிருக்கு" (ப. 80).*

குன்னிமரியான் காணாமல் போகிறான். கொழும்புல தோணி வேலைக்குப் போயிருந்த உறவினர் வைத்தான் செல்லையாவைக் கண்டு குன்னிமரியான் மீண்டும் ஊருக்கு வருகிறான்.

செங்கல் சூளை மேஸ்திரி மல்லுசாம்பான் மூலம் நல்லையா விளாத்தி குளத்தில் செங்கல் சூளை எடுத்து நடத்தத் தொடங்கினார். செங்கல் சூளை அமைந்த இடம் ரொம்பத் தூரம். கல்லும் முள்ளும், பள்ளமுமாகக் கிடந்ததை சரி செய்ய வேண்டியிருந்தது. மண், கலவை, அடுக்கு, எரிப்பது எல்லாத்திலும் பல நுட்பங்கள் குடும்பமே உழைத்தது. அறுவடை வந்தது. சிக்கலும் கூடவே செங்கல்லை வாங்க ஆளில்லை. அங்கேயும் சாதி குறுக்கே நின்றது. பலவித முயற்சிகள், சக சூளைக்காரர்கள் வேறு தொந்தரவு.

"வாங்கிக் குடிக்கிற பறக் கூதிவுள்ளைங்கயெல்லாம் செங்கச் சூள வச்சப் பெறவு தொழில் உருப்படுமா? இவனச் சொல்லக்கூடாது. பறையனுக்கு நெலம் கொடுத்த நாயக்கனச் சொல்லணும்" (ப. 103).

இந்த இலட்சணத்தில் சடையன் குளம் தேவமார்கள் வேறு சொந்தப் பகைக்குக் கடன்தீர்க்க, செங்கல் சூளையை அழித்திட முயற்சிகளில் இயங்குகின்றனர்.

பறையர்களைக் காட்டிலும் பாதாளத்தில் இருந்தது சக்கிலியர் நிலைமை. அடிமைத்தனத்தைத் தாண்டியும், பெண்களை ஒப்புக் கொடுக்க வேண்டியிருந்தது. சண்முகம் பகடையின் அப்பொழுதுதான் ருசுவாயிருந்த மகள் கல்யாணியை அடைய சின்னராசுத் தேவர் தன் அடியாள் முத்தையா பாண்டியன் மூலம் சொல்லிவிடுகிறான். பிறகு நேரிலும் செல்கிறான். "சரி லேய் சம்முவம் இந்தப் பணத்தை அப்படியே கழிச்சிடுவோம். ஒனக்கு ஒரு கொமரு இருக்குல. அத எனக்கு கூட்டிக்கொடு. கணக்குத் தீர்ந்து போவும். நல்லா யோசிச்சுச் சொல்லு. இப்பம் திரும்பி வருவேன். பதில் நல்லாயில்லன்னா ஒப்புள்ளையத் தூக்கிட்டு போயிருவேன். எந்தச் சுண்ணியாண்டியும் கேட்க முடியாது. பாத்துக்க" (ப. 107).

சண்முகம் பகடையும், மாடத்தியும் மன்றாடிப் பார்த்தார்கள். வேறு வழியின்றி மீண்டும் அந்த சின்னராசு பாதகன் வருவதற்குள் வீட்டுக்குள்ளேயே குழிவெட்டி உயிரோடு மகளைப் புதைத்துவிடுவது என முடிவு செய்கிறார்கள். இதனையறிந்த சண்முகம் பகடையின் மகன் முத்துவீரன் தங்கையைக் காக்க தொடிச்சியையும், குன்னிமரியானையும் அணுகுகிறான். திருவிழா நேரம், தண்ணியடித்துத் தனியே வந்த சின்னராசுதேவரை பின்னியெடுத்துவிடுகிறார்கள். குற்றுயிரும் குலையுயிருமாக கிடக்கிறார். விசாரணை நடக்கிறது, சண்முகம் பகடை குற்றமற்றவர் என பஞ்சாயத்து உணர்கிறது. யார் அடித்தார் எனத் தெரியாமலே விஷயம் முடிந்து போகிறது. தொடர்ந்து பறத்தெருவும்,

சக்கிலியத்தெருவும் உட்சாதி பிரிவு கடந்து உரிமைகளுக்காக ஒன்று கூடுகிறார்கள்.

நில உச்ச வரம்பு சட்டம் வருகிறது. நிலவுடைமையாளர்கள் தாங்களாகவே முன்வந்து "தர்மம்" செய்கிறார்கள். இதிலும் பொன்னுத் தேவர் போன்ற இடைத்தரகர்கள், நல்லையாவுக்கும், வைத்தான் செல்லையாவுக்கும் நிலம் தர மறுக்கிறார்கள். சக்கிலியக் குடிகளும் ஏமாற்றப்படுகிறார்கள். தொடிச்சி புகார் தயாரித்துக் கொண்டு கிளம்ப, சிக்கலாகிறது. மீண்டும் எல்லாருக்கும் நிலம் கிடைக்கிறது. பொன்னுதேவர் அப்பொழுதும் பொய்யாக கொஞ்சம் நிலத்தை ஒதுக்கிக் கொள்கிறார்.

ஊருக்கு மின்சாரம் வருகிறது, தெருவிளக்கு வருகிறது. சாலை வசதி வருகிறது. கூடவே வைத்தான் செல்லையா வழியாக கிறித்தவமும் வருகிறது. அம்மாசி தாத்தா சொல்கிறார். "பாத்தீயளா, பாத்தீயளா வைத்தான் செல்லையா செஞ்ச வேலய, அவன் கிறிஸ்தவனா மாறிட்டானாம், நம்ம காலம் காலமா கும்பிடுற தெய்வத்த எங்க கொண்டு போயி வைக்க. இது சந்திமறிச்சாளுக்கு அடுக்காது. இதனால் நம்ம ரெண்டு பட்டு போவோம்." இதற்கு ஊர்த்தலைவர் புலமாடன், "அண்ணாச்சி ஒங்களுக்கு எதுக்கு இந்தப்பயம். இது அவிய இஷ்டம், அவிய மாறுனாப்ல எல்லாம் மாறிடுவாவன்னு சொல்ல முடியாது. நானும் வைத்தான் செல்லையாவ கண்டு பேசினேன். அதெப்படி நம்ம அம்மன மறக்க முடியும், அந்தத் தாய்க்கு உண்டத கொடுத்திடுவேன். ஊருல என்ன உண்டோ அதையும் செஞ்சுடுவேன்னாரு. நீங்கதான் ஆடு அறுக்கங்காட்டிலும் புடுக்குப் புடுக்குங்கிறீய. போய் இரிங்க எல்லாம் நல்ல படியா நடக்கும்" (ப. 141).

பாதர் கிளமெண்ட், பெர்டின் சிஸ்டர் ஆகியோர் வருகிறார்கள். கல்வி, மருத்துவம் பிற உதவிகள் செய்கிறார்கள். மாதா கோவில் வருகிறது. பிற சாதியினர் மதத்தை முன் நிறுத்தி எதிர்க்கின்றனர். பின்னர் சமாதானமடைகின்றனர். தலித்துகளுக்கு எதிரான நிகழ்வுகளில் பாதிக்கப்பட்ட தலித்துகளுக்கு ஆதரவாக கிறித்தவர்கள் நிற்கிறார்கள். கல்வியும், விழிப்புணர்வும் கூடுகிறது.

நல்லையாவில் செங்கல் சூளை தேவமார் இளைஞர்களால் சூறையாடப்படுகிறது. நல்லையாவும், காத்தானும், தொடிச்சியும் குழந்தையும் ஓடி ஒளிந்து தப்பிக்கிறார்கள். தேவர் இளைஞர்களை உசுப்பிய உத்திரப்பாண்டித் தேவர் செங்கல் சூளைக்குள் விழுந்து சாம்பலாகி விடுகிறார். மகளைக் கொன்று அதைத் தற்கொலையாக்கிய

மந்திரதேவருக்கு ஆயுள் தண்டனை கிடைக்கிறது. இதற்கு காரணமான குன்னிமரியானை கொல்ல முயற்சிக்கிறார்கள். அவன் தூத்துக்குடிக்கு ஓடி இராணுவத்தில் சேர்ந்து விடுகிறான். கூடவே சண்முகம் பகடை மகன் முத்துவீரன் உட்பட பலர் சேரியிலிருந்து இராணுவத்தில் சேர்வது நடக்கிறது.

சின்னச் சின்ன நிகழ்வுகள் கூட சாதி அடிப்படையில் தொடர்ந்து கொண்டிருந்தன. ஆதிக்க நாக்கு நீள்வதும் அதனை அவ்வப்பொழுது ஒடுக்கப்பட்டோரின் உரிமைக் கூர்வாள் நறுக்குவதுமாக நாவல் நகர்கிறது. ஒரு நாள் தொடிச்சியும் சக பெண்களும் தண்ணீர் இறைக்கப் போகும்போது பிற சாதி இளசுகள் கற்களைத் தூக்கி வீசுகிறார்கள். எதிர்ப்பு செய்கிறார்கள். "எவம்டி கல்லெறிஞ்சான். ஆர வைற நாங்க தான் எறிஞ்சோம்னு தெரியுமா? எங்கள சொல்ற. ஒனக்கு கண்ணவிஞ்சா போச்சி அப்படியே நாங்க எறிஞ்சாலும் பதிலுக்கு நீயும் கல்லறிஞ்சிட சீரழிஞ்சிடுவாயாக்கும். கிட்டத்துல வந்தா தூக்கிப் போட்டு ஏறிடுவேன்" என்கிறான் ஒருவன். அதற்கு தொடிச்சி, "அப்பியியா தெறந்துக் கெடக்கு, தூக்கிப் போட்டு ஏற. ஆம்பளன கொஞ்சம் மருவாதியா பேசணும். இப்படி எடுப்பெடுத்து பேசக்கூடாது". *(ப.149-150)* உத்திரபாண்டித் தேவர் தொடிச்சியின் இரவிக்கையைப் பிடித்துக் கிழிக்க, தொடிச்சியோ குடத்தால் அவன் தலையில் அடிக்க, இரத்தம் பீறிடுகிறது. ஊரில் மறுபடியும் கலவரம் தூபம் போடப்படுகிறது. பெர்டின் சிஸ்டர் துப்பாக்கி முனையில் முற்றுப் புள்ளி வைக்கிறார்.

நல்லையாவின் செங்கல் சூளையை அடித்து நொறுக்குகிறார்கள். அந்நிகழ்வில் உத்திரப்பாண்டித்தேவர் செங்கல் சூளைக்குள் விழுந்து இறந்து போகிறார். உடனே சூளையைக் காலி பண்ணச் சொல்லி உரிமையாளர் நெருக்கடி தருகிறார். செங்கல்லை பெர்டின் சிஸ்டர் மாதாக்கோவில் கட்டுமானப் பணிக்கு வாங்குகிறார். சிக்கல் தீர்கிறது. கிறிஸ்தவ சகோதரிகளும் பாதிரிமார்களும் செய்யும் நன்மைகள் அவர்களின் அன்பு, அரவணைப்பு ஈர்க்கிறது. நல்லையாவும் தொடிச்சியும் கிறித்தவர்களாகிறார்கள்.

நல்லையா செங்கல் சூளையை விட்டு மீண்டும் ஊருக்கு வருகிறார். தான் வாங்கிப்போட்ட நிலத்தில் சாகுபடிச் செய்ய முடிவு செய்கிறார்கள். நிலத்தை உழுவதற்கு மாடு தர மறுக்கிறார்கள் பிறசாதியினர். வேறு வழியின்றி நல்லையாகவும் தொடிச்சியும், கருப்பாயியும் மாடுபோல ஏர் பிடித்து வயலை உழுகிறார்கள். கம்யூனிஸ்ட் கட்சி இராமையாத் தேவர் ஈடுபட்டு வெளியூரில் இருந்து ஆட்கள், மாடுகளைக் கொண்டு வந்து உழுகிறார். ஆதிக்கச் சாதியினர்

எதிர்த்து அடிதடியில் இறங்கின்றனர். போராடி நிலத்தைச் செப்பனிட்டு பருத்தி சாகுபடி செய்கிறார்கள். அறுவடை சமயத்தில் காவலுக்கு வயலுக்குப் போன நல்லையாவும் ஊர்க்காத்தானும் வயலிலேயே கொலை செய்யப்படுகின்றனர். பருத்தி நாசமாகிக்கிடக்கிறது. ஒடுக்கப்பட்ட கீழத்தெரு இளைஞர்கள் ஆவேசம் கொள்கிறார்கள். தூத்துக்குடியிலிருந்து கைஎறி குண்டும் வருகிறது. மேலத்தெரு (தேவர்கள்) துவம்சமாகிறது. வண்டியில் கட்டித் தூக்கிச் செல்லப்பட்ட தேவர் பையன்கள் கடைசிவரை காணாமலே போகிறார்கள்.

"அடேய் தேவுடியாவுள்ளகளா ஒங்களச்சும்மா விட்டாதானேடா. ரெண்டுல ஒண்ணு பாக்கலன்னா எம் பெயரு தொடிச்சியில்லடா" (ப. 261) தொடிச்சி சபதம் செய்கிறாள்.

இடையில் சண்முகம் பகடை மகன் முத்துவீரன், பால்க்கார சிவன் கோனார் மகள் கோமதி (விதவை), காதலும் அதனையொட்டிய மோதலும் சாதிக்கலவரத்தில் முடிகிறது. இறுதியில் தொடிச்சியும் குன்னிமரியானும் ஊராரும் சேர்ந்து திருமணம் செய்து வைக்கிறார்கள்.

கீழத்தெரு ஒடுக்கப்பட்ட இளைஞர்கள் பலர் இராணுவத்தில் சேர்கிறார்கள். வெளியூர்களுக்கு வேலைக்குச் செல்கிறார்கள். பிள்ளைகளின் கல்வி முக்கியமாகிறது. பிற சாதியினரிடமும் மாற்றம் (அவர்களின் சுய பாதுகாப்பில்) ஏற்படுகிறது. நாய்கமார் இளைஞர்கள் பலர் காவல்துறையில் சேர்கிறார்கள். பஞ்சாயத்து தேர்தல் வருகிறது. இருமுறை தலைவராய் இருந்த மூலபடச் செட்டியார் ஒதுங்கிக் கொள்கிறார். இராமசாமி நாயக்கர் போட்டியிடுகிறார். நாயக்கர், தேவர், ரெட்டியார், கோனார் உள்ளிட்டோர் ஆதரிக்கிறார்கள். இவரை எதிர்த்து கீழத்தெரு ஊர்த் தலைவர் புலமாடன் நிற்கிறார். பெரும் பான்மையான பறையர்களும், சங்கிலியர்களும் ஒற்றுமையை வெளிப் படுத்துகிறார்கள். சாம, பேத தானங்கள் தோற்கின்றன. தண்டத்தில் இறங்குகிறது. ஆதிக்கச்சாதி வாக்குப்பதிவு தடுக்கப் படுகிறது. கள்ள ஓட்டுக்கு தயாராகிறார்கள். புலமாடன் தலைமையில் சாலை மறியலும், போராட்டமும் நடக்கிறது. போலீஸ்க்கும் ஒடுக்கப்பட்ட மக்களுக்குமான மோதலாக மாறுகிறது. ஒரு காவலர் செத்துப் போகிறார். அவர் ஊரின் நாயக்கர் இளைஞர். மீண்டும் சாதியும், அரசும், காவல் துறையும் சேர்ந்து சூறையாடுகிறார்கள். ஊர் காலியாகிக்கிடக்கிறது. நாவலும் முடிகிறது.

கிராமம் சாதியால்தான் கட்டப்பட்டிருக்கிறது. இதெல்லாம் நடக்குமா? என்கிற கேள்விகளைக் கடந்து தான் சாதி ஆதிக்கம் நிலை

கொண்டிருக்கிறது. உழைக்கிறவர்களாக, ஏழைகளாக இருக்கிறவர்களிடமும் வர்க்கம் கடந்து சாதி உயிர்ப்புக் கொள்கிறது. அடிப்படையில் எல்லா சாதிய சக்திகளும் சுயநல வெறியோடு அப்பாவிகளின் உயர்வைப் பயன்படுத்துகின்றனர். சாதி உணர்வு பக்திபோல நம்பிக்கையாக, கற்பிதமாகவே வெகு மக்களிடம் தங்கி உள்ளது.

கல்வியை எல்லா சமூகமும் ஆரவாரித்து வரவேற்பது நாவலில் இயல்பாகப் பதிவாகி உள்ளது. பொன்னுத் தேவர் போன்ற ஒரு சிலர் அரசியல் சேர்க்கவும் பயன்படுத்துகின்றனர். என்றாலும், பெரும்பாலான ஆசிரியர்கள் பாகுபாடின்றி கல்வி கற்பிப்பதை முழுமனதோடு செய்கின்றனர். பணியில் இடஒதுக்கீடு வருகிறது. முணுமுணுப்பு, அன்றே தொடங்கி விட்டதும், நாவலில் பதிவாகின்றது.

கிறித்தவ மதம், ஊருக்குள் வந்து உடலுக்கும் மனதுக்கும் மருந்தாகிறது. ஆம் மருத்துவ சேவையும், கல்வியும் கிடைக்கிறது. கூடவே ஒடுக்கப்பட்டவர்களுக்கு தன் மரியாதையும் வந்து சேர்கிறது. வைத்தான் செல்லையா (மரியசிலுவை) அவரது மனைவி, நல்லையா, தொடிச்சிஞ் என ஒரு சிலர் கிறித்துவத்தைத் தழுவுகிறார்கள். பாதிரியாரும், சகோதரிகளும் வாஞம் கேடயமுமாக விளங்குகின்றனர். பிற சாதியினர் இந்து மதத்துக்கு எதிராக மதம் மாற்றுகிறார்கள் என்றெல்லாம் வம்பு செய்தாலும் துணிந்து நிற்கிறார்கள். என்றாலும் நாவலாசிரியருக்கு கிறித்துவத்தில் ஈடுபாடு இல்லாததையே நாவலின் போக்கு உணர்த்துகிறது. "இனிமையும் இந்த இந்து மதத்துல என்னத்துக்கு இருக்கணும் இருந்து என்னத்தக் கண்டோம். சடையன் சாம்பான் பிடிச்ச மண்ணு, அது மண்ணாத்தான் இருக்கு. சந்திமாறிச்சாளுக்கு வருசம் வருசம் எடுக்கிற கொடயும் செலவும்தான் மிச்சம். அதுவும் எவ்வளவு காலம்தான் எடுக்கப் போறாவளோ தெரியல. அதுக்குள்ள சண்ட போட்டு அழிச்சிடுவாவப் போலத் தெரியுது" *(ப. 271 -78).*

"ஒன்ன மட்டும் தெரிஞ்சுக்கா, நீ மந்திரம் படி, ஞானஸ்தானம் எடு. கிறிஸ்தவனாகிக்க, என்னமட்டும் அதுல சேக்காத நா என்னைக்கும் மின்னடிச் சாம்பான் மவன் கக்கரச்சாம்பான் தான். எனக்கு என்னைக்கும் தெய்வம் சந்திமறிச்சாள்தான். நா அவளுக்குப் பாடுவேன், ஆடுவேன், குதிப்பேன், கும்மாளம் போடுவேன். என் விசயத்துல நீ தலயிடக்கூடாது ஆமா, பாத்துக்கா" *(ப. 279).*

இப்படி ஆங்காங்கே நவீன மனமும், ஆதிமனமும் மோதிக் கொள்கின்றன. நாவலின் செல்வாக்கு அல்லது வெற்றி என்பது காலம் காலமாக ஒடுக்கப்பட்ட நிலைமைகளிலிருந்து விடுபடுவது நோக்கிய

நகர்விலேயே அமைந்துள்ளது. மிக இயல்பாகச் சிக்கல்கள் மனித உணர்வு மாற்றங்களை உருவாக்குகின்றன. மோசமான வசவுகள், நிகழ்வுகள், தீக்கிரைகள், இரத்தக் காயங்கள், உயிர்ப் பலிகள் எல்லாம் சேர்ந்து சோர்வை, ஒதுங்குதலை, தப்பியோடுதலை முன் மொழிய வில்லை. மாறாக எதிர்த்து நிற்கவும், சமரிடவும், கணக்குத் தீர்க்கவும் கற்றுத் தருகின்றன. ஊர்க்காத்தான், நல்லையா குன்னிமரியான், கடற்கரய், மரிய சிலுவை, முத்து வீரன், புலமாடன், தம்மக்கார சாம்பாத்தி, தொடிச்சி இன்னும் உலாவரும் எல்லா மாந்தர்களும் தன்மரியாதை வேண்டியே தங்களை இழக்கவும் துணிகிறார்கள்.

அதேபோல சாதியால் ஒடுக்கப்பட்டதத்தன்மைக்கு மேலான ஒடுக்குமுறையான பாலின அடிமைத்தனத்துக்கு எதிராகவும் நாவலில் பல கூறுகள் பதிவாகியுள்ளன. "இதுக்கு ரோஸ் பெரியம்மா தேவல. மூணாவது குச்சில்ல இருக்கிற அந்தப் பெரியம்மா, ஒரு சாம்பானை வப்பாளனாக வச்சுருந்தாள். அவளும் ரெண்டு புருஷனுக்கு வாக்கப் பட்டாள். ஒரு புருஷங்கூடயும் வாழல. ஒருத்தன் ஓடிப்போனான். ஒருத்தன் செத்துப்போனான். சிப்பி சுமக்கப்போனயிடத்துல கொடுக்காரச் சாம்பானுக்கும் அவளுக்கும் பழக்கமாச்சு... வரப் போக இருந்தாப்புல அவகிட்டயே தங்கிட்டார் (ப.57).

"ஒரு நாள் சண்டையில் வசமா அடி விழுந்துச்சு, சம்முக்கனிக்கு வலி பொறுக்க முடியாமல் அலறினாள். அந்தக் கேந்திரவாக்குல புருஷன் கொட்டயைப்பிடிச்சுக்கிட்டாள். அந்த வலில அவுரு கத்தினார். அவள் பயந்து போனாள். பிடியை விட்டாள், அவர் அடிச்சு விளாசப் போறாருன்னு நெனச்சாள். ஆனால் அவுரு கோவப்படல தன்னை நிதானப் படுத்திக்கிட்டார். மெதுவாகத்தான் பேசினார், இப்படிப் பிடிச்சுட்டியே நா செத்துகித்து போயிட்டன்ன என்ன செய்வன்னு கேட்டார். அவ்வளவுதான் அவள் அவரக் (கடற்கரய) கட்டிப் பிடிச்சுக்கிட்டாள். ஏங்கி ஏங்கி அழுதாள்". (ப. 87) இதுதான் அடித்தள மக்களின் கற்பு, வாழ்க்கை பற்றிய பதிவு, யதார்த்தம் கூடிய எழுத்து.

மரியசிலுவை தன் நிலத்தில் உழுது பயிரிடச் செல்லும் போது பெரியத்தம்பி தேவரும் கதிர்வேல் ரெட்டியும் தடுக்கிறார்கள், கூடவே அடியாட்களும் மரியசிலுவை பேசறார். "இதெல்லாம் ஒரு வேலையா வேலமெனக்கெட்டு வந்து பக்கத்து பிரஞ்சக்காரண வேலை செய்யவுடாம மறிக்கிறது. பேசமா இடத்தவுட்டு நகரங்க, நல்லயா போலீஸ்க்குத் தான் போனான். நான் நெனச்சா வேறமாதிரி

செஞ்சுடுவேன்.” மலைச்சாமித் தேவர் முந்திக்கிட்டு என்னடா மப்பாய்ப் பேசுற நானெனச்சா ஓம் ஊடும் இராது, ஓம்மவூரும் இராது. ஆமா, “போயாப்போ அதெல்லாம் அந்தக்காலம், இப்பம் ஒரு மசுரும் புடுங்க முடியாது.” “அடேய் இவன் ரெம்பா பேசுறாண்டா. இவனப் புடுச்சுக் கட்டுங்கடா, எல்லாரும் சேர்ந்து வாயுல சுண்ணி வச்சி மோளுவோம்.” “என்ன சுண்ணியத் தூக்கி மோளுவியளா, பெறவு மோளுறதுக்குச் சுண்ணியிறாது.” *(ப. 253)* இது வெறும் வாய்ச்சவடால் அல்ல. மரிய சிலுவை மடியில் எறிகுண்டுகளை வைத்துக்கொண்டு தான் பேசுறார். இந்த எதிர்ப்பேச்சும், செயலும், துணிவும் தான் நாவலின் உயிர்ப்பு.

ஊர் சாதி அடிப்படையிலேயே இயங்குகின்றது என்பதை அற்புதமாகச் சித்திரித்து உள்ளார். அரசியல் கட்சிகள் என்று பார்க்கும் போது ஊரில் நடைபெறும் சிக்கலில்களில் வெளியிலிருந்து கம்யூனிஸ்ட் கட்சி ஒடுக்கப்பட்டவர்களுக்கு ஆதரவாக நிற்கின்றது. நல்லையா நிலத்தில் உழுவதற்கு யாரும் ஏர் தராததால் மனிதர்களே உழுவதைக் கண்டு, கம்யூனிஸ்ட் தலைவர் இராமையாத் தேவர் ஆட்களை, ஏர்களைக் கொண்டு வந்து உழுது தருகிறார். அதனால் ஏற்படும் மோதலை எதிர்கொண்டு காவல் நிலையத்திற்கு வழக்கைக் கொண்டு செல்கிறார். ஆனால் சக்கிலிய முத்துவீரன் கோனார் மகள் கோமதியை காதல் திருமணத்திற்கு அழைத்துச் செல்ல கார் கேட்கும் நிகழ்வில், கட்சி நிலையைக் கூறி உடன்பட மறுக்கிறார். அச்சமயத்தில் இராமையாத் தேவரின் மனைவி சாதி ஆதிக்கத்தோடு நடந்து கொள்வது சுட்டப்படுகின்றது. இதற்குள் கம்யூனிஸ்ட் கட்சி வர்க்க நலனில் நிற்கிறது. சாதி என்பதில் தெளிவு கிடையாது என்பது போன்ற விமர்சனம் இருக்கிறது. விடுதலைக்குப் பின் தேசிய இயக்கமான காங்கிரஸ் படிப்படியாக மண்ணைக் கவ்வுகிறது. திராவிட இயக்கம், காவல்துறை களங்கமாவது லஞ்சம், ஊழல் மலிவது, அதிகாரத் தலையீடு இடைநிலைச் சாதிகள் அரசியலில் அரசியல் செல்வாக்குப் பெறுவது எல்லாம் இக்காலக்கட்ட விளைவுகள் தான். (காங்கிரஸ் ஆட்சி தூய்மையானது எனப் பொருளல்ல. எல்லாம் அளவில் கூடுதலானதுதான் இங்கு சுட்டப்படுகிறது). இடைநிலைச் சாதிகளின் திரட்சியை வாக்குவங்கி அரசியலாக்கியதும், நடந்தேறியது. இவை பற்றி பதிவுகளோ, விமர்சனமோ நாவலில் இடம் பெறவில்லை. அதேபோல தலித்துகள் சிக்கல்களின் தாக்கத்தால் ஒன்று கூடி வலுப்பெறுகிறார்கள். ஆனால் தலித் தலைவர்கள், அமைப்புகள் பற்றி எதுவும் சொல்லாமல் விடுபட்டுள்ளது.

சடையன் குளம் நாவல் தலித் அழகியலை முன்வைக்கிறது. இலக்கியப் புனிதர்கள் ஓரங்கட்டப்பட்டு, எதிர்ப்பண்பாடு நிலைநிறுத்தப் படுகிறது. அதே போல திட்டமிட்டு தலித் அரசியலை முன்மொழிகிறது. அதற்கு அம்பேத்கரிய கருத்தாடல்கள் பின்புலமாகி உள்ளன.

தலித் விடுதலையை எது பெற்றுத்தரும்? என்ற சிக்கலுக்கு நாவல் விடை தேடுகிறது. மதமாற்றம், மாற்றுத் தொழில், இடப்பெயர்வு, அரசு வேலை, பொருளாதார ஏற்றம்... என எல்லாம் பரிசோதிக்கப் படுகின்றன. கல்வியறிவும், பொருளாதார வளமும், விழிப்புணர்வும், ஒற்றுமையும், போராட்டக்குணமும் தீர்வாக முன்வைக்கப்படுகிறது. ஏறக்குறைய இது இன்றைய தலித்தியப் போக்கை வெளிப் படுத்துகிறது. ஜனநாயக சக்திகளுடனான உறவையும் உரையாடலையும் நடத்திப் பார்த்திருக்கலாம்.

ஸ்ரீதரகணேசன் அவருக்கே உரிய எளிய மொழியில் வாழ்க்கை யதார்த்தங்களை நுட்பமாக உள்வாங்கி கலைத்தன்மையோடு இந்நாவலைப் படைத்துள்ளார். தலித் மக்களின் உழைப்பும், போராட்ட மனமும், எதிர்ப்புணர்வும், வாழ்க்கை அவாவும் நாவல் முழுக்க விரவிக் கிடக்கின்றன. அவர்களின் காதல் வாழ்வு, பழக்கவழக்கங்கள், நம்பிக்கைகள், புழங்கு பொருள்கள் உள்ளிட்டப் பண்பாட்டு விழுமியங்கள் கூடுதல் அழுத்தம் பெற்றிருந்தால் நாவல் முழுமையடைந்திருக்கும்.

முன்னுரையில் விரிவாகப் பேசப்படுவது போல் சடையன்குளம் தலித்துகளிடம் உரிமை உணர்வையும், தலித் அல்லாதவர்களிடம் சாதியமைப்பு குறித்த குற்றக்கூச்ச உணர்வையும் நிச்சயம் தரும். இந்த அளவில் ஸ்ரீதரகணேசன் வெற்றிபெறுகிறார்.

- ஸ்ரீதர கணேசன், சடையன் குளம், கருப்புப் பிரதிகள், 45கி, இஸ்மாயில் மைதானம், லாயிட்ஸ் சாலை, இராயப்பேட்டை, சென்னை - 600 014, பதிப்பு: 2012.

29
மதம்: மனமாற்றம், மணத்தடை சில விவாதங்கள்

பொது நீரோட்டத்தில் இடைமறிப்பைச் செய்யும் சமூக நிகழ்வுகள் பல கால ஓட்டத்தில் கண்டு கொள்ளப்படாமல் காணாமல் போய் விடுகின்றன. பரபரப்பை வணிகமாக்கி இலாபம் தேடும் ஊடகங்களும் புதிது புதிதாய் சிக்கல்களைத் தேடும் சமூக சேவகர்களுக்கும், இதில் முக்கியப் பங்குண்டு. 1981 ஆம் ஆண்டு தமிழகத்தின் தென்கோடியில் நெல்லை மாவட்டம் செங்கோட்டைக்கு அருகில் இருந்த மீனாட்சிபுரம் என்னும் சிற்றூர் உலக அளவில் பேசப்பட்டது. இந்துக்களாகக் கருதப்பட்ட தாழ்த்தப்பட்ட பள்ளர் சாதியைச் சேர்ந்தவர்கள் இஸ்லாமியர்களாக மாறியதுதான் இதற்குக் காரணம். இங்கே வாழ்ந்த முன்னூறு குடும்பங்களில் இருநூற்று பத்து குடும்பங்கள் அதாவது 1250 பேரில் 1000க்கும் மேற்பட்டவர்கள் இப்படி மாறினார்கள். இதற்கு ஆதரவாகவும், எதிர்ப்பாகவும் பலவித வாதங்கள் முன் வைக்கப்பட்டன. அரசும், மதவாதிகளும், மதச்சார்பற்றவர்களும் களத்தில் இறங்கினர். இந்து அடிப்படைவாதிகள் இது வெளிநாட்டுச் சதி, திட்டமிட்டு பணம் கொடுத்து செய்யப்பட்ட மதமாற்றம் என்றார்கள். ஒடுக்கப்பட்டவர்களோ காலம் காலமாகத் தொடரும் இந்து வர்ணாசிரம அடக்கு முறைக்கு எதிரான மனமாற்றம் என்றார்கள். இந்நிகழ்வு நடந்தது 19.2.1981 இல்.

முப்பதாண்டுகளுக்குப் பிறகு இந்நிகழ்வு குறித்தும், இதன் மீது நடந்த விவாதங்கள் குறித்தும் இந்நிகழ்வின் விளைவாய் எழுந்துள்ள புதிய சிக்கல்கள் குறித்தும் எழுத்தாளர் அன்வர் பாலசிங்கம் 'கருப்பாயி என்கிற நூர்ஜஹான்' என்னும் தன் நாவலில் விவாதிக்கிறார்.

மதமாற்றத்திற்கு முன்னும் மதமாற்றத்தின் போதும் மதமாற்றத்திற்குப் பின்னுமான வாழ்க்கையை நுட்பமாக பதிவு செய்கிறது நாவல். மீனாட்சிபுரம் காமாட்சிபுரமாக சுட்டப்படுகின்றது. மதமாற்றத்திற்குப் பின் அவர்களின் குடியிருப்புப் பகுதி பிலால் நகராகிறது.

மதம் மாறிய கருப்பசாமி காதர்பாய் ஆகிறார். அவரின் மகள் கருப்பாயி நூர்ஜஹான் ஆகிறாள். படித்துப் பட்டங்கள் பெற்றவள்.

மார்க்கக் கல்வியும் பயின்றவள். பள்ளிக்கொடத்துக்காரி எனப் போற்றப்பட்டவள். உயிரோடும், உறவோடும் ஒட்டுறவாய் வாழ்ந்தவள். 40 வயதைக் கடக்கிறாள். மாப்பிள்ளைக் கிடைக்கவில்லை. சதா வரன் தேடி கலைத்துப் போகிறார் அப்பா. குடும்பத்திலும் சமூகத்திலும் இறுக்கம் கூடுகிறது. தன் வயதொத்தப் பெண் பிள்ளைகள் பலரின் வாழ்க்கையும் இப்படித்தான் என்பதை உணர்கிறாள். ஒரு முடிவுக்கு வருகிறாள், அவள் எழுதும் கடிதத்தோடுதான் நாவல் தொடங்குகிறது. தனக்கும் தன் தந்தைக்கும் உள்ள நேசம், தந்தைக்கும் மாறிய இஸ்லாம் மார்க்கத்துக்குமான நெருக்கம், தனக்கு மாப்பிள்ளை தேடி தந்தை பட்ட அவமானங்கள், மன நெருக்கடிகள், முதிர் கன்னியாக தன்னை வைத்துக் கொண்டு தாய் தந்தை படும் துயரம், மதமாற்றத்தால் உண்டாகியிருக்கிற சிக்கல், பூர்வீக மதத்தில் இருந்திருந்தால்... என்னும் ஏக்கம்... என உணர்வுத் தகிப்பாய் அமைகிறது இக்கடிதம்.

எனக்கு எதுக்குத்தா காலம் போன கடைசில ஒரு கல்யாணம். நாற்பது வயசுங்கிறது நீங்க நெனக்கிற மாதிரி கல்யாண வயசு இல்லத்தா. உங்களுக்கு வேணா உங்க பிள்ளை இன்னும் கல்யாணப் பொண்ணா தெரியலாம். ஆனா மத்தவங்களுக்கு அது பேரன் பேத்தி எடுக்கிற வயசுத்தா. எனக்கு மாப்பிள பார்க்க ஊர் ஊரா போயி வந்தீகளே, அந்தப் பணத்த மிச்சம் பிடிச்சிருந்தாகூட ரெண்டு குறுக்கம் வடக்குத்தாவுல வயலாவது வாங்கிருக்கலாம் (ப.14).

நீங்களும் மதம் மாறாது அங்கிட்டே இருந்திருந்தா இந்நேரத்துக்கு நானும் ஒங்களுக்கு கொஞ்சி விளையாட ரெண்டு பேரம் பேத்திய பெத்துக் கொடுத்துக் கெழவியாயிருப்பேன்... ம்... என்ன செய்ய... என்றெல்லாம் நடப்பைச் சொல்லும் நூர்ஜஹான் தன் ஆழ்மனதை இப்படித் திறக்கிறாள்.

மாப்பிள வீடுகள்ல காமிக்க அஞ்சாறு போட்டோ வச்சிருக்கியளே உங்க மஞ்சப் பையில அந்தப் போட்டோவெல்லாம் விட உங்க வெத்தலப் பைக்குள்ள இருக்குமே நான் கருப்பாயியா இருந்தப்போ எடுத்த போட்டோ அதுதாம்த்தா எனக்கு ரொம்பப் பிடிக்கும். இப்ப விட நான் சின்னப்பிள்ளைலதான் அழகு என்னத்தா (ப.15).

மதம் மாறுனதால அன்னைக்கு ஒங்களுக்கு கெடச்ச விடுதலை என்னைய அடிமையாக்குமுனு நீங்க நெனச்சுக் கூட பார்த்திருக்க மாட்டிய. ஆனா அன்னைக்கு உங்களுக்கென்ன கொடுமையோ என விசனப்படுவதும்

பதினைஞ்சு வருசமா இப்படித்தான்த்தா உங்க ஒவ்வொரு நாளும் கழியுது. ஊருக்குள்ள பொண்ணு கேட்டு எந்த முஸ்லிமாவது வந்துட மாட்டானான்னு நீங்க மட்டுமாத்த காத்திருக்கிய. இந்த ஊரேல்லத்தா காத்திருக்கு என்றெல்லாம் அவலத்தைப் பதிவு செய்கிறாள்.

எந்தம்பி... என் நெலமய பாத்துட்டு... நாம்லாம் அங்கிட்டுத்தான் பொண்ணெடுப்பேன். அப்பத்தான் நிம்மதியா இருக்க முடியும். இல்ல எனக்கும் ஒரு பொட்டப்புள்ள பொறந்துச்சுன்னா அத்தா இன்னைக்கு சீரழிஞ்சு செங்கச் சுமக்கிற மாதிரி நானும் செமந்து தொலையணும். ஏக்கா... உன்னோட தொலையட்டும் இந்தப் பீடைன்னு சொல்லிக் கிட்டேயிருப்பான்.

அவன மட்டும் எதுஞ் சொல்லிடாதீயத்தா. வைராக்கியமான நீங்களே இப்படி ஆயிட்டிய... தம்பி பாவம்த்தா.

என்று கூறுவது ஏறக்குறைய நூர்ஜஹானின் முடிவு போல எடுத்துக் கொள்ளலாம். சம நீதிக்கான போராட்டக் களத்தில் அடுத்தத் தலைமுறையினரின் எண்ணப் போக்கைப் புரிந்து கொள்ள இப்பதிவு உதவும்.

இந்தக் கடிதத்தை எழுதி வைத்துவிட்டு நூர்ஜஹான் தற்கொலை செய்து கொள்கிறாள். அவளின் தற்கொலையில் தொடங்கி அவள் உடலை அடக்கம் செய்வது வரை ஜமாத் கூடுவதும், உள்ளூர் வெளியூர் தலைவர்கள் கூடுவதும் அங்கு நடைபெறும் விவாதங்களும் அடக்கத்திற்கு பின் நடைபெறும் கூட்டமுமாக நாவலின் களம் அமைந்துள்ளது. காட்சிப்படுத்துதல், குறியீட்டுத் தன்மை, எண்ண விரிவு என்கிற நாவலின் தன்மைகளுக்கு மாறாக நேர்க்கோட்டில் நடை பெறும் திறந்த உரையாடலாக நாவல் நகர்கிறது. இஸ்லாம் போன்ற மூடுண்ட மதங்கள் மீதான திறப்பாகக் கூட இதனைக் கருதலாம்.

மதம் மாறியவர்கள் நவ முஸ்லீம்கள். அவர்களோடு பரம்பரை முஸ்லீம்கள் உறவு கொள்வதில்லை என்பதே அடிப்படை முரண். இதனால் மதம் மாறியவர்களின் பெண்களுக்கு வரன் கிடைக்கவில்லை. பல பெண்கள் முதிர் கன்னிகளாக நிற்கிறார்கள். சிலர் பழைய உறவைப் புதுப்பிக்கிறார்கள். பல தற்கொலைகள் நிகழ்கின்றன.

பெத்து வச்ச புள்ளய கால காலத்துல கெட்டிக் குடுக்க துப்பில்லாமா ஒங்களுக்கெல்லாம் தாடி தொப்பி ஒரு கேடா, வெக்கமாயில்ல, என்னெல்லாம் நினைச்சிருந்தாளோ எந்தங்கம் அய்யய்யோ எந்த அல்லாவும் வந்து காப்பாத்தலியே... *(ப.19)*

என நூரின் சித்தி பன்னீர் கேட்பது அனைவருக்கும் புரிகிறது. இந்த பன்னீர் தான் முன்பு மதம் மாறும்போது தன் அக்காளிடம்,

நீ மாறாத... ஏட்டி நீ மாறாத... முதலாளிக்குச் சமமா நீயும் உம்புருசனும் நிக்க முடியாது. கருப்பாயி வாழ்க்க போயிரும்னு சொன்னாள். இன்று கருப்பாயியே போய் விட்டாள். பன்னீரின் ஊகம் சரியானது.

தன்னைப் பெண்பார்க்க வருவது பற்றி நூர் ஓரிடத்தில் சொல்கிறாள். அது யாருத்தா அந்த சீம மகராசன், பரம்பரையா இல்ல நம்ம கேஸான்னு.

பரம்பரை முஸ்லிம், நவமுஸ்லீம் என்பதான முரண் வழமையான சாதி முரண்தான். மதம் மாறினாலும் சாதி ஒட்டிக்கொண்டு நினைவூட்டுகின்றது. கிறித்தவத்தில் வெளிப்படையாக இஸ்லாத்தில் மறைமுகமாக. இந்தியாவில் சாதிகளிடம் மதங்கள் மண்டியிட்டுச் சரணடைந்த கதையிது. இந்து சநாதனம் எம்மதத்தையும் விட்டு வைக்கவில்லை.

நூரின் மய்யத்தை (உடலை) அடக்கம் செய்வதையொட்டி ஊர்க்கூட்டமும் (ஜமாத்) விவாதங்களும் நடந்தேறுகின்றன. தென்கரை ஹசனத் வேறு ஒரு சிக்கலை முன் வைக்கிறார். திருமணத்திற்குத் தடை பணம் தானே தவிர மனம் இல்லை என்பது அவரது வாதமாக இருக்கிறது.

துட்டு இல்லாத முஸ்லிம்னா அது பரம்பரையா இருந்தாலும் பாச்சா பலிக்காது வாப்பா. துட்டு வேணும், இந்த லட்சணத்துல நம்ம ஊரு பையமாரு கேரளாக்காரன் துட்டும் நகையும் ரொம்பக் குடுக்கிறானுவன்னுட்டு அங்க ஓட்டமா ஓடி ரேட்டை ஏத்திட்டாங்க. எங்க காலத்துல பத்துக்குப் பத்துன்னு இருந்த நெலம மாறி, இப்போ கிலோவுல வந்து நிக்குது (ப.26).

இது இன்று எல்லா சமூகத்தின் பொது நியதியாகிப் போனது. இதற்கு மறுப்பாக பழைய ஜமாத் தலைவர் ஒரு நிகழ்வினைத் தருகிறார். எங்க ஊரு அல்லா பிச்சைகிட்ட இல்லாத பணமா. அவன் மக எம்.எஸ்ஸி. பிஎட் படிச்சிருக்கா. அவன் பதினைஞ்சு வருஷம் வெளிநாட்டுல வேலை பாத்திட்டு ஹஜ் பண்ணிட்டு வந்திருக்கான். அவனும் பத்து வருஷமா மாப்பிள்ளை தேடி நாயா அலைஞ்சு, கடைசியில எங்க ஜமாத்துல சொல்லிட்டு ஒரு இந்துப் பையனுக்கே கட்டிவச்சிருக்கான். அல்லா பிச்சை தொப்பிய கழத்தி ஒரு நாளும்

நான் பார்த்ததேயில்லை. 5 நேரமும் பாங்கு சொல்றதுக்கு முன்னாலேயே பள்ளியில நிக்கக் கூடியவன். ஹசரத் வர லேட்டாச்சுன்னா தொழுகையை முன்னாலே தானே நின்று நடத்தக்கூடிய தொழுகையாளி. ஒரு லட்சமென்ன வாப்பா... பத்து லட்சம் கேட்டாலும் கொட்டிக் கொடுக்க அல்லா பிச்சை தயார்தான். ஆனா கட்டிக்கிடத்தான் யாரும் தயாராக இல்லை (ப.26) இப்படி பல சாட்சிகள்.

எம்.எஸ்ஸி. படித்த மகள மணம்முடிக்க முடியாத, வசதி வாய்ப்பான வைத்தியர் ரஹ்மத்துல்லா தற்கொலை செய்து கொள்கிறார். தனது மகள் திருமண நிச்சயத்திற்கு கெடா வெட்டி பிரியாணி செய்து ஊரையே கூட்டி வைத்து கடைசி நேரத்தில் நவமுஸ்லிம் குட்டு வெளிப்பட மாப்பிளை வீட்டார் சொல்லாமல் கொள்ளாமல் காணாமல் போக தற்கொலை செய்து கொள்ளும் நெஞ்சுரமிக்க பஷீர்... இவை மட்டுமா. நவமுஸ்லிம் என்கிற தாழ்மை ஏனைய இடங்களிலும் வெளிப்படுகிறது.

செங்கோட்ட சவுக்கு முக்குல நீங்க தாடி, தொப்பியோடயும், நான் பர்தாவோடயும் போறத இன்னும் ஏளனமாக பாக்கிற நாயி எத்தனை இருக்கு தெரியுமாத்தா. இதுல கேவலம் என்னன்னா அங்கிட்டு உள்ள ஆளுகளை விட நம்மாளுக தான் அதுல ரொம்பங்கிறது உங்களுக்கு தெரியுமாத்தா ப.15) இது நூர்ஜஹான் தன் தந்தையிடம் கூறுவது.

என் நிஹ்ஹா நடந்தப்போ எங்க அத்தா பேருகிட்ட ராவுத்தர்னு போட்டு பத்திரிகையிலே இஸ்மாயில் ராவுத்தர்னு அச்சிட்டோம். அப்படி அடிச்சதுக்கு என்னய என்னமெல்லாம் கேட்டாங்க தெரியுமா? நான் கட்டிருக்கிற பொண்ணு பரம்பரை முஸ்லிம் தாம். அவ வீட்டில இருந்து வந்த பொண்ணு வீட்டுக்காரங்க தான் அப்படியெல்லாம் கேட்டாங்க. நவ முஸ்லிமெல்லாம் ராவுத்தராயிட்ட அப்புறம் ராவுத்தர் என்னவான்னு கேட்டு என்னைய அசிங்கப்படுத்தினதே மறக்க முடியலை (ப.56) இது முஸ்தபா வாத்தியாரின் கதறல்.

பிலால் நகரைச் சேர்ந்த உசேன் ஹசரத் கோட்டை பெரிய பள்ளிவாசலில் இமாமாக இருக்கிறார். அங்கு புதுசா ஒரு பையன் கலிமா சொல்ல விரும்புகிறான். அசரத் செல்கிறார், ஜும்மா முடிந்ததும் அப்பையனின் இடத்திற்குச் செல்லலாம் என்று, அதற்கு அங்கிருந்த பரம்பரை முஸ்லிம் பையன் சொல்கிறார்.

அசுரத்து நாம அங்கயெல்லாம் போகக்கூடாது. அந்தப் பையன் எஸ்ஸி யாக்கும். அதனால அவன் இங்க வரட்டும். நம்ம அங்க

போனமுன்னா சரி வராதுன்னு அவன் பாட்டுக்கு பேசிக்கிட்டே யிருக்கான். உடனே அவனைக் கூப்பிட்டு ஏத்தா... இப்படிப் பேசக்கூடாது இந்த உலகத்தையே அல்லாஹ் தான் படைச்சான்னு சொல்லிட்டு, அதுலயும் மனுசங்கள்ல நாம் எஸ்ஸி,பிஸின்னு பிரிக்கலாமான்னு கேட்டேன்.

அதுக்கு அவன் சொல்லுறான். நீங்க என்ன வேணா சொல்லுங்க அசரத்து அவங்க அவங்க தான். நாம நாமதாங்கிறான். இந்த லட்சணத்துல நான் எந்த ஊர்க்காரன். இன்னாருன்னு தெரிஞ்சதுன்னா என் நெலமய கொஞ்சம் நெனைச்சுப் பாருங்க (ப.58) அசரத்தின் மனவேதனை சொல்லிமாளாதது.

ஒத்த கொம்பன் ரபீக் சொல்கிறார்.

உலகந் தெரியாத வயது. என்னயெல்லாம் எங்கெங்கயோ கூட்டிட்டு போனியே. என்ன நடக்குதுன்னு தெரிஞ்சுக்கிற முன்னாடி குல்லாவே தலயில் மாட்டிவிட்டீக. வாய்க்குள்ளேயே நுழையாத பேரு ஒண்ண வச்சீக. ரபீக்குன்னு. கம்பிளிதைக்கா முக்குக்கு போனா தான் தெரியும் நான் பள்ளனா... பாயான்னு. அங்க சந்தை முக்கில கடை வச்சிருக்கிற முல்லா பாய்ட்ட போயி டீ தாங்க பாய்ன்னு கேட்டமுன்னாஞ் நமக்குன்னு ஒரு டீ வரும். அவருக்கு தெரிஞ்ச வித்தியாசமெல்லாம் பேரு மட்டும்தான். என்னைய ரபீக்குன்னு கூப்பிடுதாரா இல்ல ரவீன்னு கூப்பிடு தாரான்னு ஒண்ணும் புரிய மாட்டேங்குது (ப.64).

மதம் மாறினதால் உண்டான அகநெருக்கடி. இன்னொரு புறம் இந்து அடிப்படைவாதிகள் தரும் புற நெருக்கடி. அரபு பணத்துக்கும், வெளிநாட்டு வேலைக்கும் பிரியாணிக்கும் மதம் மாறினதாகச் செய்யப்படும் ஏளனங்கள். இஸ்லாமிலேயே பிலால் நகரை முன்வைத்து நடக்கும் வசூல் வேட்டைகள்... எல்லாவற்றையும் இரத்தமும் சதையுமாக முன்வைக்கிறது நாவல்.

ஊரு உலகமெல்லாம் நோட்டீசடிச்சு பிலால் நகர்க்கு நிதி சேக்கோம்... சேக்கோம்னு சொல்லியே லட்ச லட்சமா சம்பாதிச்சியளே... (ப.24)

நாங்க ஊரோட மாறணும்னு முடிவு பண்ணினப்ப நீங்க எங்களுக்கு எத்தனை லட்சத்தை கொண்டாந்து கொட்டிக் கொடுத்திய. மான ரோசத்தோட அப்பாக் கூட நாங்க தான் நாப்பத்தி நாலாயிர ரூபாய ஊர்ல பிரிச்சு கொண்டாந்து கொடுத்தோம் (ப.24).

அந்தப் பதினெட்டுப் பேருக்கும் இந்தப் பள்ளியிலிருந்து தான் தலைக்கு ஐயாயிரம் கொடுத்தோம். மீதி பிளேன் சார்ஜ், கைச் செலவுக்கு எல்லாம் அவங்கவங்க வீடுகள்ல மிச்ச மீதியிருந்த தாலி நூல வித்துதான வாப்பா வெளிநாட்டுக்குப் போனாங்க. அவங்க சொல்படியே வச்சிக்கிட்டாக் கூட சவுதிக்கு போன பதினெட்டுப் பேரயும் அந்த கவர்மெண்டு என்ன உக்காரவச்சு சோறு போட்டுச்சு... (ப.67)

கழிஞ்ச இருபத்தஞ்சு வருஷத்துக்கு முன்னால இருந்த அதே தெருவு. அதே வீடு. அதே மனுசங்கதான இங்க இருக்கோம். பிறகெதுக்கு அந்த கீழூர் ஐயர் பிரியாணிக்கு மாறினான். பிரியாணிக்கு மாறுனானேன்னு சொல்லிக்கிட்டு திரியுதாரு (ப.67).

கிறிஸ்தவத்தில் வெளிப்படையாக இஸ்லாத்தில் மறைமுகமாக, இந்தியாவில் சாதிகளிடம் மதங்கள் மண்டியிட்டு சரணடைந்த கதையிது, இந்து சனாதனம் எம்மதத்தையும் விட்டுவைக்கவில்லை.

இப்படி எதிரும் புதிருமாக மதமாற்றம், மனமாற்றம் முறித்த முன்வைப்புகள் நாவலில் ஆங்காங்கே முன்வைக்கப்படுகின்றன. அண்ணல் அம்பேத்கர் மதுரைக்கு வருவது, தேவர் என்கிற சாதிய பேரடையாளத்துக்கு மாற்றாக இராணுவ மிடுக்கோடு ஒடுக்கப் பட்டோரின் முழக்கக் குறியீடாக நிற்கும் இம்மானுவேல் சேகரனின் படம் இடம்பெறுவது. இந்துக்களின் சார்பாக வந்த வாஜ்பாயை எதிர்கொள்வது, மத்திய உள்துறை அமைச்சர் (ஒடுக்கப்பட்டவர்) மக்வானாவின் வருகை, எம்.ஜி.ஆர் இந்திராகாந்தி அரசியல்கள் ஆகியன சமகால வரலாற்றுத் தெறிப்புகளாக நாவலில் இடம்பெறுகின்றன. இது மதச் சார்பற்ற நாடு, அவரவர் விருப்பப்படி எதையும் பின்பற்றலாம். ஆனால் மத மாற்றத்திற்குப் பின்னர் அரசும் காவல்துறையும் நடந்து கொண்ட விதம் கேலிக்குரியது. இதுவும் நாவலில் இடம்பெறுகின்றது இதே போல் அரபு நாட்டில் வேலைக்குச் செல்லும் இளைஞர்கள் இஸ்லாமியர்கள், இந்துக்கள் யாராக இருந்தாலும் படும் துயரம், இஸ்லாம் அல்லாதவர்களின் மத, ஆன்மிக விசயங்களில் அந்நாட்டின் அரசின் குறுக்கீடு, முஸ்லிம்களுக்குள்ளும் நாட்டின் அடிப்படையில், இனத்தின் அடிப்படையில், நிறத்தின் அடிப்படையில் இயங்கும் அதிகாரங்கள் துல்லியமாகப் பதிவாகின்றன.

மீனாட்சிபுரத்தில் (நாவலில் காமாட்சிபுரம்) வாழ்ந்த பள்ளர்கள்-தேவேந்திரர்கள் ஏதோ ஒடுக்கு முறைகளுக்கு அஞ்சி, பிறருக்குப் பயந்து வேறு மதத்தில் அடைக்கலம் தேடியவர்கள் அல்லர்.

வேளாண் குடிகள், உழைப்பாளிகள், அஞ்சாத நெஞ்சுரம் கொண்டவர்கள். தேவர்களுக்கு இணையாக அருவாதூக்கக் கூடியவர்கள், சாதி ஒதுக்கல் என்கிற சமூக நோயை விரட்டவே இஸ்லாத்தின் சரணடைந்தவர்கள் என்பதை நாவலாசிரியர் ஆங்காங்கே பதிவு செய்கிறார்.

ஒற்றைப் பன்னியை அடித்து வீழ்த்துகிறார் காதர்பாய். கருப்பசாமியாக காதர்பாய் இருந்தபோது புளிச்சகுளம் கடுவாத் தேவருக்கும் இவருக்கும் ஒரு போட்டி வந்து விடுகின்றது. ஒரு மூட்டை உளுந்து தலையிலே வச்சிக்கிட்டு... கையிட்டு பிடிக்காமல் திருமலைக்கோயில் மலையில் ஏறணும். ஜெயிச்சா ஐம்பத்தோரு ரூபாய் தோற்கிறவன் கொடுக்கணும். மலையில முதலில் ஏறியவுடன் கோயில் பூசாரி மணி அடிக்கணும். ஆனா மணி அடிக்கல. மூட்டை யோடு திரும்பி இறங்கி வந்து வெற்றியை நிரூபித்தவர் தான் இந்த காதர்பாய். இப்படி பல நிகழ்வுகள்.

கடைசியில காதர்பாய் இப்படி கதறுகிறார்.

எல்லாம் இருந்தும் எம்புள்ள கல்யாணத்த தடுத்தது நான் உயிருக்குயிரா ஏத்துக்கிட்ட இந்த மதம்தான்னா... அது எனக்கு வேணுமா வாப்பா... (ப.76)

தலைமுறைக்கும் அடிமையா வாழ முடியாதுண்ணுட்டு தானே எங்க வாழ்க்கையையே மாத்திக்கிட்டோம். பரந்து கிடந்த எங்க உலகம் இங்க இப்படி சுருங்கிப் போச்சு... (ப.77)

சுதந்திரமும் விடுதலையும் வேணுமின்னு தான் வாப்பா மதமே மாறினோம். ஆனால் எங்களுக்கு கிடைச்ச பரிசு... மறுபடியும் அடிமைத்தனம் தான் வாப்பா... (ப.77)

மிகுந்த நெஞ்சுரத்தோடு ஒரு போர்வீரனைப் போல நிமிர்ந்து நின்ற காதர் பாயும் அவர் மனைவியும் விஷமருந்தி தற்கொலையாகிக் கிடக்கிறார்கள். ஆவேசமிக்க மனுஷியாக வலம் வந்த பன்னீரு ஊர்க்கிணற்றில் விழுந்து தற்கொலை செய்து கொள்கிறாள்.

தெருவில் நடக்கவும், தலையில் துண்டும், இடுப்பில் வேஷ்டியும், கால்ல செருப்பும் எங்கள நீங்க போட விட்டிருந்தா எந்தம்பி என்னைய விட்டுட்டுப் போயிருப்பானா... (ப.91) என்ற கேள்வி இந்து மதத்தின் முன்னும் மாறுன எங்கள நீங்க ஏத்திக்கிட்டியாளா இல்லையா (ப.81) என்ற கேள்வி இஸ்லாம் மதத்தின் முன்னும் பதிவற்றுக் கிடக்கின்றன

தேவர்கள் × பள்ளர்கள், இந்து (பள்ளர்கள்) × முஸ்லிம்கள், பரம்பரை முஸ்லிம்கள் × நவமுஸ்லிம்கள்... என சமூகம் முரண்களில் ஊடே சிறிய ஊரைக் களமாகக் கொண்டு சிறியதொரு நாவலில் அன்வர் பாலசிங்கம் விவாதிக்கிறார்.

இவையனைத்தும் உண்மைகள் என்ற யதார்த்தம் நாவலின் பலம். சிக்கல்களை வினா விடை முறையில் உரையாடலாக மட்டுமே தரும் விவரணை முறையைக் கடந்து சென்றிருந்தால் இன்னும் கலையம்சம் மெருகூட்டப் பெற்றிருக்கும்.

மாறிய மாதத்தைக் காப்பாற்ற இத்தனை தற்கொலைகள் ஏன்? தேவையா? மதம் மாறியவர்களுக்குள் மண உறவுகள் இந்து மதத்தில் (பள்ளர் சமூகத்தில்) நிலவிய உறவு முறைகள் இஸ்லாமுக்கு மாறிய பின் என்னவாயிற்று? என்பன சார்ந்த பதிவுகளுக்கும் நாவல் இடமளித் திருந்தால் முழுமை பெற்றிருக்கும். ஒரு சில நாள் ஊடகங்களுக்கும் ஊதாரிகளுக்குமான கொண்டாட்டம் என்பதற்கும் மேலாக மீனாட்சிபுரம் குறித்த சமூகப், பண்பாட்டு விவாதங்களை உருவாக்கியதற்காக அன்வர் பாலசிங்கம் வரலாற்றில் நிற்பார்.

- அன்வர் பாலசிங்கம், கருப்பாயி என்கிற நூர்ஜஹான், கலப்பைப் பதிப்பகம் - யாதுமாகிப் பதிப்பகம், செங்கோட்டை, திருநெல்வேலி, பதிப்பு: 2011

30

திரிந்தலையும் திணைகள்: அயல் வாழ்வு

சிங்கப்பூர் சூழலில் எழுதப்பட்டுள்ள நாவல் சிங்கப்பூருக்கு திருமணமாகிச் செல்லும் பத்மாவையும் அவரது பள்ளித் தோழி ரேணுகாவையும் மையமிட்டு நாவல் இயங்குகின்றது. இது ஒரு வகையில் இந்த இரண்டு பெண்களின் கதை என்றாலும் பல பெண்கள் இதற்குள் வருகிறார்கள். பல வித வாழ்க்கை முறைகளும், வாழ்க்கை பற்றிய பலவித நோக்கு நிலைகளும் நாவலில் இடம் பெறுகின்றன. ஜெயந்தி சங்கர் இயல்பாக நாவலைப் படைத்துள்ளார்.

குடும்பம், குடும்ப வாழ்வு, திருமணம், இல்லறம், உறவுகள், குழந்தைப் பேறு ஆகியன பற்றிய உரையாடலை நாவல் சப்தமின்றி நடத்துகின்றது. பின் காலனிய, பின் நவீனத்துவ, நுகர்விய வாழ்க்கைச் சுழல் அன்றாட வாழ்வைத் துக்கம் நிறைந்ததாக ஆக்கிவிட்டிருக்கிறது. சமூக வாழ்வு மட்டுமல்ல, தனிமனித வாழ்வும் வேள்விக்குள்ளாக்கப் பட்டுள்ளது என்பதைத்தான் இந்நாவல் பதிவு செய்கின்றது.

புலம்பெயர் சிங்கப்பூர் வாழ்வும், பல்தேசிய மக்கள் மத்தியில் ஊடாடி தன் இருத்தலை உறுதி செய்யும் எத்தனம், பிற வாழ்க்கை முறைகளோடும், மக்களோடும் ஒன்றிப்போதல் ஆகியன மிக இயல்பாக நடந்தேறுகின்றன.

பெரு நகரங்களின் பெருக்கம் அவை உற்பத்தி செய்திருக்கும் சந்தைத் தன்மை, மந்தை வாழ்வு, மனித உறவு, உணர்வுச் சிதைவுகள் நாவலில் சித்திரமாகின்றன. சிங்கப்பூர், சென்னை, டெல்லி, பூனா... என்று பல பெருநகரங்களின் அழகும், அழகின்மையும், இரைச்சலும், நிசப்தமும், பேரொளியும், இருளும் நாவலில் குறுக்கு வெட்டாய்ப் பதிவாகின்றன.

பெண் என்றால் துயரம் தானே... என்பது மாதிரி அடுக்கடுக்காய்த் துன்பங்கள் பெண்களைத் துவம்சம் செய்கின்றன. திறமும் திடமும் மிக்க பெண்கள் சுக்குநூறாகி அகமும் முகமும் இழந்து பைத்தியங் களாகிப் போகிறார்கள். நினைக்கவே அச்சம் தரும் கொடுமைகள் அந்தப் பெண்களின் மீது நிலைநாட்டப்படுகின்றன.

பத்மா, சரவணனுடன் வாழ்கிறார். மாமனார் சுப்பையா, மகள் அர்ச்சனா, குடும்பம், உறவுகள் என்று இயல்பானதொரு வாழ்க்கை அவருக்கு அமைகின்றது. தமிழ் நாட்டிலிருந்து பெயர்ந்து சென்ற பிரிவும் ஏக்கமும் கணவனின், உறவுகளின் அன்பிலும், சூழலோடு ஒத்திசைவாகும் அவரது குணத்திலும் ஈடாகின்றது.

ரேணுகாவோ படுசுட்டியாக வலம் வந்தவள். அதே நேரத்தில் படிக்கும் காலத்தில் சக ஆண் நண்பர்களைத் தூர நிறுத்தியே பழகியவள். மருத்துவ தாதிமைப் பயிற்சி முடித்து வேலைக்குச் செல்கிறாள். திருமணம் வேண்டாம் என மறுத்து வாழ்ந்தவள். ஒரு நிலையில் அவளது தம்பி, தங்கை இருவரும் கூட திருமணம் மறுப்புக்கு முன் வரும்போது திருமணத்துக்கு இசைவாகின்றாள். சிறிது காலம் வசந்த காலமாகக் கழிகிறது, இரவி பிறரைத் துன்புறுத்தி இன்பம் காண்பவனாக, 'மேனியாக்' ஆக இருப்பது மெல்ல வெளிப்படுகின்றது. கருத்தரிப்பு நிகழ்ந்த நிலையில் இதனை உணர்ந்து, பாதிப்புக்கும் ஆளாகி கருவைக் கலைக்க முயல்கிறாள். இரவியும், அவனது நண்பன் அருளும், பிடிவாதமும், வேண்டுகோளும் செய்ய ஒப்புக் கொள்கிறாள். ஒரே கூரையில் தூர தூர வாழ்கிறார்கள். ஆண் குழந்தைப் பிறக்கிறது. குழந்தையைக் கொஞ்ச நாள் கொஞ்சி மகிழ்ந்த இரவி, ஒரு நிலையில் குழந்தையையே குதறத்தொடங்க, ரேணு நிரந்தரமாகப் பிரிகிறாள். மணவிலக்கு பெறுகிறாள்.

"அவள் போர்த்தியிருந்த இரட்டைப் போர்வையை விருட்டென்று இழுத்து விலக்கித் தூர எறிந்தான். சுதாரிக்கும் முன் அவளுடைய இரவு உடையைக் கால்பாகத்தைப் பிடித்து மேலே தூக்கி தலை வழியாகக் கழற்றி மறுபுறம் போட்டு விட்டு வேகமாக அவளுடைய உள்ளாடைகளையும் ஒரு கையால் கால்வழியாகவும் மறுகையால் தலை வழியாகவும் கழற்றிவிட்டு, எல்லாவற்றையும் தூரக்கிடந்த போர்வைக்குள் போட்டுச் சுற்றி எடுத்துப் படுக்கையின் மறுபுறம் கொண்டு வைத்துக் கொண்டான். நடந்ததென்னவென்று அவளுக்குள் விஷயம் இறங்கும் போது உடலில் பொட்டுத் துணியில்லாமல் நிர்வாணமாகக் குளிரில் நடுங்கிக் கொண்டிருந்தாள். உடலில் ஒவ்வொரு சிறு ரோமமும் குத்திட்டு நின்று லேசாக நடுங்கியதில் சிறுநீர் முட்டிக்கொண்டு வந்தது. முலைக்காம்புகள் அரையிருட்டில் கத்தரிப்பூ நிறங்கொண்டு குளிரில் சுருங்கத் தெரிந்தன.

கோபத்துடன் முறைத்தபடி 'இதென்ன புதுசா?' என்று கேட்டாள். குளிர்கிறதென்று சொல்லிக் கெஞ்சுவாள் என்று எதிர்பார்த்தவன் போல அவள் முகத்தையே பார்த்துக் கொண்டு உட்கார்ந்திருந்தவனைப்

பொருட்படுத்தாமல் கையைப் பரபரவென்று தேய்த்துக் கொண்டவள் குளிர் சாதனத்தை நிறுத்தவென்று நகர்ந்த போது பாய்ந்து தடுத்தான்" (ப. 62).

இப்படி நள்ளிரவில் கட்டிய மனைவியைக் கொடுமைப் படுத்தியதோடு அவன் வக்கிரம் நிற்கவில்லை. தனக்குப் பிறந்த குழந்தையை மிக மோசமாகத் தாக்குகிறான்.

"அங்கேயே நில்லு, கிட்ட வராத, வந்தீன்னா பனிஷ்மெண்ட் இருக்குன்னு சொல்லியிருக்கேன்ல? பனிஷ்மெண்ட் உனக்கில்ல, இவனுக்கு. அதான், இப்ப எங்க குத்தினா உனக்கு வலிக்கும்னு எனக்குத் தெரிஞ்சிருச்சே" என்றபோது அருகில் இரண்டு எட்டு எடுத்து வைத்தவள் சட்டென்று பின்வாங்கி அறைவாசலில் நின்றாள். குழந்தை அழுகையை நிறுத்தாமல் அவளை நோக்கி மெதுமெதுவாகத் தவழ்ந்து நகர்ந்து கட்டிலின் விளிம்புக்கு வந்தான். அழுது அழுது குழந்தையின் மூக்கிலிருந்து சளி நீண்டு ஒழுகியது. "அப்புறமாகப் பேசுவோங்க... இப்ப பிள்ளைய என்கிட்ட குடுத்துருங்க, ப்ளீஸ்" என்று மீண்டும் கெஞ்சினாள்.

குழந்தை விழும் முன்னர் சட்டென்று முன்னகர்ந்து அவனைத் தூக்குவதற்குள் அவளை மிக பலமாக ஒரே தள்ளு தள்ளிவிட்டான். பீரோ முனையில் பட்டு அவள் நெற்றியில் காயம்பட்டது. குழந்தையைத் தூக்கிக் கொண்டு நின்றான். அவளது நெற்றியை வெறித்துப் பார்த்தான். ரத்தம் கசிவதை உணர்ந்த நொடியில் முன்னால் நகர்ந்து இரு கைகளையும் முன்விரித்துக் கொஞ்சும் குரலில் குழந்தையைக் கேட்டாள்.

குழந்தையுடன் விலகி நகர்ந்தவன் சொல்லச் 'சொல்ல கேக்காம இப்ப கொழந்தையத் தொட்டீல்ல' என்று சொல்லிக்கொண்டே குழந்தையின் சின்னஞ்சிறு குஞ்சைக் கடித்துவிட்டான். வலியில் துடித்து அழுததில் குழந்தையின் குரலே அதன் தொண்டையிலிருந்து எழும்பவில்லை சில நொடிகளுக்கு.

வீலென்றலறியபடி பாய்ந்து அவன் கையிலிருந்த குழந்தையைப் பிடுங்கிக் கொண்டு அறையை விட்டு வெளியேறும் போது அதிர்ச்சியில் பேயறைந்த முகத்துடன் மாமனார் அறை வாசலில் நின்று கொண்டிருந்ததைக் கவனித்தாள். 'கொலகாரப் பாவி. இங்கயிருந்தா எங்க ரெண்டு பேரையுமே கொன்னுடுவான்' என்று இரைந்தபடி வெளியேறி யவளை ஏதும் பேசத் தோன்றாமல் உறைந்து நின்று கேட்டார் மாமனார் (பக். 120 - 21).

கொலையைக் காட்டிலும் கொடிய இந்நிகழ்வு ரேணுவை நிரந்தரப் பிரிவுக்கே இட்டுச் சென்றது.

ரேணு சில ஆண்டுகள் பூனா மருத்துவக் கல்லூரியில் தாதிமையாகப் பணியாற்றினாள். மகன் நவீன், அப்பா, அம்மாவுடன் வசித்து வந்தான். வசீகர உடலும் முகமும் உடலும் கொண்ட அவளிடம் பலரும் இனிது பழகினர். அத்தருணத்தில் மும்பையிலிருந்து பூனா கல்லூரிக்கு வந்து செல்லும் டாக்டர் மாதவன் ரேணுவை பார்த்து ஒரு சில பேசி நட்பு பாராட்ட முனைகிறார். ரேணு தொடர்ந்து புறக்கணிக்கிறாள். வீட்டிற்குச் சென்று, திருமணம் செய்வதாய்ப் பெண் கேட்டு, எல்லா விவரமும் தெரிந்து ஒற்றைக்காலில் நிற்கிறான். நவீன் வாழ்வு குறித்த ஒப்பந்தத்தோடு இணைந்து இல்லறமாகின்றனர். நவீன் மாதவனிடம் ஒட்டிக் கொள்கின்றான். தன் நிஜத் தந்தையாகக் கருதுகிறான் (அவனுக்கு அவன் தந்தை நினைவில் இல்லை) மாதவனும் ஈடு கொடுக்கிறான். காலம் ஓட மாதவனுக்குத் தனக்கென ஒரு குழந்தை ஆசை பிறக்கிறது. ரேணு தடுமாறுகின்றாள். மாதவன் விலக முடிவு செய்கிறான். உண்மையான அவன் அன்பு ரேணுவை இளகச் செய்கிறது. தன் முடிவிலிருந்து இறங்கிவர முயல்கிறாள். மாதவன் நிரந்தரமாகப் பிரிந்து விடுகிறான்.

நவீன் மனம் உடைகிறான். மாதன் என்ற அப்பாவை, நண்பனை இழந்து தவிக்கிறான். இந்த இழப்பு தாயால் நேர்ந்தது எனத் தவறாகப் புரிந்து கொள்கிறான். தாயை வெறுக்கிறான். புகை, மது என்று தொடங்கி வன்முறை வரை சென்று சீரழிகிறான். கம்பீரமான ரேணு மனச் சிதைவு நோய்க்கு ஆளாகிறாள்.

பத்மாவின் கணவன் சரவணனின் அத்தை மகள் கவிதா. உயர்கல்வி கற்றவள், நல்ல வசதியும் கூட, பாலா என்ற நல்ல இளைஞன் கணவனாக வாய்க்கிறான். திருமணத்தில் எடுக்கப்பட்ட புகைப்பட ஆல்பம் பற்றிய எதிர்பார்ப்பில் இருக்கிறாள். ஒரு விபத்தில் புகைப்படக்காரர் செத்துப்போக, கேமராவும் உடைத்து புகைப்படங்கள் கிடைக்காமல் போய் விடுகிறது. சிறு வயதிலிருந்தே புகைப்படங்கள் மீது தீராத ஆவலில் இருந்த கவிதா அதிர்ச்சியடைகிறாள். கல்வியும், வேலையும், அழகும், மனத்திடமும் மிக்க கவிதா மனச்சிதைவுக்கு ஆளாகிறாள்.

“நிஜ வாழ்க்கையைவிட அது ஏற்படுத்தக்கூடிய நினைவுகள் மற்றும் அடையாளங்கள் மிக முக்கியமென்று கருதக்கூடியவளாக இருந்தாள் என்பதே எல்லோருக்கும் ஆச்சரியம். தனது திருமணப் புகைப்படம் ஒன்று கூடத் தனக்குக் கிடைக்காமல் போகுமென்று

அவள் கொஞ்சம் கூட எதிர்பார்த்திருக்கவில்லை. கிடைத்திருக்கும் நல்ல கணவனுடன் வாழும் கணங்களை எண்ணிப் பார்க்காமலே இருந்தாள்.

புகைப்படங்கள் வாழ்க்கையாகாது என்றும் அது வாழ்வின் சிறு பகுதிதான் என்றும் மருத்துவர் உட்பட எத்தனை விளக்கிச் சொல்லியும் அவள் மூளைக்குள் ஏறவேயில்லை. தன் அதிருஷ்டங்கள் எதையும் உணர மறுத்து மெல்ல மெல்ல அடர் மன அழுத்தத்தில் வீழ்ந்திருந்தாள். ஏதேனும் திருமணப் புகைப்படத்தை எங்கே யார் வீட்டில் காண நேர்ந்தாலும் தனது இழப்பின் வலி அவளுக்குள் சட்டென்று கிளம்பித் தீவிரம் கொண்டு வெறியாகவே ஆகிவிடுகிறது" *(ப.150)*.

பத்மாவின் தம்பி கதிருக்கு திருமணம் நடைபெறுகிறது. மும்பைக்குச் சென்று திரும்ப அழைத்துச் செல்வதாகக் கூறிச் செல்கிறான். அவன் மனைவி மீனாவை அவளது காதலன் விடாது விரட்டி, தன் கூட அழைக்கிறான். அவள் மறுக்கிறாள், தன்னுடனான காதலை அம்பலப்படுத்தி அசிங்கப்படுத்துவேன் என மிரட்டித் தன்னோடு புறப்பட்டு வர நிபந்தனை விதிக்கிறான். மீனா மனம் கலங்கிக் கிணற்றுக்குள் விழுந்து பிணமாகிறாள்.

பத்மாவின் பக்கத்து வீட்டு லீலிங் (சீனப் பெண்) தன் மகனின் நண்பனுடன் நட்புறவு கொள்கிறாள். மகன் வெறுத்து வெளியேறு கின்றான். லீலிங்கைப் பணங்காய்ச்சி மரமாகக் கருதும் அவ்விளைஞன் அவளது பணம், நகைகளைத் திருடிச் சென்று வேறு ஒருத்தியைத் திருமணம் செய்ய முடிவு செய்கிறான். அப்பெண் லீலிங்கைப் பார்த்து தனக்குக் கணவனாகும் நபரை விட்டுவிடும் படி இரைச்சலிடுகிறாள். லீலிங் உண்மைகளைக் கூறி விடுகிறாள். கோபம் கொண்ட அந்த இளைஞன் லீலிங்கை வெட்டிச் சாய்க்கிறான், லீலிங் கொலையாகிறாள்.

பத்மாவின் தோழியாக மாறும் வீட்டு வேலைகள் செய்யும் ஈழப்பெண் தர்ஷினி, தன் பிள்ளைகளை வளர்க்கப் படாதபாடு படுகிறாள். பொருந்தாத் திருமணம் செய்துகொண்ட தன் மகன், இறுதியாக ஈழத்தில் போராளிகளுடன் சேர்ந்து விடுகிறான். தர்ஷினியோ புற்றுநோய் வந்து இறந்துபோகிறாள்.

இப்படி நாவலில் வரும் பெண்களின் பாடு சொல்லி மாளாததாக இருக்கிறது. இது வெறும் ஆண் - பெண் சிக்கல் மட்டுமல்ல. நவீன சமூகத்தின் சிக்கல்.

பெண்ணின் தனித்த குணங்களும், வீரியமும், விவேகமும் வெளிறிப் போகின்றன. எந்த நேரத்தில் யார் எப்படி மனப்பிறழ்வுக்கு

ஆளாவார்களோ என்ற பதற்றம் நாவல் வாசிப்பில் இழையோடுகிறது. நாவலாசிரியரின் உளவியல் அறிவு போற்றத்தக்கது.

ரேணுகாவின் தம்பி செந்தில் வேற்று இனப் பெண்ணோடு திருமணம் செய்துகொள்ளாமலே இணைந்து வாழ்கிறான். பத்மாவின் மகள் அர்ச்சனா தனக்குச் சிறு வயது முதல் தொல்லை தரும் (தமிழ்) கூந்தலை வெட்டி எறிகிறாள். மற்றவர் முன் பாட்டுப் பாடவும் மறுக்கிறாள். செல்பேசி, கணினி, நட்பு என வலம் வரும் அவளது போக்கை விரும்பாமலே கூட பெற்றோர் ஏற்க வேண்டி வருகிறது.

தனது கணவனின் தாய் குறித்த (தவறான வழியில் குழந்தை பெற்றவர்) செய்தி காதில் விழுந்தும், அதைப் பெரிதுபடுத்தாமல், காலப் போக்கில் அதனை மறந்து, மரத்து மீள் எழுகிறாள் பத்மா. இல்லை என்றால் அவளும் மன நிலைப் பாதிப்புக்கு ஆளாகி இருக்கக்கூடும்.

எல்லா ஆண்களும் கெட்டவர்கள் இல்லை. மனப்பிறழ்வு அடைந்த கவிதாவைப் போற்றிக் காக்கும் பாலா, ரேணுவுக்கு நேசக்கரம் நீட்டிய மாதவன் குறிப்பிடத்தக்கவர்கள்.

இது இன்றைய மனிதர்களின் கதை. நம் சமூகத்தின் படப்பிடிப்பு. நம்மில் பலரும் இத் தருணங்களைச் சந்திக்கிறோம். முகமற்ற மனிதர்களை உருவாக்கும் உலகமயத்தின் கதை இதுதான். மரபும், நவீனமும் முட்டி மோதுகின்றன. அகமும் புறமும் உரசிக்கொள்கின்றன. நாவல் ஒருவித யதார்த்தத் தன்மைகளுடன் விரிந்தாலும் நவீனத்துவத்தில் கால் பாவி நிற்கிறது. ஜெயந்தி சங்கர் சிங்கப்பூரின் நவீன் தமிழ் எழுத்தை முன்வைக்கிறார்.

சிங்கப்பூர் குறித்த பதிவுகள், காட்சிகள், மொழிநடை குறிப்பிடத் தக்கது. சில விவரணைகள் அலுப்புத்தட்டுகின்றன. சில இடங்களில் நாவலின் மொழிதல் இடறுகின்றது. (தன்மை, முன்னிலை மயக்கங்கள்) என்றாலும் இந்நாவல் இன்றைய மனிதர்களைப் பிரதிபலிக்கிறது. புலம் பெயர் வாழ்வை, அதன் சிக்கல்பாட்டை முன்வைக்கிறது. இன்றைய உலகின் மனிதர்கள், குறிப்பாக நடுத்தர மக்கள் வாழ்வியல் விழுமியங் களைக் காக்கக் கொடுக்கும் விலை பெரிது என உணர்த்துகிறது இந்நாவல். வசதிப்பெருக்கமும், தொழில்நுட்ப வளர்ச்சியும் மனித உறவுகளைச் சிதிலமடைய வைக்கின்றன. சமூகத்தில் அதிகரித்து வரும் நோய்கள் தனி மனிதர்களையும் விட்டு வைக்கவில்லை என்ற கவலை வெளிப்படுகின்றது. கவனம் பெற வேண்டிய நாவல்.

• ஜெயந்தி சங்கர், திரிந்தலையும் திணைகள், சந்தியா பதிப்பகம், நியூ டெக்வைபவ், 57,53வது தெரு, அசோக் நகர், சென்னை - 600083, பதிப்பு: 2001.

31

முகமற்றவர்களின் முகம்

பிறப்பின் அடிப்படையில் உருவான சாதி போலவே, பிறப்புக்குப் பின் உருவான பால் சார்ந்தும் மனிதர்களை இழிவுக்குள்ளாக்குவது தொடர்கிறது. உடல் சார்ந்த உணர்வு மாற்றங்களால் திரிந்த பாலினர் ஆகும்போது, அவர்களைப் பொதுச் சமூகம் எதிர்கொள்வது மிக அதிர்ச்சிகரமானது. சொந்த வீடும், உறவும், ஊரும், சமூகமும் பார்க்கும் பார்வைகள் எழுத்தில் வடிக்க முடியாதவை.

அரவாணிகள், திருநங்கையர், திருநம்பியர், மாறிய பாலினத்தவர், மூன்றாம் பாலினத்தவர் என்றெல்லாம் அடையாளப்படும் இவர்களை இவர்களின் இருப்பை இன்று உலகச் சமூகம் ஓரளவு ஏற்றுக்கொண்டுள்ளது. ஆனால் சில பத்தாண்டுகளுக்கு முன் நிலைமை வேறு, அச்சூழலில் எழுத்தாளர் சு.சமுத்திரம் 'வாடாமல்லி' நாவல் வழியே இலக்கியத்தில் இடமளித்தார். எழுத்தாளர் எஸ். பாலபாரதியும் கள ஆய்வுத் தரவுகளின் ஊடே 'அவன் அவள் அது' எனும் நாவல் வழி திருநங்கையரின் வாழ்வையும் வலியையும் பதிவு செய்தார்கள். அதுவரை கேலிக் குரியவர்களாகச் சித்தரிக்கப்பட்ட அரவாணிகளுக்குப் பின் உள்ள சமூக அவலத்தை இப்படைப்புகள் வெளிக்கொணர்ந்தன.

மு. இராமசாமியின் 'வலியறுப்பு' நாடகம், கவிஞர் கனிமொழியின் முயற்சிகள் ஆகியனவும் முக்கியத்துவம் வாய்ந்தவை. அரவாணிகள் சங்கம் அமைத்தல், வாக்குரிமை, வேலையுரிமை, குடும்ப அட்டை பெறுதல், அறுவை சிகிச்சை செய்து கொள்ளுதல் போன்றவற்றுக்காக தனித்தும் அமைப்பாகவும் போராடியதன் விளைவு சில நன்மைகள் கிட்டின. உலக நாட்டியத் தாரகையாக நர்த்தகி நடராஜ் அவர்களும் எழுத்தாளர்களாக பிரியாபாபு, ரேவதி போன்றவர்களும் வெளியிலிருந்து எழுதிய நிலை மாறி, அகத்தாராகத் தங்களைத் தாங்களே எழுதும் நிலை உருவானது. அவ்வகையில் முதல் தடம் பதித்தவர் பிரியா பாபு.

'தமிழகத்தில் அரவாணிகளின் வழக்காறுகள்' எனும் குறும்படம், 'அரவாணிகள் சமூக வரைவியல்' எனும் ஆய்வு நூல் வழியும் 'மூன்றாம் பாலின முகம்' எனும் நாவல் படைப்பின் வழியும் தன்னினத்துக்கான உரிமைக் கோரலை முன்வைக்கிறார். சமூகச்

செயற்பாட்டாளராக அரவாணிகளின் ஓட்டுரிமை, ரேஷன் அட்டை உரிமை, மனித உரிமை ஆகியவற்றுக்காக சட்டப்படியும் சட்டத்துக்கு வெளியேயும் போராடி வரும் இவரின் இந்த நாவல் தமிழ் இலக்கியப் பரப்பில் முக்கியக் கூறு. இது சிறு முயற்சிதான்.

நாவல் இலக்கிய வரையறைகளுக்குள் பொருந்த முடியாமல் கூட போகலாம். ஆனால் இந்த எழுத்துப் பதிவு அரவாணிகள் குறித்த அக்கறையையும், இதனைத் தொடர்ந்து பல படைப்புகள் வெளிவருவதையும் சாத்தியப்படுத்தி உள்ளது.

மூன்றாம் பாலின் முகம்

ரமேஷ் எனும் இளைஞன் பள்ளிப் பருவத்தில் இருந்தே 'பெண்' உணர்வில் தவிக்கிறான். பெண்களின் உடையை உடுத்துவது, பெண்கள் போல பேசுவது, பாடுவது, ஆண்களிடமிருந்து ஒதுங்குவது, கூச்சப்படுவது என இருக்கிறான். அவனின் உள்ளம் பெண்ணாக மாறிவிட முயல்கிறது. சமூகம் கேலி செய்கிறது. பெத்தத் தாய் தடுக்கிறாள். அரவாணிகள் பற்றிய புரிதலை, அவர்களின் இயல்பைத் தாய்க்குப் புரிய வைக்க முயல்கிறான். பல போராட்டங்கள் கடந்து அரவாணியாகிறான். இது தான் நாவலாக முன்வைக்கப்படுகிறது. இது ஏறக்குறைய பிரியாவின் கதை. ஏனைய பல அரவாணிகளின் கதை.

வீட்டிலும் வெளியிலும் அரவாணிகள் எப்படி நடத்தப்படு கிறார்கள், தண்டிக்கப் படுகிறார்கள், புறக்கணிக்கப்படுகிறார்கள் என்பதை நாவலில் வெளிப்படுத்துகிறார். அரவாணியாக மாறுவதா, கூடாதா என்ற விவாதத்தையும், இருபக்க நியாயத்தையும் பிரியாபாபு முன் வைப்பது சிறப்பு.

"எனக்கு எல்லாமே தெரியும் கண்ணு. நீ பொம்பள மாதிரி பாடுறது, கோலம் போடுறது, பேசுறது, தண்ணிக்குடத்த இடுப்பில் தூக்குறது. இதெல்லாம் சின்ன வயசுல பெரியவங்களுக்கு உதவியாய் இருக்கும். வேண்டாம் கண்ணு எனக்கு பயமாயிருக்கு உன்னோட எதிர்காலத்த நினைச்சு" *(ப.13)* என ரமேஷின் தாய் பார்வதி புலம்புகிறார் எனில்,

அரவாணிகளின் தாய் போன்ற ஜானகியம்மா, "தோ பார் போட்டா, இந்த வாழ்க்கை ஒரு விட்டில் பூச்சி வாழ்க்கைதான் வெளியில் இருந்து பார்க்கத்தா நாம ஏதோ அடைஞ்சிட்டதா தெரியும். நம்ம மனசுக்குப் புடிச்ச மாதிரி வாழ்றதா தெரியும். ஆனா தினம், தினம் படுற சித்ரவத, ஜனங்களோட கேலி, கிண்டல், அவன் அங்கங்க

தொடுறத, சீண்டுறது இதைல்லாம் பொறுத்துக்கிட்டுத்தான் வாழ வேண்டியதா இருக்கு" *(ப.17)* என அங்கலாய்க்கிறார்.

"படிக்கும்போதே ஸ்கூல்ல பொம்பள, அலி, ஓரம்போன்னு கிண்டல் வேற. என்னோட மனசை அடக்க முடியல. வீட்டுலயும் தினம் அடி, உதை, திட்டு, ஆம்பளயா நடக்கச் சொல்லி முடியல. ஒரு நா ராத்திரி எனக்கான உலகத்த தேடி புறப்பட்டுட்டேன்" *(ப.18)* என ரமேஷ் தனக்கான நியாயத்தை முன் வைக்கிறார்.

அரவாணிகள் வழக்காறுகள்

அரவாணிகளின் பழக்க வழக்கங்கள், குழூஉக் குறிகள் பல நாவலில் ஆங்காகே வெளிப்படுகின்றன. அவர்களின் முக்கியத் திருவிழா வான கூத்தாண்டவர் திருவிழாவும் நாவலில் பதிவாகிறது.

"மகாபாரத யுத்தம் துவங்க இருந்திச்சு. அப்ப பாண்டவர்கள் பக்கம் நீதியும், உண்மையும் இருந்தாலும் அவங்க ஜெயிக்கனும்னா அவங்க வணங்குற காளி தேவிக்கு பலி கொடுக்கணும்ங்குறது போரோட நியதி. பலின்னா சாதாரணப்பலி இல்ல... மனிதப்பலி. அதுவும் எந்த மனுஷனையும் பலி கொடுத்திட முடியாது. மனிதனுக்குன்னு 32 இலட்சணம் இருக்கு. அப்படி 32 இலட்சணமும் பொருந்திய ஆண்மகனத்தான் பலியிடணும்" *(ப.57)*.

அர்ஜுனனுக்கும் நாககன்னிக்கும் பிறந்த 'அரவான்' பலி கொடுக்க முடிவு செய்யப்படுகிறான். அரவான் தான் சாகும் முன் ஒரு பெண்ணோடு உறவாட விரும்புகிறான். சாகப் போகிறவனுக்கு ஒரு நாள் மனைவியாக யாரும் சம்மதிக்கவில்லை. கிருஷ்ணன் தானே 'மோகினி' அவதாரம் எடுத்து பெண் வடிவில் அரவானைச் சேர்கிறான். மறுநாள் அரவான் பலியிடப்படுகிறான். இது ஒரு தொன்மம். கிருஷ்ணன் மோகினி அவதாரமெடுத்தது சித்ரா பௌர்ணமி நாளில். அதனால் இந்நாளில் ஆணாகப் பிறந்து பெண்ணாக மாறியவர்கள், அரவானைக் கணவனாகக் கருதி தாலி கட்டிக்கொண்டு, மறுநாள் தாலி அறுத்து விதவையாகி விடுகிறார்கள். இதுதான் கூவாகம் கூத்தாண்டவர் திருவிழாவின் அடிப்படை. இது நாவலில் இடம் பெறுகிறது.

"ரமேஷ் இந்தா இந்த கற்பூரம் அரவான் பிரசாதம் எப்பவாவது உனக்கு மனக்கஷ்டம் ஏற்பட்டா இதுல சிறிய அளவு எடுத்து ஏந்தி அரவான மனசார நினை. உன் காரியம் கை கூடும்" *(ப.80)*.

“பெரிய வன்னி மரம் முழுவதும் தாலிகளால் நிறைந்திருந்தது. அதன் கீழே பூசாரிகள் நேற்று கட்டிய தாலிகளை அறுத்து மரத்தின் மீது வீசிக் கொண்டிருந்தனர். அவர்கள் கைகளில் அணிந்திருந்த கண்ணாடி வளையல்களையும் உடைத்தனர்” (ப.81).

“தாலியறுத்த நாங்க 30 நா வெள்ளைப் புடவையில் இருப்போம். 31வது நாள் இந்த மாதிரிபூஜை போட்டு கலர் புடவை மாத்திக்கு வோம். அந்த விஷேஷந்தாம்மா இன்னிக்கு” (ப.83) என அரவாணிகளின் சடங்குகளும் நம்பிக்கைகளும் பதிவாகின்றன.

முகமற்றவர்களாக, இதயமற்றவர்களாக ஆக்கப்பட்ட அரவாணிகள் முகம் கூடியவர்கள் இதய ஈரமிக்கவர்கள் என்பதை மிக எளிய மொழியில், நடையில் பிரியா பாபு சொல்லிவிடுகிறார்.

“ஆணாகப் பிறந்திருந்தா அரசனா ஆயிருப்பே
பெண்ணாப் பிறந்திருந்தா புருஷன்வீடு போயிருப்பே
காயாய்ப் பிறந்திருந்தா கனியாய் கனிந்திருப்பே
செடியாய்ப் பிறந்திருந்தா கொடியாய் மலர்ந்திருப்பே
நதியாய் பிறந்திருந்தா அதன் வழி நடந்திருப்பே
நண்டாய் பிறந்திருந்தா வளையிலே தங்கியிருப்பே
ரெண்டாப் பொறந்ததினாலே துண்டுபட்டு நிக்கேனே” (ப.81)

எனத் தாலி அறுத்தவர் வைக்கும் ஒப்பாரி கல் மனதையும் கரைக்கும். அரவாணிக்கான நியாயத்தை வலியுறுத்தும் படைப்பு இது.

• பிரியாபாபு, மூன்றாம் பாலின் முகம், சந்தியா பதிப்பகம், நியூ டெக்வைபவ், 57,53வது தெரு, அசோக் நகர், சென்னை - 83, முதற்பதிப்பு: 2008.

32

சமூகமோதல்களும் பண்பாட்டு மீட்டுருவாக்கமும்

தமிழில் யதார்த்தவாத முற்போக்கு எழுத்தாளர் முகாமைச் சேர்ந்தவர் பொன்னீலன். கவிஞர், சிறுகதையாளர், திறனாய்வாளர், வரலாற்றாளர், பத்திரிகையாளர், இயக்கச் செயல்பாட்டாளர் எனப் பல முகங்களில் வெளிப்பட்டாலும் நாவலாசிரியர் என்பதே இவருடன் மிகவும் நெருங்கி நிற்கிறது. கரிசல், ஊற்றில் மலர்ந்தது, கொள்ளைக் காரர்கள், தேடல், புதிய தரிசனங்கள் (மூன்று பாகங்கள் - சாகித்ய அகாதமி விருது பெற்றது) எனச் சிறிதும், பெரியதுமாக நாவல்தளத்தில் தொடர்ந்து இயங்கி வரும் இவரின் அண்மைப் படைப்பு மறுபக்கம்.

மறுபக்கம் நாவல் கடந்த இருநூறு ஆண்டுகளின் கன்னியாகுமரி மாவட்ட வரலாற்றை மையமிட்டு இயங்குகிறது. மண்டைக்காடு கலவரம் நிகழ்ந்து இருபது ஆண்டுகள் கழித்து சோழ நாட்டிலிருந்து நாஞ்சில் நாட்டின் பனைவிளை எனும் கிராமத்திற்கு ஆய்வுக்காக வரும் சேதுமாதவனை முன்வைத்து நாவல் சுழல்கிறது. சமூக ஈடுபாடும் அக்கறையுமிக்க வெங்கடேசன் என்பவரைச் சந்தித்து அவருடன் இணைந்து கள ஆய்வில் ஈடுபடுகிறான். வெளிப்படையாக ஆய்வு குறித்து வந்தாலும் தனது தாயின் பூர்வீகத்தைத் தேடுவது உள்நோக்காக அமைகின்றது.

மறுபக்கம் நாவலில் திருவிதாங்கூர் சமஸ்தானத்தின் வரலாறு, தோல்சீலைப் போராட்டம், மண்டைக்காடு கலவரம், குமரி மாவட்டத்தைத் தமிழ்நாட்டுடன் இணைப்பதற்கான போராட்டம், வைகுண்டசாமியின் அய்யாவழி, மதமாற்றம், சாதி, சமயப் பூசல்கள், மீனவர்கள், நாடார்கள் வரலாறு எனப் பலவும் ஆதாரங்களுடன் ஆவணப்படுத்தப்பட்டுள்ளன.

மறுபக்கம் நாவலின் மையம் என்பதே சாதி கடந்த, சமய மனிதநேயத்தைத் கொண்டாடுவதுதான். இந்த நாவலில் நாடார்களின் குலம் அலசி ஆராயப்படுகின்றது. இதற்குள் எத்தனைச் சாதிகள், எத்தனைப் பிரிவுகள்? அதேபோல் மீனவர்களுக்குள்ளும் எத்தனை

உட்பிரிவுகள்? சாதிக்குள் சாதியாகப் பிளவுண்டுக் கிடப்பவர்களை மத அடையாளங்களுக்குள் கொண்டு செலுத்துகிறது அரசியல். இவர்களை இந்துக்கள் என்றும், கிறித்தவர்கள் என்றும் பிரித்து, மதப்பகைமைகளை உண்டு பண்ணியது யார்? என்ற கேள்வியையும் நாவல் முன்மொழிகிறது.

நாவலில் ஏராளமாக கதாபாத்திரங்கள். வழக்கமான வரலாற்று நாவல்களில் வருவது மாதிரி கதாநாயகத்தன்மை கொண்ட பிரபலங்கள் அல்ல. முகமற்ற மனிதர்களாக வாய்மூடி மௌனிகளாக இருந்த அடித்தள மக்கள் இந்த நாவல் முழுக்க வாழ்கிறார்கள். நேசமணி, ஜீவா போன்றவர்களையோ, மற்றவர்களையோ முக்கியத்துவப்படுத்த வில்லை. அவர்கள் அறியப்பட்ட மனிதர்கள். ஆனால் அறியப்படாத, அடையாளம் தெரியாத அலெக்ஸ் போன்றவர்களை, முத்து போன்றவர்களை கதை நாயகர்களாக்கி உள்ளார்.

இது 750 பக்க பிரம்மாண்டமான நாவல். படிக்க விறுவிறுப்பாக இருக்கிறது, நாட்குறிப்பாக, சொற்பொழிவாக, சுவரொட்டியாக, மேடைப் பேச்சாக, திண்ணைப்பேச்சாக, காவல்துறை தகவல் அறிக்கையாக, விசாரணைக் குழு அறிவிப்பாக, விவாதங்களாக, மாறிமாறி வருகிற இந்த நாவலின் கலைநயம் சிறப்பானது. எதார்த்தவாதம் செத்து விட்டது, அது முடங்கிப்போய்விட்டது, தட்டையாகி விட்டது என்கிற விவாதங்களையெல்லாம் அடித்து நொறுக்குகிற வகையில் நாவலின் வடிவம் அமைந்திருக்கிறது. இதனுள்ளே பின் நவீனத்துவக் கூறுகளை அடையாளம் காண முடியும். மாய எதார்த்த நுட்பங்களும் இதில் உண்டு, தொன்மங்களுக்கும் பஞ்சமில்லை, பழமொழிகள் பலவுண்டு.

'எல்லைக் கல்லும் இலங்கை ராவணனும் போல' வாழ வேண்டும் என்று வாழ்த்துகிற மரபுமுண்டு. அதேபோல நிறைய கதைகள், தேர்ந்த கதை சொல்லி போல, பிள்ளைகளுக்குப் பாட்டி கதை சொல்வது போல சொல்லிச் செல்கிறார். ஆனால், இவை இரம்மியமாக இரசித்துக் கேட்கக் கூடியனவா? இல்லை. அதிர்ச்சி தரக்கூடியவை, சோகமானவை, தொடர்ந்து அவலக் காட்சிகள். எல்லாம் ஒன்றை பிரிதொன்று மிஞ்சிகிற மாதிரியான நிகழ்வுக் கோவைகள். இழை பின்னுவது போல எழுத்தை பொன்னீலன் நெய்து காட்டுகிறார்.

நாவலில் சாதிகள், சாதிகளின் தோற்ற மூலங்கள், பழம் பெருமைகள், பிரிவுகள், சேர்மானங்கள் விரிவாக முன்வைக்கப் படுகின்றன. சமயங்களும் அதன் தொடக்கப் புள்ளிகளும், பரவலும் விவாதங்களாக விரிகின்றன. சாதி, சமயம் இரண்டுமே சுயமதிப்பு

மிக்கவைகளாகக் காட்டிக் கொள்கின்றனவே தவிர எந்தச் சாதியும் எந்தச் சமயமும் சுத்த சுயம்புவானதாக இல்லை. ஒன்றிலிருந்து ஒன்றாகவும், ஒன்றும், ஒன்றுமாகவும் ஆன கலப்பினங்கள் தான் என்பதை நுட்பமாக நாவல் சித்தரிக்கின்றது. ஓரிடத்தில் யதார்த்தம் இப்படி வெளிப்படுகிறது. "கோயிலும் நிலமும் சாமியாருக்குச் சொந்தம். வீடும் ஒத்தனமும் உயர் சாதிக்குச் சொந்தம். சாமி மட்டும் தான் எங்களுக்குச் சொந்தம்" இதுதான் உழைக்கின்ற மக்களின் நிலை.

ஆனால், கலவரத்தில் இரண்டு பக்கமும் சாகிறவர்கள் யார்? அடித்துக் கொள்பவர்கள் யார்? அடித்தளமக்கள். ஏழைகள், நிலமற்றவர்கள், தொழிலாளிகள், விவசாயிகள் இவர்கள் தான் பாதிப்புக்குள்ளாகிறார்கள். இது நாவல் தரும் செய்தி.

நாவலின் மற்றுமொரு பகுதியில் தாய்த் தெய்வ வழிபாடு, நாட்டார் தெய்வ வழிபாடு, மேல்நிலையாக்கம், சம்ஸ்கிருதமயமாக்கம், வேதமயமாக்கம் பற்றி விரிவாக ஆராயப்படுகின்றது. தொன்மக் கதைகளும், பழமரபு கதைகளுமாக ஆதி மனிதனின் அடையாளத் தேடலாக இப்பகுதி அமைகின்றது.

சேது மாதவன் தனது ஆதியைத் தேடி அலைகின்றான். அம்மை சிவப்பாக இருந்ததால் பிராமணராக அல்லது மலையாளத்தாராக இருக்கலாம் என்றெல்லாம் கனவு காண்கிறான். கடைசியில் அவன் தன்னுடைய மூல வேரைத் தரிசித்து மூர்ச்சித்துப் போகிறான். இப்படி சுயசாதி அக்கறை, ஆணாதிக்கம் எல்லாம் விசாரணை செய்யப்படுகிறது நாவலில்.

மறுபக்கம் நாவல் பல கலை இலக்கியப் பண்பாட்டு வரலாற்றுக் கூறுகளை உள்ளடக்கியதாக உள்ளது.

மண்டைக்காடு கலவரத்தின் தொடக்கத்தினை நாவல் ஆசிரியர் இப்படிப் பதிவு செய்கிறார்.

"விவேகானந்தா கேந்திரம் கால் ஊனி வலுத்ததுமே ஆர்.எஸ்.எஸ் காரனும் கள்ளப் பிராந்துகளைப் போல மாவட்டம் பூரா வட்டமிடத் தொடங்கியாச்சு தொடர்ந்து மாவட்டங்கள்ல பல இந்துக் கோயில் களிலும் ஆர்.எஸ்.எஸ். சாகா நடக்கத் தொடங்கியாச்சு. காக்கி கால் சட்டை, வெள்ளை முண்டா பனியன் போட்டு, கம்புகளை வீசிக்கிட்டு, அவனுக கவாத்து பழகுறதப் பார்க்க எங்களுக்குப் பயமா இருக்கு. யார அடிக்கதுக்கு இதெல்லாம்?"

"என்னைப் பொறுத்தவரையில், மண்டைக்காட்டுக் கலவரத்துக்கு அடிப்படைக் காரணம் ஒருத்தருக்கொருத்தர் நம்பிக்கை இல்லாம போனதுதான். கிறிஸ்தவிய இந்துக்கள மதம் மாத்துறாவ. ஏளனமாப் பேசுறாவ என்கிற பிரச்சாரம் வலுவானது. அது போக, பெந்தையகோஸ்துக் கூட்டங்க அதுகல்ல இந்து நம்பிக்கைகளை இந்துக் கடவுள்களை மிக மட்டமாய்ப் பேசுகிறது."

ஆக, இரு தரப்பும் சிக்கல்களுக்குக் காரணம் என்கிறார்.

நாவலில் பல சமூக நிகழ்வுகள் சுட்டப்பெறுகின்றன. தோள் சீலைப் போராட்டம் என அறியப்பட்ட சாணார்கள் போராட்டம், வைகுண்டசாமியின் அய்யாவழி, பிரம்மசமாஜம், காந்தி இயக்கம், தாய்த்தமிழக இணைப்புப் போராட்டம் போன்றவை இதில் அடக்கம். மண்டைக்காட்டு அம்மனின் வரலாறு, பத்ரகாளி அம்மனின் கதை, கன்னியாகுமரி அம்மனின் புராணம் போன்றவையும் இடம்பெறுகின்றன. நாட்டார் கதைகள், தொன்மங்கள் என்ற அளவில் இவை முக்கியத்துவம் பெறுகின்றன.

மண்டைக்காட்டம்மை பற்றி பல கதைகள் சொல்லப்படுகின்றன. அதில் ஒன்று: மண்டைக்காட்டம்மை நம்பூதிரி இனத்தைச் சேர்ந்த பெண். அவங்க வீட்ல ஒரு பறையர் குடும்பத்து இளைஞன் வேலை செய்கிறான். அவன் வேதம் படிக்க ஆசைப்படுகிறான். பறையர் என்பதால் இந்த நம்பூதிரி சொல்லித்தர மறுக்கிறார். அதனால் வேறொரு ராஜ்யத்துக்குப் போய் அங்குள்ள ஒரு நம்பூதிரிக்குக் காரியக்காரனைப் பார்த்து நான் மண்டைக்காடு, நம்பூதிரிமகன், எனக்கு வேதம், வித்தையெல்லாம் படிக்கணும்ங்றான். காரியக்காரனுக்கு பலத்த சந்தேகம். நம்பூதிரிங்றான், ஆன கருப்பா இருக்கானேன்னு, நம்பூதிரிகிட்ட காரியக்காரன் விசயத்த சொல்றான்.

நம்பூதிரி சொல்றார்: மனுஷன் கருப்பாகவும் இருப்பான், வெள்ளையாகவும் இருப்பான், அதுக்கென்னப்பா என்கிறாரு. அவருடைய முன்னோர் மீனவர்கள்ல இருந்து நம்பூதிரியா மாறுனவங்களாம். அந்தப் பையன், நம்பூதிரிகிட்ட பல வித்தகளப் படிச்சிகிட்டு தன் ஊருக்கு வாறான். ஏழை, எளியவங்களுக்கு உதவுறான். மண்டைக்காட்டு நம்பூதிரி இந்த புது நம்பூதிரியப் பற்றி கேள்விப்பட்டு அவரக் கூட்டிட்டு வந்து தன் மகளைக் கல்யாணம் கட்டி வைச்சாரு. பிள்ளையும் பொறந்தாச்சு, பிள்ளை வளர்ந்த உடனே குருவுட்ட படிக்க அனுப்புறாங்க. மற்ற பிள்ளைக குருவுட்ட படிக்க இவன் மட்டும் குளம் எங்க கிடக்குண்ணு போய் மீனப்பிடிச்சி சுட்டு

தின்ருவான். மண்டைக் காட்டம்மை தன் அப்பாட்ட இந்த விஷயத்தை சொல்லுறா. அவரு யோசிச்சு யோசிச்சு கடைசியில விஷயத்த கண்டு பிடிச்சிட்டாரு. மண்டைக் காட்டம்மை, கணவர், குழந்தை எல்லாம் எரிந்து சாம்பலாகிறார்கள். இக்கதை மீனவர்கள், பறையர்கள், நம்பூதிரிகள் உறவை முன்வைக்கிறது. அதே வேளை உறவுக் கலப்பை எச்சரித்து தடுக்கவும் முயல்கிறது.

"இது தான் சிதம்பரநாடான் கோவில். பத்து முன்னூறு ஆண்டு களுக்கு முன்ன, சிதம்பர நாடான் என்று ஒரு வீரன் இங்கே வாழ்ந்தாராம். இங்க இருந்து பறக்கை வர உள்ள நாடார் பகுதிகளுக்கு அவர்தான் அதிகாரியாம். பறக்கையில் உள்ள ஒரு பாப்பாத்திப் பெண்ணை மரணத்திலிருந்து காப்பாத்தினதால அவளோட அவருக்கு தொடர்பு ஏற்பட்டு, அந்தப் பெண் இவரோட வாழ இவர் வீட்டுக்கு வந்திற்றார் களாம். இந்தப் பிரச்சனையில் பறக்கைப்பிள்ளைமாரு இவரப்பிடிச்சி மாறுகால் மாறுகை வாங்கிட்டாங்க. பாப்பாத்தியம்மா நாக்கப் பிடுங்கிட்டுச் செத்தா..." இது சாதிக்கலப்பை எதிர்க்கும் கதை. இப்படிப் பல கதைகள் நாவலில் இடம்பெறுகின்றன.

நாவலில் வரும் முத்து பிரமிப்பான பாத்திரம். நவீனப் பெண்ணியம் பேசக்ககூடியவர்களையெல்லாம் தூர வீசக்கூடிய அளவிலே முத்து உருவாகி வந்திருக்கிறார். இரண்டு, மூன்று திருமணங்கள்... ஒன்றும் தேறவில்லை. அவள் ஒரு முடிவுக்கு வருகிறாள். தாலி மோசம், திருமணம் மோசம், குடும்பம் மோசம் யாருக்கு? உழைப்பாளிகளுக்கு. தன்னுடைய உடலை நம்பி, தன்னுடைய உழைப்பை நம்பி வாழுகிறவர்களுக்கு இந்த மேல் பூச்சுகள் தேவையில்லை என்ற இடத்தைக் கண்டடைகிறாள்.

இந்த நாவல் முழுக்க மொழியில் ஆணாதிக்கம் தடை செய்யப் பட்டிருக்கிறது. பெண்மொழியில் நாவல் நகர்கின்றது. சாதி, மதம், மதமாற்றம், சமத்துவத்துக்கானப் போராட்டங்கள் ஆகியவற்றை நாவல் பேசினாலும் அடிநாதமாக இருப்பது மனித விடுதலை. குறிப்பாக மகளிர் விடுதலை. முத்து, நிஷா, பிலோமி, சிவகாமி... எனப் பெண்களின் ஆளுமை மிளிர்கிறது. முத்து - சேது உறவு நிலை, வெங்கடேசன் - சிவகாமி உறவு நிலை ஆண் - பெண் உறவு குறித்த மலர்ச்சி.

ஒரு நாள் முன்னிரவு நேரத்தில் முத்துக்கும், அவளது மாஜி கணவனுக்கும் சண்டை நடைபெறுகிறது. சண்டையைத் தடுத்து விட சேது வருகிறார்.

“விடுல என்ன, விடுல... நான் தாலி கட்டின பொண்டாட்டிய அடிக்கியேன்... நீ யாருல தடுக்கதுக்கு?... காலையும் கையையும் உதறிக் கூச்சலிடுகிறான் அவன்.

“தாலி கட்டின பொண்டாட்டியானா உம் விருப்பத்துக்கு அடிக்கலாமோ?” என்று ஆத்திரத்துடன் கேட்கிறார் சேது.

பட்டென்று எழுகிறாள் முத்து. சேலையை அவசர அவசரமாக ஒழுங்குபடுத்திக் கொண்டு, அவன் முன்னே நிமிர்ந்து நிற்கிறாள்.

“எங்க இருக்குல உன் தாலி? அத்தான் அன்னைக்கே உன் மூஞ்சியில விட்டெறிஞ்சிற்றேனே” வலது கையை ஆட்டி ஆட்டிக் கத்துகிறாள் அவள். “அப்புறம் நீ எப்பிடிடா எனக்குப் புருஷன்?”

“முத்து, இது என்ன?” தன்னை அறியாமல் கத்துகிறான் சேது. “சும்மா இருங்க சார். எப்பவோ செத்துப்போன பீடை, இன்னிக்கு குழிக்குள்ள இருந்து வெடிச்சி வந்திருக்கு” ஆத்திரத்தில் முத்து முகம் ரத்தமாய்க் கொப்பளித்து நிற்கிறது. “ஒரு மஞ்ச நூலக் கழுத்தில கட்டிட்டா, காலம் பூரா உனக்கு நான் அடிமையாடா?”

இது முத்துவின் ஆவேசம். கற்பு, கல்யாணம், குடும்பம் பற்றிய கேள்விகள் எழுகின்றன.

பள்ளியில் படிக்கும் போது பதினைந்து வயதில் கட்டாயத் திருமணம் செய்து வைக்கப்பட்டவள் முத்து. அந்தக் கசப்பான அனுபவத்தை ஓரிடத்தில் சொல்வாள்: “சொல்லி வச்சபடி, எட்டாம் நாளு, தனக்கு வேண்டிய நாலு பேரோட என்னையும் இழுத்துக்கிட்டு திருச்செந்தூர் போனா. அங்க அந்த நாயி மாப்பிளக் கோலத்தில தன் ஆளுகளோட நின்னுக்கிட்டிருக்கு. நான் திமிறிக்கிட்டுக் கடல்ல விழ ஓடினேன். என்னப் புடிச்சி அடிஅடின்னு அடிச்சி, வேசங்கட்டி, அந்த முருகன் முன்னால கல்யாணத்த முடிச்சா. அந்த முருகன் இதுவர யாரையுங் கேக்கலியே! அது கல்லா, சாமியா தெரியல்லியே...”

“அவன் ஒரு சேற்றுப்பன்னி. அவனப்பாத்துமே என் உடம்பு நார் நாராய்க் கிழியும். முத்தங்கொடுப்பான். உடனேயே மொகத்தத் துடைப்பேன்... அப்புறம் ஒரு பன்னி என் மேல விழுந்து கெடக்கது மாதிரி இருக்கும்”.

முத்துவின் ஊடாக உழைக்கும் பெண்களின் உணர்வுகளும் அவர்களின் உரிமை முழக்கங்களும் வெளிப்படுகின்றன.

“பெண்களக் கடல்னு சொல்றது சரிதான். எந்த நேரம் பொங்குவு எந்த நேரம் அடங்குவு யாருக்குந் தெரியாது. ஏன்னா எங்களால வெளிப் படையாப் பேச முடியாது. புருசன்காரன் பொண்டாட்டிக்காரி கிட்டே, நான் அவ கூட இப்படி படுத்தேன். இவள இப்பிடி அணைச்சேன்னு வீரம் பேசலாம். நாங்க பேசினா கற்பு போச்சி, உள்ளூக்குள்ளே குமுறி, உள்ளூக்குள்ளேயே அடங்கி, திருட்டு வழி தேடுற திருட்டுக் கூட்டம் நாங்க.”

இதுமாதிரி உண்மைகள் சுடுகின்றன.

நாவலின் ஓரிடத்தில் அடர்ந்த வனத்தில் ஒரு சிறுவனை அவனுடைய தந்தையார் அழைத்துக் கொண்டு செல்லுவார். திடீரென்று பறவையினுடைய கீச்சொலி போல வித்தியாசமான ஓசை கேட்கும். சிறுவன் கேட்பான். ‘இந்த ஒலி எந்தப் பறவையினுடையது?’ என. ‘இது பறவையின் குரல் அல்ல. கீழ்ச்சாதியில் உள்ள ஒரு மனிதனின் குரல்’ என்பார் தந்தை. ‘ஏன் இப்படி கத்துகிறான்’ என்கிறான் மகன். ‘உயர்சாதி மக்களின் கண்களிலே இந்த கீழ்ச்சாதி மனிதன் பட்டு விட்டால், அவனைக் கொன்றுவிட வேண்டுமென்பது நம்முடைய தர்மம். எனவேதான் தனது இருப்பை அவன் இப்படி அறிவிக்கிறான். ஒதுங்கி நடக்க, என்கிறார் தந்தை. ‘இது தர்மம் அல்ல, அதர்மம்’ என்கிறான் அச்சிறுவன். மனுவைக் கேள்விக்குள்ளாக்குகிறார் பொன்னீலன்.

இது மறுபக்கங்களின் நாவல். சாதிகளில் மறுபக்கங்கள், சமயங்களின் மறுபக்கங்கள், சாமிகளின் மறுபக்கங்கள், அரசியலின் மறுபக்கங்கள், தேசியத்தின் மறுபக்கங்கள், மனிதர்களின் மறுபக்கங்கள், இதுவரை எழுதப்படாத பேசப்படாத அடித்தள மக்களின் கீழிலிருந்து மேல்நோக்கி எழுகின்ற வரலாற்றை மிக நுட்பமாக பொன்னீலன் பதிவு செய்திருக்கிறார்.

இது குடும்ப நாவலாகவும். சமூக நாவலாகவும், அரசியல் நாவலாகவும், வரலாற்று நாவலாகவும், கருத்தக்க சிறப்புடையது என்றாலும், வரலாற்று ஆவண வரைவு நாவல் என்பதே மிகப் பொருந்தும்.

• பொன்னீலன், மறுபக்கம், நியூ செஞ்சுரி புக் ஹவுஸ்(பி)லிட், அம்பத்தூர், சென்னை - 600098, பதிப்பு: ஏப்ரல் 2010.

33

கன்னிவாடி அரண்மனையும் சவரக்கத்திகளும்

ஒரு சமுகத்தின் பண்பாட்டை வரலாற்று நிலையில் ஆவணப் படுத்தும் செயலை இலக்கியங்கள் செய்கின்றன. இலக்கியம் என்பதே ஓர் பண்பாட்டு ஊடகம்தான். தமிழில் புத்தாயிரம் ஆண்டின் தொடக்கத்தில் பெருங்கதையிலக்கியங்கள் (நாவல்கள்) பண்பாட்டு ஆவணங்கள் முகிழ்க்கத் தொடங்கின. இலக்கியம் வரலாற்று ஆவணமாக முடியுமா என்ற விவாதங்கள் தொடர்கின்றன. இலக்கியம் வரலாற்று ஆவணமாக முடியுமா என்ற விவாதங்கள் தொடர்கின்றன. மக்களோடு இரத்தமும் சதையுமான இணைப்புக்கொண்ட வாய்மொழி வழக்காறுகளை வரலாற்றுத் துளிகளாகக் கருதும் போக்கு பரவலாகிவருகிறது. அவ்வகையில் எழுத்தாவணங்கள், கல்வெட்டுகள், சுவடிகள் வாய்மொழி வழக்காறுகள் ஆகியவற்றை கொண்டு இரா.முத்துநாகு படைத்துள்ள சுளுந்தீ நாவல் பண்பாட்டு எழுத்தாகவும் இனவரைவு ஆவணமாகவும் திகழ்கிறது.

மேற்குத் தொடர்ச்சி மலையின் கன்னிவாடி பன்றிமலை இன்றைய பழனி, திண்டுக்கல், வேடச்சந்தூர் வட்டாரம் தான் கதையின் களம். விஜயநகரப் பேரரசின் வீழ்ச்சியும் நாயக்கர் ஆட்சியின் மலர்ச்சியுமான 17, 18 ஆம் நுற்றாண்டுகளே கதையின் காலம். ஆங்கிலேயர் வருகைக்கு முன் குறுநில மன்னர்களாகவும், பாளையங்களாகவும், அரண்மனை களாகவும் நிர்வாகப் பகுப்பாக இருந்த மலையும் காடும் சார்ந்த நிலவியலில் கதை நிகழ்கிறது. மன்னரின் நேரடிக் கண்காணிப்பில் இருந்த ஜமீன்கள் அதிகாரமும் ஆட்சியும் செய்கிறார்கள். இவர்கள் அரண்மனையார் என்று அழைக்கப்படுகிறார்கள். மன்னரால் நியமிக்கப்படும் படையும், தளபதியும் இன்னபிற காரியங்களும் சூழ நிர்வாகம் செய்கிறார்கள். மதுரை மன்னர் சொக்கநாத நாயக்கரின் (1662-1682) படைத்தளபதி சின்ன கதிரியப்ப நாயக்கர் கன்னிவாடி அரண்மணையாராக திகழ்கிறார். அவருக்குப் படைத்தளபதியாக முத்து இருளப்ப நாயக்கர் விளங்குகிறார். நாவல் ஆனந்த வருடம் பஞ்சத் தோடு தொடங்குகிறது. விகாரி வருடப் பிறப்பும் பஞ்சாங்கம் பார்ப்பதுமாக நிறைவில் சுட்டப்படுகிறது. இந்த சுமார் ஐம்பதாண்டு நிகழ்வுகளே நாவலை நடத்திச் செல்கின்றன.

தமிழகத்தின் ஒரு பகுதியில் ஒரு காலகட்ட வரலாறு நாவலில் துலக்கம் பெறுகிறது. என்றாலும் மன்னனோ, அரண்மனையாரோ, தளபதியோ நாவலின் நாயகத்தன்மை பெறவில்லை. சேவைக்குடியான நாவிதர்கள் தான் கதையின் நாயகர்கள். மட்டுமல்ல அலைகுடிகளாக வாழ்வை நடத்தும் மக்களும், மலைமக்களும், வேளாண்குடிகளும், குடிமைச் சமூகத்தின் அடிப்படைத்தொழில் செய்யும் மக்களுமே நாவலை நடத்திச் செல்கிறார்கள். கூடவே தேவதாசி மரபைச் சேர்ந்த பெண்களும், திருநங்கைகளும் (நாவலில் இருபிறவிகள்) உயிரோட்டமாக வருகிறார்கள்.

'ஒரு நாவிதனை அடக்க இந்தப் பூமியில் ஒருத்தனும் பொறக்கலையா?' என்ற ஆதங்கமே நாவிதர்களின் சிறப்பை உணர்த்தும். படைவீரர்களுக்கு அடுத்து கத்தி வைத்திக்கொள்ள உரிமை படைத்தவர்கள் நாவிதர்கள். இவர்களே ஆதிச்சமூகத்தின் மருத்துவர்கள். பண்டுவர்கள் என்றும் இவர்கள் அளிக்கும் மருத்துவம் பண்டுவம் என்றும் அழைக்கப் பட்டது. அறுவைச் சிகிச்சைக்கத்தி சவரக்கத்தியான வரலாற்று நெருடலை நாவல் விவாதிக்கிறது. நாவிதர்களின் மனைவிகள் இன்றும் மருத்துவச்சிகள்தானே? அரண்மனைகளில் நாவிதர்கள் சிறப்பிடம் பெற்றார்கள். பிற சேவைக் குடிகளுக்கு புஞ்சைநிலங்கள் மானியமாக வழங்கப்பட்டன. நாவிதர்களுக்கு நஞ்சை நிலங்கள் மானியமாக வழங்கப் பட்டது கருதத்தக்கது. பிறப்பு முதல் இறப்பு வரை நாவிதர்களின் முக்கியத்துவம் இருந்தது. அரச அந்தப்புரங்களில் பதவிப்போட்டி, துரோகம் போன்றவற்றிற்கு நாவிதர்களின் சவரக்கத்தி 'சதிச்சாவுக்கத்தி' யாகவும் இருந்திருக்கிறது.

பன்றி மலையில் சித்தர் ஒருவர் இருக்கிறார். அருந்தொழில் தெரிந்த பண்டுவ வித்தகராக அவர் திகழ்கிறார். அவர் அரண்மனைச் சித்தராக கன்னிவாடி அரண்மனைக்குப் பெயரும் புகழும் ஈட்டித் தருகிறார். தீராத நோய்களைத் தீர்க்கும் தீர்க்கதரிசியான அவரிடம் கன்னிவாடி அரண்மனை நாவிதன் இராமப்பண்டுவன் சீடனாகிறான். அவரின் நிழலாக இருந்து அனைத்தையும் கற்கிறான். அதே நேரத்தில் பொதுச்சமூகத்தில் குடிமைச் சமூக, நாவிதனுக்குரிய 'அடக்க, ஒடுக்க, நற்குணங்களோடும்' விளங்குகிறான். இவன் மனைவி வல்லத்தாரை வழக்கமான மருத்துவச்சி. நாவிதன் இராமன் காலப்போக்கில் இராமப் பண்டுவன் ஆகிறான். குதிரையில் வந்து போகும் தகுதிகூட வாய்க்கிறது. அரண்மனையாருக்கும், அவரின் படைத்தளபதியாருக்கும் அதிகாரப் போட்டித் துவங்கி வளர்கிறது. தளபதி அரண்மனைப் பட்டத்திற்கு வரத் துடிக்கிறார். நாவிதன் இராமனும், அவரது திறமைகளும்,

அரண்மனை நெருக்கமும் தளபதிக்குக் காய்ச்சலைத் தருகின்றன. அரண்மனையாருக்கும், இராமனுக்கும் இடையே பகைமை விதைக்கிறார் தளபதி. என்றாலும் இராமனின் விசுவாசம் காக்கிறது. குழந்தை இன்றி இருந்த இராமன் சித்தரின் மருந்தால் பேறு வாய்க்கப் பெறுகிறான். மகனுக்குச் 'செங்குலத்து மாடன்' எனப் பெயரிடுகிறான். மகன் வீரக்கலைகளும், நாவித மரபும் கற்கிறான். சித்தர் இராமனை பன்றிமலைச் சித்தர் வாரிசு ஆக்கிவிட்டு சமாதி ஆகிறார். இராமனுக்குப் புகழ் ஓங்குகிறது. பகையும்கூட பலரின் தீராத நோய்களைத் தீர்த்தும். அரண்மனையாரின் உயிரைக்காத்தும் இராமன் நிலைக் கொள்கிறான். மருந்து தயாரிக்கும் செந்தூரம் வெடிமருந்தாகவும் பயன்படுகிறது. சூது அறியாத இராமன் விலக்கப்பட்ட குடிகளுக்குத் தன்னிடம் இருந்த மருந்தைத் தர அது அரண்மனையாருக்கு எதிராக வெடி மருந்தாகப் பயன்பட்டுவிடுகிறது. செய்தி மன்னர் வரை சென்று இராமன் மீது தளபதியும், அரண்மனையும் சந்தேகம் கொள்கின்றனர். நாடு முழுவதும் நாவிதர்கள் (பண்டுவர்கள்) அரசு அதிகாரத்தால் கொலைசெய்யப் படுகிறார்கள். நாவிதர்களுக்கு அளித்த மருந்து வாங்கும் உரிமை மறுக்கப் படுகிறது. இந்நிலையில் மாடன் அரண்மனை நாவிதன் ஆக்கப்படுகிறான். இராமன் ஒரு மருந்து தயாரிக்கும் போது விபத்தில் சாகிறான். (இதுவும் சதிதான்). மனைவி வல்லத்தாரை கண்பார்வை இழக்கிறாள். மாடன் கையறு நிலையில் தவிக்கிறான். அரண்மனை நேசக்கரம் நீட்டுகிறது. அரண்மனை நாவிதன் மாடனுக்கு மந்தணச் செய்தியும் தருகிறது. குதிரையில் செல்லும் வீரனாக, தாடியும் மீசையும் வைத்தவனாக (நாவிதர்கள் அப்படி இருப்பதில்லை) பழைய மரபுகளை தட்டிக் கேட்பவனாக, விலக்கல் குடிகளுக்கு உதவுவனாக உருவாகிறான். இராமன் மீதான தளபதியின் கோபம் மாடனிடம் பன்மடங்காகிறது. மாடனுக்கு ஒதுக்கப்பட்ட நாவிதம் செய்யும் பணி செய்ய முடியாமல் தளபதி சூதுவாது செய்து வதந்திகளைப் பரப்புகிறார். மக்களுக்கும் மாடனுக்கும் பகை முற்றி அது அரண்மனைப் பகையாகவும் மாறுகிறது நிலைமை அத்துமீறி ஒரு கட்டத்தில் மாடனை யார் அடக்குவது என்ற நிலை உருவாகிறது. இறுதியில் கொன்றி மாயன் என்ற வீரனின் சீடன் வங்காரன் என்ற பெரு வீரனோடு பொது வெளியில் மல்யுத்தம் நடைபெறுகிறது. இதிலும் சதியால் மாடன் வீர மரணம் எய்துகிறான். பின்னர் வங்காரனும் இறந்துபடுகிறான். முன்பு அரண்மனையார் கொடுத்த 'மந்தணத்தை' மாடன் போருக்குச் செல்லும் முன் தளபதியின் நாவிதனிடம் கையளிக்கிறான். தளபதியும் செத்துப் போகிறார். இப்படி இக்கதைக் கருவைச் சொல்ல முயலலாம்.

மதுரையை சுற்றி மேற்கு தொடர்ச்சி மலையின் குறுக்கு நெடுக்குமாக நாவல் விரிகிறது. குடிமைச் சமூகத்தில் அரசும் அதிகாரமும் எப்படித் தொழில்பட்டு ஆதிக்கத்தை நிலை நாட்டுகின்றன என்பதை நுட்பமாகப் பதிவு செய்கிறார். மேய்ச்சல் சமூகக் குழுவாக மலையிலும் காட்டிலும் வாழ்ந்த மக்கள் எப்படி துன்புறுகிறார்கள் என்பது நாவல் நெடுகிலும் பதிவாகின்றது.

ஊர் உருவாவது, ஊருக்கு பெயர் அமைவது, புதிய தொழில் நுட்பங்கள் நுழைவது, உணவு, உடை நாகரிக வளர்ச்சி ஆகியன துல்லியமாக காட்சிச்சித்திரமாக விரிகிறது.

அனேகமாகத் தமிழ் நாவல்களில் அதிக இடங்களில் பெயர்கள், நபர்களின் பெயர்கள், தாவரங்களின் பெயர்கள் இடம் பெற்றிருப்பது 'சுளுந்தீ'யில் தான் எனத் துணிந்து சொல்லலாம்.

பழமொழிகள், பழங்கதைகள், தொன்மங்கள், புழங்குப் பொருட்கள், மருத்துவ முறைகள், மருந்துகள், இசைக்கருவிகள், உணவுகள், தொழில்சார் நுட்பங்கள், சடங்குகள், மந்திரங்கள், நம்பிக்கைகள் ஆகிய மக்களினத்தின் பண்பாட்டுக் கூறுகள் யாவும் நாவலில் பிதுக்கலின்றி மிக இயல்பாக இடம் பெறுகின்றன. நாவலாசிரியரின் கள ஆய்வும், காமிராக் கண்களும், மரபுப் புலமையும், சூழலியல் அறிவும் இவற்றை சாத்தியமாக்கியிருக்கலாம். வாசகனுக்கு நிச்சயம் ஒரு வித மலைப்பைத் தரும்.

மன்னர் ஆட்சி முறையின் அந்திம காலப்பகுதியில் நடக்கும் நாவலில். ஐரோப்பியர் வரவு (ஆல்வரேசு பாதிரியார்). மொகலாயர் உறவு (இராவுத்த வீரர்கள்) என்றெல்லாம் நிகழ்ந்த பின்னரும் கூட அரசதிகாரம் உக்ரத்தோடு வெளிப்படுத்துவதைக் காண முடிகிறது. மரணம் குறித்த தண்டனை முறைகள் அரங்கேறுகின்றன. குல நீக்கம் மிகக் கொடிய தண்டனை முறையாக இருக்கிறது. மட்டுமல்லாமல் தற்கால கட்டப் பஞ்சாயத்துக்கள் போல் இஷ்டத்துக்கு நடைமுறைப் படுத்தப்படுகின்றது.

நாவல் குறியீடாக 'நெருப்பை' வைத்திருக்கிறது. குடிமக்கள் நெருப்பை ஊர்க் கோயிலின் அம்மன் அக்கினிக் குண்டத்திலிருந்து பெறுகிறார்கள். அரசுக்கு எதிராகக் கலகங்கள் தீமூட்டல் என வந்தும் 'நெருப்பு' ஊரில் உள்ள அரச பிரதிநிதிகள் கைகளுக்கு மாறுகிறது. 'தீக் கொளுத்திகள்' உருவாகிறார்கள். தொடக்கக் கால நெருப்பு ஊட்டும் தாவரமாக இருந்த 'சுளுந்தீ' பயன்பாடும் முடக்கப்படுகிறது. இது அடுப்பில் மட்டுமல்ல மக்கள் மனங்களிலும் கொடும் சினத்தை

உருவாக்குகிறது. எனவே தான் நாட்டுக்கு, அரசுக்கு எதிரானச் சதியில் கொல்லப்பட்டதாக நம்பப்பட்டு பின் தேடப்படும் குற்றவாளி ஆன குலவிலக்கம் செய்யப்பட்டோரை அணிதிரட்டும் மருதமுத்து ஆசாரி மாடனை *'சனங்களோட ஆவேசத்துக்கு நீதான்டா மொத சுளுந்தீ' (ப.389)* என எதிர்ப்பின் குறியீடாகக் கூறுவார்.

விஜயநகர வீழ்ச்சி, நாயக்கர் எழுச்சி ஆகியவற்றின் உடன் விளைவாக கன்னடம், தெலுங்கு பேசும் மக்கள் புலம் பெயர்ந்து வருவதும். அவர்களுக்கு சலுகைகள் அளிக்கப்படுவதும் நாவலில் சுட்டப்பெறுகின்றது. தமிழ்நாட்டு உள் அரசியலில் இந்தக் குடியேற்றங்கள் முக்கியத்துவம் வாய்ந்தவை. அதே போல நாயக்கர்களின் குலத் தாவரமான புளியமரம் பரவலாக நடப்படுவதும். (தற்போதும் சாலை ஓரங்களில் இவை இருப்பதும்) நாவலில் சுவையாக இடம் பெறுகின்றது.

மக்கள் மந்தைகள் போல் நடத்தப்பட்டதும். பசி, பட்டினி, நோய்கள் பெருகி அல்லல்பட்டதும் படை, வசூல், இராஜபோகம் என்பதாக குடிகளைப் பற்றி சிறிதும் கவலைப்படாத தளபதிகளும், ஜமீன்களும் (அரண்மனைகளும்), குறுநில மன்னர்களும் விளங்கியதுமான சமூக வரலாற்றுத் தடயங்களை இந்நாவல் தமிழ் வாசகப்பரப்பில் விரிக்கிறது.

நாவலில் இராமனும், மாடனும், நாயகர்கள் என்றாலும் பன்றிமலைச் சித்தர், மருதமுத்து ஆசாரி, வாங்கரான், கொன்றிமாயன், மெய்யன், சமயன், கட்டக்காமன், அங்கமுத்து, வல்லத்தாரை, அனந்தவல்லி... எனப் பலரும் அவரவர் நிலையில் கம்பீரமாக ஆளுமை செலுத்துகிறார்கள்.

"ஒரு இனத்தின் வாழ்வியல் களமே இனவரைவியலின் தொடக்கப்புள்ளியாகும். மேலும், அந்த இனமக்களின் இருப்பிடம், வீட்டமைப்புகள், சமூகக் கட்டமைப்பு உறவு முறைகள், தொழில், தொண்டு ஊழியம், வழிபாடு, சடங்குகள், தெய்வங்கள், விழாக்கள் போன்றவையெல்லாம் இதனுள் அடங்கிச் செல்லும்" (ப.14) என அணிந்துரையில் பேராசிரியர் ஓ.முத்தையா குறிப்பிடுவார். இந்நாவல் முழுக்க இனவரைவுப் பண்பாட்டு எழுதுகையாக அமைவது சிறப்பு.

'சுளுந்தீ' நாவல் நாவிதர்களின் வரலாற்றை மீட்டுருவாக்கம் செய்கின்றது. அவர்கள் குடிமைச்சமூகத்தில் ஒற்றைக் குடிகள்தான். சேவை செய்து குடிப்படைகளிடம் ஊதியமாக தானியங்களைப் பெற்று வாழ்வார்கள் என்றாலும் இவர்கள் கடைப்பிடிக்கும் ஒழுக்கம் நாவல் முழுக்க விரவிக்கிடக்கக் காணலாம். பண்டுவர்களான இவர்களின்

நோய், மருந்து, மருத்துவம் குறித்த மரபறிவு அபாரமானது. நாவலில் பன்றிமலைச்சித்தர் வழியாகவும், இராமப்பண்டுவன் வழியாகவும் இவை பதிவாகின்றன.

ராசபிளவை நோய்

"இந்த நோய் முதுகுத் தண்டில் மட்டுமே வரும். முதுகுத் தண்டில் குழிப்புண் விழுந்து ரத்தமும் சலமுமாக வடியும். ரசப்பிளவ வந்து பொழச்ச மறுபிறவினு சொல்லுவாங்க" *(ப.44).*

மருந்து

"பிளவ முகம் செவக்கும் முன் பிறப்பட்ட எடத்திலே அமுங்கிடனும். அமுக்ரா வேரு, பச்சரிசி, கஸ்தூரி மஞ்சள், பழைய பட்டுத்துணி இதுகள் மாவு போலத் தட்டி பிளவ இருக்குமிடத்தில பத்து போடு. ராணிக்கு ராத்திரியே பேதிக்குக் கொடுத்து, நாளைக்குக் காலை கருஞ்சித்திரை மூலம் தைலம் இறக்கி மூணு நாள் ஆறு வேளை கொடு. உப்பு, புளி நீக்கிய சாப்பாடு இச்சாபத்தியம் *(ப.46).*

மருந்து செய்முறை

"இரண்டு மரக்கா கொள்ளும் அளவுக்கான பெரிய பானைத்தூரில் சிறு துவாரமிடு" என்று சித்தர் சொல்ல, சுளுந்துக் குச்சியைப் பாறையில் தீட்டி தச்சன் தமிர் போடுவதுப்போல துவாரம் போட்டான் இராமன். 'பானையில் போட்ட துவாரத்தில் துணிதிரிய சொறுகு. பான கொள்ளும் அளவுக்கு அமுக்கராவேரு, கருஞ்சித்திரை மூல வேரப்போட்டு மேல் பாகத்தில் உல மூடிய வச்சு மண் கவசம் போடு' என்று சொல்ல. பர்ணசாலையில் இருந்த இந்த மூலிகைகளைக் கொண்டு வந்து சித்தர் சொல்லியபடி செய்து முடித்தான்.

'அடுத்து, கலயம் ஒன்ன எடுத்து அதில் பாதி அளவு குளிர்ந்த தண்ணிய ஊத்தி அந்த கலயத்தில் ஒரு சிறு கலயத்த மிதக்கவிட்டு, இதைக் குழிதோண்டி உள்ளே வை. பெரிய பானய அதுக்கு மேல வை. தண்ணி ஊத்திய கலயத்தில அனல் தாக்காத அளவுக்கு ஈரமண் போட்டு மேவி, எண்பது எருவாட்டிய வைச்சு நெருப்பு மூட்டு' என்று மருந்து தயாரிப்பு குறித்து சித்தர் சொல்லச் சொல்லச் செய்கிறான். 'ஒருசாமம் கழிச்சு கங்கினைத்தள்ளி பானையத்தூக்கி தனியாக வைத்துச் சிறு கலயத்தில் சொட்டுச் சொட்டாக இறங்கி இருக்கும் தைலத்தை எடு. அலுக்குத் தண்ணீயில ரெண்டு சொட்டு தைலத்தை விட்டு, மூணு நாள், ஆறு வேளை சாப்பிடக் கொடு' என்று சித்தர் சொல்ல, ராணிக்கு மருந்தைக் கொடுத்தான்" *(ப.46 - 47).*

பத்திய முறிவு

"கால் நாழி தண்ணியில ரெண்டு சிறிக்கீரை வேர். நாலு வெந்தயக்காம்பு, அஞ்சு மிளகு போட்டு கைச் சிரங்க அளவுக்குச் சுண்டக்காய்ச்சி, வடிகட்டி ஒரு மொடக்குக் கொடுக்க பத்திய முறிவு" (ப.47).

இப்படி நோய், அறிகுறிகள், மருந்து, மருந்து தயாரிக்கும் முறை, மருந்து எடுக்கும் முறை, பத்தியம், பத்திய முறிவு... எனப் பலவித நோய்களுக்கும் மருந்துகள் நாவலில் இடம் பெறுகின்றன. இவற்றைத் தொகுத்தால் தனி நூலாக அமையும் அளவு செய்திகள் உள்ளன.

நாட்டார் தொழில் நுட்பக்கூறுகள்

நாவலில் துணி வெளுப்பது தொடங்கி, கொல்லர், தச்சர், உழவர், கலைஞர் உள்ளிட்ட பலரின் தொழில்களில் இடம் பெறும் வழமைகள் சுட்டப் (இடம்) பெறுகின்றன. இவை நாட்டார் மக்களின் மரபுத் தொழில் நுட்பங்களாகக் கருதத்தக்கவை. சான்றாக ஒன்றிரண்டு தரலாம்.

துணி வெளுப்பு: குறி இடுதல்

ஏகாளிகள்(வண்ணார்) துணி வெளுக்கும் முன் துணிகள் யாருக்கு உரிமையானவை என்பதற்குக் குறியிடுவார்கள். இந்தக்குறி எதனைக் கொண்டு இடம்பெறுகிறது. எப்படி இடம் பெறுகிறது என்பதை நாவல் சுட்டுகின்றது.

"துணிகளுக்குக் குறியிடும் சாயம் கத்திரிப்பூ நிறத்தில் இருக்கும். இந்தச் சாயம் சேங்கொட்டை மரக்கொட்டையிலிருந்து கிடைக்கிறது. சேங்கொட்டையை இளந்தீயில் வாட்டி, தண்ணீரில் ஒரு நாழிகை குளிர வைத்தால் ஓட்டுக்குள் இருக்கும் விதை உருகி, எண்ணெய் போல் வளவளப்பாக மாறிவிடும். இந்தச் சாயத்தை கையால் தொட்டால் தீக்காயம் போல் பொத்துவிடும். இதனால் சேங்கொட்டை மேல் பாகத்தில் கற்றாளை முள்ளினால் துவாரம் போட்டு, அந்த ஓட்டை வழியாக ஈக்குக் குச்சியால் சாயத்தைத் தொட்டு அழுக்குத் துணிகளில் குறியிடுவார்கள். துணி கிழிந்து மண்ணுக்குப் போனாலும் இந்தச் சாயக்குறி மட்டும் மறையவே மறையாது" (ப 48).

அதே போல சவுட்டுப்பு போட்டு துணிவெளுப்பதிலும் நுட்பம் இருப்பதை ஏகாளி சமயன் சொல்கிறார். "இதில் இருக்கிற துணியெல்லாம் பட்டுச் சரிகை போட்டது. இந்த துணிய சவுட்டுப்பு மண்ணில் நனைச்சால் நூல் இடுக்கில மண்ணு ஏறி சாயம் விட்டுடும்.

இதுகள ஓடுற தண்ணீரில் முக்கி. பக்குவமாகக் கும்மி ஆறு நாழிகை கமுத்தி வைக்கணும். அத எடுத்து கைச்சூடு தாங்கற அளவுக்கு வெள்ளாவி ஆவியில காட்டி வச்சிக்கிறணும். அடுத்து துணியில சலித்த சிரங்கை அளவு சவுட்டுப்பு. சுண்டுவிரல் எடுக்கிற அளவு பழைய சுண்ணாம்பு. துவரம்பருப்பு அளவு துத்தம் சேர்த்து, வெள்ளாவிக் கலயத்திலக்கிற சுடு தண்ணீல கரைக்கணும். அதில இந்த துணிகளை முக்கி எடுத்து ஒரு சாமம் கமுத்தி வச்சா நல்லா புளுங்கிறும். அப்புறமா அலசி உலரப்போட்டு மடிச்சி வைச்சா கமகமவென மணக்கும்" *(பக். 48).*

காது வளர்ப்பும், காது ஒட்டுதலும்

பெண்களுக்குக் காது குத்தி வளர்ப்பதும், காதில் கிழிசல் ஏற்பட்டால். அதை ஒட்டுவதும் குறவர் குலத்தைச் சேர்ந்தவர்கள் செய்வதாக நாவலில் பதிவாகி உள்ளது. இன்றைக்கும் 'காது குத்துதல்' வாழ்க்கை வட்டச் சடங்காக பெரும்பாலான சமூகங்களில் நடைபெறுகின்றது.

இந்த நுட்பங்களைச் செல்லம்மாள் சொல்கிறார்:

"காது வளர்க்கிறது ஒரு பிள்ளையைப் பெத்து வளக்குறது மாதிரி. கைராசி இல்லேன்னா பொறையேறிப் புண்ணாகி குன்னக்காதா குறுங்காப் போயி காது வளராம மூழியாப் போயிடும்...' பொம்பளப் பிள்ளை பொறந்தவுடனே எங்களுக்கு வெத்தல வச்சு அழைப்பு வரும். மூனாவது நாளு, இல்லாட்டி ஏழாவது நாள் அவங்க வீட்டுக்குப் போய், கைப்படாத கத்தாள முள்ளால பச்சப்பிள்ளைக் காதுத் தண்டுல குத்தித் துள போடுவொம். காஞ்ச சோளத்தட்ட ஈக்குகள உரிச்சு, உள்ளிருக்கும் வெண்டினைக் காதில போட்ட துளை அளவுக்குத் திரிச்சு அதுல சொருகிவிடனும். அஞ்சாது நாள், சொருகின வெண்ட எடுத்து எரிஞ்சுவிட்டு ஏகாளியிடம் வெள்ளாவி வாசம் மாறாத துணிய வாங்கி வந்து, அந்தத் துளை அளவுக்குக் கயிறு திரிச்சு துளையில திணிச்சு விடனும். பத்துப் பதினைந்து நாள் வரைக்கும் காதில பச்சைத் தண்ணீ படாம பார்த்துக்கிறணும். ஒரு நாள் விட்டு ஒரு நாள் போய் நாங்க குழந்தை காத கொஞ்ச நேரம் மெதுவா தொட்டுத் தடவி நீவி விடுவோம். நீவிவிட நீவிவிட கீபுறமாக நீளும். முட்டு வீடு கழிச்ச முப்பதாவது நாள். குழந்தையோட தாய் மாமன் கொடுக்கிற சின்ன துணுக்குத் தோட போட்டுவிடனும்" *(பக் 72 - 73.).*

காத ஒட்ட வைத்தல்

"காடு கரையில முள்ளில சிக்கி, சண்டை சத்தத்துல காத அந்துக்கிட்டு வருவாளுக. அறுந்த காதில் மேல் பகுதி ஆண் காது, கீழ்பகுதி பொண் காது.

காது மேல் தோடினைக் கத்தியிலே மெல்லிசா சீவணும். இதச் செய்யிரதுக்கு முன்னால, கருக்கி வைச்சிருக்கிற துணிக்கருக்கினைக் காதுப் பாகத்துல, சீவின இடத்துல தடவி ரெண்டு காதையும் சேத்து வச்சு அமுக்கினா கிச்சுன்னு ஒட்டிக்கிரும். அதில கோழிக்கால் நகத்த வெட்டி ரத்தத்த சொட்டு சொட்ட வடியவிட்டா, செத்த நேரத்தில ஒட்டின காதுக கீச்சுன்னு பிடிச்சிக்கிறும். மூணாவது நாள் அத்தக் காதில தண்டடட்டிய மாட்டலாம்" *(ப.73).*

உணவுப் பண்பாடு

எளிய மக்களின் வாழ்வில் உணவே முக்கியப் பங்கு வகிக்கிறது. நாட்டுப்புற உணவுகள் இன்று மீட்டுருவாக்கம் செய்யப்படும் சூழலில் சாதி, பால், வர்க்கம், நிலம் சார்ந்து உணவும், துய்ப்பும் வேறுபடக் காணலாம். நாவலில் பஞ்சத்தின் உச்சத்தில் புளியங்கொட்டை உணவாவதும், ராவுத்த வீரர்கள் பிரியாணியை எளிய மக்களுக்கு வழங்குவதும், இட்லி அறிமுகமாகி அதனோடு கறி சேர்த்த உணவுக்காக நிலப்புலன்களை விற்று மோகமெடுத்து உண்பதும் பதிவாகி உள்ளன.

பஞ்ச கால உணவுகள்

"சனங்க பஞ்சத்தை எதிர்கொள்ள உழவுக்காட்டில நரி போல மண்ணைக்கிண்டிக் கிளரி கோராங்கிழங்க பொறுக்குறாங்க. இறங்கு பொழுது வரைக்கும் மண்ண கிண்டினா ஒரு ஆள் ரெண்டு 'சேர்' தேரும், அத வறுத்து மரப்பலகையால லேசா நமட்டிப் புடிச்சா ஒரு சேர் கிடைக்கும். அத சின்னது நன்னிக தின்னுட்டு தண்ணீய குடிச்சு வயித்த நிரப்புதுக" *(ப.106).*

மூங்கிலரிசி

"பொத்த மூங்கிலரிசி முக்குருனிய இடிச்சுப் பொடைச்சா அரைப்படி அரிசிதான் கெடைக்கும். கால்படி அரிசியை ஆக்கினா பொற பொறன்னு ஒருபான சோறு வரும். இந்தச் சோத்த தின்னா ரெண்டு நாளைக்கு பசி எடுக்காது ஆனா கைகாலெல்லாம் வலிக்கும் முகமெல்லாம் ஊதுகாமாலை வந்தது மாதிரி வீங்கி வத்தும்" (ப. 107).

புளியங்கொட்டை

"புளியங்கொட்ட வறுத்து உரலில் போட்டு உலக்க பூண்தொழிய இடிச்சுப் புடைச்சு எடுத்து அத தண்ணீயில அஞ்சு நாழிக ஊற வச்சா நமந்திரும். அதில உப்புப் போட்டு பிசறிச் சாப்பிட்டா படு ருசியா

இருக்கும். கால்படி புளியங்கொட்டய சாப்பிட்டா நாள் முழுக்க பசி எடுக்காது. உடம்பு தெம்ப குளுகுளுன்னு இருக்கும்" (ப.109).

எளிய மக்கள் சூழலில் கிடைக்கும் இயற்கைப் பொருள்களை உணவாக்கி உயிர் வாழ்வதன் நுட்பம் இவற்றில் அறிய முடிகிறது.

தொள்ளுக்கொடி

"குதுவலுக்குள் தெரிந்த தெள்ளுக் கொடியைத் தனது சூரியால் வெட்டினான் பலராமன். அதிலிருந்து மூணுப்படித் தண்ணீர் பொத பொதவென கொட்டியது. அதை எல்லோரும் குடிக்க தண்ணீர் தாகத்துடன் பசியும் அடங்கியது. தெள்ளுக்கொடி விதையை எடுத்தவன் 'இத வாயில போட்டு மென்னு எச்சிய மட்டும் முழுங்குங்க ஒரு நாழிகையில ரெண்டாள் பலம் வரும்' எனச்சொல்லி கொடுத்தான்" (ப.197).

இட்டிலி

"மாட்டுத்தாவணிக்குக் கிழக்க கஞ்சித்தருமம் பக்கத்துல ஒரு கடையில், தும்பைப் பூ நிறத்தில் கெட்டியான பண்டத்த கூட்டம் கூட்டமாகச் சாப்பிட்டு பணம் கொடுக்கிறாங்க. கஞ்சித்தருமத்தில் ஏது கெட்டியான பொருள். அதுக்கு ஏன் சனங்க பணம் கொடுக்கிறாங்க' என மனதில் உறுத்திய கேள்வியை இராமனிடம் கேட்டாள். 'அதுவா, நம்மா ஊரு கொழுக்கட்டை மாதிரி ஆவியில வேகவச்ச பண்டம். அதுக்கு பேரு இட்டிலியாம். மெதுவா பஞ்சு மாதிரி இருக்குமாம். நான் இன்னும் அதச் சாப்பிட்டது இல்ல. வடக்குத் தேசத்திலிருந்து நம்ம அரண்மனை எல்லைக்குப் புதுசா வந்த ரெட்டி குலத்தினர் ஏவாரம் செய்யுறாங்க' என்று சொன்னான். 'அது சரி பணம் கொடுத்து சாப்பிடுறாங்க. நாட்டுல இன்னமே தருமம் கெடையாதா' கன்னத்தில் கையை வைத்துக் கேட்கக் குதிரையை நிறுத்தினான் (ப. 317).

இதில் உணவு என்பதே அதுவரை தருமம்தான். இனாம் தான். இட்டிலி மூலம் உணவு வியாபாரம் துவங்கி அது சந்தைப் பொருளாகிவிட்டதை இப்பதிவு உணர்த்துகிறது.

மேலும்

"இந்த இட்டிலிக்கு ஆசைப்பட்டு சின்ன அரண்மனையர்கள் பலரும் தினமும் ரெட்டிக் கடையில சாப்பிட்டு, தோட்டம், காடுகள ரெட்டியிடம் அடவு வைச்சிட்டாங்க. நம்ம ஊரிலிருந்து திண்டுகல்லுக்கு ராவுத்தன் தோல் பட்டறைக்கு வேலைக்குப் போறவங்க கோட்டைக் களம் குலக்குரு மடத்துக்குப் பக்கத்தில் இருக்கிற கெங்கு நாயக்கரு

கடையில இட்டிலி விற்குறாங்க. அதத் தின்னுட்டு சம்பாதிக்கிறப் பணத்தத் தொலைக்குறாங்க" *(ப.317 - 318)*.

இதன் மூலம் நாக்கு ருசிக்கு உழைப்பையும், உடைமையையும் இழக்கும் மக்கள் பண்பினை உணரலாம். ஏனெனில் உணவு மக்களின் ஆதித் துய்ப்புப் பொருள்.

புகையிலை

நுகர்வுப் பொருளான புகையிலையின் வரவை நாவல் பதிவு செய்கிறது. 'போதையிலை' என்று. ஆங்கிலேயர்கள் சுருட்டு (சிகரெட்) பிடிப்பது வெகு மக்களால் அதிசயமாகப் பார்க்கப்படுகிறது.

"சேதுச்சீமையில உவரு நீருல போதையிலை என்ற பயிர் வெளைய வைக்குறாங்க. அத கடல் தேசத்துகாரங்க வந்து வாங்கிட்டு போறாங்க. அரண்மனைக்கு நல்ல வருமானம். சேது சீமைக்கு ஆள அனுப்பி அந்த நுணுக்கத்த தெரிஞ்சு வந்து இங்கு அந்த வெள்ளாமையை செய்யட்டுமேன்னு சட்டென யோசனை சொன்னார் முதலி" *(ப. 221)*.

"போதையிலையை பொடி செஞ்சு மூக்கில் உறிஞ்சினா சுறுசுறுப்பு வருமாம். பிள்ளைகளுக்குப் படிப்பு சொல்லித்தர்ற கங்கோபட்டி ஏசுசாமி, இந்தப் பொடி மூக்கில வைச்சு உறுஞ்சுறாரு. இந்தப் பொடி கடல் தேசத்திலிருந்து கொண்டு வந்ததாம்..." *(ப.222)*

காரணப்பெயர்கள்: புதிய வாழிடங்கள் உருவாக்கும் போது அதற்கு அமையும் பெயர்கள் பெரும்பாலும் காரணப் பெயர்களாகவே அமையும். அதே போல் பண்புகள், நிகழ்வுகள் சார்ந்து சுட்டிப் பெயர்கள் உருவாகின்றன. இவை நாவலில் பல இடங்களில் இடம் பெறுகின்றன

"பன்னிமலை போகும் வழியில் உள்ளது கடுக்காயக்களம் மலையில் விளைந்து கிடைக்கும் கடுக்காய்களை சேகரித்து இங்கு அட்டியல் பொட்டி வைத்திருப்பார்கள். கடுக்காய்க்களத்திற்கு மாடுகள் ஏற முடியாமத் திணறி விட்டையைப் போடும். இதனால் இந்த எடத்துக்கு விட்டதள்ளி மேடு'ன்னு பேரு வைச்சிருக்காங்க" *(பக்.65)*.

கோயில்களை

"ஒவ்வொரு தொழுவத்திலிருந்தும் ஒரு காளய பெருமாள் கோயிலுக்குக் காணிக்கையா கொடுக்கனும். கோயில் காளக எங்க வேண்டுமானாலும் மேஞ்சு திரியும். அத விரட்டவோ, அடிக்கவோ கூடாது" *(பக்.89)*. இந்த கோயில் காளைகள் பசுக்களுக்கு சினை உருவாக்கப் பயன்பட்டன.

உறுமிக்கரடு

"அரண்மன நீதி கெடைக்காதவங்க, இந்த கரட்டில ஏறி மனச் சுமையை வாய்விட்டுச் சொல்லி ஆறுதல் பெறுவதாக நினைச்சு உசுர மாய்கிற எடம். கரட்டின உச்சி முகட்டில் உள்ள குன்றில் நிற்கும் ஆள கன்னிவாடியில் எங்கிருந்து பாத்தாலும் அத்துண்டாகப் பளிச்செனத் தெரியும். ஆள தூக்கி வீசுற அளவுக்கு வஞ்சம் பூராம் காத்து சுழிச்சு சுழிச்சி அடிக்கும். கரட்டில் ஏறி சுழிக் காத்தால் கால் தடுமாறி கீழே விழுந்து உசுரவிட்டவங்க எலுப்புற பெருமூச்சுதான் இந்தச் சுழிக்காத்துன்னு சனங்கள் நம்புறாங்க. சொந்த பந்தங்களால் ஏமாத்தப்பட்வங்க. ஏமாத்தினவங்கள சாபம் விட்டுக் கடைசியில உசர மாய்ச்சுக்கிற எடம் இந்த உறுமிக்காடு. இதில் ஏறுவாங்க 'இன்னமே உசுரோட வாழ்ந்து என்ன பயன்' என்ற உணர்ச்சியின் உச்சத்திற்குப் போய். கடைசியிலே தவறி விழுவாங்க. இந்தச் சாவு தற்கொலையாப் பேசப்படும்.

முறை தவறி உறவு வச்சவங்க, குலவிலக்கான பொம்பளைக, உடன்கட்ட ஏற மறுக்கும் அரண்மனை பொம்பளைகள உறுமிக் கரடிற்கு இழுத்துப்போய் விட்டுவிடுவது அரண்மனைத் தண்டனை" *(ப.227) (கொலை)*

கோடாங்கி

கோடாங்கி இசைக்கருவி பலாமரத்தில் செய்வார்கள். சமயன் வெள்ளை எருக்குக் கட்டையால் செய்யப்பட்ட கோடாங்கி வைத்திருந்தான். கடைப்பல் சேராத பசுமாட்டுத்தோல் மருள்கொடி கயிற்றால் செய்த நரம்புக்கயிறு. இதனால் கோடங்கியின் நாதம் அண்டத்தைக் கதிகலங்க வைக்கும். கோடாங்கியின் நரம்புக் கயிறுகளை மொத்தமான இறுக்கிட கட்டப்பட்டுக் கையில் பிடித்திருக்கும் கற்றாளை நாரால் ஆன கயிறை இலகுவாக இறுக்கிக் கட்டைவிரலால் நரம்பினைச் சுண்டிவிட்டான் சமயன். வலதுகை விரல்களால் கோடாங்கி அடிக்க நெஞ்சாங்க் கூட்டுக்குள் யாரோ உட்கார்ந்தது 'டிண்டிண்டோ... டிங்' என்று அதிர வைத்தது. (பேய் ஓட்டுறதத் தொழிலானதால ஏகாளி சமயன், கோடாங்கி சமயன்னு பேரு மாறினது தெரியும். இப்படி அதிர வைப்பாருன்னு தெரியாமப் போச்சே என்று அவனைப் பிரம்மித்துப் பார்த்தான் மாடன் (ப.355)

குரளிவித்தை

"சாமி அது ஒன்னும் இல்ல. தீட்டுத்துணி, கன்னி இல்லாத கன்னிப் பொண்ணு தலமுடி, அடுப்புக்கரி, இதுகள ஒன்னா வச்சுத்

தண்ணீர் விட்டு அரைச்சு பொம்மை மாதிரி கை, கால், தலை செஞ்சு காயவைக்கனும். அந்தப் பொம்மைய சுடுகாட்டு ரணக்காளி முன்னால வச்சு அஞ்சனதேவி மந்திரம் சொல்லி ரெண்டுநாள் நடுசாமத்தில பூச பண்ணனும். அதன் பின்னால மந்திரம் சொன்னவன் சொல்லுக்குப் பொம்மை கட்டுப்படும். அந்த பொம்மைக்கு பேருதான் குரளி" *(ப.269).*

கிணறு: ஊற்று காணும் நுட்பம்

"பால் சத்துள்ள நாவல். நீர் மருது, மாவுலிங்கம், வெப்பாலை மரம், கரையான் புற்றில் ஊமைப் பற்றுள்ள இடம். இதில் நீர் மருது மரத்தடியில் குன்றுப்பாறை இருந்தது அதில் தேரை பச்சோந்தி இருந்தா சொல்லுங்கள்' எனச் சனங்களிடம் குலக்குரு சொல்ல, அரை நாழிகையில் மூன்று இடங்களை அடையாளம் காட்டினார்கள். பச்சோந்தி இருந்த இரண்டு இடத்தில் கிணறு தோண்ட மூலக்கால் ஊண்டினார் குலக்குரு" *(ப.215).*

சகுனம்

நாட்டார் மக்கள் தங்கள் வாழ்வில் சகுனங்களை நம்பிக் கடைப் பிடித்தார்கள். நாவலில் பல இடங்களில் சகுன நம்பிக்கைகள் இடம் பெறுகின்றன. "நேத்து கெவுளி இடம் பத்திக்கிட்டே இருந்துச்சு. ஆந்தையின் சீரல் ஆறு தடவைக்கு மேல. ஒரு ஆட்காட்டி அலறியடித்து வானத்திலிருந்து விழுந்து துள்ளித் துடுச்சு கால்கள பரப்பி உசுர மாய்ச்சடுச்சு. இந்தசகுனம் சரியில்ல" *(ப.42).*

நாவிதக் கமுக்கம்

நாவிதர்களின் தொழில் நேர்மை, ஒழுக்கம் பற்றி நாவலில் பல இடங்களில் செய்திகள் வருகின்றனர். அதில் மிக முக்கியமானது தன்னிடம் வருபவர்கள் பற்றிய இரகசியத்தைக் காப்பது.

"பொண்டாட்டிக்கு அடுத்து, தனிமனுசன் கட்டிக் காக்குற கமுக்கத்த அறிஞ்சவன் நாவிதன். தொழில் தருமத்த மீறி கமுக்கங்கள வெளியில சொல்ல மாட்டாங்க. இதனால் தனி மனுசனுக்கும் நாவிதனுக்குமான உறவு மானசீகமானது" *(ப.59).*

இயற்கை நிமிர்த்தம்

பருவ கால மாற்றங்களை இயற்கைக் குறியீடாக உணர்த்தும். இதை நாட்டுப்புற மக்கள் அடையாளம் காண்பர்.

"மரத்தில் தொங்கும் தேன் கூடு வானத்தில் நகன்று போனது. இதை மிரண்டு பார்த்துக் கொண்டிருக்க. ஒன்றன்பின் ஒன்றாகப்

பத்துக்கும் மேல் தேன்கூடுகள் நகன்று போனது 'கடும் பஞ்சம் வரப் போவத மற்ற சீவசந்துக்களவிட தேனீ முன்கூட்டியே அறிஞ்சுடும். தாய் தேனீய நடுவுல வச்சு தேன் கூடு போலவே கிளம்பி இரை கிடைக்கும் இடம் தேடிப் போகும். இது தான் பஞ்சத்திற்கான முதல் அறிகுறி" *(ப.98).*

வைதீக ஊடுருவல்

நாட்டார் மரபில் மேல் நிலையாக்கம் வழி வைதீகம் ஊடுருவுவதை நாவலில் காணலாம். "செத்தவனுக்கு கருமாந்திர சாங்கியம் செஞ்சது வள்ளுவன் தானே. இப்ப அய்யா வச்சு செஞ்சா நல்லதென சின்ன அரண்மைகளே நம்புறாங்க. தச்சன் தான் வீடு கட்ட முழுங்கால ஊண்டி நிலை வச்சான். அவனுக்கு கூவாத சேவ காணிக்கையை கொடுத்தோம். இப்ப அதுக்கும் கோடாங்கி நாயக்கர கூட்டிட்டு வந்து கோமியத்த தெளிச்சு சாங்கியம் செய்யுறாங்க. சிறுகச் சிறுக குடித்தொழிலுக்கு மரியாத போய்கிட்டே இருக்கு" *(ப.384).*

சடங்குகள்

நாட்டார் மரபில் சடங்குகள் முக்கியமானவை. பிறப்பு முதல் இறப்பு வரையான வாழ்க்கை வட்டச் சடங்குகள் பல, நாவலில் இடம் பெறுகின்றது. இதில் நாவிதர்களும், மருத்துவச்சிகளும் சடங்கு நிகழ்த்துனர்கள் என்பதால் கூடுதல் அழுத்தம் உள்ளது.

பிறப்புச்சடங்கு

"மருத்துவச்சி, பேர் காலம் பாத்த வீடு முட்டு வீடென்று ஊரறிய, அந்த வீட்டு முகப்பு வீட்டு விட்டத்தில் சின்ன தொட்டி கட்டுவாள். ஊரறிய மந்தையில் சின்ன கல் எடுத்து வந்து அந்தத் தொட்டியில் போடுவாள். இதுக்குப் பேரு மந்தைக்கல். பொறந்த குழந்தைய மருத்துவச்சி தெனமும் குளிப்பாட்டி, அழகு பார்த்து ஆளாக்குவாள். செத்தா நாம பாக்குறோம். இப்படி பொறப்பிலிருந்து சாவு வரைக்கும் நாவிதன் இல்லாம எதுவும் இல்ல" *(ப.287).*

இறப்புச் சடங்கு

"செத்தவன் பெருமாள கும்பிடுறவனா, சிவன கும்பிடுறவனான்னு முதல்ல தெரிஞ்சுக்கிறனும். அது ரொம்ப முக்கியம். இதுல யாரு செத்தாலும் பொம்பளைக மொதல்ல நீர் மாலை எடுக்கப் போவாங்க. அடுத்து ஆம்பளைக நீர் மாலை எடுக்கும் பானைக்குப் பூநூல் சுத்தி சிவனைக் கும்பிடுற சைவனுக்குக் கலயத்திற்கு விபூதியப் பூசி,

தண்ணியில பூ போடனும். நம்மள மாதிரி பெருமாள கும்பிடுற வைணவன் செத்தா கலயத்தில துளசி மட்டும் போடனும். செத்தவன் முதல் வாரிசுக்குப் பேரு பட்டாக்காரன். அவனுக்கு நீர்மாலக் கலயத்தில சிறுமாடு கூட்டாம வெறும் தலையில தூக்கி வச்சி, அடுத்து வரிசையா நிக்குற பங்காளிகளுக்குத் தூக்கி வைச்சிட்டு சங்க எடுத்து ஊதி முன்ன போகனும். ஏகாளிகிட்ட வாங்கின மாத்து துணிய மாமன் மச்சினன் புடிக்க, அந்த மாத்து நிழலிலே நீர் மாலை எடுத்தவங்க வருவாங்க. செத்தவன் சைவனாக இருந்தா காசி காசி எனச் சொல்லி, பொணத்துக்கு மூன்று மொறைசுத்தி கலயத்தில இருக்குற தண்ணீய ஊத்தச் சொல்லனும். வைணவனுக்கு மௌனமாக இதைச் செய்யனும். செத்தது ஆணுக்கும் பெண்ணுக்கும் இதுதான் நடைமுறை. பொணத்த சுத்தி வந்து பூநூலைக் கழட்டி அத்து கள்ளிப் பந்தல்ல போடச் சொல்லனும் நீர் மால எடுக்கும் பொம்பளைக்குப் பூநூல் இல்ல. துளசி, பூ தலையில் வச்சு வருவாங்க. அந்தப் பூவை கள்ளிப் பந்தல்ல போடச் சொல்லனும் *(ப.281 - 282)*.

இதே போல ஆண் என்றால் தனி, பெண் என்றால் தனிச் சடங்குகள் இருப்பதை இராமன் தன் மகன் மாடனுக்குச் சொல்வதாக அமைகின்றது. பிணத்தைக் கட்டுதல், வாய்க்கரிசி போடுதல், கொள்ளி வைப்போருக்கு முடி திருத்தம் செய்தல், பிணத்தைத் தூக்குதல், எரிக்கிற பிணம், புதைக்கிற பிணத்திற்குத் தனித்தனிச் சடங்குகள் ஆகிய எல்லாம் பதிவாகின்றன.

பிணம் அடக்கமானவுடன் நடைபெறும் முறைமைகள்

“சுடுகாட்டில் சடங்குகள் முடிஞ்ச பின்னால சொந்த பந்தங்க பொணத்தப் புதைக்க எரிக்கக் கொடுத்த ‘கட்ட”ப் பணத்த நாட்டாமை பிரிச்சுக் கொடுப்பான். அந்தப்பணத்த நாம கையோடு கொண்டு போன கும்பாவில போட்டுச் சலசலன்னு ஓசைப்பட பணத்த ஆட்டி பண்டாரம், பரதேசி... இருந்தா வாங்க’ எனச் சத்தம் போட்டுக் கூப்பிட்டு அவங்களுக்கு மொதல்ல பணத்தைக் கொடுக்கனும். அடுத்து தீக் கொளுத்தி, பொணத்த எரிக்கக் கூலி, குலவைக் கூலி, மாத்து விரிச்ச ஏகாளி கூலிய வாங்கிக் கொடுக்கனும். மீதம் இருக்கிற பணம் பூராம் நாவிதன் கூலி. இப்படி பணத்த ஒவ்வாரு முறை வாங்கும் போதும் சபைய வணங்கனும். சுடுகாட்டிலிருந்து எழவு வீட்டுக்காரங்க வீட்டிற்கு வர்றது முன்ன நாம வேகமாய் போய் வீட்டு வாசல்ல குறுக்க உலக்கையைப் போட்டு வைச்சுட்டு. செத்தது ஆம்பளேன்னா இடைச்சவரம் செஞ்ச முடிய கருக்கி வேப்பம்சாத்தில

கலந்து பட்டத்தரசிக் கையில கொடுத்து பட்டம் கட்டியவன் நாக்கில் தடவச் சொல்லனும்" (ப.285).

இறப்புக்கு பின்னர் ஆணுக்கும், பெண்ணுக்கும் நடைபெறும் சடங்குகள், துக்கம் கடைபிடிப்பது, முடிப்பது... என எல்லா வற்றுக்கும் நாவிதனே முன்னின்றுச் சடங்குகளை நிறைவேற்றுகிறான்.

பழங்கதைகள்

நாவலில் பல கதைகள் இடம் பெறுகின்றன. புராணம், பழங்கதை, நாட்டார் கதை என பகுப்புகளில் அடங்கும் பல கதைகள் நாவலில் நகர்வை சுவையூட்டுகின்றன.

மூங்கிலாறு காமட்சியம்மன் கதை

"காமாட்சியம்மன் கோயில் ஓரத்துல போகும் மூங்கிலாறு பன்றி மலை உச்சில இருக்கும் பெருமாள் மலை, அம்மா மெத்திலிருந்து உருவெடுத்து வருது. இப்ப இருக்கிற பூசாரியின் தாத்தன் உசுரோட இருந்தப்ப மூங்கிலாத்துல ஓலைக்கொட்டான மிதந்து வந்து அரண்மன ஓரத்து மூங்கில் பொதரில சிக்கிருக்கு. அதுக்குள்ள இருந்த சின்னக் குழந்தை கெக்கெனச் சிரிச்சிருக்கு. குழந்தை சிரிப்பு கேட்டு பார்த்தப்ப ஓலைக் கொட்டானில் அழகான பெண் குழந்தை, மழை வெள்ளத்தில் ஊறி நனைஞ்சும் நடுங்காம அலுங்காம மூணுமாத்த குழந்த சிரித்ததால தெய்வசத்தியான குழந்தையா இருக்குமென நினச்சு அதத் தூக்கியாந்து அவங்களோட குல தெய்வமான காமாட்சியம்மன் பேரு வச்சு தன் பெத்த பிள்ளையாகவே நினைத்து வளத்தாரு.

காமட்சி வளர்ந்து 'பெரியமனுசியா' ஆனாள். 'நான் பொறந்த மேனியா இருக்கப்போறேன். ஆண் முகம் பாக்காம வாழனும் தனியாகக் குடிசைப் போட்டு என்ன குடியமத்துங்க' காமாட்சி சொல்லுச்சாம். ஆத்துக்கு மேப்புறம் குடிச போட்டு அங்க தங்க வச்சாங்க. மகளுக்குப் பணிவிட செய்ய ஆட்டம், பாட்டம், சிலம்பம், மல்யுத்தக் கலைகள் தெரிந்த செல்மான் குல காமாக்கா என்ற பொண்ண காமாட்சிக்கு உதவிக்காகத் தங்க வைச்சாங்க. மகளான காமாச்சி பிறந்த மேனியாக் குடிசையில இருக்கறதால வருசத்துக்கு ஒரு தடவ இந்தக் குடிசைய கண்ணக் கட்டி கூரை மேஞ்சு வந்தாரு பூசாரி நாக்கன்.

இப்படியே காலம் போய் கொண்டிருந்தப்ப, திடீரென ஒரு நாள், பெருமாள் மலையிலிருந்து ஆவேசமா வந்த புலயர் குல வீரன் இது எங்க சாமி வாழுற இடம். எடத்த காலி செஞ்சு ஓடுங்கன்னு சொல்லி பூசாரி நாயக்கரோட அரண்மனைய அடுச்சு நொறுக்கினான். அவன

குடிப்படைகளாலத் தடுக்க முடியல. இதக் குடிசைக்குள்ளிருந்து பார்த்துக்கிட்டிருந்த காமாட்சி, பொறந்த மேனிய கிளம்பி வந்து அவள் கையில் வளர்ந்திருந்த புலி நகத்தால அந்த புலய வீரன் தலயக் கிள்ளி வீசி எறிஞ்சிருக்கு. காளியா உருவெடுத்து காமாட்சியோட ஆங்கார கோபத்த அடக்க மஞ்ச தண்ணிய ஊத்தினாங்க. ஆவேசம், அடக்கி குடிசைக்குள்ள போன காமாட்சி அங்கேயே வாழ்ந்து அடங்கிருச்சு குடிசைக்குள்ள மக உசுரோட வாழ்றதா நெனச்சு, குடிசக் கதவத் திறக்காம குடிசை கூரையைக் கண்ணைக்கட்டி வேய்ந்து வர்றாங்க. அந்த இடத்தில நம்ம அரண்மனையாரு கோயில்கட்டி, அடங்கின காமாட்சிய காமாட்சியம்மனா நெனச்சுக் கும்பிடுறாங்க. இந்தக் கோயிலில் தான் குலவிலக்கானவர்கள் குலத்தில சேர்க்க பரிகாரம் செய்யும் இடம்" (ப.66 - 67).

பொண்ணு மாப்பிள்ளை கல்

எங்க நாடுகளிலே சேனை செருக்க இருந்தவன் தோனிமலை ராசா, இவனோட பொண்ண, தலமல ராசா மகனுக்குக் கொடுக்க முடிவு செய்தான். அப்ப பாச்சலூர் நாட்டுப் பையன் ஒருத்தன் அந்தப் பொண்ணத் தூக்கிட்டு வந்துட்டான். பாச்சலூர் நாட்டு ராசா, பொண்ணோட நாட்டுக்குத் துரும்பக் கொடுத்து அனுப்பினான். எங்க குல வழக்கத்துல காட்டுல உள்ள ஒரு குச்சியக் கையில வைச்சு, ஒருவன் ஒரு நாட்டுக்குள்ள நுழைந்தால் 'சேதியோடு வந்த தூது வந்த ஆளு' என்று முடிவு செய்வோம். இப்படித் துரும்போடு போன தூது ஆள். தோனிமலை ராசாவிடம், அவனோட மகளைத் தூக்கி வந்து கலியாணம் முடிச்ச சேதிய சொன்னான்.

'மகளைக் காணாத மன அலைக்கழிப்பில் இருந்த தோனிமலை ராசா, தூது ஆள அடுச்சுத் தொரத்தி, பாச்சலூர் மேலப் படை எடுத்தான். படைகள எதிர் கொள்ள முடியாத பாச்சலூர் ராசா, சனங்களோட காட்டுக்குள்ளே ஓடித் தப்பினான். புதுப் பெண்ணும் மாப்பிள்ளையும் இவங்கள விட்டுப் பிரிஞ்சு, கருங்காடான சந்தனக் காவுக்குள்ள தப்பிப் போனாங்க. பயத்துல போகும் பொது வழியில ஒரு சடாமுனி தவமிருந்தான். அவனைக் கவனிக்காம கால் தடுக்கி அவன் மேல விழுந்தாங்க. கண்ணமுழிச்ச முனி என் தவத்த கலச்ச நீங்க கல்லா போக' என்று சபித்தான். அடுத்த கணம் பொண்ணும் மாப்பிள்ளையும் கல்லாய் சமைத்தாங்க. தோனிமலை ராசா மலையெல்லாம் தேடியும் பொண்ணு மாப்பிள்ளையை கண்டுபிடிக்க முடியல. இதனால பாச்சலூர் ராசாவுடன் ராசியாகி ரெண்டு நாட்டு சனங்களும் தேடுவோமின்னு முடிவு செஞ்சாங்க'.

'எப்பவுமே காட்டுக்குள்ளே சுளுந்தீ பிடிச்சு போகாத எங்க சனம். கருங்காடுங்குறதால சீவசந்துகள எதிர் கொள்ள சுளுந்தீ ஏந்தி மெல்ல எட்டு வச்சுப் போனாங்க. கருத்து பெருத்திருந்த ஆலமரத்து அடியில் சடாமுனி தவக்கோலத்தக் களைச்சு கோபமா இருத்ததா. தோனிமல ராசா பாத்துச் சொன்னான். நூறு அம்புகள ஒன்னா ஒரு இடத்தில எய்தா எப்படி இருக்கும்? அதைப்போல் எல்லா கண்ணும் முனியப் பாத்தாங்க. கண்ணுல ரத்தம் கசிய ரணகோலமா இருந்தான் அந்தச் சடாமுனி. எல்லோரும் அவன் கால்ல விழுந்து விசயத்த சொன்னங்க என் தவத்த களைச்சு தீட்டாக்கிய ரெண்டு பேரை கல்லாய் சமைத்துட்டேன். அதோ இவங்கதானா? பாருங்க என்று ரெண்டு கல்தூணைக் காட்டினான் சடாமுனி. எல்லோரும் திரும்பிப் பார்க்க அந்தக் கல்தூண் ரெண்டும் ஓடிவந்த பொண்ணு மாப்பிளையாக உயிரோட காட்சி தந்து அடுத்த கணம் கல்லானது.'

மறுபடியும் எல்லோரும் தவமிருந்த சடாமுனி கால்ல விழுந்து, எங்களாலதான் இவங்க ஓடிவந்து, ஒங்க தவத்தக் கெடுத்தாங்க. தப்பு எங்க மேலதான், இந்தச் சின்னஞ் சிறுசுகள மன்னிச்சு உசிரு பிச்ச கொடுங்க சாமி என மன்றாடினார்கள். எனது சபத்தத் திரும்பப் பெறமுடியாது நான் இவங்களுக்கு உசுரக் கொடுத்தா காடும், மலைளும் தீப்பிடிச்சு அழியும். தவம் களைஞ்சதால நானும் கல்லா சமைந்துகிட்டே இருக்கேன். வரும் காலத்துல எங்க மூவரையும் வணங்கி வந்தா நல்லது நடக்கும். கலியாணம் முடிக்க நினைக்கிறவங்க, இனி பொண்ணுங்கள தூக்கிட்டு வரக்கூடாது. நான் கல்லாகும் பங்குனிப் பௌர்ணமி நாளான இந்த நாளில் எட்டு நாட்டுச் சனங்களும் கூளப்பள்ளத்தில் கூடி, ராத்திரியில் ஆடிப்பாடிக் கொண்டாடுங்க. அவங்கவங்ளுக்கு புடித்தவர்கள அவங்களா தேடிக்கிறட்டும். என் வாக்கு மீறி நடந்தா உங்க குலமே அழிஞ்சிடும்" *(ப 94 - 96).*

சொலவடை

நாட்டார் மக்கள் மிக அதிமாகப் பயன்படுத்துவது பழமொழி எனும் சொலவடைகளைத்தான். நாவலில் ஒவ்வொரு மனிதருமே வாயில் எச்சில் ஊறுவது போல சொலவடைகளோடே பேசுகிறார்கள் சூழல் கருதி இவை உரையாடல், நிகழ்வுக்குச் சுவையையும் அழுத்தத்தையும் தருகின்றனர்

'வராத நோய் வந்தா, குடிக்காத மருந்த குடிக்கனும்' *(ப.47)*

'நீ நனைஞ்சு சுமக்கிறவனாச்சே' *(ப.50)*

'முத்துவான் சும்மா கொடுத்த மாட்ட பல்லப் புடிச்சு பாத்தானாம் குடியானவன்' (ப.52)

'கீரையில சாறு இறுந்தப்பில பாரு' (ப.54)

'கழுதைக்குத் தெரியுமா கற்பூரவாசனை' (ப.55)

'போரும் புயலும் வந்தா புள்ளும் மரமும் மட்டும்மல்ல அரசனும் ஆண்டியும் ஒன்னு' (ப.55)

'பொழுது சாய வந்த மழையும் விடாது. பொழுது சாய வந்த விருந்தாளியும் போகமாட்டாங்க' (ப.66)

'இளம் கண்ணு பயமறியாது' (ப.81)

'சொல் அளந்த வள்ளுவனுக்கு நெல் அளந்து போடு' (ப.103)

'பஞ்சம் வர்றது தெரிஞ்ச கரடிக் கரையான் புத்தக் காவல் காத்துப் படுத்துக் கெடக்கும்' (ப.115)

'கும்பிட போன தெய்வம் குறுக்க வந்த மாதிரி' (ப.121)

'எறும்பு கணம் ஈ சுத்தம்' (ப.247)

'மாட்ட மாடு தின்னுச்சாம் மாடு வித்த பணத்த மானி தின்னுச்சாம்' (ப.250)

'குனுஞ்சா கூலி பிள்ளை பெத்தா காணி' (ப.251)

'தட்டான் தாழப் பறந்து தைலான் குருவி தரையைத் தொட்டா தப்பாம மழ வரும்' (ப.255)

'எள் எண்ணெய்க்கு காஞ்சா எலிப்புளுக்க ஏன் காய்து' (ப.263)

'அடிமடியில கைவச்சுருவான் போல' (ப.266)

'ஆண்காத்து பொண்காத்து வீசுது' (ப.270)

'மாடு சிறுத்தாலும் கொம்பு சிறுக்காதாம்' (ப.289)

'எரியுறவன் பொச்சுல எண்ணத்திரிய வச்ச கதை' (ப.301)

'கோடி ஒரு வெள்ளக்கு குமரி ஒரு பிள்ளைக்கு' (ப.301)

'அத்தைக்கு மீசை முளைச்சு சித்தப்பான்னு கூப்படறது' (மாதிரி) (ப.392)

'வெளுப்பானுக்கு வெளுப்பானாம் குல வண்ணான் (ப.406)

சுளுந்தீ நாவல் பழனி, திண்டுக்கல், வேடசந்தூர் வட்டார மலையும் காடும் சமவெளியும் சார்ந்த மக்கள் குழுவின் ஒரு குறிப்பிட்ட கால வரலாற்றை முன்னிறுத்தி அம்மக்களின் வாழ்க்கையை, வழக்காறுகளைப் பண்பாட்டுக் கூறுகளை விரிவாகப் பதிவு செய்துள்ளது. நாவிதர்கள் எனும் குடித் தொழிலாளர்களின் மரபை மீள் உருவாக்கம் செய்கிறது. கூடவே ஆட்சி அதிகாரத்துக்கு வெளியே இந்தச் சமூகத்தை உருவாக்கி தம் இரத்தத்தாலும் வியர்வையாலும் ஏன் தம்முயிரைக் கொடுத்தும் வளர்த்துக் காத்து நிற்கும் உழைக்கும் மக்கள் திரளில் உணர்வுகளை வரலாற்று வரைவாகத் தருகின்றது. இந்நாவல் ஒரு பகுதி மக்களின் வாய்மொழி சார்ந்த சமூக வரலாறாகவும், பண்பாட்டு ஆவணமாகவும் திகழ்கின்றது. நாவல் என்கிற இலக்கிய வகையை, அதன் கட்டமைப்பு, நுவல் பொருள் ஆகியவை சார்ந்தப் பார்வைகளை மீறி தமிழ்ப் புனைகதை உலகில் 'சுளுந்தீ'க்கு தனிச்சிறப்பிடமுண்டு.

* முத்துநாகு. இரா, சுளுந்தீ, ஆதி பதிப்பகம், 15, மாரியம்மன் கோவில் தெரு, பவித்திரம், திருவண்ணாமலை, பதிப்பு: 2019.

34
நகரத்திணை:
சாயத்திரையும், தறி நாடாவும்

சுப்ரபாரதிமணியன்(1955) ஐம்பதாண்டுகளாகத் தொடர்ந்து எழுதி வருபவர். கவிதை, சிறுகதை, நாவல், நாடகம், பயண இலக்கியம், மொழிபெயர்ப்பு, திறனாய்வு, பத்தி எழுத்து, இதழியல், திரைப்படம்... என கலை இலக்கியப் பன்முக ஆளுமை. அவரின் 'கனவு' இதழ் தமிழ்ச் சிற்றிதழ் வரலாற்றில் தவிர்க்க முடியாதது. பல இளம் எழுத்தாளர்களை எழுதத் தூண்டுவதுடன் அவர்களின் ஆக்கங்களை வெளிக்கொண்டு வரவும் துணை நிற்பவர். இடதுசாரி, சனநாயக, யதார்த்தப் படைப்பு முகம் கொண்டவர்.

சுப்ரபாரதிமணியனின் படைப்புலகம்

இவரும் கொங்கு மண்டலத்தைச் சார்ந்தவர்தான் என்றாலும் கிராமிய வாழ்வையும், பண்பாட்டையும் எழுதும் பிற படைப்பாளிகளிடமிருந்து இவர் மாறுபட்டு பெருநகர வாழ்க்கையைத் தொடர்ந்து எழுதி வருகிறார். அடிப்படையில் தொலைத் தொடர்புப் பொறியாளனான இவர், பணி நிமித்தம் ஹைதராபாத், செகந்திராபாத் ஆகிய இரட்டை நகரங்களில் பல்லாண்டுகள் பணியாற்றியவர்.

ஒரு வகையில் புலப்பெயர்வு எனச் சொல்லுமளவுக்கு அயல் மண்ணின் வாழ்வை இவர் எழுதி உள்ளார். சுடுமணல், நகரம் 90, வர்ணங்களில் வேறிடம், இன்னொரு நாளை போன்ற படைப்புகள் இந்த இரு பெருநகரங்களின் இருப்பைப் பேசுபவை. அய்டி நிறுவனங்கள், கார்ப்பரேட் கம்பெனிகள், சாதி - மதப் பூசல்கள், தரகு அரசியல், கூலிக்குற்றவாளிகள், வானளாவி நிற்கும் கட்டிடங்கள், சாக்கடையினும் கீழான வாழிடங்கள், கொலைகள், தற்கொலைகள், காமக் களியாட்டங்கள், இரவு விடுதிகள்... என அடையாளப்படும் பெருநகர வாழ்வை, அதன் உள் இயக்கத்தை, மனித உறவுகளின் தகிப்பைத் தன் எழுத்தில் வடித்துவிடுகிறார் சுப்ரபாரதிமணியன்.

அவரின் மற்றொரு களம் திருப்பூர். பருத்தி நகரம்-பின்னலாடை நகரம் - பனியன் நகரம். சுப்ரபாரதி மணியன் பிறந்து, வளர்ந்து,

தற்போது வாழ்ந்து வருகிற நகரம். அவரின் இளம் பருவத்தில் அது பவானி வட்டாரத்தில் ஒரு பெரிய கிராமம். சோழர் காலத்திலேயே புகழ்பெற்ற நொய்யல் ஆற்று வேளாண்மையில் வெற்றிலையும், காய்கறிகளும், தாழம்பூவும், கீரை வகைகளும் விளைவித்த நிலம். இன்று நொய்யல் நதியும், வளமான நிலமும் முகமிழந்து 'வாழாவெட்டி' நிலைக்குத் தள்ளப்பட்டுள்ளன. திருப்பூரில் 'வந்து சேர்ந்த' மக்களும், வாழ்ந்து வந்த மக்களும் 'நெசவு' எனும் ஆதிக்குடிமைத் தொழிலைச் செய்தனர். கைத்தறியாக அவை இருந்தவரை சிக்கல் இல்லை. குடிசைத் தொழிலாக, குடும்பக் குலத் தொழிலாக வயிற்றுப் பாட்டை நீக்கியவை தறிகளே. உலகமய, கார்ப்பரேட் உலகில் எல்லாம் இயந்திர மயமானதின் தொடக்கம் தறிகளிலேயே முகிழ்த்தது. விசைத்தறிகள், வித வித எந்திரங்கள், சாயப் பட்டறைகள், டாலர் வணிகம், பெருமுதலாளியம் என அது வளர்ந்தது. பன்னாட்டுக் கம்பெனிகளும் வணிகமும் ஒரு புறம். வாழ்க்கைப் பாட்டிற்கு தமிழ் நாட்டின் பிற இடங்களிலிருந்தும், அயல் மாநிலங்களிலிருந்தும் புலம் பெயர்ந்து வந்து கொண்டே இருக்கும் மக்கள் மறுபுறம். இந்த மாற்றங்களின் விளைவால் திருப்பூர் மக்கள் வாழ்வில் நிகழும் பண்பாட்டுச் சிதைவுகளை சுப்ரபாரதிமணியன் எழுதுகிறார்.

'தறி' எனும் மரபுத் தொழிலின் அழிவு 'விசைத்தறி' எனும் பெருவணிகத் தொழிலின் அசுர வளர்ச்சி, இதனால் ஏற்பட்ட சுற்றுச் சூழல் மாசுபாடு, நொய்யல் கூவமான நிலை, அடித்தட்டு மக்களின் பாதிப்பு எனச் சமூகப் பொருளாதாரத்தைப் பேசுகிறார். அதே வேளை குடும்பச் சிதைவு, பாலியல் மீறல்கள், குழந்தை வளர்ப்புச் சிக்கல்கள், போதையடிமை நிலை, ஆடம்பர, ஆபாச ஆட்டம் பாட்டங்கள் போன்ற பண்பாட்டுச் சீரழிவுகளையும் கவலையோடு சுட்டிக் காட்டுகிறார்.

வாழ்வைத் தேடும் அலைகுடிகள் பற்றிய இடப்பெயர்வு இலக்கியம் எனுமொருவகை இலக்கியம் உற்பத்தியாகும் சூழல் இது. தமிழில் இதைக் காத்திரமாக உணர்ந்து வெளிப்படுத்துகிறார் சுப்ரபாரதிமணியன். திருப்பூரில் தமிழகத்தின் பல்வேறு பகுதிகளி லிருந்தும், வட மாநிலங்களிலிருந்தும் வந்து குவிந்துள்ள மக்கள், ஹைதராபாத், செகந்திராபாத், மலேசியா என்று தான் கண்டு கேட்டு உணர்ந்த இடங்களும் மனிதர்களும் இவரின் இலக்கியக் களமாகிறார்கள். இடப்பெயர்வின் வலி என்பது ஒரு வகையில் இருத்தலின் தேடல் தானே. மொழி, சாதி, மதம், பால்... எல்லாவற்றையும் நிலம் எப்படி தாங்குகிறது, என்பதை இந்த எழுத்து நமக்கு உணர்த்துகிறது.

சுப்ரபாரதிமணியனை நகரத்தை எழுதும் எழுத்தாளர் எனச் சொல்லுமளவுக்கு திருப்பூர் பற்றிய அவரின் ஆக்கங்கள் தொடர்ந்து வெளிவந்து கொண்டுள்ளன. சாயத்திரை *(1998)*, தறிநாடா *(2013)*, நீர்த்துளி *(2011)* ஆகிய மூன்று நாவல்களும் நொய்யல் மாசுபடாமல் ஓடியது தொடங்கி, வேளாண்மையை மையமிட்ட திருப்பூர் எனும் கிராமத்தில் தொடங்கி அரை நூற்றாண்டு அசுர வளர்ச்சியையும், மாற்றத்தையும் பதிவு செய்கின்றன. சாயத்திரையும், தறிநாடாவும் திருப்பூரின் இன்றைய முகவரிக்குப்பின் உள்ள அவலங்களைச் சித்தரிக்கிறது.

சாயத்திரை

மரபான கைத்தறி நெசவாளிகளின் நிலமான திருப்பூர், இராட்சத இயந்திரங்கள் கொண்ட விசைத்தறிக் கூடங்களாக, பனியன் தொழிற் சாலைகளாக மாறும் நிலையை ‘சாயத்திரை’ நாவல் பதிவு செய்கிறது. வீடுகளின் அடையாளங்களாகத் திகழ்ந்த கைத்தறிகள் போய், பனியன் கம்பெனிகளாகவும் விசைத்தறியிடங்களாகவும் மாறுவதும் பனியன் தொழிலும், விசைத்தறித் தொழிலும் பெரும் பணக்காரர்கள் கையில் செல்வதும், புதிய பணக்காரர்கள் உருவாவதும் நாவலில் சுட்டப்படுகிறது. மேலும் பாரம்பரியமாக குடும்பத் தொழிலாகக் கைத்தறியில் ஈடுபட்ட நெசவாளிகள் கூலிகளாக, ஏதிலிகளாக மாற்றப்படும் நிலையையும் நாவலின் மூலம் அறியலாம். நிலங்களுக்கு நீர் பாய்ச்சி வளம் தந்த நொய்யல் ஆறு, புதிதாக உருவான சாயப்பட்டறைக் கழிவுகள் கலந்து ‘சாயத் திரையாக’ மாறுவது நுட்பமாகச் சொல்லப்படுகிறது.

பனியன் கம்பெனி தொழிலாளி பக்தவச்சலம். தகுதிக்கு ஏற்ற வேலையில்லாமல், வாழ்வில் ஒட்டுதல் இன்றி வாழ்பவன். வெளி நாட்டிலிருந்து வரும் பெண் பத்திரிகையாளர் ரோசாவுக்கு திருப்பூர் நகரின் மாசுபாட்டை, நொய்யல் ஆற்றின் சீரழிவைச் சுற்றிக் காட்டுவதுடன் நாவல் தொடங்குகிறது. அவன் வாழ்வில் முன்னேற முடியாமல் குழந்தையுடன் இருக்கும் ஒரு விதவையைத் திருமணம் செய்கிறான். அவள் கொண்டுவந்த பணத்தில் வீடுகட்டி, சுவர்களில் அடர்ந்த வனத்தின் படங்களை ஒட்டி அலங்கரிக்கிறான். இதைப் பார்த்து அந்தக் குழந்தை சிரிப்பதோடு நாவல் முடிகிறது. அசலைத் தொலைத்து நகலில் சுகம் காணும் மனித மனசு.

பனியன் கம்பெனி முதலாளி சாமியப்பன், அவனிடம் வேலை பார்க்கும் பக்தவச்சலம், நாகமணி, ஜோதிமணி, வீடுகளை வாடகைக்கு விடும் செட்டியார், ஜட்டி கம்பெனி முதலாளி பெரியண்ணன், சாயத்

தொழிலில் ஈடுபட்டு உடல் புண் அடைந்த வேல்சாமி, குஷ்டரோகி போன்ற அவனிடம் உறவுகொள்ளப் பயந்து தற்கொலை செய்து கொள்ளும் அவன் மனைவி சௌந்தரி, என பல கதைமாந்தர்கள். இந்நாவலுக்கு மையமோ நாயக, நாயகியோ இல்லை. மனிதர்களின் பாடுகளும் இயற்கையும் தான் எல்லாம். இயற்கைக்கும் மனிதனுக்குமான மறு உயிர்ப்புப் போராட்டமாக நாவல் விரிகிறது.

செட்டியார் எனும் ஒரு பாத்திரம் நாவல் முழுக்க வருகிறது. கால்கள் விளங்காமல் புட்டத்தால் நகர்ந்து வாழ்பவர் இவர். திருப்பூர் மாநகர வாழ்வில் தோற்றுப் போனவர்களின் நிழல். அழுக்கும், துர்நாற்றமும் அவரின் அடையாளமாகிப் போகிறது. அவரோடு யாருக்கும் ஒட்டுறவு இல்லை. பிள்ளைகள், பேரப் பிள்ளைகள் உட்பட. அவருக்கும் அவருக்கு உதவி செய்பவர்கள் உட்பட பிறருக்குமான தொடர்பு என்பது அவரின் பணம்தான். பண உறவுதான். எல்லா வற்றிலும் சலிப்பு அவருக்கு. கடைசியில் தூக்குப்போட்டுச் செத்துப் போகிறார். இது போல் இந்நாவலில் பல. திருப்பூரின் வாழ்வோட்டத்தின் குறியீடுதான் இவையெல்லாம்.

திருப்பூர் சாயப்பட்டறைகளுக்கு சுற்றிலும் உள்ள கிராமங்களிலிருந்து ஆழ்துளைக் கிணறுகள் அமைத்து, தண்ணீரை உறிஞ்சி, தண்ணீர் கொண்டுவரும் லாரிகள். இந்தத் தண்ணீர் லாரிகளில் அடிபட்டுச் சாகும் நாய்கள், ஆடுகள், கழுதைக் குட்டிகள். சாலைகளில் இந்தக் கோரக் காட்சியை எளிதில் கடந்து போகும் மனிதர்கள். சாயப்பட்டறைகளில் உள்ள கொதிகலன்கள் வெடித்துச் சிதறிப் பலியாகும் மனிதர்கள், சாய நீரைக் குடித்துச் சாகும் நாய்கள், சாய நீரில் புழங்கி, புண்ணாகி, சீழ் வடியும் மனிதர்கள். சாயப்பட்டறைகளால் நிலம் மாசுபட்டு கிணறுகளில் குடிநீர் நஞ்சாகும் பரிதாபம், குடிநீருக்கு குடமேந்தி நிற்கும் மக்கள்... சாயம் கொடு விஷமாகி நொய்யலை கருப்பாறாக்கி, பயிர்களை கருப்பாக்கி விடும் அவலம்... என்று தேர்ந்த சமூகவியல் ஆய்வாளர் போல அடுக்கடுக்காய் நிகழ்வுகளைக் காட்டிச் செல்கிறார்.

திருப்பூர் பெருநகரின் நரக வாழ்வைச் சித்தரிக்கும் நாவலில் ஆங்காங்கே இப்பகுதி பண்பாட்டு வாழ்வும் பதிவாகிறது. வீடு வாடகைக்கு விடும் செட்டியார் 'தேவாங்கர்' இனத்தைச் சேர்ந்தவர். செண்டியம்மன், சப்பரம், சப்பரத் திருவிழாவில் அலகுக் கத்திகளை மார்பில் அடித்தாடுதல் போன்றவை இடம்பெறுகின்றன.

நாகன் எனும் தொழிலாளி அற்புதமான கூத்துக் கலைஞன். அவனால் தொழிலில் நிலை கொள்ள முடியவில்லை. அவனின்

நினைவோட்டமாக நாட்டுப்புறக் கூறுகள் உயிர் பெறுகின்றன. நெட்டுக்கும்மி, வட்டக்கும்மி, வைகுந்தக்கும்மி, பெரிமாத்துச் சடங்கு, பூப்பறிநோன்பு, வீரமாத்தியம்மன் கதை, வெத்திலைக் கன்னிமார் கதை போன்றவை நாகன் வழிச் சுட்டப்படுகின்றன.

ஆக, 'சாயத்திரை' நாவல், திருப்பூர் பெருந்தொழில் ஏகாதிபத்தியமாக உருப்பெறுவதும், நெசவாளிகள் விளிம்பு நிலையினர் ஆவதும், நொய்யல் அமில ஆறாகி சுற்றுச் சூழல் கெடுவதுமான நிலையினை எடுத்தியம்பும் ஆவணமாகிறது எனலாம்.

தறிநாடா

இந்நாவல் நெசவுத் தொழிலாளிகளின் வாழ்வியலைப் பேசுகிறது. மரபான கைத்தறி முறை காவு கொள்ளப்பட்டு, விசை தறியும், பனியன் கம்பெனிகளும் முளைக்கின்றன. இது இப்பகுதியில் பெருமளவு நெசவுத் தொழிலில் ஈடுபட்டிருந்த 'தேவாங்கர் செட்டியார்' இனத்தைப் பெரிதும் பாதிக்கிறது. நெசவாளிகள் அவர்களின் பாரம்பரியத் தொழிலை விட்டு தொழிலாளர்களாக, கூலிகளாக மாறுகிறார்கள். கைத்தறி நெசவுக்கான கூலி குறைக்கப்படுகிறது. இதனை எதிர்த்து நெசவாளர்கள் 'நெசவுக்கட்டு' எனும் வேலை நிறுத்தப் போராட்டத்தில் ஈடுபடுகிறார்கள். இப்போராட்டம் படிப்படியாக வளர்ந்து பெரிய போராட்டமாக மாறுகிறது. இதைக் குறிப்பிட்ட சாதியினர் முன்னெடுத்தாலும், வர்க்கப் போராட்டமாக உருவாகவில்லை. கைத்தறி நெசவாளிகள் தங்கள் உடைமைகளை, உறவுகளை இழக்கிறார்கள். உயிர்ப்பலியும் ஆகிறது.

இந்நாவலில் வரும் 'அருணாசலம்' போராட்டத்தை சாதியின் எழுச்சியாகப் புரிந்துகொள்கிறார். ராஜாமணி, கல்யாணசுந்தரம் போன்றோர் பொதுவுடைமை இயக்கம் சார்ந்து வர்க்க அரசியலை முன் எடுக்கின்றனர். ரங்கசாமி எனும் தொழிலாளிதான் நாவலின் மையம். அவரின் மனைவி நாகமணி. மல்லி, ராதிகா எனும் இரு மகள்கள். பொன்னு எனும் படித்துப் பட்டம் பெற்ற மகன். தருமன், சோமன், வெள்ளியங்கிரி, கோவிந்தன், ஆறுமுகம், நடேஷ், சிவசாமி போன்ற சக தொழிலாளர்கள் ஆகியோரைக் கொண்டு நாவல் கட்டமைக்கப் பட்டிருக்கிறது. ரங்கசாமி மகன் பொன்னு, போராட்டப் படிப்பினைகளை உணர்ந்து, வர்க்க அடிப்படையில் தொழிலாளர்கள் அமைப்பாகத் திரள்வதே தீர்வு எனக் கருதுகிறான். சாதி கடந்து, பிழைப்பு அரசியல்வாதிகளை நம்புவதைவிட்டு தொழிலாளிகள் செயல்பட வேண்டும் எனத் திட்டமிடுகிறான்.

பொன்னு பனியன் கம்பெனி, விசைத்தறி ஆகியவற்றைத் தடுக்க முடியாது, மாற்றங்களை உணர்ந்து தொழிலாளிகள் இவற்றில் தங்களை இணைத்துக்கொள்ள வேண்டும் என்றும் சிந்திக்கிறான். கடைசியாக இடதுசாரி தொழிற்சங்க வர்க்கப் போராளியாக மாறுகிறான். குடும்பத் தொழிலில் இருந்தும் விடுபடுகிறான். பழமைக்கும் நவீனத்துக்குமான போராட்டம் நாவலில் நீடிக்கிறது. கைத்தறி x விசைத்தறி, குடும்பத்தொழில் x தொழிற்சாலை என்ற நிலையில் மட்டுமல்ல. மனித மதிப்பீடுகளிலும்தான். நாவலில் வரும் ரங்கசாமி மரபின் குறியீடு. எல்லாவற்றையும் ஏற்றுக்கொள்பவர். அருணாச்சலம், பொன்னு ஆகியோர் எதிர்த்துப் போராடும் இயல்புக்கு வருகின்றனர். இது தலைமுறை மாற்றம் மட்டுமல்ல, கருத்தியல் மாற்றமும்கூட.

நெசவாளர் இனவரைவியல்

பஞ்சும் பசியும் நாவலின் குறையாக அதில் பஞ்சும், நூலும் இல்லை என்பார்கள். அதற்கு மாறாக தறிநாடாவில் தறி ஓடிக் கொண்டே இருக்கிறது. தறிக்குழிகள், தறிநாடா, பாவு இழைகள், பில்வார்கள், கஞ்சிப்பசை, எண்ணிட்ட நூல்கள், துண்டுத் துணிகள், ஜரிகை நூல் ஆகியன நாவலில் உயிரோட்டமாக உலா வருகின்றன.

தேவாங்கர் செட்டியார்களின் கன்னட வீட்டு மொழியும், தறியில் புழங்கும் சொற்களும், தொன்மங்களும், பழமொழிகளும் நாவலில் இனவரைவியல் கூறுகளாக இடம்பெறுவதைச் சுட்டத்தான் வேண்டும். தேவாங்கர் செட்டியார்களின் குல தெய்வமான சௌண்டி அம்மனும், கோவில் திருவிழாவும், சப்பரம் எடுத்தலும் விரிவாகச் சொல்லப்படுகின்றன.

தொன்மம்

நாவலின் தொடக்கத்தில் தேவாங்கர் நெசவுத் தொழிலை மேற்கொண்டதற்கு ஆதாரமான தேவாங்கர் புராணம் இப்படிப் பதிவாகிறது:

"பிரமன் பல புவனங்களையும் உயிர்களையும் படைத்தார். ஆதி மனுவை, பிரமன் ஆடை தரப் படைத்தான். மனு கடமையை நிறைவேற்றிய வேலை முடிந்தது என்று பரம்பொருளிடம் ஐக்கிய மானோர் ஆடையின்றிப் பின்னர் தவித்தனர். சிவன் தேவனைப் படைத்தார். திருமாலின் நாபிக்கமலத்தில் தோன்றிய தாமரை நூலை வாங்கிச் சென்று ஆடை நெய்யச் சொன்னார். சிவன் இமயமலைக்குத் தெற்கே சகர நாட்டுத் தலைநகர் ஆமோதா உன் ஊராகும் என்றார்.

356 / தமிழ் நாவல்கள்: பண்பாட்டு எழுத்து

திருமால் தாமரை நூலைத் தந்து பாதுகாப்புக்காக சக்ராயுதம் ஒன்றைக் கொடுத்தார். வரும் வழியில் தங்கியிருந்த ஆசிரமத்தில் இருந்த அரக்கர்கள் சுய ரூபத்தை வஜ்ரமுடி, தூர்மவக்கிரன், தூம்ராச்சன், சித்திரசேனன், பஞ்சசேனன் என்று ஐந்து பேராக மாறி தேவரிடம் இருந்து நூலைப் பறிக்க முயன்றனர். சக்கராயுதத்தை அவர் ஏவ அரக்கர்கள் நிலத்தில் விழுந்த ரத்தத்திலிருந்து ஆயிரக்கணக்கில் தோன்றிப் போரிட்டனர். சக்கராயுதம் செயலற்றுப்போனது.

தேவலர் தனக்கு உதவ தாயார் சண்டிகையை எண்ணிப் பிரார்த்தனை செய்தார். ஆயிரம் கோடி சூரிய பிரகாசத்துடன் கிரீடத்துடன் தோன்றினாள் சௌடேஸ்வரி. சூலம், சக்கரம், கத்தி, கதாயுதம் என்று நான்கு கைகளில் மின்னின. அரக்கர்களின் ரத்தம் வெள்ளை, சிவப்பு, மஞ்சள், பச்சை என பல வர்ணமாய் இருந்தன. தேவலர் தன்னிடம் இருந்த நூலை அய்ந்தாய்ப் பிரிந்து வர்ணங்களில் நனைத்துக் கொண்டார். எஞ்சிய அரக்கர்களின் ரத்தத்தை பூமியில் விழாது சிம்ம வாகனம் குடித்து முடித்து சிலிர்த்தது. அப்போது அதன் காதுகளில் ஒட்டியிருந்த இரு துளி ரத்தம் கீழே விழுந்து அதிலிருந்து இரு அரக்கர்கள் தோன்றி வணங்கினர். அவர்களுக்கு மாணிக்கத்தார்கள் என்று பெயரிடப்பட்டு தேவலரின் பணிக்கு வைத்துக் கொண்டார். ‘நான் சூடாம்பிகை, நீயும் இன்று உனக்கு நேர்ந்த ஆபத்தில் இருந்து மீண்டாய். எனவே நம் இருவருக்கும் இதுவே பிறந்த நாளாகும்”.

இதுதான் நெசவாளிகள் குறித்த தொன்மக்கதை

இதேபோல ‘தொழில் அடிப்படை சாதி’ என்ற மனநிலை இவர்களிடம் பதிந்துள்ளதை நாவல் சுட்டிச் சொல்கிறது. பிறந்த குழந்தையைக் குளிப்பாட்டும் தாய், ‘இந்தக் கைதான் நெசவு செய்து என்னைக் காப்பாற்றும். இந்தக் கால்தான் நெசவு செய்து என்னைக் காப்பாற்றும்’ எனச் சொல்லி அதை உறுதி செய்கிறாள். தறிக் குழிகளில் கால் எட்டும் அளவிற்கு வளர்ந்தவுடனே குழந்தைகளைத் தறிகளில் உட்கார வைக்கும் பழக்கமும் உள்ளது. நாவலில் நெசவாளர்களுடன் கவுண்டர் போன்றவர்களின் உறவுகளும் சுட்டப்படுகின்றன. நெசவாளிகளின் பொழுது போக்காக அமையும் சீட்டாட்டமும், பெருக்கான் வேட்டையும் கூட நாவலின் சுவையாக அமைகின்றன.

ஆக, தறி நாடா கைத்தறியின் வரலாறு, நெசவாளர்களின் வாழ்வியல், விசைத்தறியின் வரவு, பனியன் கம்பெனி தோற்றம், அகப்புறப் போராட்டங்கள், இவை மனித உறவில் ஏற்படுத்தியிருக்கும் பண்பாட்டு மாற்றங்கள் ஆகியவற்றை திருப்பூரின் சமகால நிலவியலோடு முன் வைக்கிறது எனலாம்.

சுப்ரபாரதிமணியன் தன் மண்ணையும் மக்களையும் மட்டுமல்ல பிற மக்களையும் மனித நேயத்துடன் பதிவு செய்து வருகிறார். பெண்கள், உதிரி உழைப்பாளிகள், கைவிடப்பட்டவர்கள் போன்றோர் இவரின் படைப்பில் நாயகத்தன்மை பெறுகிறார்கள். அவர் தமிழ் இலக்கியம், இந்திய இலக்கியம், ஏன் உலக இலக்கியப் படைப்பாளுமையாக தன்னைத் தன் படைப்புகளினூடே நிலை நிறுத்திக்கொள்கிறார் என்பது மிகையல்ல.

- சுப்ரபாரதிமணியன், சாயத்திரை, காவ்யா பதிப்பகம், கோடம்பாக்கம், சென்னை - 6000024, சென்னை -18, பதிப்பு: 2013.
- சுப்ரபாரதிமணியன், தறிநாடா, நியூ செஞ்சுரி புக் ஹவுஸ்(பி)லிட், அம்பத்தூர், சென்னை - 600098, முதற் பதிப்பு: 2013.

35

மக்கள் எழுச்சியின் கலைப்பதிவு

"குண்டைப் போட்டுட்டேன்"

"என்ன குண்டு?" மணிமேகலை பயத்துடன் கேட்டாள்.

"நாம யாருன்னு சொல்லிட்டேன்."

சாதி எப்படி வெடிகுண்டு போல செயல்படுகிறது.

பார்த்தீர்களா?

நவீனத் தமிழ் இலக்கியத்தில் இன்று நாவல் எனும் வகைமை புதுப்பாய்ச்சலோடு வருகின்றது. கவிதை, சிறுகதை, பிற வகை எழுத்துக்கள் போல் அல்லாமல் முழுமைத்தன்மை பெற்று விளங்க வேண்டிய முன் நிபந்தனையால் நாவல் உருவாக்கம் பெரும் கலை உழைப்பாகத் திகழ்கின்றது. வெறும் சாகசக் கற்பனைகளால் "கதையளந்த" காலம் மலையேறிவிட்டது. இலக்கியம் அதன் முழு பரிமாணத்தோடும் தன்னை நிறுவிக் கொள்ளும் காலம் இது.

புள்ளிவிவரங்கள், ஆண்டுகள், நிகழ்வுகள், நபர்களால் ஆனது வரலாறு, மனிதர்கள், மனித உறவுகள், மனிதச் சிந்தனைகள், முரண்கள் ஆகியவற்றின் காட்சிச் சித்திரங்கள் படைப்பாகின்றது. வரலாற்றில் படைப்பும், படைப்பில் வரலாறும் சாத்தியம் தான். ஓர் இலக்கியப் படைப்பில் உண்மை நிகழ்வுகளாக வரலாற்று மூலங்களைக் கையாள்வது சவாலானது. எதையும் அப்படியே சொல்லிவிட முடியாது. எடுத்துரைப்பில் படைப்பாளியின் கைவண்ணம் மட்டுமல்ல விழிக்கோணமும் முக்கியமாகின்றது. சொல்பவரைப் பொறுத்து நோக்கும் போக்கும் தீர்மானமாகும். உள்ளதைச் சொல்வதைத் தாண்டியும், நுகர்வோர் மனங்களில் விவாதங்களை அதன் வழியே முடிவுகள் நோக்கிய நகர்வை நிகழ்த்துபவையாகப் படைப்புகள் அமையவேண்டும்.

எழுத்தாளர் முருகவேள் "ஒரு பொருளாதார அடியாளின் ஒப்புதல் வாக்குமூலம்", "எரியும் பனிக்காடு" முதலான மொழி பெயர்ப்புகள் வழி தமிழ் எழுத்துலகில் அறிமுகமானவர். வரலாறும்,

தொன்மமும் கைகோர்க்க நவீன வாழ்வின் சிக்கல்களை, சிந்தனைப் போக்குகள் குறித்த உரையாடலின் வழி சாத்தியப்படுத்திய "மிளிர்கல்" அவரின் முதல் நாவல், செறிவும் நுட்பமும் அழகும் கை கூடிய படைப்பு அது. அவரின் பேருழைப்பில் சமகால வரலாற்று ஆவணப் படைப்பாக வெளிவந்திருப்பது "முகிலினி" நாவல்.

1836 - இல் ஆர்தர் காட்டனால் திட்டமிடப்பட்டு நூற்றாண்டுகள் கடந்து 1946 - இல் பிரகாசம்காருவால் அடிக்கல் நாட்டப்பட்ட பவானி அணைகட்டும் பணி 1949 - இல் கட்டிமுடிக்கப்படுகின்றது. இதிலிருந்து அறுபது ஆண்டுகளுக்கான வரலாற்றுச் சுவடுகள் "முகிலினி" நாவலாக விரிகின்றது.

"முதல் முதலாக இங்கு வந்து நின்று இந்த ஆற்றைப் பார்த்த போது அது நேரடியாக வானத்து முகில்களில் இருந்தே பெருகி வருவது போல ராஜுவுக்குத் தோன்றியது. அப்புறம் பவானி என்ற வடமொழிப் பெயர் அவனுக்குப் பிடிக்கவில்லை. ராஜு பின்னால் கைகளை கட்டிக் கொண்டு உலாவியபடி இந்தக் காடுகளும், மலைகளும் சூழ்ந்த பிரதேசத்தின் வசீகரத்தையும், ஆற்றின் அழகையும் பற்றிச் சிந்தித்துக் கொண்டிருப்பான்.

முகில்களிலிருந்து பாய்த்தோடி வருபவள் இவள். முகில்களைப் போன்றவள்.

ஒரு நாள் முகிலினி என்ற பெயர் அவன் மனதில் தோன்றியது.

ராஜுவுக்கு அந்தப் பெயர் மிகவும் பிடித்து விட்டது. அன்றிலிருந்து இந்த ஆற்றை முகிலினி என்றே நினைத்து வந்தான்" (ப. 97).

விடுதலைக்குப் பின் தொழில்கள் வளர்ச்சிக்கு முக்கியத்துவம் அளிக்கப்படுகின்றது. பருத்தியிலிருந்து பஞ்சை எடுத்து நூலாக்கி ஆடையாக்கும் மில் தொழிலில் கோவையின் கண்ணம்மநாயுடு ஈடுபடுகிறார். இந்திய - பாகிஸ்தான் பிரிவினைக்குப் பின் பருத்தி விளைச்சலும், பஞ்சு உற்பத்தியும் குறைகிறது. பருத்தி விளைநிலங்கள் அதிக அளவில் பாகிஸ்தான் பகுதிக்குச் சென்றதும் ஒரு காரணம். கண்ணம்மநாயுடுவின் மகன் கஸ்தூரிசாமி நாயுடு காலத்துக்கேற்ப தொழிலை வளர்க்க விரும்புகிறார். அவர் திருமணம் செய்யும் பழைய காங்கிரஸ்காரரான செளந்தர்ராஜன் மகள் செளதாமினியும் உடன் பயணியாகிறார். கோவை மில் முதலாளிகள் ஒன்று கூடி ஆலோசிக் கின்றனர்.

வெளிநாடுகளில் செயற்கை நூலிழைத்தயாரிப்பு குறித்துக் கவனம் திரும்புகிறது. இத்தாலியிலிருந்து "பெர்னாண்டினோ" என்ற வல்லுநர் வரவழைக்கப்படுகிறார். ஆலோசனை நடைபெறுகிறது. பெரும்பணம் முதலீடு தேவைப்படுகின்றது. மலைக்கிறார்கள், கஸ்தூரிசாமியும் அவரது உறவினர் ஜனார்த்தனும் சொந்த பந்தங்களின் உதவியோடு முதலீடு செய்து "டெக்கான்ரேயான்" சிறுமுகையில் பிரமாண்டமாக எழுகிறது. இத்தாலியானா விஸ்கோவிடம் இருபத்திநான்கு சதவீதப் பங்குகள் இருக்கின்றன. முதலமைச்சர் அடிக்கல் நாட்டிவைக்கிறார். சலுகையில் மின்சாரமும், தண்ணீரும், மின்நிலையமும் கிடைக்கின்றன. மலைக்கு நிகரான செயற்கைக் குன்றாய் "டெக்கான் ரேயன்" காட்சி தருகிறது. தொழிலாளர்கள் போதிய சம்பளம் பெறுகிறார்கள். இறக்குமதி, ஏற்றுமதி, அன்னியச் செலாவாணி என மில் லாபமீட்டுகிறது. மில் உற்பத்தித் திறனை அதிகரிக்கிறது, உப தொழில்களான ரசாயனப் பொருள்கள், உரங்கள் தயாரிப்பும் நடக்கிறது.

இதற்கிடையே பன்னாட்டு மூலதனப் பங்கு நிதி மூலதனப் பங்கு கைமாறுகிறது. இந்திய பெருமுதலாளியமும், பன்னாட்டு நிதி மூலதனமும் கைகோத்து உள்ளூர் முதலாளிகள் வெளியேறும் நிலை ஏற்படுகிறது. கால ஓட்டத்தில் ஆலைக்கழிவுகள் பவானி ஆற்றில் (முகிலினி) கலந்து பளிங்கு போல் இருந்த தண்ணீர் பயனற்றுப் போகிறது. நிலம் மலடாகிறது. உயிர்கள் சாகின்றன. மக்கள் எழுச்சி முகிழ்க்கிறது. உரிமைப் போராட்டமும், சட்டப் போராட்டமும் வெடிக்கிறது. மாசுக்கட்டுப்பாட்டு வாரியம், நீதிமன்றம், களப் போராட்டம் ஆகிய பல் முனைகளில் மக்கள் போராடுகிறார்கள். வழியேயின்றி ஒரு நாளில் ஆலை மூடப்படுகின்றது. கோவையில் தொழிலாளர் - மக்கள் போராட்ட அடையாளமான விஸ்கோஸ் போராட்டம் அப்படியே நாவலில் பதிவாகின்றது, இது நாவலின் ஒரு தளம்.

மலை, காடு, மலை வாழ்மக்கள் உரிமைகள் அவர்களின் தன்னுணர்வுமிக்க போராட்டங்கள் சார்ந்த பதிவுகள் மற்றொரு தளம்.

விஸ்கோஸ் ஆலை மூடப்பட்ட பின்னால் அந்த ஆலையின் ராட்சச எந்திரங்களை, உலோகக் கம்பிகள், பொருள்களை இரவோடு இரவாகப் பல நாட்கள் மக்கள் கொள்ளையிடுவது, காவல்துறையும் கைகோர்த்து நடக்கும் கொள்ளைக் குறித்த பதிவுகள் மற்றொரு தளம்.

உரங்கள், பூச்சிக் கொல்லிகள் விளைவாக மலட்டுத் தன்மை, நோய்கள் ஆகியவற்றுக்கு எதிராக இயற்கை வாழ்வு, வேளாண்மை,

நம்மாழ்வார் போன்றோரின் முன்னெடுப்பு இதிலும் கஸ்தூரிசாமியின் பேரன் ராஜ்குமார் பாலாஜி போன்றோர் ஈடுபட்டு வணிகமாக்குவது இன்னொரு தளம்.

சேகுவேராவை வணிகப் பொருளாக்க முயன்று ஓஷோ வழியாக தானே சாமியாராக மாறும் திருமகன் (ஆஷமான் சுவாமிகள்) இன்னொரு தளம்.

இப்படி நாவல் பல அடுக்குகளில் இயங்குகிறது. கண்ணம்ம நாயுடுவின் தொழில் தொடக்கம் "ராபர்ட் ஸ்டேன்ஸ், ஸ்டேன்ஸ் மில்லைத் தொடங்கிய போது அதற்கு பஞ்சு கொண்டு வந்து கொடுக்கும் வேலையை கஸ்தூரிசாமியின் அப்பா கண்ணம்மநாயுடு செய்தார். அடுத்தக் கட்டமாக பஞ்சில் இருந்து விதைகளைப் பிரித்தெடுக்கும் ஜின்னிங் பாக்டரி தொடங்கினார். விதை நீக்கம் செய்யப்பட்ட பஞ்சுதான் நூல் நெய்வதற்கு ஏற்றது. ராபர்ட் ஸ்டேன்ஸிசும் இதை ஊக்குவித்தார். பின்பு ஜின்னிங்கிலிருந்து நூல் உற்பத்தி செய்யும் ஸ்பின்னிங்குக்கு மாறவேண்டியிருந்தது. அப்புறம் ஆடை நெய்யும் வீவிங். இதற்கெல்லாம் முதலீடு வேண்டும். அப்போது இதே போல் நெருக்கடிதான்" எனச் சுட்டப்படுகின்றது. அதே போல ரேயான் பற்றிய விளக்கம்,

"1884 - இல் கவுண்ட் ஆஃப் சார்டோனேவால் சார்டோனே இழை உருவாக்கப்பட்டது. இது அழகாகவும், மலிவாகவும் இருந்தது. ஆனால் எளிதில் தீப்பிடிக்கக் கூடியது. எனவே கடைகளில் விற்பது தடை செய்யப்பட்டது. பின்பு 1905 - இல் செயற்கைப்பட்டு எனப்படும் ரேயான் விற்பனைக்கு வந்தது. அப்போது இதன் பெயர் விஸ்கோஸ் ஃபைபர். சூரிய ஒளியைப் போல் பளிச்சென்று இருப்பதாலும், பருத்தியைப் போல குணங்கள் கொண்டிருப்பதாலும் ரேயையும், காட்டனையும் இணைத்து ரேயான் என்று பெயர் சூட்டப்பட்டது".

இப்படி தொழில் நுட்ப விவரங்கள், இயந்திரங்கள், கருவிகள், அதன் செயல்பாடுகள், இரசாயனங்கள் அதன் விளைவுகள்... என அத்தனையும் துல்லியமாக நாவலில் இடம் பெறுகின்றன.

வரலாறும், அரசியலும் விவாதப் புள்ளிகளாக முன்வைக்கப் படுகின்றன. பொருளாதாரமும் தான். காங்கிரஸின் வெற்றி தோல்விகள், காந்தியத்தின் போதாமைகள் நூலிழையாய் நாவல் முழுக்கப் பதிவாகின்றன. காந்திக்கு மாற்றாக தாகூர் முன்மொழியப் பதிவாகின்றன. ஜெ.பியும் வினோபாவும், ஜே.ஸி. குமாரப்பாவும்

வந்து போகிறார்கள். இராஜாஜியும், காமராசரும் அவரவர் சாய்வுகளின் வழி அலசப்படுகிறார்கள்.

காங்கிரஸை அப்புறப்படுத்தி அண்ணா அரியணை ஏறுதலும், அவர் மறைவுக்குப்பின் நாவலர், பேராசிரியரைத் தாண்டி மு.கருணாநிதி ஆட்சியைப் பிடிப்பதும், பின் எம்.ஜி.ஆர் கட்சி தொடங்கி ஆட்சிக்கு வருவதும் நாவலில் இடம் பெறுகின்றது.

இந்தியக் கம்யூனிஸ்ட் கட்சியிலிருந்து மார்க்சிஸ்ட் கட்சி உருவாவது பின் அதிலிருந்து மார்க்சிஸ்ட் லெனினிஸ்ட் உருவாவதும் நாவலில் சுட்டப்பெறுகின்றது.

இந்தி ஒழிப்புப் போராட்டம், 1964 பஞ்சம், 1965 அன்னியச் செலாவணிச் சட்டம், குடால் கமிஷன், போர்டு பவுண்டேசன் அறிக்கை... என வரலாற்றுக் குறிப்புகள் ஆங்காங்கே நாவலில் இணைந்து முன் செல்கின்றன.

நாவலின் கதையை கதைமாந்தர்கள் ஏந்திச் செல்கிறார்கள். வகை மாதிரி பாத்திரப்படைப்பு நாவலின் யதார்த்த அழகாக மிளிர்கிறது. ஓரிரு தலைமுறைகளின் வழி ஏற்ற இறக்கங்கள் வாழ்க்கைச் சித்திரங்களாகின்றன. கண்ணம்ம நாயுடுவின் மகன் கஸ்தூரிசாமி நாயுடு, சௌந்தர் ராஜ நாயுடுவின் மகள் சௌதாமினி இவர்களின் மகன்கள் கிருஷ்ண குமார் - லதா, இராஜேஷ்குமார், கிருஷ்ணகுமாரின் மகன் ராஜ்குமார் பாலாஜி. இந்தக் குடும்பம் செல்வச் செழிப்பின் குறியீடாகக் காட்டப் படுகின்றது. அரசியல் செல்வாக்கும், சமூக அந்தஸ்தும், ஆயிரம் கோடிச் சொத்தும் உயர் மேட்டுக்குடி வாழ்வுமாக, இந்திய முதலாளியத்தின் மாதிரியாக இக்குடும்பம் விளங்குகிறது. இதில் கஸ்தூரி சாமிக்கு எந்த வகையிலும் குறைவில்லாத ஆளுமை மிக்கவராக சௌதாமினி படைக்கப்பட்டுள்ளார். ஒரு வகையில் இக்குடும்பத்தின் "உச்சமாக" நிற்பவர் சௌதாமினி எனச் சொல்லலாம்.

அடுத்து தொழிலாளி வர்க்கத்திலிருந்து மேலெழும் ராஜு, ஒரு வகையில் இந்நாவலின் நாயகனும் இவர்தான். நொய்யலாற்றங் கரையில் பிறந்து வளர்ந்து பிழைப்புக்காக பவானிக்கு இடம் பெயர்ந்து இயற்கை ஈடுபாட்டில் வனமும், மலையும் முகில் கூட்டமும் கலந்த பழைய பவானிக்கு "முகிலினி" எனப் பெயரிட்டு அழைக்கிறான். ஒடுக்கப்பட்ட வகுப்பில் பிறந்து இராணுவத்தில் சேர்ந்து பின் கஸ்தூரியின் நட்பால், அறிமுகத்தால் மில் வேலைக்குச் சேர்கிறான். ஆங்கிலமும், தூயத்தமிழும், கொஞ்சம் தெலுங்கும், இராணுவப் பணி சிநேகமும் முதலாளியோடு நெருக்கப்படுத்துகிறது. பணிநிலையில்

கொஞ்சம் நாகரிகப் பொறுப்பில் இருக்கிறான். கவிதை ஏக்கமும் இலக்கிய நாட்டமும் மிக்கவன். தியாகராஜபாகவதர் போல தோற்ற முடையவன், நாடகக்காரன். திராவிட இயக்க அனுதாபி. தமிழ்த் தேசியன். கம்யூனிஸ்டோடு முரண்படுபவன்.

அவரது மனைவி மரகதம், மகள் மணிமேகலை, மருமகன் சொக்கலிங்கம், பேரப்பிள்ளைகள் ஆனந்தி, கௌதம், நெறியான ஆள் ராஜு, மரகதம் ஆசிரியை. சௌதாமினிக்கு சற்றும் குறைவில்லாத வகையில் மரகதம் படைக்கப்பட்டுள்ளார். இக் குடும்பம் எப்பொழுதும் சாதியை வெளிப்படுத்திக் கொள்ளாத, உள்மறைத்து வாழும் தன்மையுடன் வெளிப்படுகின்றது. அம்பேத்கரின் அரிச்சுவடி போல கல்வி ஒன்றுதான் கடைதேற்றம் என்பதற்கான காட்சியாக இவர்கள் படைக்கப் பட்டுள்ளார்கள். அதே நேரத்தில் சாதியின் கோரமுகம் ஆங்காங்கே சுட்டிக்காட்டப்படுகின்றது. ராஜுவின் பேத்தி ஆனந்தியை ஒருவன் காதலிப்பதாகக் கூறி, பெண் கேட்டுவருகிறான். பெண்ணுக்கு அப்படியொன்றும் விருப்பமில்லை. எப்படித் தவிர்ப்பது? சொக்கலிங்கம் - ஆனந்தியின் அப்பா சொல்கிறார்;

"குண்டைப் போட்டுட்டேன்"

"என்ன குண்டு?" மணிமேகலை பயத்துடன் கேட்டாள்,

"நாம யாருன்னு சொல்லிட்டேன்."

சாதி எப்படி வெடிகுண்டு போல செயல்படுகிறது. பார்த்தீர்களா? ராஜுவின் வாரிசு போல அவரது பேரன் கௌதம் வழக்கறிஞராக, இயற்கை விவசாயியாக அற்புத இளைஞனாக வலம் வருகிறான். பரிணாம வளர்ச்சி இதுவாகத் தானே இருக்கமுடியும்? நாளைய நம்பிக்கையை, இதைவிட எப்படி ஓர் இலக்கியப்படைப்பில் விதைக்க முடியும்?

இந்த இரண்டுக்கும், பெருமுதலாளிக்கும், நவீனத் தொழிலாளிக்கும் இடையில் நிற்பவர் ஆரான். இராஜுவின் உயிர்த் தோழன். அடித்தளச் சாதி, படிக்காதவர். உடல் உழைப்பாளி, மில் தொழிலாளி, ஏழெட்டுப் பிள்ளைகள், கம்யூனிஸ்ட் கட்சி, தொழிற்சங்கம், போராட்டம் எனக் கழிகிறது வாழ்க்கை. இளமையில் தந்தையை, உடன் பிறந்தாரை பெரும் நோய் (பிளேக்) க்குப் பலி கொடுத்தவர். போராட்டங்களால் உரம் பெற்றவர். சி.பி.ஐ, சி.பி.எம், எம்.எல்... என எல்லா இயக்கத் தோடும், தலைவர்களோடும் பயணித்தவர். பல பத்தாண்டுகள் மில் வேலை செய்தும் ஒண்டக் குடிசை கூட இல்லாதவர். எந்நிலையிலும்

தொழிலாளி வர்க்கத்தை, இயக்கத்தை விட்டுக் கொடுக்காதவர். இவர் ஒரு வகையில் இந்திய உழைக்கும் வர்க்கத்தின் பிரதிநிதி. தன்னையே சமூகத்திற்காய் அழித்துக் கொள்ளும் மெழுகுவர்த்தி மனிதர்களின் வார்ப்பு. சந்தர்ப்பவாத, பிழைப்பு அரசியல்வாதிகள் மத்தியில் இன்றைக்கும் நிமிர்ந்து நிற்கும் கம்யூனிஸ்டுகளின் ஒற்றை அடையாளம், 'ஆரான்'. கொள்ளையடிக்கும் கும்பலில் சேர்ந்தால் சூதும், குடியும், மாதும்தான் சேரும். அழிந்து போவதைத் தவிர வேறு வழியில்லை என்பதை - கொள்கையை எந்த விதத்திலும் நியாயப்படுத்தாமல் நாவலில் சொல்கிறார். அதே நேரம் சந்துருவுக்காக வாதாடி வெல்வது, சந்தர்ப்பவாதத்தால் தவறு செய்து, திருந்தி வாழ நேரும் பாத்திரமாக சந்துருவைப் படைத்திருப்பது அற்புதம்.

மாசுக்கட்டுப்பாட்டு வாரியம், நீதிமன்றம் ஆகியவற்றின் செயல்பாடுகள், விருப்பு வெறுப்புகள் துல்லியமாகக் காட்சிப்படுத்தப் படுகின்றன. மக்கள் திரள் போராட்டம் மட்டும் வெல்லாது. சட்டம், தொழில் நுட்ப விவரங்களும் வேண்டும் என்பதையே விஸ்கோஸ் போராட்டம் உணர்த்தி நிற்பதை நாவல் உறுதி செய்கிறது.

இயற்கை வேளாண்மை என்பது இன்றைய காலத்தின் கட்டாயம். நம்மாழ்வார் போன்றவர்கள் நீண்ட நெடிய சோதனை முயற்சிகளின் வழி வந்து சேர்ந்த இடம். ஆனால் அதுவும்கூட ஏழை எளியவர்களுக்கு எட்டாக்கனியாக்கப்படுவதை - வணிகமும், நுகர்வுக் கலாச்சாரமும் காவு கொள்வதை கௌதம், அரசு ஆகியோரின் உழைப்பு, செயல் பாடுகள், விவாதங்கள் வழி நாவல் சுட்டிச் செல்கிறது.

எண்பதுகளில் கோவைக்கு வந்து சேர்ந்த புதிய வஸ்துக்கள் தியானமும் யோகமும். வாழ்க வளமுடன், ஈஷா யோகா போன்று பல குழுக்கள் மனம், ஆன்மீகம், கடவுள் எனத் தொடங்கியதன் பின்னணியில் வளர் முகத்தில் இந்துத்துவமாக இன்று ஆகி நிற்பதன் பின்புலத்தை - சேகுவேராவில் தொடங்கிய கர்னல் திருமகன், ஓஷோ வழி ஆஸ்மான் ஸ்வாமியாக உருவெடுப்பதையும் நாவல் விட்டு வைக்கவில்லை.

நாவலில் வரலாற்றையும் மக்கள் பண்பாட்டையும் கதை ஓட்டத்தோடு பல இடங்களில் பதிவு செய்கிறார்.

அந்தக்காலத்தில் திரைப்படத்தின் மீது பொது மக்களுக்கு இருந்த அபிமானத்தை, ராஜு தியாகராஜ பாகவதரைப் பார்க்க கோவையி லிருந்து திருச்சிக்கு சென்ற நிகழ்வு மூலம் அறியமுடிகிறது.

"யாருப்பா நீ, எந்த ஊரு? ஜாதி சொல்லியாக வேண்டும்."
"கோயமுத்தூருக்குப் பக்கத்தில வெள்ளலூருங்க. கோனாரு". கோனார் பெண்களும் கைகளில் சங்கு அணிந்திருப்பார்கள். எனவே அது வாயில் வந்து விட்டது.

ஊரிலேயே ராஜூ மட்டும் தான், ஜாதியை மாற்றிச் சொல்பவன். மற்றவர்களுக்கு அது வரவே வராது. உனக்கு மரியாதை வேண்டு மென்றால் இதெல்லாம் செய்யத்தான் வேண்டும் என்பது ராஜூவின் நினைப்பு.

ராஜூ தலையசைத்தான். எதிரே நின்றிருந்த ஆளுக்கு ரவுத்திரகாரமான கோபம் வந்தது.

"ஆம்பள பொம்பளன்னு எத்தன பேருடா காடுதோட்டத்தை விட்டுட்டு ஓடி வருவீங்க? ஊருல ஒரு நாளு கூத்து பாத்தமா, உட்டமான்னு இல்லாம, இது என்னடா பொழப்பு? எல்லாரும் பாகவதர் ஆகிட முடியுமா? அவனுக்கு உன்னையெல்லாம் நெனைக்க நேரமிருக்குமாடா? போடா. போ. ஊருல போய் பொழைக்கிற வேலையைப் பாரு" (ப. 58).

அக்கால யதார்த்தப்பதிவு.

வாழ்க்கையில் எளிய மக்களின் துய்ப்பு அவர்களின் உணவு ஒன்றுதான். உழைப்பாளிகளின் உணவுப் பண்பாட்டைப் பாருங்கள்:

"ஜானகிராமன் மூக்கை உறிஞ்சியபடி சற்றுத் தள்ளி கைநீட்டிக் காட்டினான். அடுத்ததாக இருந்தது சாப்ஸ் மாணிக்கத்தின் கடை. கொஞ்சம் எலும்பும் நிறையக் கறியுமான ஆட்டுக்கறித் துண்டை உப்பு, புளி, காரம் தடவி பொறித்து எடுப்பதற்குப் பெயர்தான் சாப்ஸ். மாணிக்கம் கடை சாப்ஸ் என்றால் வெள்ளைக்காரர்களுக்கு மிகவும் பிடிக்கும். ரேஸ்கோர்ஸிலிருந்து பட்லர்களும், டிரைவர்களும் வந்து வாங்கிக்கொண்டு போவார்கள். வெள்ளைக்காரர்களின் ருசி மாணிக்கத்துக்கு அத்துப்படி. நமது ஆட்களுக்கு இளஞ்சிவப்பான மென்மையான கறிதான் பிடிக்கும். கறியை குழம்பு வைத்து தின்பார்கள். வெள்ளைக்காரர்களுக்கு கறி சிவப்பாக முற்றியிருக்க வேண்டும். வறுத்தத் துண்டுகள் கறுஞ்சிவப்பு நிறத்தில் கண்ணைப் பறிக்க வேண்டும். சற்றே கருகிய மசாலா வாசத்துடன் சாப்ஸிலிருந்து வரும் மணம் எப்பேர்ப்பட்டவனையும் கிறங்கடித்துவிடும். மாணிக்கம் நான்கு மணிக்கு மசாலா அரைக்கத் தொடங்குவான். அந்த மணம் தெரு முழுக்கப் பரவிவிடும். அதைக் கறியில் பிரட்டி ஒரு அண்டா

மூடியில் பரப்பி வைப்பான். அடுப்பைப் பற்றவைத்து விட்டு பீடி குடிக்கத் தொடங்கி விடுவான். முக்கால் மணி நேரத்திற்குமேல் வெந்த பிறகு கம்மென்று இங்கிலீஷ் மணம் ஊரைத் தூக்கத் தொடங்கிவிடும். ஆரான் மாணிக்கத்தின் ரசிகன். ஜானகிராமனுக்கு சாராயம் குடித்து விட்டால் மாட்டுக்கறி வேண்டும். ஜானகிராமன், ராஜு, ஆரான் மூவரும் இரண்டு கடைக்கும் நடுவே இருந்த மரபெஞ்ச்சில் உட்கார்ந்தார்கள். ஜானகிராமன் சிவப்பேறிய விழிகளால் ராஜுவைப் பார்த்தான்". *(ப. 68)*

கம்யூனிஸ்ட் கட்சியைக் குறை கூறுவதை எதிர்த்து விவாதிக்கும் போது ஆரான். பழைய சம்பவங்களை நினைவு கூர்கிறான்:

"அது எனக்குத் தெரியாது. உன்னையும், என்னையும் கோழி மாதிரி கூடைக்குள்ளப் போட்டு மூடுனப்ப பாப்பாங் கட்சிதானே வந்துச்சு" என்றான் ஆரான்.

"ராஜு கனமான ஆயுதத்தால் தாக்குண்டது போல துடிதுடித்துப் போனான். அவன் அடியோடு மறக்க விரும்பிய நாட்கள் அவை. தமிழன் பெருமை, வரலாறு, பண்பாடு பற்றி சண்டமாருதமாகப் பொழிந்தான். ஆரான் பதில் பேசவில்லை. ஆனால் அன்றிலிருந்து இன்று வரை ராஜு கட்சிக்கு எதிராகப் பேசும் ஒவ்வொரு சொல்லும் அன்று ஆரான் சொன்ன அந்த இரண்டு வரிக்கு எதிரான வாதங்கள் தான்" (ப. 84).

ரேயான் தொழிற்சாலை தொழிலாளிக்கு சம்பளத்தை ஓரளவு நியாயமாக வழங்கியது. அன்று 165 ரூபாய் பெரிது. சம்பள நாள் குதூகலம் நாவலில்:

"சம்பளம் 165 ரூபாய் எண்ணி வைக்கப்பட்டது.

தொழிலாளர்கள் சைக்கிள்களில் நெசவு செய்யும் வீடுகளை நோக்கிப் பறந்து வந்தனர்.

தறியோட்டும் குடும்பத் தலைவர்கள் வீட்டு முன் நின்று கைகூப்பி 'ஒரு நாலு நாள் பொறுங்க. ஒரு அணா அட்வான்சு குடுங்க போதும். வந்து சேலையை எடுத்துட்டுப்போங்க' என்று கெஞ்சினர். யாருக்கு நின்று கேட்க பொறுமையிருந்தது? ஆட்கள் கூட்டம் சைக்கிளின் வேகத்தைக்கூடக் குறைக்காமல் பறந்து கொண்டே இருந்தது.

அடுத்து இரண்டு மூன்று மணிநேரத்தில் தியேட்டர் மேட்டில் ஒரு அதிசயம் நடந்தது. ஞாயிறு மட்டுமே திறந்திருக்கும் பாய் கடை இன்று ஜெகஜோதியாகக் காட்சியளித்தது. பாய் எங்கிருந்தோ

ஆடுகளை ஓட்டிக் கொண்டு வந்திருந்தார். ஆட்டுத்தொடைகளை கூடையில் போட்டு எடுத்துக்கொண்டு கிருஷ்ணா நகர் குடியிருப்புக்குச் சென்றார்.”

‘பன்னன்டணா. அப்படியே வாங்கிக்கங்க’

தெருமுழுக்க மணமணக்கத் தொடங்கியது. தெருவில் செல்பவர் களுக்கும் வாயூரத் தொடங்கியது.

‘அண்ணே மணக்குது?’

‘ஒரு வா சாப்புடுட்டு போறது?’

‘அங்கையும் அதுதான்’

அடுத்தமாதம் ஏழாம்தேதி கம்பெனியை விட்டு வெளியே வந்த தொழிலாளிகள் அசந்துபோனார்கள். மேட்டுப்பாளையம் சாலையில் ஒரு புத்தம் புதிய கடைத்தெரு முளைத்திருந்தது. அனைத்து மேட்டுப் பாளையம் துணிக்கடைகளும், மளிகைக் கடைகளும் முன்னால் பந்தல் கூரைபோட்டு கடை திறந்திருந்தன. கோவையிலிருந்து கூட கடைகள் வந்திருந்தன” (பக். 119 - 120).

மலை, காடு ஆகிய இடங்கள் தனிநபர் ஆதிக்கத்துக்கு வருவதற்கு முன் தொல்குடிகளின் நிலங்களாக இருந்ததை நாவல் இப்படிப் பதிவு செய்கிறது:

“இந்த முறை இவர்கள் தயாராக இருந்தார்கள். இருளில் கற்கள் குண்டுகள் போலப் பறந்துவந்து முன்னால் வந்தவர்களைத் தாக்கின. ஓடிவந்தவர்கள் நெஞ்சிலும், தலையிலும் அடிபட்டு சேற்றில் வழுக்கி விழுந்தனர். வந்தவர்கள் தயங்கி நின்றது ராமக்கா கருக்கருவாளை வீசியபடி அவர்களை நோக்கிப் பாய்ந்தாள். வீர்வீரென்று அடித்துக் கொண்டிருந்த எதிர் காற்றில் முடிபறக்க இழுத்துச்சொருகிய வெள்ளைச் சேலையோடு சேற்றில் கால் புதைய அஞ்சாமல் முன்னேறினாள் அவள். தாக்கவரும் அந்த வெறி கொண்ட மனிதர்களின் கரங்களில் இருக்கும் கடப்பாரைகளும், வீச்சரிவாள்களும், கழிகளும் தன்னை எதுவும் செய்ய முடியாது என்று அவள் உறுதியாக நம்பியது போலிருந்தது: ராமக்காவின் மகன்களும் மற்றவர்களும் பேய்க் கூச்சலுடன் அவள் பின்னே ஓடினர். தாக்க வந்த கூட்டம் அடிபட்டு ரத்தம் ஒழுக ஓடியது.

ஒவ்வொரு இரவும் போர்க்களம் தான். வேறு வழியில்லை. விட்டுக்கொடுத்தால் உழைப்பு முழுக்கப் போய்விடும். ஒண்ட வேறு

இடமுமில்லை. உயிரைக் கொடுத்தாவது பிடித்த நிலத்தைக் காக்கவேண்டிய தேவை இருந்தது. ராமக்கா இந்த பாறைக்கருகே கருக்கருவாளை கையில் பிடித்தபடி இரவு முழுவதும் மாரிமுத்துவை கைப்பிடியாக அழைத்துக்கொண்டு உறங்காமல் சுற்றி வந்தாள். எவன் வந்தாலும் வெட்டிச் சாய்க்கும்படி சொன்னாள்.

அவர்கள் வாரக்கணக்கில் இரவு முழுவதும் பாறையில் வாட்கள், கற்களோடு காத்திருப்பார்கள். மாரிமுத்துவும் கையில் கல்லோடு நிற்பான். சேற்றில் விதைக்கப்பட்டிருந்த கம்புப்பயிர் உயிரை விட முக்கியமானதாக இருந்தது. அணைக்காடு முழுக்க இடம் பிடிக்க மூர்க்கமான சண்டைகள் நடந்தன. இன்னும் கொஞ்சநாள் போயிருந்தால் என்ன நடந்திருக்குமோ? அதற்குள் கம்யூனிஸ்ட் தலைவர் வெள்ளிங்கிரி தலையிட்டு பொதுப்பணித் துறையோடு பேச்சுவார்த்தை நடத்தி தண்ணிக்காட்டில் விவசாயம் செய்பவர்களுக்கு டோக்கன் கொடுக்கச் செய்தார். அதற்கு ஒரு சிறிய வாடகையும் வசூலிக்கப்பட்டது. இந்த ஆறேழு ஆண்டுகளில் இன்னாருக்கு இன்ன இடம் என்பது உறுதியாகி விட்டது" (பக். 169 - 170).

தலைமுறை மாற்றம் வணிகத்திலும் நிகழ்கிறது. காலத்துக்கேற்ப தங்களை முதலாளிகள் மாற்றிக் கொள்வதை - இயற்கைப் பொருள் தயாரிப்பு குறித்த பதிவாக,

"அப்பா, தாத்தா இன்னுமா நீங்க ஆர்கானிக்குக்கு மாறலை? உலகம் முழுவதும் எங்கோ போயிட்டிருக்க. நீங்க இன்னும் பழைய மாதிரியே இருக்கீங்களே!" என்றான்.

"யார்கிட்ட என்ன பேசறே?" என்றார் கிருஷ்ண குமார்.

"உரமும் பூச்சி மருந்தும் தயாரிக்கற டெக்கான் அக்ரோ கெமிக்கல்ஸ் ஓனர்கள் கிட்டதான்" பாலாஜி சிரித்தான். "அது ஒரு காலம் அப்பா. அப்ப நெருக்கடி இருந்துச்சு. எப்பாடுபட்டாவது விளைவிக்க வேண்டியிருந்தது. இப்ப காலம் மாறிடிச்சு. இந்த உரத்துக்கும், பூச்சி மருந்துக்கும் எதிரா எவ்வளவு அவேர்னஸ் வந்திட்டிருக்கு தெரியுமா? நிலத்தைக் காப்பாத்தணும், காத்தைக் காப்பாத்தணும், காட்டைக் காப்பாத்தணும் எவ்வளவு ரிசர்ச் நடந்துட்டிருக்கு. உங்களுக்கு அதெல்லாம் தெரியாதுன்னு பொய் சொல்லாதீங்க"

கிருஷ்ணகுமாரும், லதாவும், பயந்திருப்பது கஸ்தூரிசாமிக்கும், சௌதாமினிக்கும் நன்றாகத் தெரிந்தது. ஃபிளையிங் கிளப், கிளைடர்

என்று இருந்த விளையாட்டுப்பையனா இவன்? சித்ரிதா வாய்விட்டுச் சிரித்தாள். அடிக்கடி அமெரிக்கா செல்லும் போது ராஜ்குமாரிடம் பேசி விவாதித்து வந்த அவளுக்கு இந்த மாற்றம் புதிதாகத் தெரியவில்லை. கிருஷ்ணகுமாருக்கு கோபம் வந்து நெற்றி சுருங்கியது. ஆனால் ஒரு வருடம் கழித்து வந்திருக்கும் பையனிடம் உடனடியாகக் கோபப்பட அவர் விரும்பவில்லை. கஸ்தூரிசாமியைப் பார்த்தார். கஸ்தூரிசாமி பதில் பேசாமல் முறுவலித்தார். "பார்க்கலாம்" (பக். 294 - 295).

நாவலின் மையக்களம் கோவை மில் தொழிலாளர்கள் போராட்டம். எனவே, இடதுசாரிகள் விட்ட இடங்கள் பற்றிய விவாதக் களமாகவும் நாவல் அமைகின்றது. சுற்றுச்சூழலும், மார்க்சியமும் எதிர் எதிரானவையா? மில்லை மூடி சூழலைக்காப்பதா? என்பன போன்ற முரண்கள் விவாதப் பொருளாகின்றன. அதே போல சாதியும், வர்க்கமும் பற்றிய விவாதங்கள் - ஏகபோகமும் உள்ளூர் முதலாளியமும் பற்றியவை .... என நாவலின் கூர் நீள்கிறது.

அடிப்படையில் நாவலின் வெற்றி அதன் திறந்த மனப்பக்குவத்தில் இருக்கிறது. ஜனநாயகம் கொடி கட்டிப் பறக்கிறது. எல்லாக் கருத்துக்கும் உரிய இடம் அளிக்கப்படுகின்றது. சிக்கல்கள் வழி தீர்வுகளை நோக்கிப் பயணிக்கும் பொறுப்பு வாசகர்களிடம்தான். இதுவே எழுத்தாளர் முருகவேளின் பலம் எனப் பார்க்கிறேன்.

ஒரு வித எள்ளல் நாவல் முழுக்க, அறுபதாண்டுகால தமிழ் மக்களின் வாழ்க்கைக் கவித்துவமாக எழுத்தாக்கப்பட்டுள்ளது. அன்பு, காதல், வாஞ்சை, நட்பு, தோழமை, ஆக்ரோஷம் என சகல உணர்வுகளும் சேர்ந்து பிசைந்து மனித உறவுகள் முன்னிலை பெறுவது சிறப்பு.

அமைப்பு தேவை, ஒற்றுமை தேவை, போராட்ட தேவை. மாறும் என்பதைத் தவிர எல்லாம் மாறக்கூடியது தான் என்ற 'அரசியல்' அறமாக நாவலில் முன்மொழியப்பட்டுள்ளது.

- முருகவேள். இரா, முகிலினி, வெளியீடு: பொன்னுலகம் பதிப்பகம், திருப்பூர் - *641603*, பதிப்பு: *2016*.

பயன்பட்ட நூல்கள்

1. அகிலன், எழுத்தும் வாழ்க்கையும், பாரி புத்தகப் பண்ணை, சென்னை, முதற்பதிப்பு: 1978.

2. அப்பணசாமி. மூ, வரலாறு பண்பாடு அறிவியல் டி.டி.கோசம்பியின் வாழ்க்கையும் ஆய்வுகளும், ஆறாம் திணை பதிப்பகம், L/2/58, B பிளாக், தமிழ்நாடு வீட்டு வசதிவாரிய குடியிருப்பு, பம்பிங் ஸ்டேசன் ரோடு, கீழ்ப்பாக்கம், சென்னை, பதிப்பு: 2022.

3. இராமநாதன். ஆறு, வாய்மொழி மரபும் எழுத்து மரபும், மணிவாசகர் பதிப்பகம், 31 சிங்கர் தெரு, பாரிமுனை, சென்னை - 108, பதிப்பு: 2018.

4. கீதா.வ எஸ்.வி.ராஜதுரை, கிராம்ஷி புரட்சியின் இலக்கணம், நியூ செஞ்சுரி புக்ஹவுஸ், 41-பி, சிட்கோ இண்டஸ்டிரியல் எஸ்டேட், அம்பத்தூர், சென்னை - 98, பதிப்பு: 2016.

5. கைலாசபதி. க, நாவல் இலக்கியம், நியூ செஞ்சுரி புக் ஹவுஸ், சென்னை - 98, பதிப்பு: 1968.

6. சண்முகதாஸ். அ, மொழியும் பிற துறைகளும், குமரன் புத்தக நிலையம், கொழும்பு - சென்னை, பதிப்பு: 2006.

7. சிவசுப்பிரமணியன்.ஆ, இனவரைவியலும் தமிழ் நாவலும், நியூ செஞ்சுரி புக் ஹவுஸ், பதிப்பு: 2014.

8. சுந்தரராஜன்(சிட்டி). பெ.கோ., சிவபாதசுந்தரம். சோ, தமிழ் நாவல் நூற்றாண்டு வரலாறும் வளர்ச்சியும், பாரி நிலையம், சென்னை, பதிப்பு:1977.

9. சுப்பிரமணியம். க.நா, முதல் ஐந்து நாவல்கள், விருட்சம் வெளியீடு, சென்னை, பதிப்பு: 1983.

10. சுப்பிரமணியன். நா, ஈழத்து தமிழ் நாவல் இலக்கியம், குமரன் புத்தக இல்லம், சென்னை, பதிப்பு: 2009.

11. சுப்பிரமணியன்.கி.பூ, (தமிழாக்கம்) ரூத் பெனிடிக்ட், தமிழ் வெளியீட்டுக் கழகம், தமிழ்நாடு அரசாங்கம், முதற்பதிப்பு: மார்ச் 1964.

12. தனஞ்செயன். ஆ, தமிழில் இலக்கிய மானிடவியல், உலகத்தமிழாராய்ச்சி நிறுவனம், இரண்டாம் முதன்மைச்சாலை, மையத்தொழில் நுட்பப்பயிலக வளாகம், தரமணி, சென்னை - 113, பதிப்பு: 2014.

13. …………, விளிம்புநிலை மக்கள் வழக்காறுகள் (இனவரைவியல் ஆய்வு), நியூ செஞ்சுரி புக்ஹவுஸ், சென்னை - 98, பதிப்பு: 2015.

14. தோதாத்ரி. எஸ், தமிழ் நாவல் - சில அடிப்படைகள், அகரம் சிவகங்கை, பதிப்பு: 1980.

15. ப. மருதநாயகம், மேலை நோக்கில் தமிழ் நாவல்கள் பகுதி - 1, எழிலினி பதிப்பகம், சென்னை, பதிப்பு: 2019.

16. பக்தவத்சலபாரதி, பண்பாட்டு மானிடவியல், மெய்யப்பன் பதிப்பகம், 53, புதுத் தெரு, சிதம்பரம் - 608 001, விரிவாக்கப் பெற்ற திருத்திய பதிப்பு: ஏப்ரல் 2003.

17. ...., இலக்கிய மானிடவியல், அடையாளம், 1205, கருப்பூர்ச்சாலை, புத்தாந்தம், திருச்சி - 621 310, இரண்டாவது பதிப்பு: 2020.

18. ...., தமிழர் மானிடவியல், அடையாளம், 1205, கருப்பூர்ச்சாலை, புத்தாந்தம், திருச்சி - 621 310, மூன்றாம் பதிப்பு: 2015.

19. பஞ்சாங்கம். க, இலக்கியமும் திறனாய்வுக் கோட்பாடுகளும், அன்னம், மனை எண் - 1, நிர்மலா நகர், தஞ்சாவூர் - 613 007, முதற்பதிப்பு: 2011.

20. பாக்கியமுத்து, விடுதலைக்குப் பின் தமிழ் நாவல்கள், கிருத்துவ இலக்கிய சங்கம், சென்னை, பதிப்பு: 1974.

21. பாவை சந்திரன், ஈழத்தமிழரின் போராட்ட வரலாறு பகுதி - 1, கண்மணி கிரியேட்டிவ் வேவ்ஸ், ம. முத்துகிருஷ்ணன் தெரு, பாண்டிபஜார், தி. நகர், சென்னை - 600 017.

22. பெரியசாமி. பி. ஆர், தொகுப்பு: எச். எச். விக்ரமசிங்க, தோட்டத் தொழிலாளர் வீரப் போராட்டம், குமரன் அச்சகம் 139, 36 ஆவது ஒழுங்கை, கொழும்பு - 6. முதல் பதிப்பு: 1957, இரண்டாம் பதிப்பு: 2021

23. மகேசுவரன்.சி, இனக்குழுவரைவியல், நியூ செஞ்சுரி புக் ஹவுஸ்(பி)லிட், அம்பத்தூர், சென்னை - 600 098, பதிப்பு: 2020.

24. ராபர்ட் ஜே.சி.யங், தமிழில் மங்கை.அ, பின்காலனியம் மிகச் சுருக்கமான அறிமுகம், அடையாளம், பதிப்பு: 2007.

25. வேங்கடராமன்.சு, இந்திய இலக்கியச் சிற்பிகள் - அகிலன், சாகித்திய அகாதெமி, சென்னை, இரண்டாம் பதிப்பு: 2018.

26. வேங்கடாசலபதி. ஆ.இரா, நாவலும் வாசிப்பும்: ஒரு வரலாற்றுப்பார்வை, காலச்சுவடு பதிப்பகம், நாகர்கோவில், பதிப்பு: 2002.

27. ஜெயமோகன், நவீன தமிழிலக்கிய அறிமுகம், உயிர்மை பதிப்பகம், சென்னை, பதிப்பு: 1995.

28. ஸ்டீபன். ஞா, இலக்கிய இனவரைவியல், நியூ செஞ்சுரி புக்ஹவுஸ், சென்னை - 98, பதிப்பு: 2017.

★★★

5